बळजबरीने तिचं लग्न ठरवलं,
प्रेमाच्या माणसांनीच तिला नाकारलं;
एका मुलीने जगण्यासाठी केलेल्या, अखंड संघर्षाची सत्यकथा.

शेम

जसविंदर संघेरा

अनुवाद
सुनंदा अमरापूरकर

मेहता पब्लिशिंग हाऊस

✆ +91 020-24476924 / 24460313 / Mob. No. 9545000513

Email : production@mehtapublishinghouse.com

Website : www.mehtapublishinghouse.com

SHAME by Jasvinder Sanghera

Translated into Marathi Language by Sunanda Amarapurkar

शेम / अनुवादित आत्मकथा

अनुवाद : सुनंदा अमरापूरकर

मराठी अनुवादाचे व प्रकाशनाचे हक्क मेहता पब्लिशिंग हाऊस प्रा. लि., पुणे ३०

संस्थापक : सुनील अनिल मेहता

प्रकाशक : मेहता पब्लिशिंग हाऊस प्रा. लि.,
१९४१, सदाशिव पेठ, माडीवाले कॉलनी, पुणे – ४११ ०३०

मुद्रक : पार्कसन्स ग्राफिक्स

मुखपृष्ठ : फाल्गुन ग्राफिक्स

प्रकाशनकाल : फेब्रुवारी, २०११ / पुनर्मुद्रण : जुलै, २०२५

किंमत : ₹ ४५०

P Book ISBN 9788184982060

रोबीनास,
जी दुःखदपणे आयुष्याला दुरावली,
माझ्या आईवडिलांना,
आता मला कळतंय,
त्यांनी दिलेली उच्च दर्जाची शिकवण.

ही माझी व्यक्तिगत कथा आहे.
यातील काही नावं आणि कथेतील पात्रांची माहिती
यांमध्ये बदल केला आहे.

पूर्वावलोकन

तो सार्वजनिक फोन बूथ, इतका काही घाणेरडा नव्हता. मी शहरातल्या फोन बूथमध्ये गेले होते. तिथे भरून राहिलेल्या, सिगारेटच्या आणि लघवीच्या घाण वासामुळे नाक मुठीत धरूनच वावरावं लागे. त्या खेड्याच्या रस्त्यातून चालताना मी फारच वेगळी दिसत होते. त्यामुळे फोन करण्यासाठी बूथमध्ये शिरल्यावर जरा बरं वाटू लागलं. बाहेर लोक इकडे-तिकडे फिरत होते. कुणी दारूच्या गुत्त्याकडे चाललं होतं, तर कुणी कोपऱ्यावरच्या छोट्या दुकानातून चहा घेत होतं. पोरं सायकलवरून चकरा मारत होती, पण त्यात आशियाई लोक कुणीच नव्हते. जस्सीच्याही ते लक्षात आलं होतं, तो मला तसं म्हणालादेखील. तो बाहेर भिंतीला टेकून उभा होता. काचेतून, त्याचं माझ्यावर लक्ष होतं. मी आतून त्याच्याकडे पाहिलं आणि हसले. जणू काही मी अजून पर्समध्ये दहा पेन्सचं नाणंच शोधत होते.

स्वत:ला थोडं शांत आणि स्थिर करण्याकरता मी एक दीर्घ श्वास घेतला. गेल्या अनेक आठवड्यांपासून, मला घरी फोन करावासा वाटत होता. घरच्या माणसांचे परिचित आवाज ऐकण्यासाठी, मी व्याकूळ झाले होते. तिकडचं कसं चाललंय? सगळं काही ठीकठाक असेल ना? याची मला खात्री करून घ्यायची होती. त्या दिवशी सकाळी मी उठले आणि ही घराची ओढ इतकी प्रबळ झाली की राहवेचना. घरातल्या कुणाशीतरी बोलल्याशिवाय आजचा दिवस उलटणं शक्य नव्हतं, असं तीव्रतेनं वाटू लागलं. मला आईशी बोलायचं होतं. माझं नाव ऐकून तिला झालेला आनंद, तिच्या आवाजातून अनुभवायचा होता. तिची प्रेमळ हाक ऐकायची होती. ती आणि डॅडी माझी किती आठवण काढताहेत, ते तिच्या तोंडून ऐकायचं होतं.

मी हे जस्सीजवळ कबूल करू शकले नव्हते. पण ममने 'तू लवकर घरी परत ये' म्हणावं, असं मला खूप वाटत होतं. न्यू कॅसलहून आम्ही निघालो, तेव्हा मी

रम्य कल्पना करत होते. ती म्हणेल, "काळजी करू नको पुत्तर. तू आहेस तिथेच थांब हं! आम्ही येतो तुला घ्यायला."

पुत्तर म्हणजे 'लाडके मुली'. माझे वडील कधीकधी मला 'पुत्तर' म्हणूनच हाक मारायचे. ती हाक त्यांनी मला आत्ता, या क्षणी मारावी, असं फार वाटत होतं. माझ्या मनोराज्यात मी त्या वेळीदेखील, डॅडच्या जुन्या कॉर्टिनाच्या मागच्या सीटवर बसलेली होते. मम सारखी मागे वळून-वळून माझ्यावर लक्ष ठेवत होती. डॅड, मात्र रस्त्याकडे पाहत मला सुरक्षितपणे डर्बीला घेऊन चालले होते.

मी घड्याळ पाहिलं. नुकतेच संध्याकाळचे सात वाजून गेले होते. 'या वेळी मम स्वैपाकघरात काहीतरी शिजवत असेल. मला तो हळदीचा वास आणि पदार्थातून येणाऱ्या वाफा जाणवत होत्या. ल्यूसी पुढच्या हॉलमध्ये टी.व्ही. बघत बसली असेल. शाळेतल्या बाईंनी तिला विचारलं असेल, 'मी कुठे गेलेय म्हणून?' डॅड तर आत्ता फाउंड्रीत गेलेले असतील. मी पळून गेल्याचं, त्यांनी मित्रांना सांगितलं असेल का? अर्थात मित्रांना समजलंच असेल म्हणा. दोन महिने झाले मला घर सोडून. आमच्या गुरुद्वारामधून, ही बातमी एव्हाना सगळीकडेच झिरपलेली असणार. पळून जाऊन मी डॅडींना खूप दुखावलंय का? पण माझी खात्री आहे, मला त्यांची येते, तितकीच त्यांनाही माझी आठवण येतच असणार.'

जस्सीने बाहेरून काचेवर हलकेच थाप मारली आणि 'फोन कर' असं मला खुणेनं सांगितलं. माझ्या अंगावर एकदम थंडीने काटा फुलला. संध्याकाळचे गार वारे वाहू लागले होते आणि मी जॅकेट आणायला विसरले होते. अंगात हुडहुडी भरली आणि थंड घामाचा ओघळ पाठीवरून कंबरेकडे ओघळला. काळीज दुप्पट वेगानं धडधडू लागलं. फोनचा रिसीव्हर उचलून पहिलं नाणं टाकताना, माझ्या अंगातलं सगळं धैर्य वाहून चालल्याची जाणीव झाली.

आईने ताबडतोब फोन उचलला. मी म्हणाले, "मम, मी बोलतेय..."

ती एकदम भडकली! किंचाळून, ओरडत बोलायला लागली. मी कानात प्राण आणून तिचा आवाज ऐकत होते. तो अत्यंत कठोर आणि कानठळ्या बसवणारा होता.

"चांडाळणीऽ, हे काय करून ठेवलंस गं तू आमचं? असं वागण्याची तुझी हिंमतच कशी झाली? आम्हाला लाज आणलीस कार्टेऽऽऽ! का म्हणून आम्ही हा कलंक अंगावर वागवायचा?"

त्या क्षणी, कुटुंबाशी पुनर्मीलन होण्याचं माझं सुंदर स्वप्न तडकून फुटलं, ठिकऱ्या-ठिकऱ्या झाल्या त्याच्या. केवढा मोठा मूर्खपणा केला होता मी! या जगात माझी आई सर्वांत जास्त कशाला घाबरत असेल, तर समाजात मान खाली घालावी लागणं, लोकांनी बोटं दाखवणं, अपकीर्ती होणं याला. त्या बाबतीत ती मला माफ

करू शकणार नव्हती, हे मला आधीच समजायला पाहिजे होतं. पण माझ्यातला हट्टीपणा, मला स्वत:चं म्हणणं पुढे दामटायला भाग पाडत होता. रडू येत असतानाही मी म्हणाले, ''मम, तुला माहितेय ना, मी घर का सोडलं ते?''

पण त्याच्याशी तिला काही देणं-घेणं नव्हतं. ती त्या घटनेकडे फक्त एकाच बाजूने पाहू शकत होती की, एका चांभाराच्या मुलाबरोबर पळून जाऊन मी घराण्याच्या प्रतिष्ठेला चिखल फासला होता. माझी आई मला नेहमीच सांगायची की, 'चांभार' ही सर्वांत खालची जात असते. हे लोक शेतातलं शेण उचलून नेतात आणि काही लोक तर त्यांना 'अस्पृश्य'च म्हणतात. आमचं घराणं 'जाटाचं'. भारतामध्ये जाट म्हणजे जमीनदार समजले जातात. इकडे डर्बीमध्ये, आमच्या धाब्याच्या घरामागचा कुरणाचा लहानसा तुकडा एवढीच जमीन जरी डॅडींच्या नावावर होती तरी 'उच्च जातीचे' म्हणून अभिमान मात्र फार मोठा होता. आईच्या किंचाळण्यातून आणि शिव्याशापांतून माझ्या काहीच नीट लक्षात येत नव्हतं. एका हीन कुळातल्या मुलाबरोबर माझे संबंध जडले याला तिचा विरोध होता की, आपल्या तोडीच्या जाट कुळातल्या अनुरूप मुलाशी ठरलेलं लग्न मोडून, मी त्यांना संकटात टाकलं याबद्दल ती संतापली होती?

''या डर्बीच्या रस्त्यांवरून आम्ही चालू शकत नाही. तू पळून गेल्यामुळे, हे होत आहे. गुरुद्वारात जाणं तर बंदच झालंय. लोक उघड बोलतात. तुझ्यामुळे लोक थुंकतात माझ्या तोंडावर!'' काही सेकंद आईचा आवाज थांबला. मला वाटलं, झालं वाटतं हिचं बोलून, पण ती केवळ आवंढा गिळण्यासाठी थांबलेली होती. ''मेलेऽऽऽ घराण्याचा नाश केलास... भोगशील आपल्या कर्माची फळं! बघत राहा. तू आणि तुझा तो चांभारडा यार, गटारात लोळाल... तीच लायकी आहे तुमची...!! आयुष्यात काही काही मिळणार नाही तुम्हाला. ऐकतीयस ना? जेव्हा तुला मुलगी होईल आणि ती असं छिनालपणाने वागेल तेव्हा कळेल तुला, की असल्या वेश्येला जन्म देऊन वाढवल्यावर काय वाटतं ते!!!''

तिच्या या दुष्ट आणि क्रूर शाब्दिक हल्ल्याने, मी घायाळ झाले! फार मोठा धक्का बसला मला. मी थरथर कापत होते. या घटनेचा असा अर्थ लावला जाईल, गोष्टी या थराला गेल्या असतील, यावर माझा विश्वासच बसत नव्हता. मला तिला थांबवायचं होतं. आमचं बोलणं चांगल्या वळणावर जावं, असं वाटत होतं. मी गेल्यानंतर तिला माझी किती काळजी वाटली किंवा माझी आठवण आली... असं काहीतरी. तिला मी प्रिय असल्याची, हवी असल्याची खूण पटवणारा एखादा तरी शब्द मला ऐकायचा होता. माझं तिच्यावर खूप प्रेम असल्याचं मला सांगायचं होतं. रडण्यामुळे माझा आवाज विचित्र येऊ लागला....

''मला तुझ्याकडे यावंसं वाटतंय मम... मी... मी येईन तुझ्याकडे परत. पण

मला त्या माणसाशी लग्न करायचं नाही. आताशी मी सोळा वर्षांचीच आहे. मला पुढे माझ्या मनाप्रमाणे जगायचंय. मला शिकायचंय मम. मला कॉलेजमध्ये जायचं आहे.'' जितकं भराभर बोलता येईल, तितकं मी बोलत होते. मला माझी बाजू मांडून टाकायची होती. पण मध्येच ती पुन्हा माझ्या अंगावर ओरडायला लागली. आता तिचा आवाज पूर्णपणे कठोर आणि निश्चयी झाला होता.

''असं? जा तर मग. तिकडेच राहा आणि स्वत:च्या हिमतीवर जग. कॉलेज शीक, नाहीतर खड्ड्यात जा! पळून गेलीस, त्या क्षणापासून तू आम्हाला मेलीस!'' असं म्हणून तिने फोन आदळून बंद केला.

माझी कंबरच खचली. पाय गळून गेल्यासारखं वाटायला लागलं. फोनचा रिसीव्हर अजूनही माझ्या हातात होता. माझ्या आईने मला तोडून टाकल्याचा, तो जणू प्रत्यक्ष पुरावाच मला मिळत होता. क्षणभराने फोन बूथच्या भिंतीला घासत-घसरत मी जमिनीवर उकिडवी बसले. कुणीतरी मला चिरडत असल्यासारखं, छातीत घट्ट आवळल्यासारखं वाटत होतं. माझे हुंदके अक्षरश: गळ्यात अडकून श्वास कोंडू लागला.

जस्सी पटकन दार उघडून आत आला. मला कुशीत घेऊन शांत करू लागला. तो भराभर माझे मुके घेत होता, थोपटत होता. सहानुभूतीचे शब्द बोलत होता. तरीसुद्धा त्या क्षणाइतकं पोरकं मला आयुष्यात कधीच वाटलं नाही. जणू कुणीतरी माझ्या बालपणातल्या सगळ्या कोमल, मृदू आठवणी उपटून काढून, त्याचे वेडेवाकडे तुकडे करून माझ्यापुढे फेकले होते.

पुढे कित्येक दिवस ते संभाषण, त्यातली वाक्यं माझ्या मनात पुन्हापुन्हा रेकॉर्ड लावावी, तशी घुमत राहिली होती. ऐकता-ऐकता कदाचित मला वेड लागलं असतं.

''आम्हाला लाज आणलीस कार्टेऽऽऽ!''

''तुझ्यामुळे लोक थुंकतात माझ्या तोंडावर!''

''तू आम्हाला मेलीस!''

''का म्हणून आम्ही हा कलंक अंगावर वागवायचा?''

''कॉलेज शीक नाहीतर खड्ड्यात जा!''

''तू आम्हाला मेलीस... तू आम्हाला मेलीस... मेलीस.''

जन्मदात्या आईबापांनी मला स्वत:पासून कायमचं तोडून टाकावं, एवढा भयंकर अपराध खरोखरच घडला होता का माझ्या हातून?

त्यांचा माझ्याविषयीचा जिव्हाळा करपून गेला होता?

माझ्या अवघ्या आयुष्याची आहुती देण्याइतका मोठा आहे का हा गुन्हा...?

१

दररोज सकाळी साडेपाच वाजता, माझी आई खड्या आवाजात देवाची प्रार्थना म्हणायची, 'इक कम कर, इक कम कर...' तिचा बेसूर आवाज साऱ्या घराला वेढून राहायचा. तो ऐकावाच लागे. कानावर उशी दाबून आम्ही म्हणायचो, 'पुरे झालं. थांब आता. प्लीज थांबव ना गं मम!' पण तसं उघड सांगण्याची, कुणाची टाप नव्हती.

आमच्या बंक बेडवर आम्ही चौघी झोपायचो. मी, ल्यूसी, रोबीना आणि यास्मिन. दोघी वर, दोघी खाली. झोपायच्या वेळेला, आम्ही खूप मस्ती करायचो. सारखी चुळबुळ, एकमेकींच्या खोड्या काढणं आणि उगीचच फिदी फिदी हसत राहणं. 'एऽ, मला लाथ नको मारू' 'तिकडे सरक ना,' 'ही इथपर्यंत माझी जागा आहे' 'बघ मला काहीच जागा नाही उरली' असं पार झोप लागेपर्यंत चालूच राहायचं.

याखेरीज, आणखी तीन मुली माझ्या आई वडिलांना होत्या. माझी सावत्र बहीण बचानू, प्रकाश आणि गिंडा या आमच्या सख्ख्या मोठ्या बहिणी. बचानू भारतात होती. प्रकाश लंडनला होती आणि गिंडा माझ्यापेक्षा दहा वर्षांनी मोठी. ती आमच्याच बेडरूममध्ये दुसऱ्या एका बेडवर झोपायची. या गिंडाचा, आम्हा सगळ्यांवर खूप प्रभाव होता. तिनेच आम्हाला लहानाचं मोठं केलं, असं म्हटलं तरी चालेल. आई कामावर गेलेली असताना, तीच आम्हाला सांभाळायची. सुट्टीच्या दिवशी आम्हा चौघींना एकाच टबमध्ये बसवून, ती आमचे केस धुऊन द्यायची. सगळ्यांचे केस खूप लांबलांब होते. नहाणं झाल्यानंतर, ती आमच्या केसांना जाईचा वास असलेलं बदामाचं तेल चोपडायची. त्यामुळे केस चिपचिपीत आणि भीषण होऊन जायचे. डोक्याला प्लास्टर केल्यासारखे घट्ट चिकटून बसायचे.

त्यांचा तो स्पर्श नि वास मला बिलकूल आवडायचा नाही. आम्ही थोड्या मोठ्या

झालो, तेव्हा चौघींना एका बाथरूममध्ये जागा पुरेनाशी झाली. मग एकीला भांड्यामध्ये गरम पाणी घेऊन बाहेरच्या उघड्या मोरीत अंघोळ करावी लागायची. थंडीच्या दिवसात तसं करायला प्रत्येकीलाच नको वाटायचं.

आमच्या पहिल्या घरात दोन बेडरूम्स होत्या. एकीत आम्ही पाच बहिणी आणि दुसरीत माझा भाऊ बलबीर झोपायचा. माझी आई देखील, तिथे कधीकधी झोपायची. इतर वेळी ती खाली सोफ्यावर झोपायची. कळायला लागल्यावर मला वाटायचं, 'माझ्या आईचा बेड वडिलांशेजारी का नाही?' इतकी सात-आठ मुलं त्यांना झाली होती. त्या अर्थी शरीरसंबंध तर दोघांचा असलाच पाहिजे. पण समजायला लागल्यापासून त्याची कोणतीही खूण आम्हाला घरात दिसली नाही. दोघांनी प्रेमाने एकमेकांना मिठी मारून चुंबन घेणं तर दूरचीच गोष्ट, साधं वडिलांनी तिच्या गालाला स्पर्श केलेलासुद्धा मी कधी पाहिला नाही. रोजच्या जगण्यासाठी आवश्यक असणाऱ्या प्रश्नोत्तरांपलीकडे, त्यांच्यात इतर काही संभाषण झालेलं मला आठवत नाही. बहुतेक मनाने ते एकमेकांच्या जवळ नसावेत. त्यांचं वैवाहिक जीवन, ही एक व्यावहारिक व्यवस्था असली पाहिजे.

माझ्या आईचं सगळं लक्ष बलबीरकडे असायचं. आम्हा मुलींपेक्षा त्याला प्रत्येक बाबतीत वेगळेपणाने वागवलं जायचं. आई त्याच्याकरता वेगळं अन्न शिजवून, ते त्याला आग्रहाने खाऊ घालायची. त्याचे कपडे ती स्वतः धुवायची. आम्हाला मात्र स्वतःचे कपडे स्वतःच धुऊन, शाळेच्या वेळेवर युनिफॉर्म तयार ठेवावे लागायचे. भूक लागली की, स्वतःच्या हाताने वाढून घेऊन जेवावं लागायचं.

आम्ही सगळे एकत्र बसून कधीच जेवायचो नाही. आई एका मोठ्या भांड्यात रस्सा किंवा काही पातळ कालवण शिजवून ठेवायची. जिला भूक लागेल तिने त्यातून घ्यायचं आणि टी.व्ही. बघतबघत जेवायचं. मांडी घालून, त्यावर ताटली ठेवून कसरत करत खायचं. आमच्याकडे ब्लॅक अँड व्हाईट टी.व्ही. होता. लहान असताना आम्ही त्याच्या काचेला रंगीत जिलेटीन पेपर लावून, रंगीत पडद्यावर सिनेमा पाहण्याचा आनंद घ्यायचो.

साधारण सात वर्षांची असताना, आईला मी पहिला प्रश्न विचारला. 'बलबीरसाठी सगळ्या गोष्टी वेगळ्या का? तो एकटा बाहेर जाऊ शकतो आणि आम्ही का नाही? मी स्वैपाक करायला शिकायचं, मग त्याने का नाही शिकायचं?' इथपासून माझी प्रश्न विचारण्याची सुरुवात झाली. त्यानंतर मी जीवनातल्या इतर गोष्टींबद्दलही प्रश्न विचारायला लागले.

'शीख लोक सगळ्यांना सारखे मानतात. मग आपण काही लोकांना 'खालच्या जातीतले' का समजतो?'

आमच्या घराजवळच, एक 'गुरुद्वारा' होता. माझी आई कट्टर भाविक असल्याने,

गुरुद्वारा हे तिच्या दृष्टीने सर्वांत महत्त्वाचं ठिकाण होतं. आमचं जुनं घर आता पाडून टाकलं असलं, तरी तो गुरुद्वारा अजूनही तिथेच उभा आहे. लाल विटांनी बांधलेला, वर चकचकीत रुपेरी घुमट आणि पुढच्या दरवाजाला कलाबुतीची सजावट केलेली.

माझी आई सकाळी साडे सहाला घराबाहेर पडायची. प्रथम गुरुद्वारासमोरच्या हिरवळीवर जमलेल्या पक्ष्यांना दाणे चारायची. मग आत जाऊन प्रार्थना करायची आणि त्यानंतर कामावर जायची. संध्याकाळी पुन्हा गुरुद्वारात जायची आणि तिथलं पवित्र पाणी आणून घराभोवती शिंपडायची. आम्ही बहिणी टी.व्ही. समोर बसून 'चार्लीज एंजल्स' बघत असायचो तेव्हा ती आमच्या अंगावर ते पवित्र पाणी शिंपडायची आणि मग उदबत्ती लावून भजन म्हणायची.

आजही मला वाटतं की, तो गुरुद्वारा म्हणजे गावगप्पांचा अड्डाच होता. डोक्यांवरून मफलर गुंडाळलेल्या बायका तिथे घोळक्याने उभ्या असायच्या.

"झीटाच्या थोरल्या मुलाची बायको पंजाबची आहे म्हणे!"

"हसीनाच्या सुनेला दुसरी मुलगीच झाली. कळलं ना? हसीनाला वाटत असेल, कुठून हिला सून करून घेतली!"

"झैनब सिंगचं काय झालं माहीत आहे? बस स्टॉपवर एका मुलाशी बोलत उभी होती, तेव्हा तिच्या आईने पकडलं. तीन आठवडे झालेत त्या गोष्टीला. अजून काही आईने लेकीला घराबाहेर पाऊल टाकू दिलं नाही तेव्हापासून! मी सांगितलं तिला. म्हटलं, "मीरा, हा खरं म्हणजे तुझाच दोष आहे. सारखं तिला गोऱ्या पोरींच्यात मिसळू देतेस. मग ती लागलीय त्यांच्यासारखंच ताळतंत्र सोडून वागायला!"

त्या वेळी एखाद्या आशियाई मुलीला जास्तीत जास्त वाईट म्हणायचं असेल तर 'ती लागली आता गोऱ्यांसारखी वागायला!' असं म्हटलं जायचं. आम्हाला गोऱ्या युरोपियन लोकांच्यात मिसळायला परवानगी नव्हती. आई म्हणायची, "त्यांना स्वत:च्या इज्जतीचं काही भान नसतं आणि नीती-अनीतीचा तर पत्ताच नसतो." ती नेहमी आम्हाला सांगायची, 'या गोऱ्या पोरी, त्यांच्या अंगात शिरजोरी आणि भानगडी करतात चोरी-चोरी! त्यांच्या नादी न लागेल तीच शहाणी खरी!'

ज्यांना मी 'आंटी' म्हणायचे, त्या सगळ्या स्त्रियासुद्धा असाच विचार करायच्या. त्याच कशाला, आमच्या समाजातले सर्वच लोक असा समज मनात बाळगून होते. किशोर वयातून जवानीकडे जाताना एखाद्या आशियाई मुलाने गोऱ्या पोरीबरोबर थोडी मजा केली, तर थोडं 'पांढरं मटण' खाऊन बघतोय, असं म्हणून ते सोडून दिलं जायचं; पग लग्नायोग्य वयाचा झाला की, त्याचे कुटुंबीय त्वरेने त्याच्यासाठी एखादी छानशी स्वदेशी मुलगी शोधून काढायचे. याउलट एखादी आशियाई मुलगी गोऱ्या पोराबरोबर फिरायला लागली, तर ते निश्चितपणे वाईट समजलं जायचं. मुलीचे भाऊ नाहीतर काका-मामा त्या पोराला गाठून चांगला चोपून काढायचे आणि

मग मुलीलाही मारहाण करून डांबून ठेवायचे. का? तर तिने घराण्याला बट्टा लावला म्हणून! पुढे त्या मुलीच्या आयुष्याची वाट लागायची. कारण कुणीही चांगला आशियाई मुलगा तिच्याशी लग्न करायला तयार व्हायचा नाही.

समाजातल्या प्रत्येकाला हे माहीत होतं. मी आठ वर्षांची झाले आणि मला हे कळायला लागलं. कुणी नियमावलीचं पुस्तक आणून दिलं नव्हतं, पण मी कसं वागलं पाहिजे, कसं बोललं पाहिजे, कसं चाललं पाहिजे, अगदी श्वास कसा घेतला पाहिजे याची विशिष्ट पद्धत मला शिकवण्यात आली होती. मी एखादा वाईट शब्द बोलले तरी प्रतिष्ठा जाणार, हे मला पक्कं माहिती होतं.

आम्ही डर्बीच्या नॉर्थ अंबरलँड स्ट्रीटवर राहायचो. लहान असताना मी गल्लीच्या शेवटच्या टोकाला जाऊन उभी राहायची. तिथून उतरता होत गेलेला रस्ता किती लांबच लांब वाटायचा! सगळ्या घरांचे दरवाजे उघडे असायचे. खरोखर जिकडेतिकडे गडबड आणि कामाची लगबग चाललेली दिसायची. माणसं या घरातून निघून, त्या घरात शिरायची. आता त्या भागात सगळे एशियन लोकच राहतात. पण त्या वेळी संमिश्र वस्ती होती – आशियाई, आयरिश आणि इटालियन. त्यांना 'पाकीज' 'पॅडीज' आणि 'आयटीज' म्हटलं जायचं. इतर कुणाला नको असलेले सगळे लोक इथे येऊन राहायचे.

आमच्या शेजारी एक पोलिश (पोलंडची) बाई राहायची. तिला आम्ही म्हणायचो 'मिसेस फनी' (मजेदार काकू) दुसऱ्या एका शेजारीणीचं नाव ठेवलं होतं 'मिसेस नोझी परकार' (सौ. नाक खुपसे) ही सारखी खिडकीच्या पडद्यामागून डोकावून-डोकावून बाहेर पाहत असे. तिच्या दरवाजावर 'ठक ठक' करून आम्ही 'नॉक आउट जिंजर'चा खेळ खेळायचो. गल्लीच्या सर्वांत वरच्या टोकाला एक रिकामं पडलेलं घर होतं. आम्ही म्हणायचो, तो 'भुताचा वाडा' आहे. घाबरत-घाबरत त्या वाड्याभोवती फिरायचो आणि आणखी घाबरून घरी यायचो. गल्लीतून वाहनांची रहदारी नव्हतीच. आम्ही रस्त्यात आणि घरांच्या ओट्यांवर, पायऱ्यांवर लंगडी, दोरीवरच्या उड्या असे खेळ खेळायचो. गल्लीत एक चावरा कुत्रा होता. तो नेहमी रस्त्याच्या मधोमध ऐटीत बसलेला असायचा. त्याच्या नजरेस पडू नये म्हणून आम्ही कडेने लपतछपत पळून जायचो. दुपारी बरोबर एक वाजता फाउंड्रीतला भोंगा वाजायचा की त्यांची जेवणाची सुट्टी व्हायची.

माझे वडील फाउंड्रीत रात्रपाळीचे कामगार होते. ज्या दिवशी माझा जन्म झाला त्याच दिवशी त्यांना ही नोकरी मिळाली आणि निवृत्त होईपर्यंत त्यांनी तीच नोकरी केली. ते जेव्हा कामावरून सकाळी परत यायचे, तेव्हा मी त्यांना चहा करून द्यायची. वयाच्या साधारण आठव्या-नवव्या वर्षापासून हे काम माझ्याकडे आलं. तसंच पायऱ्या झाडण्याचंसुद्धा. आम्हा सर्वांना कामं नेमून दिलेली होती; अर्थातच

फक्त बलबीर सोडून. दुपारी शाळेतून घरी आल्यावर, मी बाबांना झोपेतून उठवायचे आणि एका टॉवरसारख्या उंच टिफिन कॅरिअरमध्ये त्यांचा डबा भरून द्यायचे. त्याला तीन डबे होते. प्रत्येकात वेगळा पदार्थ. एकात रस्सा, एकात चपात्या आणि एकामध्ये सॅलड. रस्सा आईने केलेला असायचा. चपात्या मला करून द्याव्या लागायच्या.

वडिलांचा जेवणाचा डबा भरून देऊन, थर्मासभर चहा करून देण्यासाठी मला एक तास लागायचा. तरी मी ते सगळं रोज करायची. कारण वडिलांवर माझा फार जीव होता. त्यांच्यासाठी एवढं करणं ही मला फार लहान गोष्ट वाटायची. ते चहा पीत असताना, त्यांच्यापाशी बसायला मला आवडायचं. कधी-कधी मी त्यांना शाळेतल्या गमती-जमती सांगायची. पण बरेचदा आम्ही नुसते एकमेकांसमोर बसलेले असायचो. मी त्यांना सोबत करायची. चहा पिऊन ते कामावर जायला निघायचे. मी दरवाजात वाट पाहत उभी राहायची की कधी ते मागे वळून मला हात करतील? ते दररोजच करायचे.

आई त्यानंतर थोड्या वेळाने घरी परत यायची. ती जे मिळेल ते काम करायची. जास्त करून कापडाच्या मिलमध्ये. तिच्याकडे नेहमी एक मोठी प्लॅस्टिकने विणलेली पिशवी असायची. त्यावर फुलं काढलेली होती. आई आल्याबरोबर तिच्या हातातून ती पिशवी घेण्यासाठी, आम्हा बहिणीत चढाओढ सुरू व्हायची. कारण त्यात काहीतरी गोड खाऊ किंवा चॉकलेट्स असायची. "अगं, अगं! मला आत तर येऊ द्या. कोट तरी काढून ठेवू द्या!" ती हसत हसत म्हणायची आणि आम्ही सगळ्याजणी खिदळत-खिदळत त्या पिशवीला झोंबायचो.

जर माझ्या हाती ती पिशवी कधी लागली, तर मी फार कसून तिच्यात शोधत राहायची. चुकून एखादं चॉकलेट त्यात राहून गेलं तर...? हा विचार देखील मला असह्य व्हायचा. एकदा मला त्या पिशवीच्या अगदी तळाशी ठेवलेली एक कुपी मिळाली. तिचं इवलुसं झाकण उघडून मी हुंगल्याबरोबर असा काही झटका बसला की, मी मागच्या मागे पडलेच! त्यात स्मेलिंग सॉल्ट्स (तीव्र वासाची औषधं) होती. तिचा वास महाभयानक उग्र होता. त्यामुळे मानेजवळ झटका बसून माझ्या डोळ्यातून पाणी येऊ लागलं. ते पाहून माझ्या बहिणींच्या आणि आईच्या मात्र हसून हसून मुरकुंड्या वळल्या.

त्या पिशवीची आठवण ही माझ्या बालपणातली, आईबद्दलची सगळ्यात आनंदी आठवण आहे. नाहीतर आई आणि मी फार जवळ कधी नव्हतो. माझा भाऊ होता, तितको तिच्या जवळची तर मी कधीच होऊ शकले नाही. माझ्याकरता माझी आई म्हणजे कडक शिस्तीत वागून, रितीभाती शिकवून, योग्य अंतर राखून जडण-घडण करणारी व्यक्ती. आम्ही उगीचच फालतू, बडबड केलेली एकमेकींची उणी-

दुणी काढलेली तिला कधीच आवडली नाहीत. जास्त हसणं तर तिच्या डोक्यातच जायचं. ती नेहमी सांगायची "गप्प बसा गं! जास्त खिदळू नका. अती हसलं ना की नंतर रडायची वेळ येते बरं! नेहमी बेताचंच हसलेलं बरं असतं!"

घरात सगळ्या मुलींमध्ये, मीच एक जरा दांडगी होते. 'टॉमबॉय' म्हणा ना! गल्लीत पळापळी करायला आणि भिंतीवर चढायला मला आवडायचं. पण जर मला असलं काही करताना ममने पाहिलं, तर ती मला ताबडतोब घरात बोलवून घ्यायची आणि मी पण लगेच यायचे. तिच्याकडे दुर्लक्ष करण्याइतकं धाडस माझ्यात नव्हतं. "अगंऽ, लोक काय म्हणतील, याचं काहीच वाटत नाही का तुला? आम्हाला लाज आणायचीय तुला, कार्टेऽऽ? आँ?" माझे दोन्ही दंड अत्यंत घट्ट पकडून, स्वत:ची रागीट नजर रोखून ती विचारायची. "सात-सात मुलींना वाढवायचं नशिबी आलंय... ते तर माझं मेलीचं नशीबच आहे... पण तू, तू ते आणखी खडतर करायला बघतीयस? दरवेळेला सगळ्यांपेक्षा वेगळं, विचित्र वागलंच पाहिजे का? काय विचारतेय मीऽऽ?"

आईच्या सहा मुलांपैकी फक्त मीच एकटी हॉस्पिटलमध्ये जन्माला आले होते. कारण मी पायाळू होते (पायाकडून जन्मलेली). त्या वेळी तिला सहा दिवस हॉस्पिटलमध्ये काढावे लागले आणि खूप त्रास झाला. ती आठवणदेखील तिला नकोशी वाटे. माझ्यावर रागावली की तिच्या तोंडून यायचं ते. "मेली पायाकडून जन्मलेली तूऽऽऽ, जन्मापासूनच त्रासदायक!"

माझ्या आईला नेहमी एकाच गोष्टीचा ध्यास असायचा. 'आम्ही घराण्याचं नाव राखलं पाहिजे. मोठ्या होऊन चांगल्या आदर्श सुना म्हणवून घेतलं पाहिजे. शालीन, उपयुक्त आणि सुगरणी ठरलो पाहिजे.' तिने स्वयंपाकाची भांडी काढली की, ती हाका मारायची. "चला गं. या इकडे. माझ्याजवळ उभ्या राहा आणि बघा मी काय, कसं करते ते." हे शब्द ऐकले की, मला कंटाळा यायचा. त्या वेळी तिने केलेले पदार्थ मला आज जसेच्या तसे आठवतात. पण त्याचबरोबर इतरही काही आठवणी मनात स्पष्ट कोरल्या गेल्या आहेत. तिच्याशेजारी उभं राहून दुखणारे पाय, तिथल्या उष्णतेने तापणारा चेहरा, अंगावर येणारी वाफ, तिने चापटी मारल्यामुळे हुळहुळणारा दंड. 'चापटी कशासाठी? तर तिथे उभी राहून लक्ष दुसरीकडे गेलं म्हणून! आणि सासरी जाताना माझी एकही मुलगी अडाणी राहाता कामा नये!' हा सोस.

आमच्या घरात आईचा वरचष्मा होता. माझे वडील फार शांत. ते नेहमी तिच्या म्हणण्याप्रमाणे वागायचे. आठवडाभर कष्ट करून ते कुटुंबासाठी पैसे कमवायचे आणि सुट्टीच्या दिवशी जवळच्या दारूच्या गुत्त्यात ('बायरन' त्याचं नाव) जाऊन पिऊन यायचे. परत आल्यावर कधीकधी ते खूप आनंदात असायचे. पुढच्या हॉलमध्ये बसून आम्हा सगळ्यांना हाका मारून, त्यांच्या डोक्यातल्या लिखा

शोधायला सांगायचे. आम्ही बहिणी त्यांच्या खुर्चीभोवती उभ्या असायचो. ते एकीकडे आम्हाला गोष्टी, विनोदी चुटके सांगत असायचे. एकीकडे आम्ही त्यांचे काळे तेलकट केस लिखांकरता बोटांनी विंचरत असायचो. एखादी दिसली की 'सापडली' असं ओरडत, ती काढून दोन नखांमध्ये दाबत टचकन मारून टाकायचो. ते काम झाल्यानंतर ते प्रत्येकीला दहा-दहा पेन्स 'पॉकेट मनी' द्यायचे. रक्कम विशेष मोठी नसली तरी आम्हाला त्याचं फार अप्रूप वाटायचं. लिखा काढाव्या लागायच्या तरी पण सुट्टीचे दिवस खूप आवडायचे; कारण त्या दिवशी आम्ही सगळेजण एकत्र असायचो आणि आईपण मृदुपणे वागायची. ती त्यात भाग घेत नसली तरी तिथे बसलेली असायची. आम्हा सगळ्यांना डॅडसोबत मजा करताना बघून तिलाही आनंद वाटायचा.

त्या एकाच दिवशी, आई-वडील आणि सगळी भावंडे असं फक्त आमचं कुटुंब एकत्रित असायचं. एरवी कुठली तरी आंटी, अंकल, इतर नातलग, ओळखीचे लोक कुणी ना कुणी बाहेरचं घरात असायचंच आणि मग त्यांच्यासमोर आम्ही नीट वागू की नाही याची आईला काळजी लागून राहायची.

'समाजापुढे आपला मुखवटा नेहमी चांगलाच असणं' ही माझ्या आईला फार महत्त्वाची गोष्ट वाटायची. लहानपणापासून तिने आम्हाला शिकवूनच ठेवलेलं होतं की आपल्या घरात किती का अडचणी असेनात, काहीही परिस्थिती असेल, तरी बाहेर वावरताना आपली मान ताठच राहायला हवी. सारं काही अखंड, जसंच्या तसं आहे असं लोकांना वाटलं पाहिजे. कुणापाशी मनातलं किंवा घरातलं काही बोलायचं, म्हणजे गुरुद्वारातल्या प्रत्येक टोळक्यामध्ये त्याची चर्चा ठरलेलीच. त्यापेक्षा आपल्या गोष्टी खासगीच राहू द्याव्यात. त्यामुळे कुणी त्यावर शेरेबाजी करण्याचा, बरोबर-चूक ठरवण्याचा किंवा आपल्याला शरमिंदा होण्याचा प्रश्नच येणार नाही; असं तिला वाटायचं.

कधी-कधी शनिवारी, बाबांनी जे शेत कसायला घेतलं होतं तिकडे आम्ही जायचो. फक्त मी आणि बाबा. कारण इतर कुणालाही त्यात स्वारस्य नव्हतं. त्या शेताला बाहेर मोठ्ठं, गंजलेलं लोखंडी फाटक होतं. आम्ही तिथे पोहोचलो की, पटकन गाडीतून उतरून मी ते सताड उघडून टाकायची. मग बाबा त्यातून गाडी आत घेऊन यायचे. त्या शेतात बाबा बटाटे, कांदे, लसूण, मॅरोज अशा भाज्या लावायचे. त्यांना पाणी कसं घालायचं, आधार कसा द्यायचा हे ते मला दाखवायचे. मी बघत असायचे... ते एकीकडे बोटांनी रोपांची माती भुसभुशीत करत असायचे... नजर दूर कुठेतरी लागलेली असायची आणि कधीकधी स्वत:शी हलक्या आवाजात गुणगुणू लागायचे.

शेतातलं काम झालं की, ते त्यांच्या आरामखुर्चीत बसून सिगारेट ओढत असत.

बहुतेकवेळा त्यांच्या कोटाच्या खिशात मद्याचा कॅन असे. त्यामुळेच ते इतकी बडबड करत असावेत. मी त्यांच्या शेजारी गवतात बसलेली असायचे. ते त्यांच्या पंजाबमधल्या शेताबद्दल, त्यांच्या 'कांग-साभू' खेड्याबद्दल, गावाच्या मधोमध असणाऱ्या मोठ्या वृक्षाबद्दल, संध्याकाळी त्याच्या पारावर जमणाऱ्या गावकऱ्यांबद्दल सांगत राहायचे...

"आत्ता मी जशी तुमच्यापाशी बसलेय, तसे आपण दोघं पारावर बसलो असतो, नाही का डॅड?" मी विचारायचे. या प्रश्नाचं उत्तर मला माहिती असायचं. त्यापूर्वी अनेकवेळा आमच्यात हा संवाद घडलेला असायचा. पण डॅडी आणि मी बसलो आहोत आणि डॅडी फक्त माझ्या एकटीशी बोलतायत, या क्षणाचा आनंद मला लुटायचा असे म्हणून मी तो प्रश्न विचारून डॅडींच्या गुडघ्यावर मान टेकवायची. त्यांचा शांत, मृदू स्वर जणू अंगभर लपेटून 'समजा आम्ही पंजाबमध्ये राहात असतो तर' याची कल्पनाचित्रे रंगवीत बसायचे....

"छे छे! मुळीच नाही. हां! दिवसा घरातली सगळी कामं झाल्यावर पाहिजे तर तू तिथे जाऊन खेळू शकली असतीस. मला आठवतंय... त्या झाडाच्या एका फांदीला दोरीचा झोका पण बांधलेला होता. आमच्या दलबीरचा मुलगा गोविंद, झाडावर चढण्यात पक्का वस्ताद. त्यानेच एकदा माकडासारखं सरसर झाडावर उंच चढून तो दोर बांधला होता. तर दिवसा तुम्ही लहान पोरं-पोरी त्याच्यावर खेळला असता. पण संध्याकाळी मात्र तो झाडाचा पार, खास पुरुषांसाठी राखून ठेवलेला होता. तिथे आम्ही घडीभर निवांत बसायचो किंवा गावात घडलेल्या घडामोडींची, भानगडींची चर्चा करायचो. त्या वेळी मग तुमची जागा बायकांमध्ये. तू ल्यूसीला खेळवत असतीस... किंवा आईला धान्य दळू लागली असतीस... मला आठवतंय आपली बचानू, पाच वर्षांचीच होती. तिने लाकडी स्टूल सरकवत धान्याच्या कणगीजवळ आणलं आणि मोठा लाकडी डाव घेऊन त्यातून गहू काढायला बघत होती. आता ती कणगी, तिच्या दुप्पट उंच. हिला कसे गहू काढता येणार? पण मोठ्या मुलीचं पाहून तिलाही आईला मदत करावी असं वाटायचं."

"पण डॅडी, तिला पाणी भरायला मदत नाही ना करता यायची?"

"नाही पुत्तर. तुझी आई विहिरीवरून पाणी आणायला जो तांब्याचा हंडा न्यायची ना, तो फार मोठा होता. लहान मुलीला तो उचलणं शक्यच नव्हतं. आपण अजून तिकडे राहात असतो ना, तर आता यास्मिनला किंवा गिंडाला तो उचलता आला असता कदाचित रोबीनालाही आला असता. पण तुला अजून खूप मोठं व्हावं लागेल त्यासाठी. डोक्यावर भरलेला हंडा घ्यायचा, पण एक थेंब पाणीसुद्धा त्यातून सांडता कामा नये, कळलं?"

"तिकडं पाण्याचं फार मोल होतं. अगदी जपून पाणी वापरावं लागायचं.

इथल्यासारखं नव्हतं. मोठ्ठा नळ सोडून ठेवायचा आणि लवकर बंद केला नाही तरी कुणाला पाणी वाया गेल्याचं काहीच वाटत नाही. आम्ही वापरत असलेल्या पाण्याचा प्रत्येक थेंब आम्हाला वाहून आणावा लागे, शेतातसुद्धा! आता तुझ्या काकाला मिळतंय तसं पाटाचं पाणी नव्हतं तेव्हा. मी देश सोडून इकडे आल्यावर दोन वर्षांनी पाटबंधारे योजना झाल्या आणि तेव्हापासून तिकडच्या शेतीत फार फरक झाला. आता तर म्हणे, धरणाच्या पाण्यामुळे शेतीचं उत्पन्न गगनाला भिडलंय!''

त्यांचा आवाज स्वप्नाळू झालेला असायचा. हात अजूनही माझ्या डोक्यावर थोपटत असला तरी मनानं ते केव्हाच मैलोगणती प्रवास करून माझ्यापासून दूर... त्यांच्या खेडेगावातल्या झाडाच्या पारावर पोहोचलेले असायचे; सवंगड्यांबरोबर बसून गप्पा गोष्टी करायला...

''तुला सांगतो, आता तुझ्या काकाकडे ट्रॅक्टर आलाय. डिझेलवर चालणारा ट्रॅक्टर. माहितीय? आणि आमच्या वेळी काय होतं? बैलांचा नांगर. माझ्याजवळ फार उत्तम बैलांची जोडी होती. पण त्यातला एक बैल असा आडदांड होता ना, एकदम अडेलतट्टू! त्याला घेऊन नांगर हाकायचा म्हणजे पाठीचा भुगाच व्हायचा माझ्या.''

''डॅड, तुम्हाला तिकडचं सगळं खूप आवडतं. हो ना डॅड? मग तुम्ही तिकडेच का नाही राहिलात?''

त्यांच्या कथेचा हा भाग मला जरा दु:खी करायचा. डॅडींना पंजाबमधून लिव्हरपूलला आणून सोडणारी भली थोरली आगबोट माझ्या डोळ्यांपुढे उभी राहायची. ते आणि त्यांच्यासारखेच गावोगावचे तरुण धुतलेले सुती शर्ट आणि पायजमे घालून, प्रखर उन्हामुळे डोळे किलकिले करत, त्यांना पोहचवायला आलेल्या नातलगांना हात करत असलेले दिसू लागायचे. बोट समुद्रातून निघाली आणि हळूहळू भारत देश त्यांच्यासाठी क्षितिजावरच्या एका आठवणीसारखा उरला. बोटीवरची प्रत्येक सकाळ त्यांना अधिकाधिक थंड आणि प्रत्येक येणारा दिवस आदल्या दिवसापेक्षा अंध:कारमय भासू लागला होता.

त्यांनी हे कधी बोलून दाखवलं नाही. पण बोट समुद्राच्या ऐन मध्यावर असताना डेकवर उभं राहून थंडीने कुडकुडताना, आशेला धरून राहणं त्यांना खूप कठीण गेलं असेल असं मला वाटतं. पूर्वी त्यांनी मला सांगितलं होतं की, मायभूमीच्या आठवणीने खूपच उदास वाटू लागलं की ते सर्वजण मिळून भांगडा नृत्य करायचे. सुगीचा आनंद साजरा करण्यासाठी पंजाबमध्ये हे नृत्य करतात. पण डॅडी भांगडा नृत्य करतायत ही कल्पनाच मला करता यायची नाही. त्यांच्या मातकट रंगाच्या कपड्यांमध्ये ते फारच शांत आणि गंभीर दिसायचे. ते कानात डूल घालून कसे दिसत असतील, तेही मला कळायचं नाही. पण त्यांच्या कानाला भोकं मात्र होती.

"पण मग तुम्ही इथे कसे आलात डॅड?" त्यांच्या बुटावर हाताने थापट्या मारीत, मी त्यांना गोष्टीचा पुढचा भाग सांगण्यासाठी प्रोत्साहित करायची.

"१९५०-५१ साल होतं ते. सगळं काही झपाट्याने बदलत होतं. काळाबरोबर बदल करणं नेहमीच महत्त्वाचं असतं. माझ्या मुलाने जन्मभर बैलांचा नांगर हाकीत राहावं आणि मुलींनी आयुष्यभर डोक्यावरून पाण्याचे हंडे आणत जगावं, हे मला नको होतं. त्यांना या काबाडकष्टाच्या जिण्यातून मला बाहेर काढायचं होतं आणि इकडे ब्रिटिश सरकार आम्हाला बोलावू लागलं. त्यांना कामगार हवे होते. त्यासाठी त्यांनी आम्हाला चांगल्या सुखसोयी देऊ केल्या. आम्हाला ते सांगायचे की तुम्ही इंग्लंडला आलात तर आरामात, सुखी जीवन जगाल."

पण इथे आल्यावर वडिलांच्या लक्षात आलं की, सांगितलं गेलं तेवढं काही इथे ऐशारामाचं जीवन नव्हतं. आल्याआल्या ते इतर आशियाई लोकांबरोबर एका घरात राहू लागले. तिथे एकेका खोलीत बारा-बारा जणांना कोंबून राहावं लागायचं. त्यांना राहायला भाड्याने जागा मिळत नसत. घरमालकांनी त्यांच्या घरांवर 'NO Irish, No Blacks' अशा पाट्याच लावून ठेवलेल्या होत्या. आपलं इंग्लंडमध्ये स्वागत होईल, अशा अपेक्षेने ते सर्वजण आलेले होते. पण प्रत्यक्षात त्यांच्या वाट्याला तिरस्कार आला. ते दुकानात किंवा पबमध्ये गेले की, स्थानिक लोक संभाषण थांबवून त्यांच्याकडे विचित्र नजरेने पाहत राहायचे. एकदा माझ्या वडिलांना ते 'पाकी' आहेत म्हणून बसमधून उतरावं लागलं होतं. त्यामुळे ते सर्वजण एका ठिकाणी राहू लागले यात आश्चर्य नाही.

डर्बीमध्ये, आमच्या शेजारी-पाजारी सगळे असेच लोक होते. वडिलांच्यानंतर जवळजवळ सात वर्षांनी माझी आई आली ती डर्बीलाच. ती पंधरा वर्षांची असताना, तिची थोरली विवाहित बहीण सर्पदंशाने मरण पावली. त्यामुळे तिला त्या वेळच्या रिवाजाप्रमाणे बहिणीच्या नवऱ्याशी म्हणजेच माझ्या वडिलांशी लग्न करावं लागलं. पंजाबमध्ये तशी प्रथाच होती. त्यामुळे तिचं मेव्हण्याशी लग्न लागलं आणि त्याच क्षणी, ती बहिणीच्या मुलीची म्हणजे 'बचानू'ची आई झाली.

माझी आई इंग्लंडला आली तेव्हा बचानूचं लग्न झालेलं होतं. त्यामुळे ती भारतातच राहिली. त्या पंजाबमधल्या लहानशा खेड्यातून पंधराव्या वर्षी लग्न झाल्यावर थेट डर्बीलाच जावं लागलं, तेव्हा ममला कसं वाटलं असेल? त्याबद्दल तिने डॅडसारखं कधीच काही सांगितलं नाही. पण डॅडच्या बोलण्यातून मला समजलं की, इंग्लंडला येण्यापूर्वी ती तिच्या लहानशा खेडेगावातून कधीच बाहेर पडलेली नव्हती. गेली असेल तर गावातल्या गावात, पायी चालत जाण्याइतक्या अंतरापर्यंत. तोपर्यंत तिने शहरसुद्धा पाहिलेलं नव्हतं. ती राहायची शेतातच. स्वयंपाकही उघड्यावरच्या चुलीवरच. इथे येईपर्यंत तिला स्वैपाकघर म्हणजे काय आणि संडास

कसा बांधलेला असतो हेही माहिती नव्हतं. तिला इंग्लिश फर्निचरवर पाय लोंबते ठेवून बसायला आवडत नसे. मला आई बसलेली आठवते ती स्वैपाकघरात फरशीवर मांडी घालून, कांदे किंवा भाजी चिरणारी.

इथे आल्यावर पहिल्यांदा तिला खूप एकटं एकटं वाटलं असेल. भारतात तिच्या खेड्यातल्या शेतावर सासरची सगळी माणसं होती. सासवा, नणंदा, जावा, सगळ्यांची लहान-मोठी मुलं मिळूनच राहायची. जेव्हा डॅड त्यांच्या माणसांनी भरलेल्या घराचं वर्णन करायचे तेव्हा वाटायचं, काय मज्जा असेल तिकडे! पण आता मला कळतं की मोठ्या कुटुंबात मज्जेपेक्षाही, माणसांना खूप सुरक्षित वाटत असलं पाहिजे. कुटुंबात आपलं स्थान काय आणि जबाबदाऱ्या कोणत्या हे तिकडे तिला पक्कं ठाऊक होतं.

आणि नेमकी हीच गोष्ट तिला इथे जाणवली असेल. कारण इंग्लंडमध्ये आली, तेव्हा तिची कुणाशीच ओळख नव्हती. ती इंग्लिश भाषाही बोलायची नाही. तशी तर ती मरेपर्यंत कधीही इंग्लिश बोललीच नाही. बाहेर राहावं लागायचं त्यामुळे डॅडी खूपच इंग्लिश शिकले. पण आम्ही घरी पंजाबीतच बोलायचो. आमचं जेवण पंजाबी असे. मित्रमंडळी पंजाबीच होती. शाळेत जाताना आम्हाला युनिफॉर्म घालावे लागत, पण घरी आल्याबरोबर ते कपडे बदलून आम्ही पंजाबी सूट घालायचो. ते बंधनकारकच होतं. म्हणजे जणू काही घरी आल्यानंतर डर्बी, तिथले गोरे लोक आणि त्यांचे घाणेरडे(?) रीतीरिवाज याकरता आम्ही आमच्या घराचे आणि मनाचे दरवाजे बंद करायचो.

डॅड अणि मी संध्याकाळ होईपर्यंत शेतात बसायचो आणि आकाश पिवळं झाल्यावर घराकडे परत यायचो. येताना त्या शहरातल्या आकाशाकडे पाहत माझे वडील मला सांगायचे की, 'रात्री भारतातलं आकाश कसं अंधारलेलं असतं आणि तारका किती चमचमत असतात.'

आठवड्याच्या शेवटी आमच्या घरी हमखास पाहुणे यायचे. नाहीतर आम्ही कुणाकडे तरी जायचो. आम्हाला कुठे जायचं असलं की गिंडा आमच्या छान वेण्या घालायची, रिबिनी बांधून त्याची फुलं करायची आणि आम्हाला झालरीचे, पाश्चात्य स्त्रियांसारखे फ्रॉक घालायची. आशियाई सिनेमातल्या 'पॉश' मुली असेच कपडे घालत असल्याचं आम्ही पाहिलेलं होतं. त्या कपड्यांचं आम्हाला फार फार अप्रूप वाटायचं. माझा तसला हिरवा फ्रॉक होता. आम्ही ते कपडे घातले की आम्हाला बाहेर जाऊन खेळायला किंवा घरातही खेळायला परवानगी नसायची. काहीच करायचं नाही. नुसतं एका जागी बसून राहायचं. ते कपडे चुरगाळू द्यायचे नाहीत. मळू द्यायचे नाहीत. प्रत्येकाने म्हटलं पाहिजे 'किती शहाणी मुलं आहेत!' अशा भेटीगाठी नेहमीच खूप औपचारिक असायच्या. एका खोलीत सगळे पुरुष व्हिस्की

पीत, सिगारेटी ओढत बसायचे. दुसऱ्या खोलीत बायका बसायच्या. त्यांच्या त्याच त्याच गप्पा चाललेल्या असायच्या.

"सुकीच्या नव्या सुनेने नेसलेली साडी पाहिलीस, त्यादिवशी गुरुद्वारामध्ये आली होती तेव्हा? केवढं सोन्याचं काम केलेलं होतं! ती फार बड्या घरची आहे म्हणतात. एवढं असूनही भांडीसुद्धा घासते हो! म्हणजे कामसू पण दिसतेय. सुकी फार खूश आहे तिच्यावर!"

"पण सुकीच्या मुलीचं काय? एकोणीस वर्षांची झाली तरी अजून कुँवारीच. अजूनही मुलगा सापडला नाही की काय त्यांना?"

"म्हणजे तुम्हाला नाही माहिती? अहो, ठरलं होतं तिचं लग्न. पण त्या मुलाच्या आईला कुठून तरी कळलं म्हणे, की सुकीची मुलगी, एका लग्नात दुसऱ्या पुरुषाबरोबर नाचत होती. तेही झगा घालून. झालं, तोडले त्यांनी संबंध. चांगलं ठरलेलं लग्न मोडलं पाहा!"

थोड्या वेळाने सगळ्या बायका स्वैपाकघरात जाऊन बसत आणि तांदूळ धुताना, कांदे-मिरच्या चिरताना त्यांच्या गावगप्पा पुन्हा सुरू व्हायच्या. त्या वेळेला आम्ही मुलांनी आलेल्या मुलांशी शांतपणाने खेळणं किंवा गप्प बसून राहणं अपेक्षित असे. पण आम्ही दहा वर्षांच्या झाल्यानंतर मात्र आम्हाला ममला स्वैपाकात मदत करावी लागायची. तिचा तसा आग्रहच असायचा. कारण तिने आम्हाला घरकामात कसं तयार केलं आहे आणि आम्ही सुना म्हणून कशा आदर्श ठरू शकतो हे दाखवण्याची ती नामी संधी असायची.

२

एके दिवशी मी माझ्या शाळेतून – सेंट चॅड्स इन्फन्ट्समधून – घरी आले, तर लिव्हिंग रुममध्ये गिंडा आणि मम एका मोठ्या ट्रंकेत कापडांच्या घड्या घालून ठेवत होत्या. गडद, आकर्षक रंगांची, चकचकीत, कशिदाकारी केलेली, जरीकाम केलेली अशीच सगळी कापडं होती. त्यापूर्वी मी आमच्या घरात इतकं सुंदर कापड कधीच पाहिलं नव्हतं.

"मम, कशाला आणलीयत ही छानछान कापडं?" मी एका कापडाला हात लावत विचारलं.

आईने फटकन चापटी मारून माझा हात दूर केला. "गिंडाच्या लग्नासाठी. ती

तिच्या नव्या घरी घेऊन जाणार आहे. ही कापडं तिच्या सूटकरता आणलीयत.''

''म्हणजे गिंडाचं लग्न होणार? कधी? आणि कुणाबरोबर?'' मी त्या दोघींकडे बघून त्यांचे 'मूड' आजमावण्याचा प्रयत्न करू लागले. माझा प्रश्न ऐकूच आला नसल्यासारखी मम निर्विकार होती. गाठोडं मनासारखं बांधून होईपर्यंत, ती हाताने घड्या ताठ करत राहिली.

''गिन, कुणाशी लग्न होणार तुझं? सांग ना मला.'' मी म्हणाले.

''त्याचं नाव शिंदा. त्या टेबलावर फोटो ठेवलाय बघ.'' खांद्यावरून मागच्या दिशेने अंगठा दाखवत तिने सांगितलं.

मी फोटो उचलून घेतला. पाहिला. एका नीटनेटका पोशाख केलेल्या, देखण्या मुलाचा फोटो होता तो. गिंडापेक्षा काही वर्षांनी मोठा असावा. ''ए, कसा आहे गं तो?''

''मला नाही माहीत. मी नाही भेटले त्याला. भेटलेय का? मूर्ख!'' असं म्हणून तिने ओठ घट्ट मिटून घेतले.

बस्स! फक्त एवढीच आमची चर्चा झाली. तसं तर गिंडाचं लग्न होणार हे ऐकत ऐकतच मी लहानाची मोठी झाले होते. कारण माझ्या माहितीतल्या प्रत्येक मुलीचं लग्न व्हायचं, पण ते इतक्या लवकर होईल असं मला वाटलं नव्हतं. गिंडा तेव्हा फक्त सोळा वर्षांची होती.

त्यानंतर काही आठवडे गेले. एक दिवस कामावरून घरी आल्यावर ममने सांगितलं की, त्या दिवशी सकाळी गिंडा भारतात गेली. ती किती दिवसांसाठी गेलीय, हे तिनं सांगितलं नाही की आम्ही विचारलं नाही. एक-दोन महिन्यांनी ती परत आली. ती पहिल्यासारखीच दिसत होती. फक्त आता तिचं लग्न झालेलं होतं. इतकंच. फक्त एकदाच त्या लग्नाविषयी ती आमच्याशी एका रात्री बेडरूममध्ये बोलली. पहिल्यांदा तिने मला दाखवलेला तिच्या नवऱ्याचा फोटो अजून तसाच त्या टेबलावर पडलेला होता. तो उचलून मी त्याकडे पाहू लागले.

''तो अजिबात त्या फोटोसारखा दिसत नाही.'' ती म्हणाली.

''म्हणजे काय?''

''जेव्हा मी लग्नासाठी इकडून गेले, तेव्हा तो मला भेटायला एअर पोर्टवर आला होता, पण मी त्याला ओळखलंच नाही. तो त्या फोटोसारखा दिसत नाही. तेव्हा मला कळलं की, तो फोटो त्याचा नव्हताच. त्यांनी दुसऱ्याचाच फोटो, त्याचा म्हणून इकडे पाठवला होता.'' इतकं बोलून तिने भिंतीकडे तोंड केलं. जणू आता तिला झोप आली होती. पण मला कळलं की, ती खूप निराश होती आणि ते तिला माझ्यापासून लपवायचं होतं.

परत आल्यानंतर ती पहिल्यासारखीच आमची सर्वांची देखभाल करू लागली

आणि पूर्वी जायची तशीच 'रेकिट अँड कोलमन'च्या शाम्पूच्या फॅक्टरीत कामाला जाऊ लागली. साधारण वर्षभर त्यात कोणताही बदल झाला नाही. पण त्यानंतर तिच्या नवऱ्याची कागदपत्रं मंजूर झाली आणि तो इंग्लंडला आला. तेव्हा मग गिंडा त्याच्याबरोबर राहण्यासाठी त्याच्या बहिणीकडे गेली. त्या वेळेला मात्र मला तिची खरी उणीव भासू लागली. लहानपणापासून तिनेच माझी नेहमी काळजी घेतलेली होती. मोठ्या भांड्यातून तीच आम्हाला न सांडता कालवण ओतून द्यायची. आमच्या वेण्याही रोज तीच घालून द्यायची. ल्यूसी, रोबीना आणि मी भांडायला लागलो की ती आमचं भांडण मिटवायची. अनेकदा मम आम्हाला मारत असली की ती मध्ये यायची. हा म्हणजे खरोखर तिचा शूरपणा होता. मधे पडून ती मला ओढून स्वत:मागे लपवायची आणि तिच्या अत्यंत लाघवी, समजूतदार आवाजात आईला सांगायची, "मला वाटतं, तिला तिची चूक कळलेली आहे. आता शहाण्या मुलीसारखी वागेल हं ती. हो की नाही जसविंदर?"

गिंडा सासरी गेली तेव्हा मी आठ वर्षांची होते. त्याच वेळी मला कळून चुकलं की, इथून पुढे मलाच स्वत:चं संरक्षण करावं लागणार आहे.

ती आमच्या घरापासून दहा मिनिटांच्या अंतरावर 'डेपो स्ट्रीट'मध्ये राहायची, पण आमची भेट क्वचितच व्हायची. तीही कुणाकडच्या लग्नसमारंभात वगैरे. ती तिच्या नणंदांच्या, जावांच्या घोळक्यात उभी असायची. भारी साड्या आणि दागिने यांचा तोरा मिरवत त्या सगळ्या जणी राण्यांसारख्या दिमाखात उभ्या राहून लांडोरींसारख्या माना तिरक्या करून इतर बायकांचे कपडे आणि दागिने न्याहाळात राहायच्या. हे सगळं करण्यात ती इतकी गुंगून गेलेली असायची की, तिला आमच्याशी बोलायला वेळ नसायचा. पण असं सगळं असून, इतका मेकअप केल्यानंतरही तिचा चेहरा उतरलेलाच वाटायचा.

कधी-कधी मम आणि डॅड रविवारी तिच्या घरी जायचे, पण नियमित जात नसत. गिंडा आता तिच्या सासरच्या कुटुंबाचा एक भाग झालेली होती. आता तिचं पुढचं आयुष्य तिथे जाणार होतं. त्यामुळे नेहमी-नेहमी जात राहून, तिच्या जीवनात लुडबुड करणं योग्य ठरणार नव्हतं.

यास्मिनच्या लग्नाच्या वेळी असंच झालं. मी लहान असताना मला वाटायचं, ती आमच्या गल्लीत सगळ्यांकडे वस्तू पोहचवायला येणाऱ्या पोराबरोबर लग्न करेल. दर रविवारी तो सगळ्यांकडे भारतातून आलेल्या वस्तू पोहचवायला जायचा. मला आणि रोबीनाला वाटायचं, यास्मिनला तो आवडतो म्हणून. जेव्हा तो आमच्या पुढच्या दारावरची बेल दाबायचा तेव्हा यास्मिन घाईघाईने कपडे ठीकठाक करत केसांवरून कंगवा फिरवायची आणि धावत दार उघडायला जायची. दार उघडून चौकटीला ओठंगून उभी राहायची आणि लाजून खाली बघत त्याच्याकडे चोरटे

कटाक्ष टाकायची.

पण लवकरच माझ्या लक्षात आलं की तसं काही घडणार नाहीये. यास्मिन सोळा वर्षांची झाली, तेव्हा भारतातून एक फोटो आला, ट्रंक भरली गेली, ती काही दिवसांसाठी भारतात गेली आणि परत आली. तेव्हा तिचं लग्न झालेलं होतं. तिचा नवरा म्हणजे माझी थोरली बहीण प्रकाशचा धाकटा दीर होता. हा योग जुळून आला म्हणून मम्ला खूपच आनंद झाला. कारण 'नात्यात लग्न करणं केव्हाही चांगलं' असं तिचं मत होतं.

यास्मिनचं गिंडासारखंच झालं. माझ्या आईवडिलांनी ठरवलेला सौदा पक्का करण्याकरता म्हणून भारतात एक लग्न समारंभ झाला आणि एकदा तिचा नवरा म्हणून तो इंग्लंडला आला की, व्यवस्थित कायदेशीर लग्न व्हायचं होतं. लग्न करून परत आल्यावरदेखील तिची त्या निरोप्या पोरावर लाईन होतीच आणि एकीकडे 'मी माझ्या नवऱ्याच्या विरहाने तडफडते आहे' असंही तिला त्या इमिग्रेशन ऑफिससमोर नाटक करावं लागत होतं. (प्रत्यक्षात ती केवळ त्याला काही काळासाठी भेटलेली होती.) काही महिन्यानंतर त्यालाही इंग्लंडला येण्याची परवानगी मंजूर झाली. तो आला आणि मग यास्मिन तिच्या सासरी (मोठी बहीण प्रकाश हिच्या घरी) राहण्याकरता रवाना झाली.

मी १४ वर्षांची झाले, तोपर्यंत माझ्या तीन बहिणींची लग्नं झालेली होती आणि रोबीनासाठी मुलगा जवळजवळ निश्चित झालेला होता. मी जर प्रकाश, गिंडा किंवा यास्मिन यापैकी कुणालाही विचारलं असतं की, 'तू तुझ्या संसारात सुखी आहेस का?' तर त्यांनी 'होय' असंच उत्तर दिलं असतं. कारण त्यांनी तसंच सांगणं अपेक्षित होतं. सत्य त्यापेक्षा वेगळं असेल, तर ते त्यांनी स्वत:जवळच ठेवलेलं बरं, असंच त्यांना शिकवण्यात आलेलं होतं. पण मी त्यांच्या संसाराचं जे चित्र बघितलं, ते मला मुळीच आवडलं नाही.

त्या आणि त्यांचे नवरे स्वतंत्रपणे, वेगळ्या घरात राहू लागेपर्यंत खरी कल्पना येणं शक्य नव्हतं. त्या वेळेला प्रथमच सासरची माणसं ऐकत नसताना त्यांना फोन करायला मिळू लागलेला असे. त्या विशेष कधी डेल रोडला आल्या नाहीत, पण सर्व जणी फोन मात्र करायच्या. ल्यूसीने, रोबीनाने किंवा मी जर फोन घेतला तर त्या लगेच म्हणायच्या, ''ए, ममला दे ना. लवकर.''

त्यांना आमच्याशी बोलायचं नसायचं.

''मग? लग्न झाल्यावर असंच असतं.''

''कारण ते तुझं कर्तव्यच आहे....''

''असं वागून उगीच आम्हाला लाज आणू नकोस....''

''डॅडना काय सांगायचंय? ते हेच म्हणणारेत....''

अशा प्रकारची आईची वाक्यं आमच्या कानावर पडायची. फोन ठेवताना तिच्या कपाळावर आठ्या उमटायच्या आणि 'काही खरं नाही या पोरीचं' अशा अर्थाने ती मान हलवायची.

"कशी आहे गं मम, गिंडा?" मी अशा एका फोननंतर विचारलं, पण प्रश्न ऐकूच न आल्यासारखी मम सरळ माझ्या अंगावरून निघून गेली.

थोडेथोडे महिने झाले की, मम त्यांना प्रत्यक्ष भेटून यायचं ठरवायची. एकटं राहण्याइतक्या आम्ही मोठ्या होईतोवर आम्हालाही तिच्याबरोबर जावं लागायचं. त्या आठवणी मला थेट माझ्या बालपणात नेऊन सोडतात. त्यातली एकही आठवण रम्य किंवा सुखदायक नाही.

प्रत्येक आठवण दुसरीची काळी आवृत्तीच आहे. डॅडच्या मोटारीत मागच्या बाजूला मम आम्हा सर्वांना कोंबायची. ती 'फोर्ड कॉर्टिना' गाडी म्हणजे डॅडची अत्यंत आवडती, अभिमानास्पद गोष्ट! उन्हाळ्याच्या दिवसांत तिची ती प्लॅस्टिक कव्हर घातलेली सीट्स माझ्या पायांना कशी चिकटून बसायची ते मला आजही स्पष्ट आठवतं. प्रवासात कुणीच एकमेकांशी बोलायचं नाही. एक खिन्नतेची लहर गाडीत भरून राहिलेली असायची.

तिथे गेल्यावर बहिणीचा नवरा पुढचं दार उघडायचा. काही न बोलता बाजूला होऊन आम्हा सर्वांना आत येऊ द्यायचा. बहीण तिथे पुढल्या खोलीत, सेटीवर अवघडल्यासारखी मुलाला मांडीवर घेऊन बसलेली असायची. (तिन्ही ठिकाणी हेच दृश्य दिसायचं.) आत गेल्यावर बहिणीचा नवरा डॅडींना घेऊन दुसऱ्या खोलीत अदृश्य व्हायचा आणि आई बहिणीजवळ बसायची. आम्ही सगळ्या भिंतीशी मांडी घालून बसत असू. दोघींचं काय आणि कशाबद्दल बोलणं होणार आहे, ते मला समजायचं. मला ते ऐकण्याची अजिबात इच्छा नसायची. वाटायचं, 'आपण सगळ्या लहान मुलींनी दुसऱ्या खोलीत जाऊन खेळायचं का नाही?' पण तसं आईला विचारायला मी घाबरायची. अशा भलत्या वेळेला काही किरकोळ प्रश्न विचारून आईचं लक्ष वेधून घेतलं, तर त्याचे काय परिणाम भोगावे लागतील हे मला चांगलंच माहिती होतं.

"काय गं, काय झालं काय आता तुला असं वागायला?" आई तिला विचारायची. स्वर सहानुभूतीपेक्षा जास्त कठोरपणाकडे झुकणारा.

माझ्या बहिणींना काही अधिक प्रश्न वगैरे विचारून बोलतं करण्याची कधी गरज पडली नाही.

"मम, आता मला सहन करणं शक्य नाही. फार विचित्र माणूस आहे गं हा!"

अशी सुरुवात करून वेगवेगळे प्रसंग आणि वादविवाद, भांडणं याचं वर्णन करत बहीण तक्रार करायची.

"आम्ही जेवायला बसलो होतो आणि बाळ उठलं. मी त्याला घ्यायला जाणार होते, तर त्याने मला उठूच दिलं नाही. काल तर मला इतकं घालून पाडून बोलला, अन्न गरम नव्हतं त्यावरून. मी तरी काय करू? रोजच्या दिवसाला काहीतरी काढतोच. का म्हणून मी हे सहन करत राहू?"

"कारण तू त्याची बायको आहेस." आई म्हणायची. एव्हाना तिच्या आवाजात जरब आलेली असायची आणि सक्त ताकीद दिल्यासारखा धारदार स्वर उमटायचा. त्या वेळेला तिचा आवाज कधीही चढायचा नाही. पण खालच्या पट्टीत असा काही जबरदस्त स्वर लागायचा की 'बॉस कोण?' ते आम्हाला चटकन समजायचं.

"नवऱ्याला सांभाळणं आणि खूश ठेवणं हे तुझं कर्तव्य आहे. समजलीस?"

"पण किती चिडतो गं तो!"

"घर त्याचं आहे. तो त्याला वाटेल तसं वागणारच. रडू नकोस. रडून कुणाचं भलं होत नसतं. त्याला कसं शांत ठेवायचं, ते शिकून घे."

"पण मला समजत नाही, इतका कसा तो...."

"ते नाही समजलं तरी चालेल. नवऱ्याशी चांगलं जुळवून घेणं, त्याला खूश ठेवणं आणि घराण्याचं नाव राखणं ही तुझी कामं आहेत. कळलं? तुझ्या वडिलांची आणि माझी तुझ्याकडून फक्त एवढीच अपेक्षा आहे. तेवढी पूर्ण करायचा प्रयत्न कर."

त्या खोलीत नेहमी गरम व्हायचं, कोंदटल्यासारखं वाटायचं. मांडी घालून बसल्यामुळे पाय अवघडून जायचे. बाळाला घ्यायला जावं, तर ते जड असायचं. ते रडायला लागलं तर मी त्याला नाचून दाखवायची. ल्यूसी वेगवेगळे गमतीदार चेहरे करून बाळाला हसवण्याचा प्रयत्न करायची.

माझ्या बहिणी किती केलं तरी आईच्याच मुली! तिच्यासारख्याच होत्या. स्वत:चं गाऱ्हाणं त्या लगेच आवरतं घ्यायच्या आणि पुन्हा पहिल्यासारखं सेटीच्या कोपऱ्यात सरकून बसायच्या. गालावरून वाहणारं पाणी पुसलेला रुमाल त्यांच्या मांडीवरच असायचा, पुन्हा लागला तर.

मग आई, पुरुषांना बोलावून घ्यायची. जावयाला मुलीशेजारी बसायला भाग पाडत असे आणि वडिलांना स्वत:शेजारी बसायला लावायची. अशा प्रसंगी डॅड अजिबात बोलत नसत. फक्त क्वचित संमतीदर्शक मान हलवीत असत तेवढीच. अशा वेळेला तिथून सुटका करून घ्यावी आणि पळून 'बायरन' दारूच्या अड्ड्याकडे जाता आलं तर बरं, असं त्यांना वाटत असावं. एक-दोनदा तर अभावितपणे खिशातून सिगारेटचं पाकीट काढून एक शिलगावणार, तोच त्यांचं लक्ष आईकडे गेलं. त्यामुळे परत ती तशीच पाकिटात गेली आणि त्यांनी ते पाकीट खिशात ठेवून दिलं. आई त्यांना घरात सिगारेट ओढू द्यायची नाही.

जावयाशी बोलताना, ममचा स्वर मृदू आणि लाडीगोडी लावल्यासारखा असायचा. ''मी काय म्हणते, ती प्रयत्न करतेच आहे. पण किती म्हटलं, तरी कुटुंबापासून दूर राहणं, एकटीनं सगळं करणं मुलींना सुरुवातीला थोडं जडच जात असतं. आपणही थोडं धीरानं घ्यावं. समजून घ्यायचा प्रयत्न केला पाहिजे. हो की नाही? पाहा बरं, कसा गोड मुलगा दिलाय तिनं तुम्हाला! देवाच्या मनात आलं, तर लवकरच आणखीही मुलं होतील. मुलीपण होतील सोन्यासारख्या. आता तुम्ही दोघांनी स्वत:चं कुटुंब कसं नीटनेटकं करायचं, त्याचा विचार करायला हवा. त्याची आई सारखी रडत असेल, तर मुलाचं तरी चांगलं होईल का सांगा बरं?''

मम, हे बोलत असताना जावई तिच्याकडे पाहायचे नाहीत. ते आपले खाली मान घालून ऐकून घ्यायचे. त्यामुळे त्या वेळचं तिचं ते लांगुलचालन करणारं हसू त्यांना पाहायला मिळायचं नाही. तिचं सगळं बोलणं झाल्यानंतरच ते तिच्या नजरेला नजर द्यायचे, पण त्या वेळेला त्यांची नजर मगरूर असायची; हे माझ्यादेखील लक्षात यायचं. ते बळेबळेच ''हाँ बिबिजी!'' म्हणायचे, तेव्हा त्यांच्या ओठांचे कोपरे वाकडे व्हायचे. बिबि म्हणजे आई आणि 'जी' हे प्रत्येक ज्येष्ठ व्यक्तींच्या नावापुढे जोडलं जातं, ते आदराचं प्रतीक असतं. पण माझ्या मेव्हण्यांच्या स्वरात कधीच आदर दिसला नाही. ते माझ्या आईला घाबरायचे नाहीत, कारण त्यांना चांगलंच ठाऊक होतं की, जे सांगायचंय ते ममने तिच्या मुलीला बरोब्बर सांगितलं असणार आहे. आमच्या कुटुंबाच्या प्रतिष्ठेला जराही धक्का लागलेला ममला खपणार नव्हता, हे ते चांगलंच ओळखून होते.

घरी परत येतानादेखील, गाडीत सगळे गप्पच असायचे. डॅड मनाशी काहीतरी पुटपुटत असायचे तोच आवाज फक्त यायचा. मागे बसून मला त्यांचं हलणारं डोकं दिसायचं. घडून गेलेल्या प्रसंगाबद्दल ते स्वत:शीच काहीतरी बोलत राहायचे. अशा भेटी, समझोत्याचे प्रसंग त्यांना मुळीच आवडायचे नाहीत, पण आई बोलत असताना ते कधीच मध्ये बोलायचे नाहीत.

ती गाडीत सरळ नाकासमोर पाहत बसलेली असायची. घर जवळ आल्यानंतर ती आमच्याकडे वळून सांगायची,''आज जे काही तुम्ही पाहिलंत, ते कुणाला सांगायची गरज नाही. अगदी तुमच्या आंटीलासुद्धा सांगायचं नाही. ती फक्त आपल्या कुटुंबापुरती खासगी गोष्ट आहे. कळतंय ना मी काय सांगते ते? लोकांनी आपल्याबद्दल बोललेलं मला चालणार नाही. आपल्यासंबंधी भर गुरुद्वारात चर्चा होईल असं कोणतंही कृत्य तुमच्या हातून घडलेलं मला चालायचं नाही. सांगून ठेवतेय.''

३

गिंडाचं लग्न झालं, त्याच वर्षी आम्ही घर बदललं. डेल रोड म्हणजे नॉर्थ अंबर लॅण्ड स्ट्रीटच्या कोपऱ्यावरच होतं. पण थोडं उंचावरती होतं. नव्या घराला तीन बेडरूम्स होत्या. एक चांगलं बाथरूम होतं आणि संडास आतच होता. ही म्हणजे आमच्या दृष्टीने सुखाची परमावधी होती. ते घर जुन्या घराच्या इतकं जवळ होतं की, बहुतेक सामान आम्हीच वाहून तिकडे नेलं. डॅडच्या फॅक्टरीतल्या काही मित्रांनी फर्निचर हलवायला मदत केली. मला आठवतंय, डोक्यावर सामानाची एक भलीमोठी ट्रंक घेऊन आई गल्लीतून चालली होती. तिच्या मागे मी, रोबीना, ल्यूसी आणि यास्मिन हातात काही ना काही छोटं-मोठं सामान घेऊन चालत होतो. शेजारपाजारच्या घरातली बरीच माणसं बाहेर येऊन पाहत उभी होती. एक छोटी मिरवणूकच चालल्यासारखं वाटत होतं.

तिथेही आम्ही चौघी बहिणी एकाच खोलीत झोपत होतो आणि बलबीरला पुन्हा पहिल्यासारखीच स्वतंत्र खोली देण्यात आली. एव्हाना तो इंजिनिअररिंगची अॅप्रेंटिसशीप करत होता. पण तरी त्याचं रात्री बाहेर हिंडणं चालूच होतं. तो रात्री उशिरा घरी यायचा आणि आल्यावर खूप मोठ्या आवाजात गाणी लावून ठेवायचा. 'बॉब मार्ले'ची गाणी त्याला आवडायची. 'नो वुमन नो क्राय' 'आय शॉट द शेरीफ,' 'सॅटिस्फाय माय सोल,' 'गेट अप, स्टँड अप...' दररोज रात्री ही गाणी मोठ्या आवाजात ऐकून, रात्री मागून रात्री आमची झोपमोड होत राहायची.

"एऽऽ बलबीऽऽर, बंद कर ना ते. आम्ही झोपतोय रे इकडे." आम्ही आमच्या बेडरूममधून ओरडत राहायचो पण त्याला गाण्याच्या आवाजात ऐकू जायचं नाही. आईला मात्र ते बरोबर ऐकू जायचं आणि विजेचा कडकडाट झाल्यासारखी ती धावतच आमच्या रुममध्ये यायची. जणू काही आम्हीच ओरडा करून उगीचच घर डोक्यावर घेत होतो.

"ए, काय कल्ला आहे गं? चला गप्प बसा आणि झोपून जा बरं!"

"पण मम, बलबीरने गाणी लावून ठेवलीत ना, मग कशी येणार झोप? त्याला सांग की गाणी बंद करायला."

"हे बघा, त्यालामध्ये घेऊ नका. सांगून ठेवतेय. मुकाट्याने झोपा. एक शब्द बोललात तर पाहा."

एका रात्री, माझं असं टाळकं सरकलं, म्हटलं आता स्वत:च जाऊन सोक्षमोक्ष लावते. त्याच झटक्यात पांघरुण लाथेने उडवलं आणि दाणदाण पाय आपटत

पॅसेजमध्ये गेले. बलबीर त्याच्या बेडरूमचं दार सताड उघडं टाकून, एअरगिटार वाजवत एकीकडे लागलेल्या गाण्याबरोबर गुणगुणत होता. इतकं विनोदी दृश्य होतं! पण मी हसले नाही. तशीच त्याच्या बेडरूममध्ये शिरले.

''कधीतरी दुसऱ्यांचा विचार करत जा. आम्हाला सकाळी शाळेत जायचंय.'' त्या सगळ्या आवाजांच्या वरच्या आवाजात मी ओरडले.

त्याने गिटार छेडण्याचं नाटक न थांबवता माझ्या दिशेने लाथ हाणली. ओझरतीच लागली, पण ती चुकवताना माझा मागे तोल गेला आणि जिन्यातून वर आलेल्या आईच्या अंगावरच मी पडले. तिने मला सावरलं आणि मग आमच्या बेडरूमकडे ढकललं.

''जा. अगोचर मुली, जाऊन झोप तुझ्या खोलीत. इथे तुझं काही काम नाही.''

दुसऱ्या दिवशी, आम्ही शाळेत जायची तयारी करत होतो. रोबीनाने बाथरूममध्ये बराच वेळ काढला असं वाटलं म्हणून मी बाथरूमच्या दारावर थापा मारून तिला लवकर आवरायला सांगत होते. तेवढ्यात ''शऽ शऽ'' करत मम आली.

''अगं, हळू बोल ना! तुमचा भाऊ झोपलाय. थोडा तरी विचार करत जा. तो आता कामावर जातो. मिळवता पुरुष आहे घरातला. त्याला नीट पुरेशी झोप मिळायला नको का?''

मी दहा-अकरा वर्षांची असताना बलबीर 'डॉन'ला घेऊन फिरू लागला. ती जवळच डर्बी स्ट्रीटच्या कोपऱ्यावर राहायची. तिचे वडील आशियाई होते; पण आई गोऱ्या कातडीची होती. माझ्या आईला ते आवडायचं नाही. ती तिला 'बाटगी' म्हणायची.

मम, नेहमी डॉनच्या घरी जाऊन दरवाजावर थाप द्यायची आणि 'आमचा बलबीर आलाय का?' म्हणून चौकशी करायची. कधीकधी ती मला बरोबर घेऊन जायची आणि तिला जे बोलायचं असेल, ते इंग्लिशमधून ओरडायला सांगायची. एकदा तर तिने मला इंग्लिशमध्ये असं सांगायला लावलं की डॉनने, बलबीरला भेटायचं सोडलं नाही तर ती काहीतरी भयंकर वाईट करून ठेवील. पण डॉनने तिच्या धमकीला भीक घातली नाही आणि बलबीरने तर नाहीच नाही. त्याला पक्कं माहिती होतं, आई कधीही त्याच्या विरोधात जाणार नाही.

असंच एकदा तिच्याबरोबर जाऊन आल्यानंतर मी ममला विचारलं की, ''तू सरळ बलबीरलाच 'डॉनला भेटायचं नाही. मुकाट्याने घरी बस.' असं का सांगत नाहीस? माझ्या बहिणींना तू असं कुणाबरोबर बाहेर फिरू देत नाहीस. मग त्यालाच अशी परवानगी का?''

माझा काही तिला जाब विचारण्याचा उद्देश नव्हता. मला फक्त मनात आलेल्या प्रश्नाचं उत्तर हवं होतं. पण तिने त्याकडे त्या दृष्टीने पाहिलं नाही. ''उद्धट कार्टेऽऽऽ''

असं म्हणत झपकन खाली वाकून, तिने पायातला बूट काढला. मी पळून जाऊ नये म्हणून दुसऱ्या हाताने माझा कोट धरून ठेवलेला होता. त्या बुटाने तिने मला झोडपायला सुरुवात केली. आपला दणका कुठे बसतोय याचा किंचितही विचार न करता मिळेल तिथे प्रहार करत सुटली. पायावर, पाठीवर, डोक्यात... कुठेही. मोठमोठ्याने माझ्यावर ओरडण्यात ती इतकी मग्न होती, की आपण आपल्या लहान मुलीला निर्दयपणे बडवतोय याचं तिला भान तरी होतं की नाही कुणास ठाऊक?
“मला जाब विचारतेस? मला...? आँऽऽऽ? माझ्या सगळ्या मुलींत तूच एक वचवच करत असतेस. स्वत:ला फार शहाणी समजतेस काय तू? थांब तुझा माज उतरवते मी. घे! घे! बोलशील पुन्हा? विचारशील प्रश्न?”

डेल रोडच्या, आमच्या घरात आणखी एक खास गोष्ट होती. ती म्हणजे शेड. तो घराचाच भाग होता. किचनला लागून पडवीसारखी जागा होती. आम्ही त्याला म्हणायचो, ‘डॅड्स शेड’ कारण डॅडची बागकामाची औजारं, त्यांच्या शेतात पिकलेले कांदे-बटाटे सगळं त्या पडवीत असायचं. ‘चार्लीज एंजल्स’ खेळताना आम्ही त्या पडवीच्या छपरावर चढायचो. मी तर कधीकधी त्या छपरावर चढून बसायची आणि ‘मी डॅडींच्या सामानाचा राखणदार आहे.’ असं म्हणून इतरांना हसवायची. आपण डॅडींची खास लाडकी मुलगी आहोत, हे दाखवून देण्याची संधीच मी शोधत असायची. आम्हा सर्व भावंडांमध्ये सर्वांत जास्त महत्त्व माझा भाऊ बलबीर याला होतं. कारण तो घरातला एकुलता एक मुलगा होता. सामान्यपणे सर्व आशियाई कुटुंबांमध्ये असंच असतं. हे माहीत असलं तरी डॅडमध्ये आणि माझ्यामध्ये एक विशेष भावबंध आहे, असावा असं मला नेहमी वाटत राहायचं. आमच्या दोघांचच असं एक ‘गुपित’ होतं.

त्याचं असं झालं, एका रात्री मला इतकी तहान लागली की मी झोपेतून जागी झाले. पाणी प्यावं म्हणून उठून तडक खाली स्वैपाकघराकडे निघाले. पावलांचा आवाज होऊ नये म्हणून सावधपणे जिना उतरू लागले, तोच माझ्या कानावर काही आवाज पडले. पुरुषांचे आवाज हलक्या आवाजात बोलण्याचे आणि हळूच हसण्याचे. सगळे आवाज पडवीतून येत होते. तिथून नेहमी धुळीचा आणि उग्र असा वास यायचा. पण त्या रात्री मी स्वैपाकघरात शिरले, तेव्हा शेडमधून कसला तरी गोड आणि चमत्कारिक दर्प येत होता. मला वाटलं तो वास माझ्या ओळखीचा असावा.

अचानक पडवीचं दार उघडून डॅड स्वैपाकघरात आले. त्यांच्या हातात दुधाच्या दोन रिकाम्या बाटल्या होत्या आणि त्या नळाच्या पाण्याने भरून घेण्यासाठी ते सिंककडे चालले होते आणि एकीकडे मागे वळून मित्रांशी बोलत होते. मला पाहिल्याबरोबर ते गर्रकन वळले. त्यांच्या चेहऱ्यावर अपराधी भाव होते. त्यांनी आधी चटकन पडवीचं दार लावलं आणि मग माझ्याकडे येत हळुवारपणे म्हणाले, “जा

जाऊन झोप पुत्तर, अगं अजून रात्रच आहे. सकाळ नाही झालेली. तू झोपायला पाहिजेस. जा. खोलीत जाऊन झोप बरं!''

''डॅड, तुम्ही काय करताय? कसला वास सुटलाय? आणि पडवीत कोण आहे?''

''कुणी नाही गं. तसं विशेष काही नाहीए. जा वर तुझ्या खोलीत आणि झोप जा.''

ते दारापुढे उभे राहून दार अडवायचा प्रयत्न करत होते आणि मी त्यांच्या आजूबाजूने बघण्याचा प्रयत्न करत होते. नुसतं लोटून बंद केलेलं पडवीचं दार आपसूक उघडलं आणि मला डॅडींचे दोन मित्र तिथल्या मंद उजेडात उभे असलेले दिसले. दोघांनाही मी 'अंकल' म्हणत असे.

''डॅड, सांगा नां! काय करताहात तुम्ही? माझे अंकल कशाला आलेत आत्ता रात्रीचे? अं?

शेवटी डॅड सुस्कारा टाकून नाइलाज झाल्यासारखे हसले. ''ठीऽऽक आहे. चल ये इकडे आणि बघून घे एकदा. आम्ही 'देसी' बनवतोय.

पडवीतली सिमेंटची जमीन माझ्या पायाला थंडगार लागली. मी शहारले. ती छोटीशी पडवी झणझणीत वाफेने भरून गेली होती. माझी झोप खाडकन उडाली. तो वास येऊ नये म्हणून मी नाक चिमटीत धरलं. एका मोठ्या सॉस-पॅनमध्ये त्यांनी काहीतरी गॅसवर ठेवलं होतं आणि त्याला खूप उकळ्या फुटत होत्या. बुडबुडे येत होते नुसते. जमिनीवर कसले कसले पुडे, पिशव्या, चमचे पडलेले होते. भिंतीशी रिकाम्या बाटल्यांची रांग होती.

अचानक माझ्या लक्षात आलं. तो वास बडीशेपेचा होता. दोन वर्षांपूर्वी मी दुकानातून बडीशेपेच्या लाल गोळ्या आणून खाल्ल्या होत्या. त्याने मला मळमळ सुरू झाली होती.

''ही आपली गावठी देसी दारू आहे. एकदम चांगली कडक!'' डॅड म्हणाले. तशी तिघंही मित्र हसू लागले. त्यांनी सॉस-पॅनमध्ये पळी बुडवून त्यातलं पेय एका ग्लासात काढलं. ''हे बघ.'' असं म्हणून त्यांनी काडेपेटीतली एक काडी ओढून ग्लासावर धरली आणि काय आश्चर्य! ते ग्लासातलं पाणी पेटलं! त्यातून एक हिरवी-निळी ज्योत नाचत बाहेर पडली आणि आमच्या सर्वांच्या चेहऱ्यावरून क्षणभर उजेड नाचून गेला. मग ती ज्योत पुक्कन विझली. त्यानंतर माझे डॅड आणि अंकल सर्वांनी पाळीपाळीने ग्लासातलं पेय चाखून पाहिलं.

''डॅडी, मी पिऊ एक घोट?'' मी विचारलं. पुन्हा सगळे हसले. ''नाही नाही बेटी, ही देसी, लहान मुलींसाठी नसते. चल. आता पाहिलंस ना आम्ही काय करतो ते? जसविंदर, जा आता. वरती जाऊन झोपायचं. चलाऽऽऽ!''

'डेल प्रायमरी'तलं शिक्षण झाल्यानंतर मी रोबीना आणि यास्मिनबरोबर 'लिट्ल ओव्हर स्कूल'मध्ये जाऊ लागले. ती शाळा घरापासून लांब होती, म्हणजे चालत जाण्यासारख्या अंतरावर नव्हती. त्यामुळे रात्रपाळी करून घरी आल्यानंतर डॅड चहा पित, पेपर वाचत जागेच राहायचे आणि शाळेची वेळ झाली की, आम्हाला कारमधून पोहचवायचे. मला आठवतं, जिन्याच्या खालच्या पायरीपाशी उभे राहून ते आवाज द्यायचे. ''ल्यूसी... जसविंदर... नेडी...!'' लहानपणी रोबीनाचं टोपणनाव 'नेडी' होतं.

''चलाऽऽऽ! उठायची वेळ झाली. दात घासा, तोंड धुवा आणि लवकर खाली या!''

एखाद्या मधमाशांच्या थव्यासारख्या, आम्ही संथगतीने खाली येईपर्यंत ते तिथेच जिन्याशी उभे राहून आम्हाला हाका मारत राहायचे. आम्ही ब्रेकफास्टसाठी दोन-दोन बिस्किटं खायचो. पुस्तकं शोधून दप्तर भरायचो आणि मग कारमध्ये पुढे कोण बसणार यावरून भांडायचो.

घरापासून, लिटलओव्हर शाळेचं अंतर साधारण दोन मैलांचं होतं. डॅड, नेहमी एका ठरावीक रस्त्यानेच आम्हाला नेऊन सोडीत असत. डेल रोड, कॅव्हेंडिश आणि तिथून एक संपूर्ण वळण घेऊन भल्या मोठ्या रस्त्याला आम्ही लागत असू. हाच तो लांबचलांब रस्ता 'वॉरवीक ॲव्हेन्यू' हाही आशियाई लोकांचाच मोहल्ला होता, पण जरा 'पॉश' होता.

वॉरवीक ॲव्हेन्यू रुंद होता. दुतर्फा झाडे लावलेली होती आणि रस्त्याच्या दोन्ही बाजूंना जुन्या काळी बांधलेली मोठीमोठी व्हिक्टोरिअन शैलीतली घरे होती. अतिशय सुंदर अशी प्रासादतुल्य घरे, समोर बगिचा आणि बाजूला गाड्या पार्क केलेल्या. शाळेत जाताना खिडकीतून डोकं बाहेर काढून, त्या घरांकडे पाहून मी त्या घरात राहते आहे अशी कल्पना करायची. मला चित्रे दिसू लागायची... 'माझ्या एकटीच्या मोठ्या बेडवरून उठून मी जाड जाड गालिच्यावर पाय टेकवते आहे... किंवा अलिशान मऊ मऊ सोफ्यावर टी.व्ही. बघत बसले आहे... नाहीतर पुढचा दरवाजा उघडून स्वतःच्या बागेतल्या सुंदर हिरवळीवर आले आहे....'

''एक दिवस, मी या रस्त्यावरचं मोठ्ठं घर विकत घेणार हं डॅड!'' मी सांगितलं. मी त्यांच्याशेजारी, पुढच्या सीटवर बसले होते. ते माझ्याकडे वळले. प्रेमभराने हसून म्हणाले, ''होऽऽऽ पुत्तर. नक्कीच एक दिवस तू यातलं एखादं घर विकत घेशील.''

''हो डॅड. खरंच घेईन मी. मी खात्री देते तुम्हांला.''

''होऽना. घेशील. नक्कीच घेशील. मग एकच कशाला? दोन घेऊन टाक जसविंदर तू!''

मागच्या सीटवर बसलेल्या माझ्या बहिणी उपहासाने एका सुरात बोलल्या आणि कुत्सितपणे हसू लागल्या.

४

माझं पहिलं काम मी वयाच्या तेराव्या वर्षी सुरू केलं. 'नॉर्थ अंबर लँड स्ट्रीट'च्या सुरुवातीच्या टोकाला (चढ सुरू होतो तिथे) एक वृत्तपत्र एजंट होता, त्याच्याकडे. आमच्या आजूबाजूच्या आठ गल्ल्यांमध्ये रोज पेपर टाकायचा. आठवड्याला सव्वा पाच पौंड मिळायचे. पेपरची थैली फार जड असायची. माझे खांदे दुखायला लागायचे. तरी पण मला ते काम करायला आवडायचं. पैशांसाठी नाही. ते तर मी ताबडतोब ममकडे देऊन टाकायची. ती कधी दे म्हणून म्हणाली नाही, पण तिची तशी अपेक्षा असल्याचं मला माहीत होतं. नवऱ्याला भारतातून इंग्लंडला आणण्याकरता, माझ्या बहिणी कशा पैसे साठवत, ते मी पाहिलेलं होतं.

"हे घे मम!" म्हणत मी तिच्या हातात कमाईचे पैसे ठेवले की ती ते काळजीपूर्वक मोजायची आणि मग कुकरमागे ठेवलेल्या तिच्या पैशाच्या बरणीत ती नाणी टाकायची. क्वचित मला शाबासकीही देत असे.

मला स्वातंत्र्याची आवड होती. पेपर टाकण्याच्या निमित्ताने मला एकटीला बाहेर मोकळं हिंडता यायचं. फक्त तेवढाच वेळ बाहेर राहण्याची मला परवानगी होती. एरवी जर कोपऱ्यावरच्या दुकानात काही आणायला पाठवलं, तर दहा मिनिटांत आम्हाला घरी परत यावं लागायचं. शाळा सुटल्यावर देखील सरळ घरी यायचं अशी शिस्तच आम्हाला लावलेली होती. माझी आई कधीही आमच्या शाळेत आलेली नव्हती. 'पालकसंध्ये'ला सुद्धा नाही. ती कधी आमच्या शिक्षिकांशी सुद्धा बोलायची नाही. पण घरापासून शाळा किती अंतरावर आहे, तिथून चालत घरी यायला किती वेळ लागतो हे तिला अचूक माहिती होतं. जर का शाळेतून परत यायला मला पंधरा मिनिटे उशीर झाला, तर मला त्याचं स्पष्टीकरण द्यावं लागायचं. ती स्वत: त्या वेळेला घरी नसले तरी माझ्या बहिणी तिला सांगायच्या. हा नियम आम्हा सर्व बहिणींसाठी सारखाच होता.

जर एखाद्या आंटीने आम्हाला गल्लीत मैत्रिणींबरोबर बोलत उभं असताना किंवा काही 'टाईमपास' करताना पाहिलं असेल, तर ती ते आईला सांगायची. पेपर टाकण्यामुळे मला त्यातून सूट मिळायची. थंडीच्या दिवसात अंगातली उष्णता

कायम ठेवण्यासाठी मला धावावं लागायचं; पण उन्हाळ्यातल्या शनिवारी वगैरे मी रमत-गमत त्या गल्ल्यांच्या चढउताराची मजा अनुभवायची. जितका जास्त लांबचा रस्ता घेता येईल तेवढा घ्यायचे. गोऱ्या पोरींच्या मोकळेपणी हिंडणाऱ्या छोट्या-छोट्या घोळक्यांकडे मी पाहत राहायची. दिव्याच्या खांबाला टेकून गप्पा मारत उभ्या असायच्या. त्या निमित्ताने स्वत:च्या तंग जीन्सचं प्रदर्शन करायच्या. मलाही तशाच जीन्स विकत घ्यावंसं वाटायला लागलं.

"तुला काय वाटतं गं? त्या गोऱ्या पोरींसारखं तुलाही कुल्ले दाखवत फिरायचंय? आँ? थोडी तरी लाज शरम वाटते का विचारायला?" मी जीन्स घेऊ का विचारल्यावर आईने हे उत्तर दिलं.

वयात आल्यानंतर काम करून थोडेफार पैसे कमावणं, ही माझ्या घरची रीतच होती. एका उन्हाळ्याच्या सुट्टीत आईने मला एका लोणच्याच्या कारखान्यात कामाला लावलं होतं. कुणालाही स्वत:चं वय सांगायचं नाही, असं तिने मला बजावलेलं होतं. पण तो सुपरवायझर तिच्या ओळखीचा होता, त्यामुळे मी वयाने लहान असूनही त्याने मला कामाला लावून घेतलं. अर्थात दोन-अडीच आठवड्यांचाच प्रश्न होता म्हणा. त्या कामाविषयी मला फारसं काही आठवत नाही. पण मनाला पार बधिर करून टाकण्याइतकं ते काम कंटाळवाणं होतं. त्या लोणच्यांचा वास माझ्या कपड्यांना आणि केसांना चिकटून राहात असे, एवढं मला आठवतं. घरी येऊन अंघोळ करेपर्यंत, नाकाऐवजी तोंडाने श्वास घेण्याची सवय करण्याचा मी त्या वेळी प्रयत्न केलेला होता.

त्या कामामधली एकमेव चांगली गोष्ट म्हणजे 'अवतार.' ती माझ्या शेजारी बसून काम करणारी मुलगी होती. एकदा कामातला महत्त्वाचा भाग करून संपला की ती आणि मी गप्पा मारत मारत काम करत असायचो. अवतार एकदम मोकळ्या स्वभावाची होती. ती मला खूप हसवायची. माझ्यानंतरही ती फॅक्टरीत काम करत होती, पण आमचा मैत्रीचा संबंध टिकून राहिला आणि पुढे असं घडलं की तिच्याशी असलेल्या मैत्रीमुळेच माझ्या आयुष्याला कलाटणी मिळाली.

पुढे मला 'प्रेस्टो'मध्ये नोकरी मिळाली. प्रेस्टो, आमच्या घरापासून दहा मिनिटांच्या अंतरावर होतं. तिथे मी आठवड्यातून दोन दिवस काम करायची. चेक-आउटला बसायचं, नाहीतर शेल्फात माल लावून ठेवायचा. कामाच्या वेळी स्वत:च्या कपड्यांवरून 'प्रेस्टो' असं नाव विणलेला आकाशी नायलॉनचा पिनोफर घालावा लागे. या कामाचे आठवड्याला साडेबारा पौंड मिळायचे. पण आईला मी साडेअकरा पौंडच सांगितले होते. आठवड्याला एक पौंड मी स्वत:जवळ ठेवायची.

पहिल्या-पहिल्यांदा पगाराचं पाकीट फोडताना हात थरथरायचा. खूप भीती वाटायची. पण हळूहळू मी त्यात पटाईत झाले आणि ममला कधी माझा संशय

आला नाही. मला पैसे साठवून-साठवून केस कापून घ्यायचे होते. तेवढे पैसे जमवायला मला तीन महिने लागले.

मी साडेचौदा वर्षांची होते त्या वेळी. पण अजून एकदाही केस कापले नव्हते. ममने किंवा गिंडाने कधी तरी खालचे शेंडे कापले असतील तेवढेच. चौदाव्या वर्षी माझे केस ढुंगणाच्या खालपर्यंत लांब वाढले होते. ममला अगदी हवे होते तसेच. तिच्या मते, तोकडे केस हे गोऱ्या पोरींना त्यांच्या पाश्चात्त्य फॅशनप्रमाणे ठीक होते. पण अस्सल पंजाबी मुलींच्या लांब-लांब वेण्याच असल्या पाहिजेत.

त्या वर्षी, 'वाइल्ड कर्ल्स'ची म्हणजे केसांना मोठ्या-मोठ्या स्प्रिंगप्रमाणे कुरळे करून घेण्याची फॅशन आलेली होती. शाळेत जेवणाच्या मधल्या सुटीत, माझी गोरी मैत्रीण कॅरोलिन आणि मी कुंपणाच्या भिंतीला टेकून बसायचो. तिच्याकडे 'जॅकी' 'जस्ट सेव्हनटीन'चे अंक असायचे. त्यातली चित्रे आम्ही मन लावून बघत बसायचो. तिचे केस माझ्यासारखेच सरळ होते. पण तिने मला सांगितलं की, 'माझी आई माझे केस कुरळे करून घेणार आहे.' पण माझी मात्र आईपुढे नुसतं तसं बोलण्याची सुद्धा हिंमत नव्हती आणि तिने कधीही केस कापून कुरळे करू दिले नसते, याबद्दल माझी बालंबाल खात्री होती.

'प्रेस्टो'च्या शेजारीच 'रॅफर्टीज' हे पार्लर होतं. त्याच्या खिडकीत वेगवेगळ्या केशरचनांची चित्रे लावलेली होती. 'प्रेस्टो'मध्ये वाटेत त्या खिडकीशी थांबून, कुरळे केस केलेल्या मुलीच्या चित्राकडे पाहत बसायची. तिचे केस खांद्याच्या वरपर्यंत कापलेले होते. ते इकडे-तिकडे हलताना किती सुंदर दिसतील, असं मला वाटायचं. ते चित्र पाहता-पाहता त्या मुलीच्या जागी मी स्वत:ला पाहू लागले होते. एकदा दुपारी कामाला जाण्यासाठी मी घरून दहा मिनिटे लवकर निघाले. ममच्या, ओळखीचं कुणी पाहत नाही ना, याची खात्री करून, हळूच धीर करून त्या पार्लरमध्ये घुसले.

समोरच्या काऊंटरवरची बाई फोनवर कुणाशी तरी बोलत होती. ती लवकर वर बघेच ना! मी तिथे वाट पाहात उभी होते. सारखी खिडकीकडे नजर टाकून मला कुणी पाहात तर नाही ना, हे पाहून घेत होते. शेवटी एकदाचा फोन संपवून तिने विचारलं, 'येस?'

"माझे केस 'तसे' करून घ्यायला किती पैसे पडतील?" असं विचारत, खिडकीजवळ जाऊन मी 'माझ्या' चित्राकडे बोट दाखवलं. ती काऊंटरवरून उठून खिडकीकडे गेली, मान वाकडी करून पाहू लागली की मी कोणत्या कटविषयी विचारते आहे. मग तिने परत येऊन काऊंटरवरच्या एका यादीमध्ये पाहिलं. मला वाटत होतं ती त्यासाठी उगाच जास्त वेळे घेतेय, पण ते तसं नव्हतं.

'कट करून पर्म करायला, साडे नऊ पौंड पडतील. तुला अपॉइंटमेंट घ्यायचीय

का?'

'मी पुढच्या शनिवारी येऊ शकते का?'

'सकाळी की दुपारी?'

'सकाळी साडेदहानंतर केव्हाही चालेल.'

'ठीक आहे. दुपारी साडेबारा ठेवू या. नाव काय?'

मी माझ्या नावाचं स्पेलिंग सांगितल्यावर तिने तिचं रजिस्टर बंद केलं. मग मी प्रेस्टोपर्यंत, पळत पळतच गेले. माझं काळीज जोरजोरात धडकत होतं.

शनिवारची सकाळ उजाडली. मी लवकरच उठले. मम आणि डॅड बाहेर जातात की नाही, या काळजीमुळे. ते रजनी आंटीच्या घरी जाणार असं ठरलेलं होतं. पण मला उगीचच हुरहुर लागली होती की न जाणो, त्यांचा बेत बदलला तर? मम, नेहमीप्रमाणे तयारी करत होती. मला मात्र वाटलं, तिला तयार व्हायला युगानुयुगं लागतायत... ते सावकाश भांडं शोधून डाळबरोबर घेणं, मध्येच तिच्या मोठ्या बॅगेत तिचा चष्मा हरवणं वगैरे... वगैरे. डॅड आपले दाराबाहेर उभे राहून शांतपणे सिगारेट ओढत, पेपर वाचत होते. अखेर एकदाचे दोघे जण त्या आमच्या जुन्या 'फोर्ड कॉर्टिना'मध्ये बसले आणि गाडी निघाली, तेव्हा मला एकदम सुटल्यासारखं वाटलं. चढल्यासारखं झालेलं माझं डोकं उतरलं.

त्यानंतर तासाभराने मी जिना उतरले. रोबीना शनिवारीही तिच्या कामावर गेलेली होती. त्या वेळेला ती भारतात जाऊन लग्न करून परत आलेली होती आणि आता शाळेचं शिक्षण झाल्यानंतर, नवऱ्याला इकडे आणण्याकरता नोकऱ्या करून पैसे साठवत होती. दिवाणखान्यात फक्त ल्यूसी होती. टी.व्ही.वर तिची आवडती सीरियल बघत होती.

''मी बाहेर चाललेय गं!'' मी तिच्यापाशी न थांबता ओरडून सांगितलं. तिने 'कुठे?' हा प्रश्न विचारायच्या आत बाहेरचं दार बंद झालेलं होतं.

'रॅफर्टीज'मधली प्रत्येक गोष्ट मला नवीन होती. तिथली फिरती, हव्या त्या उंचीची करता येणारी खुर्ची, त्यांनी माझ्या अंगावर चढवलेला नायलॉनचा गाऊन, मोठाले आरसे... सगळं मी प्रथमच पाहत होते. रॉड स्टेवार्टचं 'डू यू थिंक आय ॲम सेक्सी' हे गाणं लावलेलं होतं. तिथे असलेल्या सगळ्याजणी एकमेकींशी गप्पा मारत होत्या. मला मस्त मोकळं वाटू लागलं आणि मी त्या वातारवणाचा आनंद घेऊ लागले. डेल रोडवरून येतानाच, मी वेणी सोडून टाकलेली होती. आता एक हेअरड्रेसर माझ्या केसातून वरपासून खालपर्यंत कंगवा फिरवत होती.

''काय सुंदर, लांबसडक, दाट केस आहेत गं तुझे! फक्त खालून थोडे ट्रीम करायचे ना?'' तिने विचारलं.

''नाही. खिडकीत लावलेल्या त्या... मधल्या चित्रासारखे करायचेत.'' माझे

केस तसेच ठेवून, ती त्या रिसेप्शनिस्ट प्रमाणेच खिडकीपाशी गेली आणि ते चित्र नीट बघून परत माझ्याकडे आली तेव्हा चकीत झालेली दिसली.

"म्हणजे तुला केस पर्म करून घ्यायचेत?" मी मान हलवून होकार दिला.

"जास्त करून 'पाकी' मुली..." इथे 'पाकी' शब्दावर ती अडखळली आणि एक सेकंद थांबून पुढे म्हणाली... "आय मीन तुझ्यासारख्या मुली सहसा पर्म करत नाहीत. इतके छान लांब केस पर्म करणं म्हणजे जरा...."

"पण मला पर्म करायचे आहेत." मी ठामपणे सांगितलं.

"ठीक आहे तर. पहिल्यांदा त्यातले निम्मे आपल्याला कमी करावे लागतील." मी उत्सुकतेने, आकर्षित होऊन बघत होते. तिने प्रथम केसांच्या बटांना पिना लावून घेतल्या आणि मग कात्री हातात घेतली. काही सेकंदातच केसांच्या लांबच लांब बटा, जाड काळ्या सापासारख्या खुर्चीच्या पायाशी वेटोळं घालून बसल्या. मला क्षणभरही वाईट वाटलं नाही. उलट मला ओझं उतरल्यासारखं हलकं-हलकं वाटू लागलं.

आता अब्बाचं 'माम्मा मिया...' हे गाणं लागलं होतं. मला खुर्चीतून उठून नाचावंसं वाटत होतं. पण बळेच स्वत:ला दाबून बसवलं होतं.

माझे केस कापणारी सतत बडबडत होती. माझ्याशी नाही, शेजारी दुसऱ्या खुर्चीवर काम करणारीशी. त्या रात्री दोघी मिळून नाइटक्लबला जाणार होत्या. त्याची चर्चा चालली होती. पण तिचं काम एकीकडे व्यवस्थित चालू होतं. वीज चमकावी तशी तिची कात्री माझ्या केसात चपळपणे इकडून, तिकडे विहरत होती. केस योग्य त्या लांबीचे कापल्यानंतर तिने सर्व केस कसल्यातरी उग्र वासाच्या रसायनाने चिंब भिजवून घेतले. त्याच्या त्या वासाने ताबडतोब माझ्या घशात खवखव सुरू झाली. त्यानंतर मग तिने रोलर्स काढले. ते लावून झाले तेव्हा, माझ्या संपूर्ण डोक्यावर छोटी-छोटी डुकराची गुलाबी पिल्लं लावल्यासारखं दिसू लागलं. आता मात्र मला वाटू लागलं की मी स्वत:चं हे काय करायला निघालीय?

पण ही भावना फार काळ टिकली नाही. सगळे सोपस्कार पूर्ण करून जेव्हा तिने ब्रश खाली ठेवला आणि किंचित कौतुकाने मागे सरकून स्वत:ची कलाकुसर बघू लागली. तेव्हा मला राहावलं नाही. आरशातल्या माझ्या नव्या प्रतिबिंबाकडे पाहून मी आनंदाने खुदकन हसले! माझे केस खांद्याच्या वरच थांबलेले होते. तिने अठरा इंच तरी कापले असावेत आणि छान कुरळे झाले होते. मला ते खूप-खूप आवडले!

मी लपत-छपत घरात शिरण्याचा प्रयत्न केला; पण ल्यूसीने पाहिलंच. ती दगडासारखी निश्चल होऊन बघत राहिली आणि तिचं तोंड उघडलं, ते मिटेचना. मग बटाट्याएवढे मोठे-मोठे डोळे करत म्हणाली, "ममनी पाहिलं ना की आता तुझी कंबक्ती! रोबीना, रोबीना लवकर ये. जसने तिचे केस कापून टाकले आणि कसे

कुरळे-कुरळे झालेत बघ!''

तिच्या प्रतिक्रियेची मला गंमत वाटली. पण तिचं म्हणणं खरं होतं. आई भडकणार होतीच. आरशातल्या माझ्या नव्या प्रतिबिंबाकडे पाहताना झालेला आनंद आईच्या रागाच्या कल्पनेने पार वितळून त्याची वाफ झाली होती. मी कापलेले केस तिच्यापासून शक्यतो लपवून ठेवायचं ठरवलं. रात्री ती आणि डॅड रजनी आंटीकडून परत आले, तेव्हा मी माझ्या केसांभोवती टॉवेल गुंडाळलेला होता. जणू काही मी नुकतीच डोक्यावरून अंघोळ करून आले होते.

''नाईट मम!'' अतिशय निरागसपणे आईला गुड नाईट करून, मी लवकरच झोपायला गेले.

पुढचे तीन दिवस मी ममपासून दूर दूरच राहिले. शक्यतोवर तिची माझी गाठ पडू नये अशी खबरदारी घेतली आणि जेव्हा-जेव्हा घरात होते, तेवढा वेळ केसांना टॉवेल गुंडाळून ठेवला. आई जवळ येते आहे असं वाटलं रे, वाटलं की माझी छाती धडधडू लागे. स्फोट आता होतोय की नंतर; या धास्तीने ल्यूसी आणि रोबीनाच्या मनातली धाकधूक वाढत चाललेली होती. त्या ज्या प्रसंगाची वाट पाहत होत्या, तो चौथ्या दिवशी घडला. मी स्वत:करता पेय आणण्यासाठी स्वैपाकघरात गेले. आई माझ्याकडे ज्या नजरेने पाहत होती त्यावरूनच लक्षात आलं की, तिच्या मनात संशय आलेला होता.

मी तिच्या जवळून सिंककडे जात असताना, ती अचानक कुकरपासून माझ्या दिशेने वळली आणि तिने खसकन माझ्या डोक्याला बांधलेला टॉवेल ओढून काढला.

क्षणभर आम्ही दोघी एकमेकींकडे डोळे विस्फारून पाहत राहिलो. ममचा चेहरा जणू थिजला होता. तिच्या चेहऱ्यावर भूत पाहिल्यासारखे भाव होते. मग ती त्यातून बाहेर पडली. माझं बखोट धरलं आणि वेड लागल्यासारखी माझ्यावर तुटून पडली. तिचा पहिला तडाखा माझ्या डोक्यावर बसला. मी मागे भेलकंडले नि कट्ट्यावर आपटले. तिथे मोठं सॉस-पॅन घासण्यासाठी ठेवलेलं होतं. ते माझ्या धक्क्याने दाणकन जमिनीवर पडलं. मोठ्ठा आवाज झाला. झाकण सॉस-पॅनपासून निघून गोल गोल घरंगळत राहिलं. माझ्या डोक्यातली घणघण आणि ती घणघण एक झाली. माझी आई मोठमोठ्याने किंचाळत, माझ्यावर बुक्क्यांचा मारा करत होती.

''हे काय करून ठेवलंस कार्टेऽऽऽ! पुन्हा तू आम्हाला लाज आणलीस? कसलं खूळ भरलंय तुझ्या टाळक्यात, आँऽऽ? तुला काय वाटलं, त्या गोऱ्या पोरींसारखं वागलीस म्हणजे फार शहाणी झालीस की काय तू? अगं, असं ध्यान करून घेतलंस स्वत:चं तर कुणीतरी चांगला मुलगा पसंत करेल का तुला? नाठाळ मेली! आम्हाला सगळ्यांना गटारात घालशील तेव्हाच तुझं समाधान होईल काऽ?''

तिने न धरलेल्या दुसऱ्या हाताची ढाल करून मी चेहऱ्यासमोर धरत होते आणि तिच्यापासून निसटायचा प्रयत्नात होते. पण प्रत्येक प्रश्नाबरोबरचा दणका अधिकाधिक जोरात बसत होता.

मी मध्ये बोलायचा प्रयत्न केला. मला माझी बाजू मांडायची होती. "मम, फक्त केसच तर कापलेत गं! वाढतील की ते; त्यात काय एवढं केलं मी?"

पण तिच्या गडगडाटापुढे माझा आवाज ऐकूसुद्धा आला नाही. आता तिच्या बोलण्यात मधूनमधून दोषारोप आणि हुंदके येऊ लागले. "त्या गोऱ्या पोरट्यांसारखं चवचाल दिसायचंय का तुला? गुरुद्वारात सगळ्यांनी नावं ठेवावीत, असं वाटतंय का तुला? आपल्या घराण्याच्या इज्जतीला कलंक लावायचा बेत आहे का तुझा? तसं तरी सांगून टाक एकदा!"

ती आता जोरजोराने श्वास घेत होती. मारण्याच्या श्रमाने थकली होती. अभावितपणे चेहऱ्यावर आलेले केस मागे सारण्यासाठी तिने मला सोडलं. दीर्घ श्वास घेऊन, पुन्हा एकदा शिव्यागाळी सुरू केल्या. पण पुढचं काही ऐकायला मी तिथे नव्हते. तिचा हात सुटताच मी संधी साधून पळ काढला. स्वैपाकघराच्या दारात डोळे विस्फारून बघत उभ्या ल्यूसी आणि रोबीनाच्या मधून पळत-पळत थेट माडीवर पोहोचले. खालून आईचा मोठ्याने विव्हळण्याचा आवाज येत होता.

"माझ्या डोक्यावर सात-सात मुलींचं ओझं टाकलंय. ही एकच अशी नाठाळ का? ही प्रत्येक गोष्टीत मला त्रासाशिवाय काहीच देणार नाही, का? का म्हणून मी हे सोसायचं? काय करू आता मी या कार्टीचं? करू तरी काय?"

या नंतर दोन दिवसांनी, मी प्रेस्टोमध्ये माझं नेहमीचं शेल्फात माल लावून ठेवायचं काम करत असताना एक व्यक्ती लांब-लांब ढांगा टाकत आली आणि माझे केस धरून मोठमोठ्याने ओरडू लागली.

"मूर्ख मुली, काय गं करून घेतलंस हे? आम्हा सगळ्यांचं नाक कापायचं ठरवलंयस का तू ?"

'या आमच्या थोरल्या बहिणाबाई!' माझी बहीण प्रकाश खास लंडनहून माझ्या केसांची तपासणी करायला आली होती. माझा विश्वासच बसत नव्हता. म्हटलं, 'आता खलास झालो आपण!' खूप भीती वाटायला लागली. प्रकाशला आम्ही सगळ्याजणी फार घाबरायचो.

"ए, सोड मला." इकडेतिकडे पाहून, आम्हाला कुणी पाहत नाही याची खात्री झाल्यावर, मी दबक्या आवाज़ात म्हटलं. "प्लीज गप्प बस. या इथे तू माझ्या अंगावर ओरडू शकत नाहीस."

"तुला मोठ्यांचा मान कसा ठेवायचा, हे मी नक्कीच शिकवू शकते. बघत राहा तू आता!" असं म्हणून ती तोंड फिरवून ऐटीत चालती झाली. वाटलं चला, सुटले

एकदाची हिच्या तावडीतून. मी घरी आले, तर प्रकाश होतीच. ममने, लगेचच मला तिच्यासमोर बोलावून घेतलं.

''जसविंदर, इकडे ये. मला तुला काही सांगायचंय.''

मी जाऊन दरवाजापाशी घुटमळले. मम आणि प्रकाशचे चेहरे दगडासारखे कठोर दिसत होते.

''उद्या, सकाळी तुझी बहीण लंडनला जाणार आहे. तिच्याबरोबर तू जायचं आहेस. इथे तू सगळ्या घरादाराशी उद्धटपणे वागत आहेस, गोऱ्या लोकांसारखं वागून घराण्याची अब्रू घालवायला लागलीयेस. आता माझ्या हाताबाहेर गेलीयस तू. जा जरा तिकडे. तुझ्या मोठ्या बहिणीला मदत हवीच आहे. तिकडे जाऊन कर्तव्यदक्ष मुली कशा असतात ते शिकून ये जा.'' प्रकाश तिच्याशेजारी बसली होती. स्वत:वरच खूश झाल्यासारखी मान हलवत होती.

तिच्याबरोबर राहण्याचा विचार भयानक होता. त्याहीपेक्षा तिच्या त्या दारुड्या नवऱ्याचा विचार मनात येऊन, माझी भीतीने गाळण उडाली.

''किती दिवसांसाठी, मी जायचंय मम?''

''ते पाहू नंतर.''

''पण शाळेसाठी मला वेळेवरच यावं लागेल ना?''

या प्रश्नाचं उत्तर ममने दिलं नाही. मनाचा उडालेला गोंधळ आणि संताप यामुळे मला छाती आवळल्यासारखं होऊ लागलं. शाळा म्हणजे, मला बाहेरच्या विशाल जगाशी जोडणारा धागा होता. माझ्या सुटकेची ती एकमेव आशा होती.

''माझी शाळा बुडली, तर आपल्याला त्रास होईल. उगीच शाळा बुडवणाऱ्यांना, लंडनच्या कायद्याने शिक्षा सांगितलेली आहे. मागच्या वेळेला तू माझी शाळा बुडवलीस, तेव्हा त्या टुअंट ऑफिसरने काय सांगितलं आठवतं ना?''

पण हे ऐकायला प्रकाश आणि आई तिथे थांबल्या नाहीत. शिक्षा ठोठावली आणि उठून गेल्या. नंतर त्यांनी दुसऱ्या गोष्टींकडे मोर्चा वळवला.

साधारण तीनेक महिने, मी प्रकाशकडे राहिले असेन. तेवढ्या अवधीत माझ्या केसांचा कुरळेपणा जाऊन ते पूर्ववत वेण्या घालण्याइतके वाढले होते. डर्बीमध्ये येण्यापूर्वी मी पहिल्यासारखी साधी बाळबोध दिसावी अशी ममची इच्छा होती.

तिथले माझे दिवस अतिशय वाईट गेले. प्रत्येक दिवस लांबलचक, कंटाळवाणा. संपता संपत नसे. माझी मोठी बहीण, मला रितीभाती शिकवण्याचा आनंद घेत होती. तिथे गेल्याबरोबर, तिने माझा एकुलता एक पाश्चात्य धर्तीचा स्कर्ट-ब्लाऊज काढून घेतला आणि मला भारतीय कपडे घालण्याची सक्ती केली. ते कपडेही कसेतरी गबाळे (तिने स्वत: शिवलेले) असायचे. पण मी कोणते कपडे घालते; याला तसं काही विशेष महत्त्व नव्हतं कारण मला कुठेही बाहेर जायला परवानगीच

नव्हती. क्वचित तिच्या छोट्या मुलांना जवळच्या बागेत खेळायला नेत असे, इतकंच. तिची तीन मुलं म्हणजे माझा 'बुडत्याला काडीचा आधार' होती. रणजीत, मनजीत आणि बलजीत. तिघंही बारा वर्षांपेक्षा कमी वयाची होती. मला त्यांच्याबरोबर खेळायला आवडे, अर्थात मला तसा वेळ मिळाला तर आणि खेळू दिलं तर.

माझा जास्तीत जास्त वेळ प्रकाशला तिच्या शिवणकामात मदत करण्यात जात असे. ती नेकटाईज शिवून देत असे. आजही मला प्रकाशाची आठवण येते, तेव्हा रात्रंदिवस शिवणमशीनवर बसून शिलाई करणारी तिची आकृतीच डोळ्यांसमोर येते. ती उलट्या बाजूने नेकटाय शिवत असे आणि काठीच्या साहाय्याने तो सुलट करण्याचं काम माझ्याकडे असे. मग मी त्या सगळ्या टाईजना इस्त्री करून ठेवत असे. मुलांना देखील शाळेतून आल्यानंतर, हे काम करून आईला मदत करावीच लागे. नाहीतर प्रकाश संतापत असे.

या खेरीज मला घरकामही करावे लागे. साफसफाई, स्वैपाक, पुन्हा साफसफाई की परत स्वैपाक. मला सांगायला, प्रकाशला कधीच कामांची कमतरता भासली नाही. दिवसांपेक्षा रात्री आणि त्याहून सुट्टीचे दिवस वाईट जात, कारण तेव्हा तिचा नवरा 'बिला' घरी असायचा. इथे-तिथे सगळीकडे पसरलेला असायचा. त्याच्या असण्यालाच 'व्हिस्की'चा वास होता. त्याचे डोळे पिवळे होते. मी मनात म्हणायची 'हा पिवळ्या डोळ्यांचा सैतान आहे.' पुढे मला समजलं की, त्याचं लिव्हर बिघडल्यामुळे डोळे पिवळे दिसायचे. नंतर त्याच दुखण्याने त्याचा जीव घेतला. बिला, सतत प्रकाशवर ओरडायचा. त्याची एखादी गरजेची वस्तू त्याने मागण्याच्या अगोदरच तयार ठेवलेली नसली तर तो तिला ढकलायचा, वस्तू फेकून मारायचा किंवा अंगावर हातही टाकायचा. तो प्रकाशचा असा छळ करायचा म्हणून मला त्याचा तिरस्कार वाटे.

शाळेची अर्धी अधिक टर्म संपून गेल्यावर, ऑक्टोबर महिन्यात मम आणि डॅड प्रकाशकडे आले. डॅडना पाहून मला इतका आनंद झाला की, मी खोलीतून धावत जाऊन त्यांना बिलगलेच. त्यांना काय करावं तेच कळेना. बिचारे हात लटकत ठेवून तसेच उभे होते. पण त्यांच्या चेहऱ्यावरही खूप हसू होतं. मग ते हळुवारपणे म्हणाले, "ठीक आहे पुत्तर! ठीक आहे, ठीक आहे." मम नेहमीप्रमाणे कठोर चेहरा करून ताठ उभी होती. वाटलं, आता तरी ही मला घरी नेतेय की नाही कोण जाणे? पण थोडा वेळ गेल्यावर ती मला म्हणाली, "काय गं? धडा शिकलीस की नाही अजून? आता डर्बीला गेल्यावर नीट वागशील ना? जर का काही गडबड केलीस, तर पुन्हा तुझी रवानगी इकडे होईल. सांगून ठेवते." तेव्हा कुठे मला कळलं की आपली शिक्षा भोगून संपली म्हणून!

५

ममने, मला प्रकाशकडून परत आणल्यानंतर काही महिन्यांनी घरात माझ्या लग्नाची चर्चा सुरू झाली. एक दिवस पुढच्या हॉलमध्ये मी होमवर्क करत बसले असताना, तिने अगदी सहज दाखवावा तसा मला एक फोटो दाखवला.

''कसा वाटतो तुला हा मुलगा? बरा आहे का? याच्याशी तुझं लग्न होणार आहे.''

हा क्षण कधी ना कधी येणार हे माहिती असूनही मला कुणीतरी सपकन तोंडात मारल्यासारखं वाटलं. मला तो फोटो पाहायचा नव्हता. त्याच्याशी लग्न करायचं माझ्या डोक्यातही नव्हतं. तरीपण त्या फोटोकडे ओझरती नजर टाकल्याशिवाय, मला राहवलं नाही. तो ग्रुप फोटो होता. त्यातल्या एकाकडे ती बोट दाखवत होती. त्याला पाहून पहिला विचार माझ्या मनात कोणता आला असेल तर 'मी या माणसाशी कधीही लग्न करणार नाही. हा माझ्यापेक्षा बुटका आहे!' मी ममकडे नुसतं पाहिलं. त्याबरोबर तिने हसून तो फोटो माझ्या डोळ्यासमोरून दूर केला. मला वाटलं, ती कदाचित माझी गंमतच करत असेल. मग आपण तरी कशाला ते गंभीरपणे घ्यायचं?

ही घटना दूर सारून, मी माझ्या नेहमीच्या जीवनात रमण्याचा प्रयत्न करू लागले तर मम त्याचा सारखा उल्लेख करू लागली. पहिल्या-पहिल्यांदा ती सहज गमतीने बोलल्यासारखं बोलत होती. पण जसजसे आठवड्यामागून आठवडे जाऊ लागले, तसतशी ती अधिकाधिक आग्रही होत चालली. 'खरं म्हणजे तुला आनंद व्हायला पाहिजे, मी इतका चांगला नवरा तुझ्यासाठी शोधलाय म्हणून. त्याच्याशी लग्न करणं हे तुझं कर्तव्यच आहे.' अशा अर्थाचे शब्द ती वारंवार बोलू लागली.

एकेक आठवडा उलटत गेला आणि मी जास्तजास्त भयभीत होत चालले. मला माझ्या बहिणींचे संसार आठवत होते, त्यांच्या अंगावरच्या खपल्या, काळे-निळे डाग आणि वळ समोर येत होते. त्यांनी आईला हुंदके देत सांगितलेल्या; नवऱ्याने केलेल्या छळाच्या कहाण्या आठवत होत्या. 'पुरुष असेच असतात. त्याला सांभाळून घेणं, हेच तुझं कर्तव्य आहे.' हे ममचे शब्दही जसेच्या तसे आठवत होते. माझी झोप उडाली. माझा नवरा मला मारझोड करतो आहे आणि आईवडील मदत करायला नकार देत आहेत अशी दृश्ये नजरेसमोर तरळू लागली. आपलं आयुष्य हातातून निसटून चालल्यासारखं वाटू लागलं. मी ममला सांगितलं, ''मम, मला शाळेचं शिक्षण संपल्यावर युनिव्हर्सिटीत जायचं आहे.'' यावर ती फक्त हसली.

शाळेत मधल्या सुट्टीत मी गोऱ्या मुलींना बघायची. त्याकाळात स्कर्ट वरून दुमडायची फॅशन आली होती. त्या मुली युनिफॉर्मही तसाच दुमडून घ्यायच्या आणि खूपच तोकडा करून घालायच्या. माझं लक्ष असायचं. मुलं-मुली एकत्र गटागटाने उभे राहून हसत खिदळत गप्पा मारत असायचे. आपापसात लुटुपुटुची झटापट, मारामाऱ्याही चालायच्या. एखाद्या प्रेमी जोडीचं चुंबन दृश्यही क्वचित दिसायचं. त्यांच्यासाठी ते सगळं नेहमीचं होतं, पण मला असं काही करताना पाहिलं असतं तर ममने माझा जीवच घेतला असता.

माझ्या गोऱ्या मैत्रिणींचे, कोणत्या कॉलेजमध्ये जायचं की युनिव्हर्सिटीत शिकायचं याबद्दलचे बेत सुरू झालेले होते. त्या मला विचारायच्या, "तुला खरोखर इतक्या लहान वयात लग्न करावं लागणार का जसविंदर?"

मी म्हणायची, "नाही."

माझ्या मनात यायचं, वर्गातल्या इतर आशियाई मुलींच्या घरी पण माझ्यासारखेच लग्नाचे विचार चालले असतील का? पण त्यांना विचारण्याचं धाडस मला झालं नाही. कारण अशा विषयावर फक्त घरच्यांशीच बोलायचं असतं, हे माझ्या मनावर खोल बिंबवण्यात आलेलं होतं. कधीकधी मी कल्पना करून पाहायची की, समजा मी माझ्या टीचरना सर्व काही सांगून त्यांची मदत मागितली, तर...? पण हे तर आईने मला आत्तापर्यंत जे शिकवलं, त्या सगळ्यावर विरजण टाकल्यासारखं झालं असतं! 'कोण काय म्हणेल?' याची भीती एव्हाना मनात चांगलीच रुजली होती.

आणि मी धाडस करून टीचरना सांगितलं असतं, तरी ते त्यांना समजलं नसतं. लग्न करण्यासाठी म्हणून रोबीना भारतात गेली, ती सहा महिने तिकडेच राहिली होती. परत आल्यावर तिच्या टीचरनी तिला साधं विचारलं देखील नाही की, ती इतके दिवस कुठे गेली होती, कशाला गेली होती? फक्त सहा महिने गैरहजर असल्यामुळे त्यांनी तिला वरच्या वर्गात घातलं नाही. बस्स! ते काहीही असलं, तरी शाळेत असतानाच माझी आई माझं लग्न ठरवतेय, हे कुणालाही सांगायला मला लाजच वाटत होती. शिवाय सांगितलं तर माझ्या घरातले माझं काय करतील आणि समाजातले इतर लोक त्यांच्याविषयी काय बोलतील ही धास्ती मनात होतीच.

माझी अजिबात इच्छा नव्हती, तरी पण माझ्या लग्नाची तयारी जोरात सुरू झालेली होती. शाळेतून घरी आले की, समोरच माझ्यासाठी ठरवलेल्या नवऱ्याचा तो फोटो दिसायचा. जणू वटारलेल्या डोळ्याने माझ्याकडे पाहत असायचा, एव्हाना मी त्याचा बऱ्याच जवळून अभ्यास केलेला होता. तो दिसायला कुरूप होता. माझ्याहून बुटका होता. वयाने मोठा होता आणि केसांचा कट अगदीच गावंढळ होता. मला त्याचं नावही माहिती नव्हतं. कुणी मला ते सांगण्याचे कष्ट घेतले नव्हते. केव्हाही मी घरी आले की, मम खरेदीला गेलेली असायची. हळूहळू, मी

नवऱ्याकडे नेणार असलेली मोठी ट्रंक भरत आली. मला बरोबर न नेताच, ममने लग्नाच्या वेळी घालण्याचा लाल चमचमता पोशाखदेखील खरेदी करून आणला. मी तर तो पाहायलासुद्धा नकार दिला.

मला लग्न करायची इच्छा नाही, याची तिला थोडीसुद्धा पर्वा वाटली नाही. तिने तिच्या पाच मुलींची लग्ने या आधी करून दिली होती. तिच्या दृष्टीने मी काही वेगळं करण्याची गरजही नव्हती आणि तिला तशी शक्यताही वाटत नसावी. गिंडा आणि यास्मीनचं ही ममसारखंच मत होतं. त्या म्हणायच्या, 'तेरी फोल लगा या?' याचा अर्थ, 'तू काय आमच्यापेक्षा वेगळी आहेस? तुला काय फुलं लागली आहेत की काय?'

रोबीनासुद्धा त्यांच्याच बाजूची होती. "कर गं लग्न. त्याला काय होतंय? आम्ही सगळ्यांनी सुद्धा केलंच ना?" ती म्हणाली. मी त्याच माणसाशी लग्न करावं असा तिचा आग्रह होता. कारण तो तिच्या नवऱ्याच्या गावचा होता. त्याचा म्हणजे, नवतेज संघेराचा मित्रच होता तो. नवतेजला इंग्लंडला आणण्यासाठी केलेला तिचा अर्ज फेटाळला गेला, त्यामुळे तो जर्मनीला गेला होता. आता पुरेसे पैसे साठले की, तीही त्याच्याकडे फ्रँकफर्टला जाऊन राहाणार होती.

"अगं, तुझा नवरासुद्धा जर्मनीलाच जाणार आहे. मला नवतेज सांगत होता. तुझं त्याच्याशी लग्न झालं, तर आपण दोघी जर्मनीला एकत्रच राहू." तिने मला लालूच दाखवली.

ती हे गमतीगमतीत बोलत होती. पण मला मात्र, ती नवऱ्याला भेटायला भारतात गेली होती त्याच्या आधी काही दिवस घडलेला प्रसंग आठवला. त्या रात्री रोबीना हरवली होती. पहिल्यांदा ममला वाटलं, ही न विचारता मैत्रिणीला किंवा मित्राला भेटायला गेली, म्हणून ती भडकली. पण रात्री दहा वाजता सिगारेट प्यायला म्हणून डॅड बाहेर बागेत गेले, तर रोबीना दिसली. तिथे पडवीच्या मागच्या भिंतीशी दडून बसली होती. त्यांनी ममला बोलावलं. तिघांचं काहीतरी बोलणं चाललेलं होतं. रोबीनाचे हुंदके ऐकू येत होते. दोन तीनदा ती कळवळून 'प्लीऽऽऽज'! म्हणल्याचं ऐकलं. जराशाने तिघेही उदास चेहऱ्याने घरात आले.

रात्री आम्ही सगळ्या झोपलो होतो; तेव्हा रोबीनाने सांगितलं तिला लग्न करायची भीती वाटते, म्हणून ती रुसून बागेत लपलेली होती.

डॅड, माझ्या लग्नाबद्दल जास्त काही बोलले नाहीत. खरं म्हणजे ते एकटेच असे होते की लग्न करण्याकरता माझं मन वळवू शकले असते. कारण माझा त्यांच्यावर जीव होता आणि त्यांचीही माझ्यावर माया असल्याबद्दल माझी खात्री होती. पण त्यांनी सगळं आईवर सोडून दिलं होतं. कधीकधी ते दारू प्यायचे. 'बायरन'मधून पिऊन आल्यावर नेहमीच ते मोकळेपणी बोलायचे. अशा वेळी माझ्या

गालावर हलकी चापटी मारत म्हणायचे, "पुत्तर, या लग्नाला विरोध-बिरोध करून काही उपयोग नसतो बघ. सगळ्यांना लग्न हे करावंच लागतं. आम्हालासुद्धा करावं लागलं." पण एवढ्याचा माझ्यावर काही परिणाम झाला नाही. त्यांनी यासाठी आणखी प्रयत्न करायला हवे होते.

आईने तर माझं लग्न करायचा चंगच बांधलेला होता. तशी ती बरीचशी अंधश्रद्धा मानणारी होती. 'समजा घरातून बाहेर पडताना तुम्हाला शिंक आली, तर बाहेर न पडता घरात जाऊन काहीतरी गोड खायचं आणि मग बाहेर पडायचं...' वगैरे, वगैरे. या वेळी तिने डोक्यात घेतलं होतं की, कुणीतरी माझ्यावर करणी केली असावी किंवा एखाद्या भुताने मला झपाटलं असावं.

"मी सांगते चनन, पोरीला बाहेरची बाधा झालीय. कुणीतरी शाप दिलाय तिला. तो गुरुद्वाराच्या बाहेर बसलेला असतो ना म्हातारा, त्याचीच शंका येतेय मला. तुम्ही पाहिले आहे त्याला? अस्ताव्यस्त वाढलेली दाढी, कळकट कपडे... कधी धुतले असतील, काय माहिती? मी म्हणते, तिथे रिकामटेकड्यासारखं बसून, हेच उद्योग चालत असतील थेरड्याचे!"

मी माझं होमवर्क करत बसले होते – गणिताचं. 'व्हेन डायग्रॅम' काढायला सांगितलेलं होतं. मला तो टॉपिक खूप आवडला होता, त्यामुळे हे लक्षात राहून गेलं. आकृत्या काढायचं थांबवून, मी टेबलाजवळून उठले आणि स्वैपाकघराच्या दाराजवळ जाऊन उभी राहिले. हळूच आत डोकावून पाहिलं. ममचं, म्हणणं पटल्यासारखं दाखवण्यासाठी डॅड, मान हलवत होते. परिस्थितीच्या गांभिर्याचा अंदाज घेत असावेत. तिची माझ्याकडे पाठ होती. कमरेवर हात ठेवून, वडिलांकडे बघत ती पुढे बोलू लागली.

"तिचं वागणं चारचौघींसारखं नाही. काहीतरी विचित्रच वागत असते. मला सांगा, तसं कुणी झपाटल्याशिवाय का ती अशी सूड घेतल्यासारखं करत असेल? ते काहीनाही; तिच्या मानगुटीवर बसलेलं भूत उतरवलंच पाहिजे. मी असे उपाय करणारा माणूसही शोधलाय."

अचानक ती वडिलांच्या अगदी जवळ सरकून कुजबुजल्यासारखं बोलू लागली. मी ऐकण्याचा प्रयत्न केला. मधूनमधून 'हिंदू', 'समंध', गुरुवार असे शब्द ऐकू आले. तिथूनच बगळ्यासारखी मान लांब करून मी ऐकत उभी होते. तेवढ्यात ती वाकलेली सरळ झाली आणि नेहमीच्या आवाजात बोलू लागली, तशी मी पटकन मागे सरकून तिथून पसार झाले.

"चनन, हे फक्त आपल्या दोघातच ठेवायचं. मी मुलींनासुद्धा यातलं काही कळू देणार नाही."

तिने मलासुद्धा यातलं काही सांगितलं नाही. पण पुढच्या गुरुवारी मी शाळेतून

येतेय. तो पूर्वी कधीच न पाहिलेला स्कार्फ डोक्याला घट्ट गुंडाळून, ती दारात उभीच होती. मी जेमतेम दप्तर खाली टेकवलं की लगेच तिने माझ्याही डोक्याभोवती एक स्कार्फ गुंडाळून मला गुपचूप घराबाहेर काढलं.

"आपण कुठे चाललोय मम?" तिच्या हातात हात घालून रस्त्याला लागल्यावर मी विचारलं. ती खाली बघून चालत होती. मला उत्तर देताना देखील, ती माझ्याकडे वळली नाही की तिने नजरही वर केली नाही. "कळेल तुला लवकरच. चल भराभरा. उगीच इकडेतिकडे बघत चालू नकोस." तिने दबक्या आवाजात मला दटावलं.

घरापासून, साधारण वीस मिनिटे चालल्यानंतर आम्ही एका हिंदू मंदिरापाशी आलो. आमच्या मोहल्यातल्या कुणी आम्हाला इकडे येताना पाहू नये, पाहिलं तरी ओळखू नये म्हणून तिने डोक्याला स्कार्फ गुंडाळण्याची खबरदारी घेतलेली होती.

माझ्या अंगातलं भूत उतरवणारा, हिंदू भगत तिथे बसलेला होता. लांब पांढरी दाढी, कमरेला पंचा आणि अंगात सदरा. त्याने आईला माझी जन्मतिथी, जन्मवेळ, जन्मठिकाण, माझ्या आवडीनिवडी विचारून घेतल्या आणि मग माझ्यापुढे आरती ओवाळल्यासारखे हात ओवाळत तो म्हणाला, "आपण या त्रस्त समंधाला शांत केलं पाहिजे!"

मी मुक्यासारखी गप्प बसून होते. तो भगत, पंजाबीमधून जोरजोराने काहीतरी बडबड करत माझ्या दिशेने भुंकल्यासारखं करत होता.

"हे तुझं प्राक्तन आहे. विधिलिखित आहे. ते तुला भोगलंच पाहिजे. त्याला विरोध केलास, तर तुझ्या घरादाराला त्रास होईल. तुझ्यावर नाना तऱ्हेची संकटं येतील. जे तुझं कर्तव्य आहे, ते विनातक्रार पूर्ण कर. नाहीतर तुझा सर्वनाश होईल."

याचा अर्थ आईने, त्याला सगळी परिस्थिती अगोदरच नीट समजावून सांगितली असली पाहिजे.

घरी परतण्यापूर्वी त्याने मला एक हिरवी बाटली दिली आणि त्यातलं 'औषध' दिवसातून दोनदा पिण्यास सांगितलं. म्हणजे माझं 'डोकं ताळ्यावर' येणार होतं म्हणे! त्या बाटलीत फक्त साखरेचं पाणी असल्याचं कुणी मूर्खानेही सांगितलं असतं. पण मी ते घेतल्यामुळे आईचं समाधान होणार होतं म्हणून मी घेतलं; इतकंच!

त्यानंतर आई पुन्हा नव्या उत्साहाने लग्नाच्या तयारीला लागली. मी शाळेतून आल्यावर बघायचे, तर ती त्याच कापडांच्या नव्याने घड्या घालण्यात दंग असायची. त्यावर एकही सुरकुती राहू नये म्हणून दक्षता घेत असायची. तिने स्वत:साठी एक नवा सूट शिवला. तेव्हा मला वाटलं, ती पण माझ्याबरोबर भारतात येणार असेल.

तिच्याकडे बघताना मला फार विचित्र वाटायचं. स्वत:च्या आयुष्याकडे दुर्बिणीच्या उलट्या भिंगातून पाहिल्यासारखं काहीतरी... म्हणजे बेत माझ्या लग्नाचे चालायचे, पण मला सामील केल्याशिवाय परस्परच ती सगळं करून टाकत होती. मी त्याकडे दुर्लक्ष करायचा प्रयत्न केला. ते सगळं मनावर न घेण्याचा प्रयत्न करू लागले. मला स्वत:वरती फार ताबा ठेवावा लागत होता; नाहीतर पोटातली भीती गळ्याशी येऊन माझा श्वासच घुसमटायची वेळ यायची.

एका रात्री, या सगळ्याचा कडेलोट झाला. मी जेवण झाल्यावर हॉलमध्ये आले तर गिंडा, माझी एक आंटी आणि मम, सगळ्याजणी ती ट्रंक उघडून एकेका ड्रेसचं कौतुक करण्यात रमून गेलेल्या! त्या क्षणी मला ते सगळं इतकं खरं आणि गळ्याशी आल्यासारखं वाटलं की, आपण आता काहीतरी केलंच पाहिजे हे प्रकर्षाने जाणवलं.

मी ताडकन म्हणाले, "मम, मी आत्ता लग्नबिग्न करणार नाहीये हं! शाळेचं शिक्षण पूर्ण करून, मी कॉलेजमध्ये जाणार आहे."

झालं! एका परक्या बाईसमोर ही मुलगी मला उलट उत्तर देऊ शकते? तेही इतक्या उद्धटपणे, आपली गृहछिद्र चव्हाट्यावर आणू पाहतेय? हिची एवढी हिम्मत...? ममच्या तळपायाची आग मस्तकात पोहोचली. तिने हातातली शिवणकामाची जड कात्री त्वेषाने मला फेकून मारली. फार वेगाने ती माझ्या दंडावर बसली. माझा जीव कळवळला.

मम किंचाळत, रडत-गागत त्या आंटीला सांगू लागली "बघितलंत मला कशाकशाला तोंड द्यावं लागतं? सात-सात मुलींचं ओझं माझ्या डोक्यावर असताना, कशी निर्लज्जपणे बोलतेय पाहिलंत?" ती आंटीपण रडू लागली आणि मला म्हणाली, "असं बोलू नये बेटा! बघ बरं तुझ्या आईला किती त्रास होतोय ते? तू आपली शहाण्या मुलीसारखी लग्नाला तयार हो बरं!"

मलाही खूप रडू येऊ लागलं. रडतरडत मी तिथून निघून गेले. जाताना दरवाजा धाडकन आपटला. मनातला राग दरवाजावर काढला.

दुसऱ्या दिवशी, मी गिंडाकडे राहायला गेले. आई मला मधूनमधून तिच्याकडे पाठवीत असे. जाताना म्हणायची, "जा जरा तिच्याकडे जाऊन राहा. थोडीतरी अक्कल येईल डोक्यात!"

लहान असताना, मला गिनकडे जाऊन राहायला आवडत असे. ती आणि मी दोघीच असणं मला आवडायचं. पण अलीकडे आमच्या दोघींच्यामध्ये अवघडलेली शांतता असायची. ती माझ्या लग्नाबद्दल बोलायची नाही. त्यात बोलण्यासारखं काय होतं? तिच्या दृष्टीने ती एक अटळ घटना होती. त्यावर चर्चा करून, काही बदल होण्यासारखा नव्हता.

मला वाटलं, गिंडाने आपल्याला आता सोडून दिलंय. वास्तविक, प्रत्यक्षात तिनेच मला वाढवलेलं होतं. लहान असताना तीच मला अंघोळ घालायची. मला पहिल्यांदा मासिक पाळी सुरू झाली, तेव्हा तिनेच मला सगळं समजावून सांगितलं होतं आणि धीर दिला होता. त्यात ममचा कोणताच सहभाग नव्हता. जीवनातल्या अनेक गोष्टींविषयीचं प्राथमिक ज्ञान मला गिंडाकडून मिळालं होतं. आता मात्र ती तिची प्रापंचिक कर्तव्ये, कुटुंबाची प्रतिष्ठा आणि सामाजिक पत सांभाळण्यात गुंतल्यामुळे तिचं माझ्यावरचं लक्ष उडालं होतं. त्या रात्री, मी अत्यंत अस्वस्थ मन:स्थितीत त्यांच्या वरच्या मजल्यावर गेले. मनात रागही धगधगत होता. मला वाटत होतं माझी फुफ्फुसं एका बंद पिंजऱ्यात अडकली आहेत त्यांना ओरडून, किंचाळून मोकळं करावं.

गिंडाच्या, बाथरूममध्ये वरच्या बाजूला एक शेल्फ होतं. तिथे ती शाम्पू, क्रीम वगैरे ठेवायची. तिथेच शेजारी एक पॅरॅसिटॅमॉल गोळ्यांची बाटलीही ठेवलेली असायची. त्यादिवशी मला काय वाटलं कुणास ठाऊक, मी ती बाटली घेतली, उघडली आणि त्यातल्या दोन गोळ्या हातावर घेतल्या. मग आणखी दोन घेतल्या. पुन्हा दोन काढल्या. असं करता-करता शेवटी आठ काढल्या की दहा? काही समजेना. त्या गोळ्यांच्या जागी; मला ममचा चेहराच दिसायला लागला. ती छाती बडवून घेत रडत होती. मी भसकन त्या सगळ्या गोळ्या तोंडात कोंबल्या आणि नळाला तोंड लावून पोटभर पाणी पिऊन घेतलं आणि सरळ पलंगावर जाऊन झोपले.

पडल्या-पडल्या आपल्याला काय होतंय त्यावर लक्ष ठेवलं होतं. दहा मिनिटांनंतर मला पोटात ढवळायला लागलं तशी मी घाबरले. डोकंही गरगरत होतं. पलंगावरून उतरून कशीबशी जिना उतरून खाली गेले.

"गिन," मी कुजबुजले.

तिने टी.व्ही. च्या पडद्यावरची नजर न काढता म्हटलं, "काय गं?"

"गिन, मला वाटतं मी पॅरॅसिटॅमॉलच्या जास्तच गोळ्या घेतल्या गं! मला कसंतरीच व्हायला लागलंय."

गिंडा गर्रकन माझ्याकडे वळली. "काय सांगतेस कार्टे? पॅरॅसिटॅमॉल घेतलंस तू? किती गोळ्या घेतल्यास? बाटली रिकामी केलीस का?"

खांद्याला धरून, ती माझ्या चेहऱ्याकडे निरखून पाहू लागली. जणू काय माझे डोळे आणि चेहरा तिच्या प्रश्नाचं उत्तर देणार होते. "मूर्ख मुली, ताबडतोब मला कुणाचीतरी मदत घ्यावी लागेल." मला तिथंच सोडून ती बाहेर पळाली.

तिने शेजारच्या दरवाज्यावर थाप मारल्याचा, कुणीतरी दार उघडल्याचा आणि मग हलक्या आवाजात बोलल्याचा आवाज आला. तिसऱ्याच मिनिटाला ती

'एलीन' नावाच्या बाईला घेऊन आली. मी तिला ओळखत होते. ही गिंडाची मुलं सांभाळायची. ती लंडनला राहायची आणि तिला खूप खूप गोष्टी यायच्या. एकदा गिंडा ऐकत नाही असं पाहून ती मला म्हणाली होती, 'पण ज्याच्याशी ओळखदेख नाही अशा माणसाशी तू का लग्न करतेस?'

ती घरातल्या स्लीपर्स घालून आली होती. केसांना रोलर्स लावलेले होते; त्यावरून एक गुलाबी स्कार्फ गुंडाळला होता. तिची संध्याकाळ खराब केली म्हणून ती रागावेल असं वाटलं होतं. मी तिच्याकडे शरमल्या नजरेने एकवार पाहिलं तेव्हा लक्षात आलं की, तिला माझ्याविषयी सहानुभूती वाटत होती.

''तू जरा वर जाऊन ती गोळ्यांची बाटली चेक कर. तोपर्यंत मी किटलीभर पाणी तापवते. एलीन, एका पायाने पांगळी होती. तशीच खुरडत-खुरडत वर जाऊन बाटली घेऊन आली. ती अर्धी भरलेली होती. तोपर्यंत गिंडाने माझ्याकरता एक कप ब्लॅक कॉफी तयार केली. ती पीत असताना, तिने मला सांगितलं की आता उभीच राहा. झोपायचं नाही. पुढच्या एका तासात तिने मला तीन कप कोरी कॉफी पाजली आणि झोपू दिलं नाही. एलीनच्या मदतीने हॉलमध्ये फेऱ्या घालायला लावल्या. शेवटी मध्यरात्र उलटून गेल्यानंतर त्यांनी मला झोपायला पाठवलं.

मी पायऱ्या चढत असताना सुस्कारा टाकत गिंडा म्हणाली, ''काही-काही बदलणार नाही, जस! लवकर मोठी हो! आणि वस्तुस्थितीला तोंड द्यायला शीक.''

६

त्या काळात माझी सर्वांत आवडती व्यक्ती होती 'अवतार'. तिच्याशी माझा अजूनही संपर्क होता. एका शनिवारी मी, ममचा निरोप पोहोचवण्यासाठी कुठे तरी चालले होते, तेव्हा अचानक ती पुन्हा भेटली. थोडा वेळ 'तू कशी, मी कशी' मध्ये गेल्यावर, तिने हलकेच मला प्रश्न विचारला, ''तुझं लग्न ठरलंय ना?'' मला खूप आश्चर्य वाटलं. मी सरळ तिच्या नजरेला नजर देत म्हटलं, ''होऽ'' त्यावर ती हळूच म्हणाली, ''माझंसुद्धा ठरलंय.''

त्यानंतर मी तिला बरेचदा भेटले. अवतारनं तिचं लग्न वेगळ्या पद्धतीने स्वीकारलं होतं. मला तसं कधीच जमलं नसतं.

''माझा नवरा दिसायला देखणा आहे'' असं म्हणत, तिने खांदे उडवले. माझा दंड धरून खिदळत सांगू लागली, ''ते काहीही असलं ना जस, तरी लग्न करायला

इंडियात जाईपर्यंत मी मजा करून घेणार आहे. तुला तो माझा बॉयफ्रेंड माहितीय ना, तो गं, व्हायोलेट स्ट्रीटवर राहतो तो....''

अशी होती अवतार. 'हॅपी गो लकी, मिश्कील आणि माझ्यापेक्षा कितीतरी धीट.' तिचे आईवडील माझ्या आईवडिलांसारखेच कडक होते, पण कधीकधी काहीही करून ती त्यांच्या तावडीतून निसटायचीच. तिला तीन बहिणी आणि पाच भाऊ होते. ते भाऊ समर्थपणे तिची इज्जत सांभाळत होते. तिने कुणा मित्राला घरी आणलं किंवा लो-कट ब्लाऊज घालून बाहेर गेली, तर ते तिची चांगलीच मरम्मत करीत. पण ते सर्वजण आपापल्या उद्योगात असत आणि ही गुपचूप खालच्या मानेने राहात असल्यामुळे 'बडबड्याचा बोभाटा आणि गरीब घेई चिमटा' या न्यायाने तिचे 'गुपचूप धंदे' खपून जायचे. हे प्रकार माझ्या आईला कळले असते, तर तिने मला कधीच अवतारशी मैत्री करू दिली नसती. पण यातलं काही तिला माहिती नसायचं. त्यामुळे तिला एकच गोष्ट खटकत असे. ती म्हणजे, अवतारचं कुटुंब आमच्याहून खूप खालच्या जातीतलं होतं. ते चांभार होते. ममने, पहिल्यापासून आम्हाला कधी चांभारांशी मैत्री करू दिलेली नव्हती. खूप वर्षांपूर्वी मी तिला यावरून छेडलं होतं. मी म्हटलं की, आपल्या शेजारच्या चांभार कुटुंबातले लोक तर आपल्याच गुरुद्वारात जातात. मग मी त्यांच्या मुलीशी का खेळायचं नाही? यावरून आईने मला मारलं देखील होतं, पण या प्रश्नाचं उत्तर मला मिळालं नाही ते नाहीच.

असं असूनही, तिने मला अवतारबरोबरची मैत्री तोडायला कसं सांगितलं नाही कोण जाणे! कदाचित तिचे आईवडील आमच्यासारखेच कडक होते आणि धाकात ठेवायला भाऊ होते, म्हणून असेल. पण तिने माझ्या आणि अवतारच्या मैत्रीला विरोध केला नाही. शाळेनंतरही ती, मला अवतारच्या घरी जाऊ द्यायची. अर्थात जाण्यापूर्वी मला ममची परवानगी घ्यावी लागायची. कशासाठी जाणार आहे, किती वाजता परत येणार आहे, हे सगळं सांगावं लागायचं. मात्र सांगितलेल्या वेळेपेक्षा मी पाच मिनिटेही कधी उशीर केला नव्हता. कारण, कधी नव्हे ते मिळालेलं स्वातंत्र्य मला गमवायचं नव्हतं.

अवतारचे, आईवडील दोघेही कामावर गेलेले असायचे. तिच्या सर्व भावांनाही नोकऱ्या होत्या. त्यामुळे घरात आम्ही दोघीच असायचो. भरपूर टी.व्ही. बघायचो. पण चुंबनदृश्य सुरू झालं की, लगेच चॅनेल बदलायचा असं आमच्या घरच्यासारखं न करता सर्व दृश्ये संपूर्ण, चवीचवीने बघायचो. तिच्या भावांच्या संग्रहातल्या गाण्यांच्या रेकॉर्ड्स चोरून ऐकत बसायचो आणि अखंड गप्पा मारायचो.

एके दिवशी, आम्ही त्यांच्या हॉलमध्ये गेलो तर तिचा एक भाऊ सोफ्यावर पसरला होता. त्याच्या छातीवर कॉफीचा कप होता. आम्हाला पाहून तो पहिल्यांदा हलला नाही. पण माझ्याकडे खूप वेळ रोखून पाहतच राहिला. शेवटी मीच लाजून

नजर वळवली. मग गिरकी घेतल्यासारखे, गोलाकार पाय फिरवत तो उठून उभा राहिला आणि माझ्याकडे बघून आळसावल्यासारखं हसला.

"हाय! मी जस्सी. तुम्ही दोघी बसा इथे निवांत, मी निघालोच आहे बाहेर."

तो गेल्यावर अवतारने माझ्याकडे पाहिलं. अक्षरश: मोठ्ठे डोळे विस्फारून आणि मग ती मिश्किलपणे हसू लागली.

"तर हा माझा देखणा भाऊ! अर्थात तुला कसा वाटला, ते विचारायची गरजच नाही म्हणा! तुझा गुलाबी चेहराच सांगतोय मला!"

याच्यानंतर जे काय घडलं ते; अवतारमुळेच. तिनेच पुढाकार घेऊन ते सगळं घडवून आणलं.

"जस्सी, तुझ्याबद्दल मला विचारत होता, जस! तू त्याच्या मनात भरलेली दिसतेयस." ती उत्तेजन द्यायची.

"जस्सी, जरा जसविंदरशी बोलत बसतोस का? मी चहा करून आणते तोवर बस ना इथे थोडा वेळ! प्लीऽज?" असं म्हणत ती आम्हा दोघांना एकटं सोडून जायची.

आमच्या दोघांच्यामध्ये ती जणू मध्यस्थाचीच भूमिका करत असायची. पण हे सगळं नंतर. सुरुवातीच्या दिवसात, ती स्वैपाकघरातून चहा करून आणीपर्यंत आपण एकट्याच जस्सीबरोबर बसलो आहोत; हे सुद्धा किती रोमांचकारी वाटायचं! त्यापूर्वी माझे वडील किंवा सख्खा भाऊ बलबीर यांच्याव्यतिरिक्त कुणाही पुरुषाबरोबर मी अशी एकटी बसलेली नव्हते. कुणा परक्या मुलाबरोबर कधी बोललेही नव्हते.अगदी शाळेतसुद्धा नाही. पण जस्सीने सगळं इतकं सोपं करून टाकलं होतं. तो अगदी सहज, मित्रत्वाने बोलायचा आणि मी जे बोलायची त्यात रस घेऊन ऐकायचा. त्यामुळे मला वाटायला लागलं, आपण याच्याबरोबर तासन्तास बोलत बसू शकतो.

त्यानंतर मी जितकं जास्तीत जास्त वेळा अवतारकडे, जाता येईल तितकं जायला सुरुवात केली. मम आणि डॅडना माहिती असायचं, मी कुठे आहे ते. त्यांनी कधी हरकत घेतली नाही त्यामुळे मला वाटायला लागलं, 'आपण काही त्यांना फसवत नाही आहोत.' जस्सीबरोबर मला सुरक्षित असल्यासारखं वाटे. तो माझ्याहून वयाने मोठा होता. आमची भेट झाली तेव्हा तो एकवीस वर्षांचा असेल. डर्बीमधल्या एका इंजिनिअरिंग फर्ममध्ये नोकरीला होता. शिवाय तो उत्तम बॉक्सर होता. अवतार सांगायची, तो जवळजवळ व्यावसायिक बॉक्सरच (मुष्टियोद्धा) झालेला आहे. माझ्या घरामध्ये मला कोणत्या परिस्थितीतून जावं लागत होतं, हे सगळं मी त्याला सांगून टाकलं तेव्हा माझं मलाच आश्चर्य वाटलं. त्याने देखील ते गंभीरपणे ऐकून घेतलं. हसण्यावारी नेलं नाही किंवा 'हे असंच असतं. तुला त्यातूनच जावं लागेल'

असं सुद्धा काही सांगितलं नाही. त्यामुळे मी जास्तच चकित झाले होते. मी बोललेलं सगळं तो शांतपणे ऐकून घेत असे आणि पूर्णपणे सहानुभूती दाखवे. त्यापूर्वी कुणीच माझ्याकडे इतकं लक्ष दिलेलं नव्हतं.

आमची भेट होऊन, साधारण महिना झाला असेल. अशीच एकदा संध्याकाळी त्यांच्या घरून निघताना त्याने विचारलं, "माझ्याबरोबर फिरायला येशील?"

क्षणभरही विचार न करता मी उत्तरले, "होऽऽऽ!" माझ्या चेहऱ्यावर एकदम हसू पसरलं; आनंदाने गाल आणि कानशिलं तापल्याचं मला जाणवलं. खुशीने त्याचाही चेहरा उजळून उठला. आम्ही त्यांच्या दरवाजाशी उभे होतो. त्याचा हात दरवाजाच्या मुठीवर होता. त्याने सहजच माझी वाट अडवली होती.

"अवतार सांगेल तुला, कुठे भेटायचं ते." असं म्हणून त्याने पटकन पुढे झुकून माझ्या ओठांचं ओझरतं चुंबन घेतलं. त्या उष्ण स्पर्शाने मी उभी थरारले! क्षणभर आम्ही एकमेकांकडे बघत भारल्यासारखे उभे होतो. पुढच्याच क्षणी त्याने दार सताड उघडलं आणि हलकेच मला ढकलल्यासारखं करत म्हणाला, "बाय बाय!"

दुसऱ्या दिवशी, अवतार सारखी खुदुखुदु हसत होती आणि आमच्या भेटीचा आडूनआडून उल्लेख करत होती. "मी तुला शुक्रवारी संध्याकाळी बरोबर साडेसहाला फोन करीन. आपण माझ्या घरी जाण्यासाठी म्हणून निघायचं आणि घराजवळच्या कोपऱ्यावर आलो की तू, जस्सीच्या कारमध्ये बसून जायचंस."

"पण शुक्रवारी संध्याकाळी मी घरी नसते. प्रेस्टोमध्ये कामाला जाते."

"त्यांना सांगायचं. मला बरं वाटत नाही, मी काम नाही करू शकणार."

"हॉऽ आणि आई पैशाचं विचारील तेव्हा?"

"एक दिवसाचे असे किती पैसे मिळत असतील तुला? जास्त नाही ना? तेवढे जस्सी देईल तुला. त्याला पुष्कळ पैसे मिळतात."

ती सगळं इतकं खात्रीनं सांगत होती की, मी काहीच बोलू शकत नव्हते. मी जणू उत्साहाच्या बुडबुड्यावर बसून तरंगत, खऱ्या जगण्यापासून दूर दूर चालले होते.

झालं! शुक्रवारची संध्याकाळ उजाडली. मी बाहेर जाण्यासाठी नट्टापट्टा करत असतानाच, ल्यूसी खोलीत येऊन पलंगावर बसली.

"तू प्रेस्टोमध्येच चाललीस ना? मग मेकअप कशाला करतीयस?"

मी मस्कारा लावण्यात गढून गेल्याचं नाटक करत होते.

"हंऽऽऽ! आज प्रेस्टोत नाही जाणार वाटतं. नवी पँट आणि शर्टही नवाच आहे तुझा! कुठे चाललीयस? काय चाललंय काय तुझं जस?"

मी वळून पाहिलं नाही. तरीसुद्धा माझ्या कपड्यांकडे पाहणारी तिची चाणाक्ष नजर मला जाणवली होती.

“कुणाला तरी भेटायला चाललीयस तू! नक्कीच. मी ओळखलंय. कोण आहे गं तो? सांग ना मला!”

माझा मस्कारा लावून झाला. ब्रश खाली ठेवून मी तिच्याकडे वळले.

“बरोबर आहे तुझं. कुणाला तरी भेटायलाच चाललेय. पण आता जास्त प्रश्न विचारू नकोस. कळलं?”

आणि तिने प्रश्न विचारले नाहीत. दोघींनाही माहिती होतं, प्रश्न न विचारलेलेच बरे. काही माहितीच नसलं, म्हणजे 'सांगितलं का नाहीस?'चा त्रासच नाही. समजा कुणी विचारलं, अगदी माराचा धाक दाखवला तरी माहितीच नसल्यावर सांगणार काय?

जस्सीबरोबर, घालवलेली ती पहिली संध्याकाळ! म्हणजे अक्षरशः 'जादूई संध्याकाळ' होती. अगदी अवतार म्हणाली होती तशीच. आम्ही तिच्या घराकडे जायला निघालो. कोपऱ्यावर जस्सी, त्याच्या जांभळ्या 'एस्कॉर्ट' गाडीत बसून माझी वाट पाहत होता. त्याने त्याच्या शेजारचं सीट एकदम मागे घेऊन ठेवलेलं होतं म्हणजे मी आत बसून मागे रेलले की, कुणीच मला पाहू शकणार नव्हतं. हे असं करावं लागतं, हे त्याला माहितीच होतं. मला सांगावं लागलं नाही. आमच्या आशियाई समाजात सगळ्या मुलामुलींना स्वतःची प्रेमप्रकरणे चोरून लपवूनच करावी लागायची.

पंधरा मिनिटे गाडी चालवल्यानंतर, आम्ही आशियाई मोहल्ल्याच्या बाहेर पडलो. त्याने 'मार्केईटन पार्क'च्या बाहेर गाडी उभी केली. यापूर्वी फक्त एकदा किंवा दोनदा मी घरच्यांबरोबर इकडे आले होते. आम्ही गाडीतून उतरलो. त्याने माझ्या खांद्यावर हात टाकला आणि आम्ही गर्दीपासून दूर, जंगलासारख्या दाट झाडी असलेल्या भागात गेलो. झाडांतून झिरपणारा हिरवा मंद प्रकाश वातावरण धूसर करत होता. थंडीमुळे मी शहारले. त्याबरोबर जस्सी मला बिलगून चालू लागला. बागेत इतके कमी लोक होते की, आम्हाला पक्षांचा साद-प्रतिसादाचा खेळ स्पष्टपणे ऐकू येत होता. खालच्या ओल्या गवतावर आमच्या पावलांचे रुपेरी ठसे उमटत होते. आनंदाने माझं मन इतकं ओतप्रोत भरलं होतं की मला धड श्वासही घेता येत नव्हता.

परत येताना, आम्ही मुलांच्या खेळांपाशी थांबलो. जस्सीने मला झोक्यावर बसवून उंच-उंच झोके दिले. मी हसू लागले. तसतसा झोका उंच-उंचच जात राहिला. शेवटी मी घाबरले आणि मोठमोठ्याने ओरडत त्याला झोका थांबवण्यासाठी विनवू लागले. तेव्हा कुठे त्याने झोका थोडा थांबवला आणि त्याच्या दोन्ही बाजूच्या साखळ्या पकडल्या. मी झोक्यावरच बसून स्वतःला थोडं शांत करत होते. तेवढ्यात तो पुढून माझ्या अंगावर वाकला आणि त्याने माझे ओठ स्वतःच्या ओठात

घेतले. या वेळी आम्ही काही वेळ एकमेकांच्यात व्यवस्थित गुंतलो होतो. मला वाटलं, मी आता विरघळून जाणार!

रात्री दहा वाजेपर्यंत मला घरी पोहोचायला पाहिजे होतं. जस्सीच्या, घरापासून मी चालतच माझ्या घरी जायचं असं आम्ही ठरवलेलं होतं. कारण, माझ्या घराच्या आसपास त्याने येणं धोक्याचं ठरू शकत होतं. आईला पगाराबद्दल काय सांगावं? या काळजीत मी होते. पण अवतारने त्याला त्या विषयी कल्पना दिली असावी, कारण माझा निरोप घेण्यापूर्वी त्याने खिशातून पैसे काढले आणि मोजून सव्वा सहा पौंड माझ्या हातावर ठेवले. म्हणाला, ''घे! आईला खूश कर.''

एव्हाना आम्ही आशियाई मोहल्ल्यात पोहोचलो होतो. त्यामुळे त्याने घाईघाईने माझा चेहरा ओंजळीत घेऊन 'गुडनाईट किस' घेतला.

त्यानंतर, त्या उन्हाळ्यात आम्ही अनेकवेळा 'मार्केईटन पार्क'मध्ये गेलो; पण पहिली भेट ही अशी होती. ती जागा आम्हाला आवडत असे; कारण तिथे आम्ही आशियाई लोकांच्या नजरेआड असल्यामुळे सुरक्षित वाटायचं. याच ठिकाणी प्रथम जस्सी मला म्हणाला होता, 'आय लव्ह यू!' आणि मी उत्तर दिलं होतं, 'आय लव्ह यू टू!' त्या वेळी मला त्याचा अर्थ नीट कळला होता की नाही, कोण जाणे! 'या माणसाबरोबर आपण जन्मभर राहावं आणि याच्या मुलांची आई व्हावं' असा विचार तर तेव्हा माझ्या मनात नक्कीच नव्हता. पण त्याच्याबरोबरच्या भेटीगाठी चालू ठेवाव्यात असंही मला वाटायचं. त्या क्षणी त्याचा सहवास मला सर्वांत महत्त्वाचा वाटायचा. माझं वय होतं पंधरा; मला एक 'बॉयफ्रेंड' मिळाला होता आणि त्याच्या सहवासात माझं कर्तव्य, कुटुंबाची प्रतिष्ठा आणि टेबलावरच्या फोटोतल्या नवऱ्याबरोबरचं भावी आयुष्य, या सगळ्या गोष्टींचा मला विसर पडला होता. बस्स! मला वाटतं; जस्सीबरोबर घालवलेले ते दिवस म्हणजे माझ्या आयुष्यातला सर्वांत मस्त बिनधास्त काळ होता.

त्या आनंदाने मला पूर्ण बेफिकीर करून टाकलेलं होतं. मार्केईटन पार्कच्या मधोमध एक तलाव आहे. त्याच्या अरुंद झालेल्या भागावर मधेमधे स्टेपिंग स्टोन्स बसवलेले आहेत. एका संध्याकाळी आम्ही तिथे गेलो, तर जस्सीने त्या दगडांवरून चालत तलाव पार करायची 'टूम' काढली. जीन्स गुडघ्यापर्यंत वर दुमडून, तो हात पसरून अत्यंत सावकाश, काळजीपूर्वक तोल सावरत त्या दगडांवरून चालत होता. मध्यभागी आल्यानंतर त्याने मलाही तिथे बोलावून घेतलं. मी काठावर उभी राहून हसत-हसत पाहत होते. मात्र त्या दगडावर, मी पहिलं पाऊल टाकलं आणि त्या शेवाळलेल्या बुळबुळीत स्पर्शाने शहारलेच! माझ्या तोंडून किंचाळी बाहेर पडली.

''ये! ये! मी सांगतोय ना. अगदी सोप्पंय, चल ये!'' असं म्हणून जस्सीने जणू

मला आधार देण्यासाठी एक हात लांब केला.

मी पहिल्या तीन दगडांवरून अगदी गोगलगायीच्या गतीने गेले. अगोदर नीट पाय टेकवून खात्री करून, मगच पूर्ण शरीराचा भार टाकत होते. पण चौथ्या दगडावरून मी जस्सीचा हात पकडण्यासाठी पुढे वाकले आणि तिथंच घोटाळा झाला.

धप्प! आमची स्वारी पाण्यात!

पाणी जास्त गार नव्हतं, पण गढूळ होतं आणि त्यात असंख्य पाणवेलींचा गुंता होता. डोक्यापासून हिरवं शेवाळं आणि वेलींचा बुळबुळीत पसारा पांघरूनच मी उठून उभी राहिले. जस्सी जोरजोरात हसू लागला. मलाही हसू येत होतं. एकीकडे तोल सावरत; मी त्याच्या अंगावर पाणी उडवू लागले. असाच खेळ थोडा वेळ चालल्यानंतर, मी थंडीने काकडू लागले. मग जस्सीने मला हात देऊन बाहेर काढलं.

"बापरे! ममने, मला अशा स्थितीत पाहिलं तर आपलं बिंगच फुटेल!"

केसातून पाणी ठिबकत होतं. ओले कपडे अंगाला चिकटले होते. पायाखाली गवतात पाण्याचं थारोळं साचलं होतं. ते पाहताना मला हसता-हसता, रडायला येऊ लागलं. माझ्या केसात अडकून बसलेल्या पाणवेली काढत असताना, जस्सी प्रयासाने येणारं हसू दाबत होता.

"हे, घे! ओला टॉप काढून, हे घाल अंगात." त्याने आपलं जंपर काढून माझ्यापुढे धरलं.

"नाही, नाही. याच्याबद्दल ममला काय सांगू? नको बाबा उगीच!"

"काही नाही गं! कुणी पाहत नाही असं पाहून, पटकन घरात शिरायचं आणि आपल्या खोलीत पळायचं."

"बाप रे! घड्याळात बघ. आज आपल्याला नक्की उशीर होणार जस्सी. चल, चल. आत्ता या क्षणी निघालं पाहिजे. चल लवकर!"

त्या दिवशी त्याने मला घराच्या अगदी जवळ सोडलं. धोकाच पत्करत होतो आम्ही, पण इलाज नव्हता. पाण्याने निथळत रस्त्याने मी चालणार कशी? पळतच घरापर्यंत गेले. जस्सी निघून गेला. सारं काही आलबेल होतं. फक्त माझ्या हृदयाची धडधड मला खूप जोराने ऐकू येत होती. ओला, थरथरता हात मी मुख्य दरवाजाच्या हँडलवर ठेवला. आवाज न करता फिरवायचा प्रयत्न केला. मनात विचार येत होते. दरवाजा आतून बंद केला असेल तर आपण मेलो! पण नाही. दरवाजा फक्त ओढून घेतलेला होता. देवा! तुझी लीला अगाध आहे!

श्वास रोखून, दरवाजा उघडला आणि अलगद आत सरकले. खाली वाकून चालू लागले. आतल्या दरवाजाच्या काचेतून कुणाला दिसू नये म्हणून. हॉलमधल्या

टी.व्ही.चा आवाज येत होता. 'देवा, मम टी.व्ही. पाहत असू दे!' प्रार्थना चालूच होती. भिंतीचा आधार घेत, मनाचं अवसान एकवटलं आणि जिन्यावर झेप घ्यायचं ठरवलं. तीन... दोन... एक आणि मी जिन्याच्या पहिल्या पायरीवर होते! पुढचं दारही मी बंद करत बसले नाही. धावत जिना चढू लागले.

"जसविंदर, तू आलीस का?" ममचा आवाज कानांवर आदळला.

"हो, हो! घाईची (लघवी) लागलीय. वरती जाते आधी." एकेका वेळेला दोन-दोन पायऱ्या चढत मी उत्तर दिलं. घाईघाईत बाथरूममध्ये शिरले. ओले कपडे काढून फेकले आणि अंघोळीच्या पाण्याचे नळ चालू केले. सुखरूप सुटका झाल्यानंतर, मला एकदम थकवा जाणवू लागला.

७

जस्सीच्या आणि माझ्या मैत्रीबद्दल ममला, कधी ना कधी समजणारच होतं तरी मी स्वत: माझ्या तोंडाने तिला ते सांगेन असं मला स्वप्नातही वाटलं नव्हतं. पण मी इतकी बेचैन झाले होते आणि आता ठरलेल्या लग्नापासून वाचण्याचा दुसरा कोणताही मार्ग नाही, असं तीव्रतेने वाटल्यामुळे मी ममला सांगून टाकलं.

शनिवारची दुपार होती. माझ्या काही आंटी – ममच्या मैत्रिणी सहज भेटायला आलेल्या होत्या. "माझी मुलगी आपल्यासाठी चहा करून आणील हं! आणतेस ना जसविंदर? खरंच इतका मस्त चहा करते ही! माझी खात्री आहे, अस्सा छान संसार करेल माझी बाई! भरपूर बडीशेप घाल हं सोन्या चहात." मम म्हणाली.

मी, त्या कुचाळक्या करत बसलेल्या बायकांच्या मधून चहाचा ट्रे फिरवत असताना; माझी आई नुसती गर्वाने फुगून गेली होती! आणि मी त्या ज्येष्ठ स्त्रियांच्या पुढे झुकून आदराने हसत, नजर जमिनीकडे लावून, आईने पढवल्यानुसार वावरत होते.

"जसविंदर आता लवकरच जर्मनीला जाऊन लग्न करून येईल. फार चांगला मुलगा मिळाला आहे. आम्ही खूश आहोत!" मम म्हणाली. तिने उठून टेबलावरचा फोटो, हावरटपणे मैत्रिणींच्या पुढे केलेल्या हातात ठेवला. आत्तापर्यंत आईच्या इतक्या मैत्रिणींनी तो अस्सा नि तस्सा! बघता, बघता उलटासुलटा हाताळला होता की, पार चुरगाळून गेला होता. पण मी पकडलेला बकरा कसा आहे, ते आजमावण्या करता बहुधा ते आवश्यकच असावं.

"अरे वा! बघ जसविंदर! कसा छान हसतोय तो. आता लवकरच तूही त्याच्याबरोबरीने अशीच हसायला लागशील अं?" धन्ना आंटी म्हणाली.

"लवकरच." ममने सांगितलं होतं. 'लवकरच, पण किती लवकर? केव्हा? मला किंचाळावंसं वाटत होतं,' 'मला नाही करायचं लग्न! तुम्ही माझ्यावर का म्हणून जबरदस्ती करताय? मी नाही जाणार जर्मनीला.' पण मी किंचाळले नाही. काहीच बोलले नाही. समंजस, सोशीक, कर्तव्यदक्ष मुलीप्रमाणे गप्प बसून राहिले.

मनाचा प्रचंड गोंधळ उडाला होता. आणखी थोड्याच दिवसांनी शाळेला सुट्ट्या लागणार होत्या. त्यामुळे मला खूपच अस्वस्थ वाटायला लागलं होतं. दरवर्षी सुट्टीत एक-दोन आशियाई मुली गायब होत असत. त्या वेळी, त्या जायच्या म्हणून तरी बरं होतं. शाळेला दांड्या मारण्याचा प्रश्न येत नव्हता आणि आमच्या शिक्षिकांनी दररोज त्यांच्या नावापुढे दोषारोप केल्यासारखा 'गैरहजर'चा शेरा मारून, ते भलमोठं काळं रजिस्टर आपटून बंद करणंही बघावं लागायचं नाही.

"असल्या चार साड्या देतेय; मी तिच्याबरोबर. खूप खर्च होतोय, कबूल आहे. पण आता काय एकटी ल्यूसीच तर आहे हिच्यामागे लग्नाची." ममचा दिखावा सुरू होता. अनेक वर्षे तिला इतरांकडून दया आणि सहानुभूती मिळालेली होती. "सात-सात मुली? बाप रे जागीऽऽर काय गं तुझं नशीऽऽब!" पण त्या दुपारी ती जणू राणी होती आणि आजूबाजूला होते तिची खुशामत करणारे, हांजी! हांजी! करत माना डोलावून, सहा-सहा मुलींची लग्ने जमवण्यातल्या तिच्या कौशल्याबद्दल स्तुतीसुमने उधळणारे तिचे दरबारी!

मला दिसत होतं... मी पलंगाला घट्ट चिकटून बसले आहे... घरातून बाहेर जायला नकार देते आहे... तेवढ्यात पूर्वी कधी तरी ओझरती ऐकलेली कुजबुज पुन्हा येऊन, मला भुतासारखी छळू लागली. रोबीना, तिच्या एका मैत्रिणीला तिच्या लग्नाची हकिकत सांगत असताना चुकून माझ्या कानावर पडलेले वाक्यांचे तुकडे... "...झोपेच्या गोळ्या... उचलून विमानात बसवलं... तिथे गेल्यावर टॅक्सीत जाग आली..." या सगळ्याचा अर्थ मला नीट समजला होता. माझ्या ओठावर वरच्या बाजूला एकदम घामाचे थेंब डवरून आले. 'मला झोपेचं औषध देण्याची ममची हिम्मत होईल? झाली तरी डॅड, नक्कीच तिला तसलं काही करू द्यायचे नाहीत.'

"होऽऽऽ! आहे ना. गिंडाला, मुलगी आहेच पण मुलगासुद्धा आहे – 'सुखदेव.' आम्ही त्याला 'डेव्हिड' म्हणतो. यास्मिनलाही दोघं मुलगेच आहेत. इतके गोड आहेत! आणि प्रकाश आहे ना, माझी लंडनची मुलगी..." मम, तिच्याच नादात होती. यापूर्वी तिला आमच्याबद्दल इतकं अभिमानाने, जिव्हाळ्याने बोलताना मी कधीच ऐकलं नव्हतं. कदाचित त्यामुळेच मनातलं सगळं तिला सांगून टाकावंसं मला वाटलं असावं किंवा मग भीतीमुळे माझी विवेकबुद्धीच काम करेनाशी झाली

असेल.

आलेल्या सगळ्या आंटी जाईपर्यंत मी गप्पच होते. मग शहाण्या मुलीसारखं सगळ्या कपबशा, ट्रे, बशा, चमचे स्वैपाकघरात नेऊन, धुवून पुसून ठेवल्या. सगळं आवरल्यावर मी पुन्हा हॉलमध्ये आले. तिथे मम, पेंगत बसली होती. मी जवळ जाऊन हलकेच तिच्या खांद्याला स्पर्श केला.

"मम?"

डोळे किलकिले करत तिने चष्म्या आडून माझ्याकडे पाहिलं.

"मम, तू माझं लग्न ठरवलं आहेस. होय ना? पण... पण मला एक सांगायचंय... मी नाही करू शकत हे लग्न."

ममची झोप उडाली. ती एकदम खुर्चीत ताठ बसून माझ्याकडे पाहू लागली.

"नाही म्हणजे... काय आहे..." मी चाचरत आवंढा गिळला. "मला इथून कुठेच जाता येणार नाही. माझा... माझा एक बॉय फ्रेंड आहे... मला इथेच राहायचं आहे."

का केलं मी असं? काय वाटलं होतं मला? मम, मोठ्या प्रेमाने म्हणणार होती का की, 'असं होय? काही हरकत नाही. तू इथेच राहा आणि आम्ही ज्यांना कचरा समजतो, त्या अस्पृश्य कुटुंबातल्या मुलाबरोबर लग्न कर म्हणून?'

मम, तत्क्षणी उखडली! माझ्या खांद्याला खसकन पकडून ती उठू लागली आणि जमिनीवर नीट उभी राहण्यापूर्वीच किंचाळू लागली. तिने मला चार-पाच लाफा लगावल्या आणि मग अचानक रोख बदलून स्वत:चं तोंड झोडून घ्यायला सुरुवात केली. केस उपटू लागली, कपडे फाडायला लागली. डॅडच्या नावाने, गिंडाच्या नावाने, यास्मिनच्या नावाने, जी नावं आठवतील त्या सगळ्यांच्या नावाने मोठमोठ्याने हाका मारू लागली. रोबीना, ल्यूसी आणि डॅड धावत आले.

"पाहिलंत? पोरीनं तोंडात शेण घातलं हो माझ्या! घराण्याला काळोखी फासली. माझा जीव घेईल तेव्हाच राहील ही पोरगी!"

स्वत:ची छाती गच्च आवळत एका खुर्चीला धरून, तिनं स्वत:ला थोडं शांत केलं. "रक्ताचं पाणी केलं मी, हाडाची काडं केली या सात पोरींना वाढवलं... सात-सात पोरीचं गू-मूत काढलं. दुखणी-भाणी, उवा-लिखा सगळं-सगळं सांभाळलं... आख्खं आयुष्य गेलं माझं त्याच्याऽत आणि आता ही कार्टी माझ्या जिवावर उठलीय! अगं आई गं! गुरुद्वारातल्या लोकांची बोलणी मला स्पष्ट ऐकू येताहेत!" तिने हात कानावर ठेवले आणि त्या काल्पनिक बोलण्यावर, असह्य झाल्यासारखी मान हलवू लागली. "चनन, चनन ऐकलंस तुझी लाडकी काय मुक्ताफळं उधळते आहे ते? या दिवट्या कार्टीला, बॉयफ्रेंड आहे म्हणे! माझ्या मुलीला... माझ्या? स्वत:चा सत्यानाश केलास गं पोरी! काय होणार तुझं आयुष्यात? आणि आमचं

तरी काय होणार आता? सगळ्याचंच नाक कापलंस तू, घराण्याचा कलंक ठरलीस!''

तिची बडबड, वथवथ अखंड सुरूच राहिली. अखेर शक्तिपात झाल्यासारखी, ती सोफ्यावर पडली. मी गुडघ्यावर बसून मुसमुसत होते. तिचा उद्रेक पाहून मी दिङ्मूढ झाले होते. जागच्या जागी खिळले होते पण आता ती थकून पडल्याचं पाहून, सुटकेच्या विचाराने अगदी हळूहळू दरवाजाच्या दिशेने सरकू लागले. अंबाडा सुटून तिचे केस चेहऱ्यावर विखुरले होते, तरीसुद्धा तिने माझी हालचाल टिपली आणि झटक्यात पुन्हा उठून उभी राहिली.

''चनन!'' असं जरबेच्या आवाजात, तिने वडिलांना मला पकडण्यासाठी इशारा केला आणि थरथरता हात वर करून कुलपात चावी फिरवून बंद केल्यासारखी कृती केली.

डॅड, माझ्या मागून पायऱ्या चढू लागले. भावनाविवशतेने माझ्या अंगात त्राण राहिलं नव्हतं, बोलण्याचीही शक्ती नव्हती. तरीपण बेडरूमच्या दारात पोहोचल्यावर मी निकराचा, शेवटचा प्रयत्न केला. त्यांना कवटाळायची माझ्यात हिम्मत नव्हती पण हात पसरून म्हटलं, ''डॅऽऽड, प्लीज तिला माझं लग्न त्या मुलाशी लावू देऊ नका.''

ते माझ्याकडे अतिशय दुःखाने पाहत होते. त्यांनी अत्यंत कष्टाने एक दीर्घ उसासा टाकला. माझ्या व्यथित नजरेला नजर द्यावी लागू नये, म्हणून खाली पाहत मान हलवली. मी जाऊन धाडकन पलंगावर पालथी पडले. दरवाजाला कुलूप लावल्याचा आवाज ऐकू आला.

पुढले तीन दिवस ती खोली म्हणजे, माझा तुरुंग होता. पहिल्या दिवशी संध्याकाळी डॅड, दाराला बाहेरून बोल्ट बसवीत होते, ते मला ऐकू आलं. मला बाथरूमला किंवा संडासला जायचं असेल, तर ओरडून कुणाला तरी बोलवावं लागे. मी जाऊन येईपर्यंत कुणीतरी दाराबाहेर पहारा द्यायचं. दररोज दोनदा ल्यूसी मला जेवण आणून देई; पण ती माझ्याशी जास्त काही बोलायची नाही. ती माझ्यावर रागावली होती. त्याचं कारणही मला ठाऊक होतं. आईने तिला फैलावर घेतल्याचं मी ऐकलं होतं, 'कोण आहे तो? आणि भेटायची कुठे ती त्याला? सांग, सांग. त्या छिनाल कार्टीला पाठीशी घालण्याची काही गरज नाहीये.'

''ते अवतारला भेटायला गेले होते.'' दुसऱ्या संध्याकाळी ल्यूसीने सांगितलं. ती वरणाचा वाडगा घेऊन आली होती. ज्या पद्धतीने तिने तो माझ्या हातात दिला त्यावरून स्पष्ट झालं की, आणखी बोलण्यासाठी ती तिथे थांबणार नव्हती.

''अवतारने काय सांगितलं?''

''काही नाही.'' दरवाजाच्या मुठीवर हात ठेवून उभी राहिलेल्या ल्यूसीने, मला

तोडून टाकलं. "पण ममने अवतारच्या पेरेंट्सना सांगितलं की, तिने आपल्या घरी यायचं नाही. अवतार आणि तिचे भाऊ, सगळ्यांनी माझ्या मुलीपासून दूर राहावं म्हणून."

"अन् मग...?" या माझ्या प्रश्नावर ल्यूसीने दार बंद केलं. त्यांनी अवतारला मारहाण केली का? ते मला जाणून घ्यायचं होतं. त्या क्षणापर्यंत मी अवतारचा विचारच केलेला नव्हता. थोडाफार जस्सीचा केला असेल तेवढाच. रडून-रडून माझं डोकं दुखायला लागलेलं होतं. मेंदू बधिर होऊन गेला होता. पलंगावर पडल्या पडल्या तासन्तास माझ्या डोळ्यांपुढे एकच दृश्य येत होतं. मी आणि त्या फोटोतला तो माणूस (माझा होणारा नवरा) सेटीवर शेजारीशेजारी बसलो आहोत आणि समोर बसून मम आम्हाला व्याख्यान देते आहे. 'मोठ्यांचा मान कसा राखवा?' त्या दिवशी या दृश्याने मला फार पिडलं! सारखा माझ्या मनश्चक्षूंपुढे स्वत:चा ओरखडे उठलेला, डोळ्यातून आसवांच्या धारा लागलेला चेहरा येत होता.

या सगळ्यात मी इतकी गुंगून गेले होते की, खिडकीच्या काचेवर कसला तरी आवाज येतो आहे, हे माझ्या बराच वेळ लक्षातच आलं नाही. जेव्हा आलं, तेव्हा मी चटकन उठून पाहिलं, तर खिडकीच्या काचेवरून बारीकबारीक खडे घरंगळताना दिसले. मी उठून खिडकीपाशी जाऊन बाहेर बघितलं. खिडकीतून डावीकडे पाहिलं की पूर्ण रस्ता दिसे. रस्त्यावर आमच्या घरासमोरच जस्सीची एस्कॉर्ट गाडी उभी होती. अरे बाप रे! कसं काय याने एवढं धाडस केलं असेल? आणि तो आहे तरी कुठे?

तेवढ्यात ड्रायव्हरच्या बाजूचं दार उघडलं आणि फुटपाथवरून चालत जस्सी आमच्या घराखालच्या दिव्याच्या खांबाजवळ येऊन उभा राहिला. त्याने मला तिथून हात केला. त्याचं नेहमीचं मंद स्मित पाहताना, माझ्या पोटात गोळा उठला. रस्त्यावरल्या दिव्याच्या मंद प्रकाशात उभा राहून, तो गमतीदार खाणाखुणा करू लागला. मी पटकन आत होऊन पडद्याच्या आडून बघायला लागले. त्याने स्वत:चे दोन्ही हात पसरून कुणालातरी घट्ट मिठीत घेतल्यासारखं करून, चक्क त्या काल्पनिक व्यक्तीचं चुंबनही घेतलं! वर माझ्याकडे हात दाखवून मला खाली स्वत:जवळ आगण्याचा अभिनय केला. माझ्या दिशेने मान कलती करून, मुठीने स्वत:च्या हृदयावर हलकेच आघात करू लागला.

आणि त्याच क्षणी तो मला आपलंसं करून गेला. मी अगदी मनापासून त्याच्या प्रेमात पडले! बुडालेच म्हणा ना! आता तो वेगळाच अभिनय करू लागला होता. प्रथम माझ्याकडे नंतर स्वत:कडे हात दाखवून पळण्याची कृती करून दाखवत होता. डाव्या हाताने काहीतरी धरल्यासारखं दाखवत होता. माझ्या लक्षात आलं. आपण दोघं पळून जाऊ या, असं तो सुचवीत होता. हा अर्थ लक्षात येताच माझ्या

चेहऱ्यावरचं हसू मावळलं.

माझ्याही नकळत माझी नजर बेडरूममध्ये फिरून आली. थोरल्या बहिणींच्या लग्नामुळे, या रुमची मालकी सध्या माझ्याकडे आली होती. माझ्या खांद्यामुळे पडदा बाजूला झाला आणि रस्त्यावरचा प्रकाश घरात घुसला. पलंगाच्या वरच्या भिंतीवर लावलेलं पोस्टर क्षणमात्र उजळलं.

प्रकाश बाहेरून आल्यामुळे, आतल्या सर्व वस्तूंचे काळे आकार तेवढे दिसत होते. क्षणभर त्या सगळ्या परिचित वस्तूंचा मी जणू आढावा घेत उभी राहिले. दोरीवर काढून टाकलेले, लोंबणारे कपडे ते कधीच पुरते आवरले जात नसत. आरशाच्या कपाटावर कसं तरी लोळत पडलेलं मेकअपचं साहित्य, खड्डे पडलेली गादी, त्यावरचा विसकटलेला पलंगपोस. इतकी वर्षे जणू हातापायांची युद्धभूमीच असलेला तो माझा एकटीचा अरुंद पलंग... फुलाफुलांच्या वॉलपेपरवर आणि तसलीच नक्षी असलेल्या कारपेटवर रस्त्यावरच्या दिव्याचा उजेड पडला. आम्ही प्रथम हे सगळं विकत आणलं, तेव्हा ममला किती आनंद आणि अभिमान वाटला होता, ते मला आठवलं. त्या वेळचं ते सर्वांत 'लेटेस्ट डिझाईन' होतं. ही माझी बेडरूम होती... माझी स्वत:ची. माझ्या ठरलेल्या लग्नाबद्दल, इथेच पडल्यापडल्या मी कसलाकसला कितीतरी विचार केला होता. त्या लग्नाचा धसका घेतला होता. पण ही बेडरूम सोडून आपल्याला जावं लागेल, हे कधी डोक्यातच आलेलं नव्हतं!

मी पुन्हा वळून रस्त्यावर उभ्या असलेल्या जस्सीकडे पाहिलं. तो अजूनही मान कलती करून माझ्याकडे प्रश्नार्थक नजरेने पाहत होता. मी हसून खांदे उडवले. हे अशक्यच वाटत होतं. घरातून पळून कुठे जाणार होतो आम्ही? काय करणार होतो? माझ्या कुटुंबाव्यतिरिक्त माझी काय किंमत राहणार होती?

त्या दिवसापासून, माझ्या मनात सारखे हे आणि असेच प्रश्न धुमाकूळ घालू लागले. तिसऱ्या दिवशी ममने मला खूप मोठं बौद्धिक दिलं. घराणं, त्याची प्रतिष्ठा, माझी कर्तव्ये... वगैरे, वगैरे... मोठाच डोस होता तो. त्यानंतर बेडरूमचं कुलूप निघालं. पण घराचा पुढचा आणि मागचा दरवाजा मात्र कुलूप बंदच राहू लागला. मला फोनला हात लावायला बंदी होती. कुणीतरी बरोबर असल्याखेरीज घराबाहेर पडू दिलं जायचं नाही. मी तासन्‌तास खिडकीशी बसून राहायची. भविष्याची चिंता करत आणि जस्सीची वाट बघत. तो येतच राहिला. दरवेळी दारापुढे थांबणं शक्य नसायचं, ते सुरक्षित नव्हतं तरी तो अतिशय सावकाश गाडी चालवत खिडकीशी मी बसलेली आहे ते बघायचा. नजरेनेच चौकशी करायचा. मला असं वाटायला लागलं की, उभ्या जगात माझ्याबद्दल कळवळा वाटणारी एकच व्यक्ती आहे. ती म्हणजे जस्सी!

मला बेडरूममध्ये कोंडलं, त्यानंतरच्या शनिवारी ममने सांगितलं की ती आणि

रोबीना शहरात जाणार होत्या, त्यांच्याबरोबर मलाही जायचंय. कारण घरात दुसरं कुणीच असणार नव्हतं आणि मला एकटीला ठेवून जाणं तिला धोक्याचं वाटत होतं. मला वाटलं बाहेर गेल्यावर माझं मन रमेल. पण कसचं काय? आईच्या नि बहिणीच्यामध्ये माझं सँडविच होऊन गेलं. त्यात त्यांचं ते कासवाच्या गतीने चालणं आणि मला पाहिजे तिथे न थांबू देणं. नुसता वैताग आला!

त्यांना काहीतरी वस्तू घ्यायच्या होत्या म्हणून आम्ही एका दुकानात गेलो. तिथे एक विचित्र व्यक्ती सारखी आमच्या मागे-मागे येत होती. पहिल्यांदा मला समजेना, ती बाई होती की पुरुष...? म्हणजे कपडे बाईचेच घातले होते पण केसांचा टोप लावला होता आणि लिपस्टिक इतकी अजागळासारखी होती की, बहुतेक डोळे मिटूनच ती लावली असावी.

मला एकदम वाटलं; रोबीनाला कोपरखळी मारून ते ध्यान दाखवावं आणि दोघींनी खिदळावं. पण मला आतून काहीतरी जाणवल्यामुळे मी तसं केलं नाही. मग आम्ही 'बेकन्स' मध्ये गेलो. तिथे तिला बूट घ्यायचे होते. मम आणि ती, दोघी बुटांचे वेगवेगळे नमुने पाहण्यात गुंगल्या. साहजिकच माझ्यावरचा पहारा थोडा सैल झाला. त्याचवेळी ती विचित्र व्यक्ती मला लगटून पुढे गेली. बुटांच्या रॅककडे जाण्याचा (तिचा की त्याचा?) बहाणा चालला होता. जाता-जाता पटकन माझ्या हाताला हात लावला. मी बाजूला सरकले. दोन सेकंदांनी पुन्हा तोच प्रकार! पण या वेळी मी चटकन वळले. त्यामुळे त्या व्यक्तीचा चेहरा दिसला. तो जस्सी होता!

मी आश्चर्याने थक्क झाले. आपोआप 'आ' वासला गेला आणि तोंडातून शब्द बाहेर पडणार तोच त्याने भिवया उंचावून कुणाला न कळेल अशा बेताने मान हलवली आणि मला गप्प केलं. पुन्हा त्याचा हात माझ्या हाताजवळ आला. या वेळी मी तो पकडला. माझ्या हातात एक चिठ्ठी ठेवून तो निघून गेला. ती चिठ्ठी मी खिशात लपवली.

त्यानंतर बराच वेळ मम आणि रोबीना बूट बघून, निवडून घेत होत्या. नंतर ममला काही मसाले घ्यायचे होते आणि रोबीनाला औषधे. मला वाटलं आता आयुष्यभर यांची खरेदीच चालणार की काय?

अखेर एकदाच्या आम्ही घरी आलो. ती चिठ्ठी जणू माझा खिसा पोखरत होती. आल्या-आल्या तडक मी वर बेडरूममध्ये गेले. चिठ्ठी वाचली.

"मी तुला मदत करेन. आपण दोघे घरातून निघून जाऊ. मी तुला सांभाळीन. रात्री अकरा वाजता येतो – जे ×××"

त्या चिठ्ठीकडे बघत मी खिडकीशी बसून राहिले. किती वेळ गेला कुणास ठाऊक! मम, स्वैपाकघरात काहीतरी करत होती. भांड्यांचा आवाज येत होता. मग ल्यूसी आणि रोबीनाची काहीतरी वादावादी झाली. डॅड, पबमधून आले आणि

टी.व्ही. बघत बसले.

मी, घरातून निघून गेल्यावर तरी घरचे लोक मला समजू शकतील?

मला जस्सीशी बोलायचं होतं पण घरात सारखं कुणी ना कुणी माझ्यावर नजर ठेवून असायचं. अचानक मला युक्ती सुचली. ती वापरून मी गेलेलं स्वातंत्र्य परत मिळवू शकणार होते! दोन क्षण मी त्यावर विचार केला आणि उठले. थेट खाली गेले. स्वैपाकघराच्या दारात जाऊन उभी राहिले. मम, गॅसपाशी काहीतरी करत होती.

"मम, मी माझा विचार बदललाय. मी लग्नाला तयार आहे!" ती गर्रकन वळली. चेहरा कठोरच होता. पण आवाजात मार्दव भरलं होतं.

"काय म्हणालीस पुत्तर?"

"करीन मी लग्न. तुम्ही ठरवलंय तसं वागेन मी. तुझ्यासाठी आणि डॅडसाठी... मी त्या माणसाशी लग्न करायला तयार आहे मम!"

"अस्सं! छान! अखेर वळणावर आलीस माझी बाय!" असं म्हणून ती पुन्हा कालवण ढवळू लागली. पण हालचालीतला फरक मला जाणवला. आता तिच्या मनावरचा ताण एकदम सैल झाला होता. हालचालीत उत्साह आला होता.

माझ्या बोलण्याचा, मला हवा होता तसाच परिणाम झाला. पुढच्या आणि मागच्या दाराची कुलुपं निघाली नव्हती, पण माझ्यावरचा सक्त पहारा थोडा ढिला झाला. वातावरण निवळलं. आता सगळे माझ्यावर खूश होते. आधी माझी कानउघडणी करणाऱ्या आंटी येऊन, मला शाबासकी देऊ लागल्या. लाडाने माझे गालगुच्चे घेऊ लागल्या. मी बळेच हसरा चेहरा ठेवून वावरत होते. माझ्याबरोबर पाठवायच्या ट्रंकेतले कपडे पुन्हा-पुन्हा नीट, ताठ घड्या घालून ठेवताना; आता मम गुणगुणू लागली होती. घरात गोडाधोडाचे वास दरवळत होते. माझ्याबरोबर सासरी पाठवण्यासाठी डझनावारी पदार्थ तयार केले जात होते. तो नको नकोसा वाटणारा वास माझ्या पोटात खोल दडलेल्या भीतीच्या गोळ्याला जागं करत होता. त्या अस्वस्थतेमुळे मला मळमळत होतं.

अजूनही माझं स्वातंत्र्य मर्यादितच होतं. मी जस्सीशी फोनवर बोलू शकत होते, या एकाच आधारावर मी कसेबसे दिवस ढकलत होते. त्याने मला कधीच फोन केला नाही. फोनवरचं आमचं बोलणंही थोडक्यात आणि तुटकच असायचं. मला भीती वाटायची. मी केव्हा भारतात जायचं, त्याच्या तारखा ममने अजून सांगितल्या नसल्या, तरी ज्या वेगाने तयारी चालली होती, त्यावरून कोणत्याही दिवशी ते मला पाठवून देतील असं दिसत होतं. ममने, फोनवरून फ्रँकफर्टच्या फ्लाईटची तीन तिकीटे ठेवायला सांगितल्याचं मी ऐकलं. मी, गिंडा आणि मम जाणार होतो. माझं तर डोकंच नीट काम करेनासं झालं होतं. पण जस्सीला मात्र पूर्ण आत्मविश्वास होता.

"एका अपरिचित माणसाशी तू लग्न करू नकोस." तो म्हणायचा "मी तुला सांभाळीन. आपण सुखात राहू."

मग आम्ही पळून जाण्याचे बेत करू लागलो. मी माझ्या पलंगाखाली एक छोटी सुटकेस भरून ठेवली. कुणाच्या काहीच लक्षात येऊ नये, याची दक्षता घ्यावी लागत होती. मी फक्त थोडे कपडे, डॅडचा एक फोटो आणि गिंडाचा मोठा मुलगा डेव्हिड, याचा एक फोटो घेतला होता. कारण तो माझा खूप लाडका होता. शेवटच्या क्षणी मी एक पांडा अस्वलाचं चित्र घेतलं. रोबीनाने ते शाळेत असताना विणून एका वाढदिवसाला मला भेट दिलं होतं. आता त्याचा एक कान उसवला होता, एक डोळा लोंबत होता, पण माझ्यासाठी त्याचं भावनिक मोल मोठं होतं. आता ती सुटकेस बाहेर कशी काढायची. याचा आम्ही विचार करू लागलो. मी काही सरळ पुढच्या दरवाजातून बॅग बाहेर नेऊ शकत नव्हते. कारण मम किंवा डॅडने पाहिलं नसतं; तरी आमच्या भोचक शेजाऱ्यांपैकी कुणीतरी पाहून नक्कीच चुगली केली असती. शेवटी एका रात्री ती बाहेर काढायचं ठरलं.

त्या दिवशी मी मध्यरात्री दोन वाजेपर्यंत जागी राहिले. खरं म्हणजे काळजीने मला इतका थकवा आला होता की, जागं राहणं मुश्कील होतं. सारखी बसल्याजागी डुलक्या घेत होते. ठरलेली वेळ होताच; मी हळूच, आवाज न करता बॅग घेऊन बाथरूममध्ये गेले. जाताना गादीवरची चादर काढून नेली होती. ती बॅगेच्या हँडलला अगदी घट्ट बांधली. माझी छाती इतकी जोरात धडधडत होती की, ती धडधड मला स्पष्ट ऐकू येत होती.

मी फ्लशची साखळी ओढली. त्या आवाजात खिडकी उघडल्याचा आवाज लपून गेला. मग मी मोठा नळ सोडला आणि कमोडवर उभी राहून चादरीला बांधलेली बॅग अलगद खिडकीतून खाली सोडली. चादर खालच्या बागेपर्यंत पोहोचण्याइतकी लांब नव्हती. याचा आधीच नीट विचार न केल्याचा मला त्या वेळेला फार पश्चात्ताप झाला. शेवटी मी ती चादरीसहित खाली टाकून देण्याचा निर्णय घेतला. 'बद्' असा आवाज करत ती बागेत पडली. माझ्या घशाला कोरड पडली होती. कानशीलं गरम झाली होती. मी जागच्या जागी थिजल्यासारखी, आवाजाची चाहूल घेत उभी होते. मला वाटत होतं कोणत्याही क्षणी मम तिच्या बेडरूममधून बाहेर येईल आणि कसला आवाज झाला त्याचा शोध सुरू करेल. पण दोन-तीन मिनिटे झाली तरी कुणीही जागं झाल्याचा आवाज आला नाही. तेव्हा कुठे हायसं वाटून मी कमोडवर बसले आणि दोन्ही हातांनी डोकं दाबून धरलं. जरा वेळाने हृदयाची धडधड कमी झाली आणि मग मी उठून पलंगावर पडून झोपण्याचा प्रयत्न करू लागले.

सकाळी मला थेट आठ वाजताच जाग आली. मम, कामावर गेलेली असावी.

डॅडचा, बाथरूममधून आवाज येत होता. मी उठून धावतच खाली गेले. व्हरांड्यातून सरळ बागेत. तिथे बॅग नव्हती! मी वर पाहून घेतलं. खिडकीतून कुणीही पाहत नव्हतं. मी बागेच्या मागच्या गेटकडे गेले. तिथे बियाणांचे ट्रे रचून ठेवलेले होते. त्याच्या मागे पाहिलं; तर माझी चादर व्यवस्थित घडी करून ठेवलेली दिसली. ती उचलताच त्यातून एका कागदी पिशवीचा फाडलेला तुकडा पडला. त्यावर लिहिलं होतं,

'अखेर आपण ते जमवलंच! – जे ×××. पहाटे ३ वा.'

८

पुढले काही दिवस माझी अवस्था जखडल्यासारखी झालेली होती. माझी शक्ती, स्फूर्ती जणू कुणीतरी डांबून ठेवली होती. घर सोडून जायचं तर होतं. सगळी तयारीही केली होती, तरीसुद्धा इथून जायचं ही कल्पना सहन होत नव्हती. ते माझं घर होतं. जगात घर म्हणजे तेवढं एकच; मला माहीत होतं. घर आणि मी एकच तर होतो. मी आरशात पाहायची आणि स्वत:ची प्रतिमा विरघळून चाललीय, अशी कल्पना करायची.

एक दिवस अशी घटना घडली की, कल्पनेच्या राज्यातून मी खाडकन प्रत्यक्षात आले.

मला, सकाळी जाग आली तीच मुळी! घराचा पुढचा दरवाजा धडाम करून आपटल्याच्या आवाजानं. मी घड्याळात बघितलं; बराच उशीर झालेला होता. ममला कामावर जाऊन काही तास लोटले असावेत. रात्रपाळी करून आलेले डॅड झोपले असतील. दार आपटून बाहेर जाणारी म्हणजे, ल्यूसीच असली पाहिजे. बरोबर! झोपल्याझोपल्या, घाईघाईत पायऱ्या उतरण्याचे आवाजही मी ऐकले आणि ताबडतोब, अंत:स्फूर्तीने म्हणा, अचूक अंदाजाने म्हणा, तुम्ही काहीही नाव द्या त्याला; पण मला असं प्रकर्षाने वाटलं की, जाताना दरवाजाला कुलूप घालायचं ल्यूसी विसरली तर नसेल? कदाचित मनातली आशाच असेल आपल्या. पण जाऊन पाहायला काय हरकत आहे?

उडी मारूनच पलंगावरून उठले. खाली गेले. पुढच्या दरवाजापाशी जाऊन अलगद हँडला फिरवलं आणि खरंच... दार उघडलं! मी ते तसंच, आवाज न करता परत बंद केलं. संधी आली होती. आता मी ती सोडणार नव्हते.

वर जाऊन, शाळेच्या वहीतलं कोरं पान टर्रकन फाडलं आणि मम-डॅडसाठी चिठ्ठी लिहायला बसले. डोक्यात असंख्य विचारांची गर्दी झाली होती. गर्दी कसली, विचारांचा कालाच होता तो. मी का जाते आहे, जाताना मला काय वाटतंय एवढं वर्णन करायला, मला अक्षरश: आटापिटा करून शब्द शोधून काढावे लागले. तीन-चार वेळा लिहिलेलं फाडून पुन्हा लिहायला घेतलं. शेवटी, माझ्या उशीवर ठेवलेली चिठ्ठी अशी होती...

प्रिय, 'मम आणि डॅड,'

तुम्ही ही चिठ्ठी वाचाल, तेव्हा मी निघून गेलेली असेन. कुठे ते मी सांगू शकत नाही. मी तुम्हाला माझ्या मनातलं सांगायचा प्रयत्न केला, पण तुम्ही लक्ष दिलं नाहीत. यापुढे मी इथे राहू शकत नाही. लग्नाच्या दृष्टीने मी अजून लहान आहे. मला कॉलेजात जाऊन शिक्षण घ्यायचं आहे. तुम्हाला माझा अभिमान वाटेल, इतकं शिकायचं आहे. मला माझं आयुष्य मानाने जगायचं आहे. माझी काळजी करू नका. मी चांगलीच राहीन.

तुम्हा दोघांवरही माझं खूप-खूप प्रेम आहे. लवकरच तुम्हाला भेटायला मिळेल अशी आशा वाटते.

तुमची लाडकी मुलगी,

जसविंदर

चिठ्ठी लिहून झाली. आत्ता मला लगेच निघायला पाहिजे होतं. सामान वगैरे भरायचा प्रश्नच नव्हता. पण मी स्वत:ला थांबवलं. कारण या वेळी जस्सी कामावर गेलेला असणार आणि मी घर सोडून त्याच्याकडे येते आहे याची त्याला कल्पना नव्हती. त्याची ड्यूटी संपेपर्यंत थांबणं योग्य ठरलं असतं. पण मला भीती वाटत होती की, ल्यूसी परत आली तर....?

काही वेळ मी टी.व्ही. पुढे बसून वेळ घालवण्याचा प्रयत्न केला. पण पाच-पाच मिनिटांनी लक्ष सारखं घड्याळाकडेच जाऊ लागलं. पाठोपाठ दोन कप कॉफी रिचवली. घरात स्मशान-शांतता होती. बाहेरची गल्लीसुद्धा मरून पडल्यासारखी ओसाड वाटत होती. असं करता करता बारा वाजले. आता मात्र मला तिथे थांबणं अशक्य होतं! तिथून उठले आणि घराबाहेर पडले. पळत सुटले.

यमदूत पाठीमागे लागल्यासारखी मी पळत होते. डेल रोड, नॉरमॅनटन रोड, तिथून शहराच्या मध्यावर आणि मग थेट शहराच्या बाहेर. कुणीतरी आपल्याला पाहील आणि पकडेल अशी भीती मनात पिंगा घालत होती. आशियाई वस्तीच्या बाहेर पडल्यावर माझ्या धावण्याचा वेग जरासा कमी झाला. शरीर तापलं होतं...

कुठे तरी थोडं थांबून श्वास आटोक्यात आणणं भाग होतं.

जस्सीची कामाची जागा मला ऐकून माहीत होती, त्यामुळे मी अनेकवेळा रस्ता चुकले, तरी त्याचं मला काहीच वाटलं नाही. आशियाई वस्तीच्या बाहेर मला कुणी ओळखतच नसल्यामुळे, मी अनोळखी असल्यासारखीच होते. रस्ता विचारताना फक्त गोऱ्या लोकांनाच विचारण्याची मी दक्षता घेत होते. त्यांना त्याचं काही विशेष वाटत नव्हतं. हे पाहून मला बरं वाटत होतं! शेवटी डर्बी शहराच्या बाहेर एकदाची त्याची इंजिनिअरिंग फर्म सापडली. गावाबाहेरच्या मोठ्या पुलाखाली होती.

जस्सीची शिफ्ट संपायला अजून दोन तास होते. त्यामुळे त्याची वाट पाहत मी तिथल्या एका भिंतीवर बसले. दोन तास भराभर जावेत अशा आशेवर बसून होते. माझं मन वेगात धावत होतं. पण; काळ जणू हळूहळू रांगायला लागला होता. माझं जुनं जीवन संपत आलं होतं, नव्याची सुरुवात व्हायची होती. उरलेला प्रत्येक प्रतीक्षेचा क्षण लांबतच चालला होता.

ड्यूटी संपवून जस्सी बाहेर आला. मला पाहून त्याला धक्काच बसला! पण त्याबद्दल काही बोलण्याइतकं मला भान नव्हतं. मी स्वत:च्याच भावनेत गुरफटलेली होते. 'केवळ तुझ्यामुळेच हे घडू शकलं' म्हणून त्याला श्रेय द्यायचं दूरच, इतरच काहीतरी बडबडत सुटले. त्याला तर काही समजेनासं झालेलं होतं, पण मला त्याची जाणीव नव्हती. मी माझ्यातच गुंग होते. मध्ये मी दम घेण्यासाठी बोलायची थोडी थांबले; तेव्हा तो म्हणाला, "आत्ता नाही आपल्याला जाता यायचं. आपली तयारी अजून पूर्ण झालेली नाही."

"पण आपल्याला आता गेलंच पाहिजे. तुझ्या लक्षात कसं येत नाहीये? पुन्हा मला घराबाहेर पडायची संधी मिळणं शक्यच नाही."

हातात घेतलेला ओव्हरऑल (सर्व कपड्यांवरून घालण्याचा गरम कापडाचा पायघोळ झगा) या हातातून त्या हातात करीत, तो उभा होता. खरोखर काळजीत पडल्यासारखा दिसत होता.

"अगं पण जस, माझ्या नोकरीचं काय? मी त्यांना काहीच सांगितलेलं नाही. असंच कसं काय मला...."

"तेव्हा म्हणत होतास, मला मदत करशील. आय लव्ह यू, आय लव्ह यू करायचास ना? आता वेळ आलीय ते सिद्ध करण्याची. काय करायचं ते लवकर करायला पाहिजे. आता जास्त वेळ इथं थांबणं बरोबर नाही. आपण पकडले जाऊ. तुला सांगून ठेवतीय."

खरं तर मी सगळा घोटाळाच करून ठेवला होता; काहीच सोपं राहिलं नव्हतं, तरीपण तो धक्क्यातून झटकन सावरला. कामावरचे त्याचे दोस्त मागे रेंगाळत होते. हसत, खिदळत, माझ्याशी बोलण्यावरून त्याची टिंगल करत होते. त्याला मोठ्याने

हाका मारत होते. पण तिकडे लक्ष न देता त्याने मनाची तयारी केली. मला सांगितलं, ''हे बघ, घरी जाऊन माझी बॅग भरून; आपल्या बॅगा घेऊन यायला मला तासभर तरी लागेल. इतरही पैशा-बियशाची व्यवस्था करावी लागेल. तू इथेच थांबून माझी वाट पाहा. लवकर येतो.''

तो गेला. मी तिथेच बसून राहिले. काही वेळाने सूर्य मावळला. रस्तेही निर्मनुष्य होऊन गेले. अंधारात भीती, शंका-कुशंकांनी मनाला ग्रासून टाकलं. थंडीही वाढत चालली होती. एक तास युगाएवढा लांब वाटू शकतो, हे त्या वेळी मी अनुभवलं.

सांगितल्याप्रमाणे, तासाभराने त्याची जांभळी एस्कॉर्ट गाडी माझ्यासमोर येऊन थांबली. जस्सीचा चेहरा खूपच त्रासल्यासारखा वाटत होता. तरीही तो माझ्याकडे पाहून हसला.

बॅगा बाहेर नेताना, आईने त्याला हटकलं. ''मी तिला फक्त सांगितलं, जाऊन आल्यावर सांगतो आणि सटकलो. चिठ्ठी लिहून ठेवायला देखील वेळ नव्हता.'' त्या क्षणी मी स्वत:मध्ये इतकी गुंतलेली होते की, आपल्यामुळे याच्यावर ही वेळ आली हा विचारसुद्धा माझ्या मनाला शिवला नाही.

माझ्या छातीतली धडधड प्रचंड वाढली होती. संध्याकाळचे सहा वाजले होते. लवकरच, मम घरी येईल आणि मग मी घरात नसल्याचं सगळ्यांच्या लक्षात येईल. माझा शोध सुरू होईल. मी अवघ्या शरीराचा संकोच करून; चिणल्यासारखी मोटारीत बसले आणि बाहेरच्या कुणाला न दिसता, खिडकीतून पाहायचा प्रयत्न करू लागले.

''काय गं, पण आपण जायचं कुठे?'' जस्सीने अचानक विचारलं. मी मुखस्तंभासारखी त्याच्याकडे रोखून पाहतच राहिले. आम्ही कधी या गोष्टीचा विचारच केला नव्हता!

जस्सीने मागच्या सीटवर पडलेलं रस्त्यांच्या नकाशाचं पुस्तक उचलून त्यातलं 'डर्बी'चं पान काढलं. ''हं! हे, घे. डोळे मीट आणि यावर बोट फिरव. ज्या गावावर तुझं बोट थांबेल, तिथं आपण जायचं.''

मी केलं तसं. माझं बोट 'न्यू कॅसल' वर स्थिरावलं. माझ्यासाठी 'न्यू कॅसल' हे फक्त एक अपरिचित नाव होतं. आमचं तिथं कुणीही राहात नव्हतं. मी कधीच तिकडे गेले नव्हते. जस्सी सांगत होता, तो बऱ्याच वर्षांपूर्वी एकदा तिथे एका आंटीला भेटायला आईबरोबर गेलेला होता. न्यू कॅसलला पोहोचायला आम्हाला चार तास लागले. वाटेत आम्ही एकमेकांशी अजिबात बोललो नाही. माझी आतल्या आत खचून जाण्याची सुरुवात झाली होती. अचानक झालेली सुटका आणि त्या पाठोपाठ वाटू लागलेली प्रचंड भीती, यांचा एकत्र परिणाम झाल्याने पोटात ढवळून येत होतं. अखेर मी स्वत:ची घरातून सुटका करून घेतलीच, याचा मला खूप

अभिमान वाटत होता. त्याचवेळी कुठल्याही क्षणी कुणीतरी आम्हाला पकडतील आणि मला फरफटत घराकडे नेतील. या वस्तुस्थितीची भीतीदायक जाणीवही होऊ लागली होती. डर्बीच्या बाहेर पडता-पडताच एक पोलीस-व्हॅन सायरन वाजवत समोरून आली. तेव्हा मी इतकी घाबरले की, घसरून झटदिशी सीटखाली बसले आणि उरलेला प्रवास तशाच अवघडलेल्या अवस्थेत पूर्ण केला.

आम्ही जे काय करत होतो; त्यामुळे जस्सीही तसा मनातून घाबरलेला होताच. त्याहून जास्त काळजीत पडलेला होता. आम्ही पळून जाण्याची तयारी केली खरी, पण त्या वेळेला त्याने अगदी विचारपूर्वक, गंभीरपणे आखणी केली असेल असं मला वाटत नाही. मी लहान होते, अजाण होते. पण कोणत्याही अर्थाने त्याने माझ्याकडे 'अपरिपक्व' म्हणून पाहिलं नाही. कधीही माझा फायदा घेण्याचा प्रयत्न केला नाही. माझ्या इच्छेविरुद्ध मला काही करायला भाग पाडलं नाही. तो फक्त माझ्या प्रेमात पडला होता आणि मी संकटात सापडले म्हणून मला मदत करू पाहत होता.

तुम्हाला आमचं पळून जाणं वगैरे... खूपच रोमँटिक वाटत असेल, पण जस्सी आणि मी तशा अर्थाने रोमिओ आणि ज्युलिएट नव्हतो. मला फक्त माझ्या आईला धडा शिकवायचा होता. तिने येऊन मला म्हणावं असं वाटत होतं की, ''ठीक आहे पुत्तर. तुला नाही ना लग्न करायचं? नको करू. पण घरी तर ये. शाळेचं शिक्षण पूर्ण कर. कॉलेजमध्ये जा. अगदी तुझ्या वर्गातल्या इतर मुलींसारखं सगळं कर. मग तर झालं?''

पण असं स्वप्न पाहताना, मला बहुतेक वेड लागलेलं असावं.

प्रवासात आम्ही एकदा थांबून, एकेक कप चहा आणि थोडे-थोडे चिप्स खाल्ले. न्यू कॅसलला पोहोचलो; तेव्हा रात्रीचे दहा वाजून गेलेले होते. कुठेतरी खोली भाड्याने मिळतोवर, हॉटेलात राहण्याचा खर्च करण्यापेक्षा; मोटारीतच झोपायचं असं आम्ही ठरवलं होतं. म्हणून जस्सीने एक सार्वजनिक कार पार्क शोधून काढलं, तिथे कारमध्येच बसून आपापली जॅकेट्स अंगभर पांघरून आम्ही थोडं सैलावून झोपण्याचा प्रयत्न करू लागलो.

मला स्पष्ट आठवतं. आपण रडतो आहोत हे जस्सीला कळू नये म्हणून मी जॅकेटची कॉलर तोंडात धरून तिचा चावा घेत होते. तरी पण त्याला ते कळलंच आणि मग किती तरी वेळ, स्वत: न झोपता तो मला थोपटत बसला होता.

दुसऱ्या दिवशी सकाळी जाग आली, तेव्हा अंग ताठून गेलं होतं. थंडी वाजत होती. माझ्या सगळ्या चिंता जणू धोंडा होऊन माझ्या डोक्यावर बसल्या होत्या. जाग आल्याबरोबर समोर घड्याळ नाही, हे खूप विचित्र वाटत होतं. एरवी मिनिटा-मिनिटाचा हिशेब ठेवण्याची माझ्या शरीराला, मनाला सवय लागलेली होती. आता

मात्र कोऱ्या कॅनव्हाससारखा; रिकामा वेळ माझ्यापुढे पसरलेला होता. सार्वजनिक स्वच्छतागृहात संडास, तोंड धुणं वगैरे उरकून, आम्ही एका कॅफेमध्ये बसून कॉफी घेताघेता पुढचा कार्यक्रम ठरवला. आता सर्वांत प्रथम आम्हाला राहायला खोली आणि जस्सीला नोकरी शोधायला हवी होती. त्यासाठी वृत्तपत्रातल्या जाहिराती वाचून, आम्ही न्यू कॅसलमधले गल्ल्या-बोळं पालथे घालू लागलो.

शेवटी दमून मोटारीत बसून राहिलो. कुणीतरी आम्हाला पाहील म्हणून मनातून भेदरलेलेच होतो. मी स्वत:ला सारखं बजावत होते की, घरातून सुटका झाल्यामुळे मी खूप आनंदात आहे. तरी राहून-राहून, आपण अजून तिथेच असतो, तर काय झालं असतं याची कल्पना करण्यात मन गुंतून जात होतं. नववधूच्या साड्या, पोशाख, दागिने यांनी खचाखच भरलेली ती ट्रंक आणि तो टेबलावर ठेवलेला नवऱ्याचा फोटो मी मनाच्या पाटीवरून पुसून टाकला. आता फक्त ल्यूसी आणि मी हॉलमध्ये टी.व्ही. पाहत बसलो आहोत, मम स्वैपाकघरात भाज्या चिरते आहे, डॅड किचनटेबलावर तिच्यासमोर बसून; रात्रपाळीला कामावर जाण्यापूर्वी चहा घेत आहेत... अशीच कल्पनाचित्रे डोळ्यांसमोर येत होती. ते सगळं इतकं चिरपरिचित आणि उबदार होतं की, त्याच्या आठवणीनं मन कळवळलं. तसा मी जस्सीचा हात ओढून घेतला आणि तो घट्ट दाबून धरला.

आम्हाला काटकसरीने राहून पैसे वाचवायलाच हवे होते, पण कारमध्ये राहणं इतकं असंह्य झालं की, तिसऱ्या दिवशी आम्ही 'हेरॉन हॉटेल'मध्ये राहायला गेलो. एक म्हातारं जोडपं ते हॉटेल चालवत होतं, खरोखर ती दोघंही खूप चांगली होती. त्यांनी आम्हाला त्यांच्या लाऊंजमध्ये टी.व्ही. बघायला बोलावलं. चहा-बिस्किटे दिली. खूप-खूप प्रश्न विचारत होते. संशयाने किंवा भोचकपणाने नाही; मित्रत्वाने! शेवटी आम्ही त्यांना आमची कहाणी सांगूनच टाकली. मग त्यांनी आम्हाला आणखी एक दिवस त्यांच्या हॉटेलमध्ये फुकट राहू दिलं.

चौथ्या दिवशी, एका दुकानदाराने आम्हाला राहण्यासाठी खोली दाखवली. दुकानाच्या वर चौथ्या मजल्यावर ती एक कोंदट, अंधारी खोली होती. समाईक स्वैपाकघर आणि समाईक बाथरूम खालच्या मजल्यावर होतं. खोलीतलं कारपेट ठिकठिकाणी सिगारेटने जळालेलं होतं. एक पलंग, एक कपाट आणि दोन खुर्च्या एवढंच फर्निचर होतं. पलंग स्वच्छ होता; पण त्यावरची गादी अगदीच पातळ. स्वैपाकघराला जुनाट तेलकट वास येत होता. डबल शेगडीचा एकच बर्नर चालत होता. बाथरूमच्या खिडकीला असणाऱ्या काचेपैकी एक पट्टी गायब होती. त्यामुळे तिथे कायम गारठा असायचा. "आपण ती खोली घेऊ या." जस्सी म्हणाला. माझ्या पोटात गोळाच आला! या खोलीपुढे आमचं घर म्हणजे; पंचतारांकित हॉटेल होतं!

तिथे राहायला लागलो. पुढचे काही महिने थंडीचे होते. कितीतरी वेळा माझ्या

मनात यायचं, जेली तयार करून बाथरूमच्या खिडकीत ठेवून दिली, तर रात्रभरात छान सेट होईल. मी, कामगार कुटुंबातली होते यात शंकाच नाही. पण जस्सीबरोबर न्यू कॅसलला राहू लागले त्याच्यापूर्वी 'आपण गरीब आहोत' असं मला कधीही वाटलं नव्हतं. आमच्या घरी आम्हाला नेहमीच गरम पाणी, स्वच्छ कपडे आणि पोटभर जेवण मिळत होतं. आता, जेव्हा जस्सीला काम मिळतं नव्हतं, तेव्हा आम्ही दिवसातून एकदाच जेवायचो. कधीकधी तर फक्त एक पॅकेट चीप्स खाऊन राहात होतो. बाथरूममध्ये एक जुना, खप्पड बॉयलर होता. त्यातून थुंकल्यासारखी, थांबत-थांबत कोमट पाण्याची धार पडे. त्यानेच अंघोळ करायचीही मला सवय झाली.

कपडे धुण्याइतकं पाणी तिथे मिळायचं नाही. मग आम्ही पन्नास पेन्सची नाणी जमवून ठेवायचो आणि दोन-तीन आठवड्यांनी 'लाँडरेट'मधून कपडे धुवून आणायचो. मी येताना मोजके कपडेच बरोबर आणले होते. ते लवकरच जुने, विटके दिसायला लागले, पण काहीही नवीन विकत घ्यायला आमच्याकडे पैसे नव्हते. अर्थात 'आपण कसं दिसतो?' याची काळजी करण्याच्या मी केव्हाच पलीकडे गेले होते. पहिले काही आठवडे तर मी खोलीच्या बाहेरही पडत नव्हते. त्यामुळे कपड्याचा वगैरे प्रश्नच आला नाही. त्यानंतर घराबाहेर पडून काम शोधण्याइतकी; हिंमत अंगात आली होती.

न्यू कॅसलमधल्या, एका कळकट मोहल्ल्यात आम्ही राहात होतो. डर्बीमध्ये असतानाही लोकांच्या सर्वांग न्याहाळणाऱ्या, टक लावून पाहणाऱ्या नजरा मला अस्वस्थ करीत. कधीकधी डोक भडकून उठे. तरी गल्लीतून जाताना, कुणी आपल्याला शारीरिक त्रास देईल अशी भीती वाटत नव्हती. पण न्यू कॅसलला आमच्या त्या ओंगळ वस्तीत जस्सीची जुनी एस्कॉर्ट गाडी देखील चोरांचं लक्ष्य ठरली होती. दोनदा ती फोडून किरकोळ चोऱ्या झाल्या. तिथे असेपर्यंत मी रात्री एकटी कधीच बाहेर पडले नाही.

आम्ही आमच्या-आमच्यातच राहायचा; शक्यतो आशियाई लोकांच्या वस्तीकडे फिरकायचं नाही अशी काळजी घ्यायचो. तरीपण जस्सी, रोज डर्बीमधल्या छुटपुट बातम्या काढून आणायचा. आमच्या पळून जाण्याबद्दल; तिथल्या आशियाई समाजात जोरदार चर्चा होती. माझे आईवडील त्याच्या घरी गेले आणि कुठे आहे त्याची चौकशी केली. त्याच्या आईवडिलांनी, अवतारला विचारलं. ती सांगेना तेव्हा तिला मारहाण करत राहिले. शेवटी तिला खरोखरीच काही माहिती नाही याची खात्री पटली, तेव्हा तिचा मार थांबला. हे ऐकल्यानंतर मला वाटलं की, आम्ही कुणाला काही सांगितलं नाही किंवा भावंडांना आमच्या 'गुन्ह्यात' सामील करून घेतलं नाही, तेच बरं झालं. पुढे अनेक वर्षे मी आमच्या घरातून पळून जाण्याकडे,

गुन्ह्याच्या दृष्टीनेच पाहिलं जायचं. मला वाटायचं आपण वाईट आणि घरातले बाकी सगळे चांगले. त्यामुळे मला सतत 'हे बरोबर नाही झालं' असं वाटायचं.

आमच्या असं कानावर आलं की, माझ्या मम आणि डॅडनी एका खासगी डिटेक्टिव्हकडे आम्हाला शोधायचं काम सोपवलंय, अर्थात ती अफवाच होती. पण आम्ही डर्बी सोडल्याला दहा दिवस झाले असतील, तेव्हा पोलिसांनी आम्हाला पकडलं.

सकाळी अगदी लवकरची वेळ होती. जस्सी, रोजच्याप्रमाणे काम शोधायलाही अजून निघायचा होता. तोच दारावर थाप पडली; अशी दणकट थाप होती की, आम्ही तत्काळ ओळखलं पोलीसच असले पाहिजेत. मी अशी पलंगावरच बसले होते. तू आहेस तशीच राहा, अशी मला खूण करून जस्सी दार उघडायला गेला.

"जसवंत रत्तू?"

पोलिसाला मी दिसत नव्हते. जस्सीने होकारार्थी मान हलवल्याचं मला दिसलं.

"आम्हाला अशी खबर मिळालीय की, एका अल्पवयीन मुलीला तुम्ही पळवून आणलयंत आणि आजही ती तुमच्याजवळच राहतेय. तिचं नाव 'जसविंदर कौर कांग.' दहा दिवसापासून ती तिच्या डर्बी इथल्या घरातून बेपत्ता आहे. तिने घरच्यांशी कोणत्याही प्रकारे संपर्क केलेला नाहीये. घरचे लोक तिच्याबद्दल खूपच काळजीत आहेत. तिच्या जिवाला काही धोका झाला असेल असं त्यांना वाटतंय. तुमचं यावर काय म्हणणं आहे? मी आत येऊ शकतो का?"

जस्सीने मागे सरकून पोलिसाला आत घेतलं, तोच मी झटकन पुढे झाले आणि त्याचा रस्ता अडवला. माझ्या डोळ्यातून अश्रूंच्या धारा वाहात होत्या.

"नाही हो नाही! तसं नाही झालेलं ते!" शर्टाच्या बाहीने डोळे पुसत मी घाईघाईने बोलले. "जस्सीने मला पळवून आणलं नाही, त्याने माझी सुटका केली. मीच आपण होऊन घराबाहेर पडले. कारण माझे आईवडील जबरदस्तीने माझं लग्न लावायला निघाले होते. त्याने तर उलट मला मदत केली. त्याने मला कोणत्याही प्रकारचा त्रास दिला नाही की दुखावलंही नाही. मला त्रास देणारे तर माझे...."

"हो... हो. जरा शांतपणे बसून बोलू या का आपण? म्हणजे नक्की काय झालंय ते मीही समजावून घेऊ शकेन. तुमची हरकत नसेल तर इथे कुठेतरी बसू का मी?"

तशी मी पटकन जाऊन, जस्सीशेजारी उभी राहिले. आत आलेल्या पोलीस ऑफिसरची सराईत नजर आमच्या कळाहीन खोलीभर फिरून अजूनही विस्कटलेल्या स्थितीतल्या पलंगावर स्थिर झाली. तो आमचा दोघांचा पलंग होता. त्याने तो तशा स्थितीत बघणं मला नको होतं. आम्ही दोघांनी त्यावर सुंदर, जादूमय, मन तृप्त

करणारे क्षण अनुभवले होते. आता त्याच्याकडेच तो तपास करण्याच्या दृष्टीने बघत होता. ते मला सहन होईना.

पोलीस ऑफिसर उंच, धिप्पाड होता. त्याने डोक्यावरचं हेलमेट काढलं. त्याचे निम्मे केस पिकलेले होते. त्याच्या चेहऱ्यावरचे वत्सल्याचे भाव पाहून, मला डॅडची आठवण झाली.

"इथे बसू का?" म्हणत तो एका खुर्चीवर बसला. जस्सीने दुसरी खुर्ची घेतली. मी पुन्हा पलंगावर बसले.

"हं! आता सांगा मला तुमची कहाणी. पण सावकाश. म्हणजे मला नीट समजेल. काय, काय घडलं?"

मग काय! सांगून टाकलं त्याला सगळं. अगदी विमानाची तिकिटं सुद्धा काढून ठेवली होती इथपासून... ते जस्सीने मला कशाप्रकारे सोडवून आणलं तिथपर्यंत. त्या संपूर्ण कथनात, मला कसं जबरदस्तीने लग्न करून जर्मनीला धाडण्यात येणार होतं आणि जस्सीने मला मदत केल्याने मी कशी वाचले, तो कसा माझा त्राता आहे; हे मी, प्रामुख्याने पुन:पुन्हा सांगितलं. हेही स्पष्ट केलं की, माझा लग्नालाच विरोध होता. अनोळखी माणसाशी लग्न ही तर पुढची बाब. पण मला शाळेचं शिक्षण पूर्ण करायचं होतं, कॉलेजला जायचं होतं. मी आईवडिलांना सांगायचा खूप प्रयत्न केला. पण त्यांनी ते ऐकलं नाही. मी हेही त्या पोलीस ऑफिसरला सांगितलं की, माझ्या दोन मोठ्या बहिणींची अशीच लग्ने लावण्यात आली आणि आता (प्रकाश आणि गिंडा) दोघींचेही नवरे त्यांना मारहाण करतात. मग मी हेसुद्धा शपथेवर सांगितलं की, माझी इच्छा नव्हती असं कोणतंही कृत्य करायला जस्सीने मला भाग पाडलेलं नाही. काही आठवड्यातच मला सोळा वर्षे पूर्ण होतील. त्यामुळे मी 'अल्पवयीन' ही राहणार नाही."

मी भडाभडा बोलतच सुटले होते. पोलीस ऑफिसरने सगळं काही ऐकून घेतलं. मधूनमधून तो आश्चर्य व्यक्त करत होता. मानही डोलवत होता. त्याने सगळं इतक्या शांतपणे आणि सहानुभूतीने ऐकून घेतलं की, त्यांच्याजवळ मनात साठलेलं बोलून टाकल्यावर मला खूपच मोकळं वाटायला लागलं.

माझं सगळं सांगून संपल्यानंतर तो म्हणाला, "हंऽ! या आधी पण मी अशा केसेस पाहिलेल्या आहेत. मी तुमच्या भावना समजू शकतो, मिस जसविंदर. तुम्ही जे केलंत, ते का केलंत हेही माझ्या लक्षात आलंय. त्यामुळे काही काळजी करू नका. तुम्ही इथे आहात; हे मी तुमच्या आईवडिलांना सांगणार नाही. फक्त एवढंच सांगेन की, तुम्ही पोलिसांशी संपर्क साधून सुखरूप असल्याचं कळवलंत म्हणून. मात्र, तुम्ही पण स्वत: फोन करून त्यांना तसं सांगा. ठीक आहे? येतो मी. तुम्हा दोघांना नशीबाची साथ मिळो!" एवढं बोलून तो उठून निघून गेला.

मी, त्या माणसाचं नाव लक्षात ठेवायला पाहिजे होतं. कारण मी त्याच्या चांगुलपणामुळे वाचले होते. त्याने मला परत घरी नेऊन सोडलं असतं, तर पुढच्याच विमानाने मला त्यांनी जर्मनीला पाठवलं असतं आणि माझं पुढचं आयुष्य वेगळ्याच वाटेने गेलं असतं. त्या पोलीस ऑफिसरचं कृतज्ञतेचं कर्ज माझ्या शिरावर राहून गेलं....!

९

घरी एकदा फोन करावा असं मला खूप वाटत होतं. पण पुष्कळ आठवडे गेले तरी मला तसा धीर होत नव्हता. काळ चाललाच होता. कसलंही धड वेळापत्रक नसलेल्या, रिकामटेकड्या दिवसांचे गठ्ठे मागे पडत होते. डर्बीच्या आणि माझ्यामधलं अंतर वाढत चाललं होतं आणि तो मधला खड्डा बुजवण्यासाठी काहीतरी करावं असं मला प्रकर्षाने वाटू लागलं होतं. तिथल्या वातावरणातला परिचितपणा मला सगळ्यात जास्त हवासा वाटत होता. मला आमच्या गल्लीतून जावंसं वाटत होतं. वाटेत ओळखीचे लोक भेटावेत... मग आपण कोपऱ्यावरच्या वाण-सामानाच्या दुकानात जावं... हव्या असलेल्या वस्तू खुशाल आपल्या हाताने घ्याव्यात. मग 'लिटिलओव्हर' शाळेत जावं... मैत्रिणींबरोबर ग्राउंडवर हसत-खिदळत गप्पा माराव्यात असं आसुसून वाटत होतं. मागच्या टर्ममध्ये जर कुणी मला म्हटलं असतं की, शाळा सोडून दे तर मी हसले असते. पण... मला इंग्लिशच्या बाईंची आठवण आली. माझी निबंधाची वही परत देताना त्या म्हणाल्या होत्या, "वा वा! शाब्बास जसविंदर! तुझी प्रगती सुरू झाली हं!" 'आता कुठे होती ती प्रगती....?'

घरच्या आठवणी मनात फेर धरून जणू मला चिडवत होत्या. मला मम दिसायची बाहेरच्या हॉलमध्ये जमिनीवर बसून कांदे सोलत असलेली... मागच्या दाराशी उभे राहून मुठीत सिगारेट धरून, ती ओढणारे डॅड...! मी पुढे असं काही लिहील असं वाटलं नव्हतं, पण त्या वेळेला मला मम देत असलेला दमही खूप हवासा वाटत होता.

"पिठाची पिशवी घ्यायची, मोठा ब्रेड घ्यायचा आणि सरळ घरी यायचं. कळलं ना? इथे घोटाळू, तिकडे चक्कर मारून येऊ, इकडे थोडं रेंगाळू, असलं काही चालणार नाही. लक्षात ठेव." तिला घरी बसल्याबसल्या, मी कुठे असेन ते नक्की माहिती असायचं.

लवकरच मी घरी फोन करणार होते. फोन केल्यावर घरी काय काय घडेल, याचंही चित्र मी मनाने अनेकवेळा रेखाटलं होतं. मम फोन घेईल. माझा आवाज ऐकताच डॅडना बोलावून घेईल. ''ऐकलं का? जसविंदरचा फोन आहे. ती सुरक्षित आहे!'' तेही येतील. माझी चौकशी करतील. जास्त बोलू शकणार नाहीत. दोघांनाही रडू येईल. पण 'आम्ही तुला क्षमा केलीय पुत्तर, तू लवकर घरी ये.' एवढं नक्की सांगतील आणि मग पुढे सगळं नीट होईल.

आणि याच्याइतका चुकीचा अंदाज, मी आयुष्यात कधीच बांधला नसेल!

ममच्या कर्कश शब्दांनी मला तटकन तोडलं! त्यातली तीक्ष्ण बोच सहन करण्यापलीकडची होती. त्या आठवणीने मी आजही घायाळ होते! पण तिने 'तू सध्या कुठे राहतेस?' असं साधं विचारलं देखील नाही. या गोष्टीचं तर मला त्याहून वाईट वाटलं. मी कशी आहे, कुठे आहे, कसं जगतेय ते काही जाणून घेण्याचा प्रयत्नसुद्धा न करता तिने फोन ठेवला होता. जणू ती जे काही बोलली तेच तिने मनापासून स्वीकारलेलं होतं.

''पळून गेलीस, त्या क्षणापासून तू आमच्या दृष्टीने मेलीस!'' तरी मनाच्या गाभ्यात खोलखोल कुठेतरी मला असं वाटत राहिलं की, ममचे शब्द कठोर असले तरी ते रागाच्या भरात बोललेले होते. तिच्या मनातली माझ्याबद्दलची ममता आटणं शक्यच नाही.

मी तिला पत्र लिहिलं. आमच्यामध्ये निर्माण झालेली दरी; पत्रातल्या शब्दांनी सांधली जाईल अशी दुबळी आशा मनात होती.

'प्रिय मम आणि डॅड,

कसे आहात तुम्ही? मीही ठीकच आहे. पण मला तुमची सर्वांची खूप आठवण येते. तुम्हाला बघावंसं वाटतं. तुमच्याशी बोलावसं वाटतं. मनात सतत तुमच्याबद्दल विचार येतात.

घरातून पळून जाऊन, मीच ही दरी आपल्यामध्ये निर्माण केली आहे. पण आज मी तुमची क्षमा मागतेय. प्लीज, माझी चूक पोटात घाला!

तुम्हाला ठाऊक आहे मी घर का सोडलं ते? तुम्हाला सोडून जायचं म्हणून नव्हे; पण त्या माणसाशी मला लग्न करायचं नव्हतं. आजही मला वाटतं की, माझं लग्नाचं वय अजून झालेलं नाही. शाळेतल्या बाई म्हणत होत्या, मी फर्स्टक्लासमध्ये पास होऊ शकते. मला आयुष्यात शिकून काहीतरी करून दाखवायचं आहे.

प्लीज! मम, डॅड मला क्षमा कराल ना? मला घरी परत यायचं आहे. मला तुमची खूप-खूप आठवण येते. आय लव्ह यू मम-डॅड! मला तुमच्याकडे यायचं आहे. मी लवकरच येईन अशी आशा वाटते.

छोट्या डेव्हिडला (माझ्या लाडक्या भाच्याला) गोड पापी.

तुमची लाडकी मुलगी,
जसविंदर

हे पत्र लिहून मी पाठवून दिलं आणि त्यानंतर बऱ्याच वेळा फोन करत राहिले. पण दरवेळी तसंच होत राहिलं. ममने किंवा डॅडनी फोन उचलला, तर ते न बोलता फोन खाली ठेवून द्यायचे. डॅडनी असं केलं की, ते मला लाथेने उडवताहेत असं वाटायचं.

एकदा ल्यूसीने फोन उचलला. ती फिस्कारून अंगावरच आली. "तुला कल्पना आहे तू काय खेळखंडोबा करून ठेवला आहेस? गिंडाला तिच्या घरात राहणं मुश्कील झालंय! गुरुद्वारात लोक कायकाय बोलतायत माहितीय तुला? रस्त्याने चालताना मम्च्या अंगावर लोक थुंकताहेत रोज! सगळं तुझ्यामुळे!!"

एवढं ऐकवून फोन बंद झाला.

मला वाटलं होतं, माझ्या बहिणी तरी मला पाठिंबा देतील. पण इथेही मी चुकले. तिने सांगितलेल्या गोष्टी कितपत खऱ्या होत्या, कोण जाणे! माझ्या मनाने त्या वेळी एकच निष्कर्ष काढला. माझ्या घरातल्या सगळ्यांनी मला नाकारलं होतं. कुणालाही मी नको होते. सगळे मलाच दोषी धरत होते. मी पळून गेल्यामुळेच सगळं विस्कटलंय असं त्यांचं पक्कं मत होतं.

बिचारा जस्सी! थोडी भानावर आल्यानंतर मी आमच्या प्राप्त परिस्थितीचा विचार करून पाहिला, तर सगळं उदास आणि निरुत्साहजनकच होतं. पूर्वी कधीही न पाहिलेल्या एका अनोळखी शहरात, जिवलगांपासून आणि इष्ट मित्रांपासून तुटलेले असे आम्ही राहात होतो. जस्सीने माझ्याकरता हातातली चांगली नोकरी सोडली होती. मिळणाऱ्या पुरेशा पगारावर पाणी सोडलं होतं. न्यू कॅसलमध्ये त्याला फारसं काम मिळत नव्हतं. कारण कोणत्याच आशियाई लोकांना ते मिळायचं नाही. अंगावर जड धातूचं चिलखत घालून हातात तलवार घेऊन एखाद्या सरदारासारखं त्याने सतत माझं रक्षण केलेलं होतं. त्याचं माझ्यावर प्रेम होतं आणि या गोष्टीमुळेच मला वाईट वाटायचं. कारण त्याचा गोड, विनोदी स्वभाव, दयाळूपणा, मला जपणं हे सगळं जरी मला आवडत होतं तरी हृदयाच्या गाभ्यातून मला असं जाणवू लागलं होतं की, आपण खऱ्या अर्थाने जस्सीच्या प्रेमात कधीच पडलो नाही.

पण आता स्वत:च्या हाताने बिछाना तयार केल्यावर, मला त्यातच झोपणं भाग होतं. त्याचप्रमाणे जागेचं. आम्हाला कुठे तरी का होईना राहायला जागा होती, ती किमान स्वच्छही होती. पण अजूनही आम्हाला स्थिरस्थावर झाल्यासारखं वाटत नव्हतं. सोळा वर्षांची झाले तेव्हा मी काम शोधायला सुरुवात केली खरी; पण माझं

मन त्यात नव्हतं. बरेच दिवस मी आपली स्वत:च्याच विचारात गुरफटून, पलंगावर बसून असायची. येणारा प्रत्येक दिवस मला अधिकाधिक निराशेत ढकलत होता. मी माझ्या आईवडिलांना गमावून बसले होते. माझ्या बहिणी, भाऊ, भाचे, भाच्या सगळेच माझ्यापासून दूर गेले होते. नेहमी आमच्या घरी येऊन मला काही-बाही उपदेश करणाऱ्या सगळ्या आंटी, माझ्या मैत्रिणी, अवतार, प्रत्येक जणच मला दुरावला होता. घराची आठवण देणाऱ्या फक्त दोनच वस्तू माझ्याजवळ होत्या... माझे दोन फोटो आणि रोबीनाने विणलेला तो छोटा पांडा!

झोपेत मी रडायची. सकाळी जाग आल्यावरही प्रथम रडू यायचं. त्या पांडाला कित्येक वेळा माझ्या डोळ्यातल्या पाण्यात भिजून चिंब व्हावं लागलेलं होतं. रडूनरडून माझे गाल लाल आणि खडबडीत होऊन गेले होते. मनातली सततची चिंता, भीती, काळजी त्वचेवरही उमटू लागली होती. दुपारी जस्सी घरी आला की, आम्ही झाडपाल्याची औषधं कुठे मिळतात हे शोधण्याकरता भटकायचो. कधीकधी तर घरच्या आठवणीने व्याकूळ होणं, अपराधाची भावना, भीती, एकटेपणा हे एकामागून एक मनावर स्वार होत. त्यांचा जणू पाठशिवणीचा खेळ माझ्या मनात सुरू होई आणि मला वाटू लागे, 'मला कुणी झपाटलं तर नसेल?' मग मी जाऊन आरशासमोर उभी राहायची... आतल्या खळबळीच्या खुणा चेहऱ्यावर उमटल्यात का, ते पाहण्याचा प्रयत्न करायची. कधीकधी आरशातून माझ्याकडे पाहणारी व्यक्ती कोण? हे मला उलगडत नसे. त्या व्यक्तीला आपण ओळखत नाही असं वाटायचं. एकटेपणाने मला इतकं वेढून टाकलं होतं की, मी कोण आहे? त्याचंही भान सुटल्यासारखं झालेलं होतं, जेव्हा ही लक्षणं खूपच वाढली तेव्हा पहाटे पाच वाजता जस्सी मला गाडीत घालून डर्बीला घेऊन जाऊ लागला.

जिथे मी लहानाची मोठी झाले; त्या परिसराच्या नुसत्या दर्शनाने आणि वासाने मला बरं वाटेल म्हणून तो मला थेट आमच्या घरापर्यंत न्यायचा. पुढे जाऊन अशा अंतरावर गाडी लावायचा की, तिथून रात्रपाळी करून घरी परतणारे माझे वडील मला पाहता यायचे. मी बघायची – हातात थर्मास, काखेत वर्तमानपत्र घेऊन कष्टाने पावलं टाकत डॅड घराकडे जायचे. ते नेहमी भारतातून येणारा हिंदी पेपर वाचत. शेवटपर्यंत कधी त्यांनी इंग्लिश शिकायचा प्रयत्न केला नाही. एक पाय ओढत त्यांना चालताना पाहिलं की माझ्या पोटात तुटायचं! मला आठवत होतं त्याच्यापेक्षा आता किती वयस्कर दिसत होते डॅड!

पटकन गाडीतून उतरून त्यांच्याकडे चालू लागेन; म्हणून मी स्वत:ला महाप्रयत्नाने आवरून धरायचे. एकदा तर मी कारच्या सीटला इतकं घट्ट पकडून ठेवलं की माझी नखं तुटली! डॅडशी बोलावं असं मला फार तीव्रतेने वाटायचं, पण मला माहीत होतं की, ममला कळलं तर ती चंडिकेचा अवतार धारण करेल. डॅडना

अशा प्रकारे त्रास देण्याची माझी इच्छा नव्हती.

कधीकधी आम्ही 'डेल प्रायमरी स्कूल' समोर गाडी लावायचो. त्या वेळी माझे भाचे-भाच्या त्या शाळेत जात असत. शाळेच्या कुंपणाशी उभी राहून, मी त्यांना मित्रमैत्रिणींबरोबर खेळताना डोळे भरून पाहायची. हात पसरायची. जणू तिथून माझे हात त्यांच्यापर्यंत पोहोचणारच होते! त्यांना आनंदाने बागडताना पाहून, मला सुख वाटायचं. निदान ते तरी अजून माझा तिरस्कार करण्याइतके मोठे झालेले नव्हते.

एखादा भावनांनी ओतप्रोत भरलेला चित्रपट पाहावा तशा आमच्या या भेटी असायच्या. तेवढे दोन तास मी माझ्या वास्तव जीवनातून बाहेर पडून; जणू दुसऱ्याच कुणाच्या जीवनाचा भाग बनायची. आयुष्यातल्या एकमेव ओळखीच्या परिसरातून गाडी जात असताना कधीकधी मी चक्क खुशीत येई. त्या वेळेला जस्सीच्या चेहऱ्यावर जो सुटकेचा आनंद उमटे तो पाहून माझ्या लक्षात आलं की, माझ्या दु:खाचं केवढं ओझं त्याच्या मनावर होतं!

तो सतत मला आधार देत राहायचा. पण मी मात्र न्यू कॅसल जवळ यायला लागलं की, पुन्हा रडायला सुरुवात करायची. माझ्या घरची माणसं केव्हाच माझ्या नावाने अंघोळ करून मोकळी झालेली होती. माझ्याशी त्यांनी कुठल्याही प्रकारचा संबंध ठेवला नव्हता. पण मी मात्र त्यांच्यावर प्रेम करायचं सोडू शकत नव्हते.

जस्सीने त्याच्या घरच्यांशी संबंध पूर्ववत सुरू केले. हे होणारच होतं. त्याने काही आठवडे वाट बघितली. आता काही ते आमचा माग काढायला कुणाला पाठवणार नाहीत; अशी खात्री झाल्यावर घरी फोन केला. त्याचा आवाज ऐकून आईला खरोखर खूप आनंद झाला. तिला सारखी हीच काळजी लागून राहिली होती की, माझ्या घरची माणसं त्याला काही करतील की काय? तुला काम मिळालं का? बायको नीट स्वैपाक करून घालते का? सध्या कुठे राहताय अशी तिने चौकशीही केली. माझ्याबद्दल तिने काही विचारलं नाही. जे घडलं त्याचा स्वीकार केला असावा. मुख्य म्हणजे त्याने जे केलं त्याबद्दल तिने जस्सीला दोष दिला नाही. निदान फोनवर तरी तसं काही बोलली नाही. पहिल्या काही महिन्यांनंतर आम्ही त्याच्या घरी जाऊ येऊ लागलो. माझं कुटुंब पूर्णपणे तुटलं असताना, त्याचे बंध मात्र कायम राहिले. माझ्या मनावर या गोष्टीचा 'जखमेवर मीठ चोळल्यासारखा' परिणाम झाला. तो अजूनही त्यांचा मुलगा होता; मी मात्र कुणाचीच मुलगी, बहीण राहिले नव्हते हे माझ्या मनाला डाचत राहिलं.

"तुझं झालं रे! पण माझं काय? मी कुणाची बहीण राहिले नाही की, कुणाची मुलगी राहिले नाही. आता कोण आहे मी कुणाची? सांग ना!" मी कळवळून जस्सीला विचारायची.

"सांगू? तू माझी प्रेयसी आहेस. माझ्या जिवाची सखी आहेस. माझं सर्वस्व

आहेस तू जस!'' असं म्हणत तो मला जवळ घ्यायचा. न्यू कॅसलला गेल्यानंतरचं पहिलं वर्षभर मी माझा पूर्ण भार त्याच्यावर टाकलेला होता. त्याने माझ्या बदलणाऱ्या 'मूडस'चं आणि भावनांच्या उद्रेकाचं सगळं ओझं स्वत:च्या खांद्यावर पेललं. कधीकधी मी आनंदात असायची पण एखाद्या लहानशा गोष्टीने निराशेच्या खोल दरीत अशी काही फेकली जायची की, घराबाहेरच्या जगाला मी तोंडही दाखवू शकत नसे. त्यासाठी 'भाच्याच्या वाढदिवसाची आठवण' यासारखं लहानसं निमित्तही पुरेसं ठरे.

माझं मन रमवण्यासाठी एक दिवस जस्सीने 'व्हाईटले बे'ला (व्हाईटलेचा उपसागर) जाण्याची 'टूम' काढली. शनिवारची सकाळ होती. आम्हाला घरातून बाहेर पडून चार-पाच महिने झाले होते. मी नेहमीप्रमाणे आमच्या पलंगावर उदास बसून होते. अंगात इतका निरुत्साह होता की, उठून कपडे बदलावंसं सुद्धा वाटत नव्हतं. अशा वेळी नेहमी जस्सी मला त्या मन:स्थितीतून बाहेर काढण्यासाठी हसवण्याचा प्रयत्न करायचा. काहीतरी विदुषकी चाळे करायचा, उगाचच वायफळ विनोद करत राहायचा पण त्या दिवशी तो फक्त एवढंच म्हणाला, ''चल ऊठ जस! आपल्याला समुद्रकिनारी जायचंय.''

मी त्या आधी कधीच समुद्र पहिला नव्हता. आमच्या घरापासून फक्त एका तासाचा रस्ता होता; जाताना जस्सी 'रिचर्ड क्लिफ'चं तेच-तेच गाणं सारखं गुणगुणत होता 'वुई आर ऑल गोईंग ऑन अ समर हॉलिडे!' थोड्या वेळाने मलाही आपण सुट्टीवर निघालो आहोत असं वाटायला लागलं. गेल्या कित्येक महिन्यात प्रथमच आमचं सहजीवन सुसंगतीने लावण्याच्या कठीण, कंटाळवाण्या कामापेक्षा वेगळं काहीतरी करायला आम्ही निघालो होतो.

पोहोचल्यावर गाडी पार्क केली आणि ॲम्युझमेंट पार्कवरून समुद्राकडे निघालो. त्या वेळी घडलेलं पहिलं समुद्रदर्शन; मी जन्मात विसरणार नाही. मी किनाऱ्यावर उभी राहून बघत होते. समोरचा विशाल भूभाग वाळूने व्यापलेला आणि त्यापलीकडे समुद्र... पार क्षितीजापर्यंत समुद्रच, समुद्र! न राहवून आश्चर्यानंदाने माझ्या तोंडून उद्‌गार बाहेर पडला 'वॉव!' माझा विश्वासच बसत नव्हता. जन्मापासून मी इंग्लंडमध्ये राहतेय आणि एकदाही हा विलक्षण सुंदर देखावा पाहिलेला नव्हता. मी कल्पना केली होती, त्यापेक्षा कितीतरी जास्त नजरेला दिसत होतं. त्या क्षणी तिथे तशी उभी असताना, जीवनाच्या सीमा विस्तारल्याची स्पष्ट जाणीव मला झाली. मनात आलं, 'हे इतकं भव्य, उदात्त, विशाल, विलक्षण सुंदर दृश्य पाहिलं यापलीकडे आणखी काही बघायची जरुरीच राहिली नाही आणि त्या पलीकडे अद्‌भुत सौंदर्य असणार तरी कोणतं?'

जस्सी मला ओढत पुढे घेऊन गेला. खोल रूपेरी वाळूत पावलं रुतत होती.

बुटांना वाळू चिकटत होती. मी खाली वाकून मूठभर वाळू घेतली. मूठ उघडली तेव्हा हातात काहीच नव्हतं. सगळी वाळू बोटांच्या फटीतून निसटली, वाऱ्यावर उडत नाहीशी झाली. आसमंतात मिसळून गेली....

"चल पाण्यात जाऊ या," असं म्हणत जस्सीने जीन्स खालून दुमडायला सुरुवात केली. आम्ही बूट-मोजे काढून वाळूत भिरकावले आणि पाण्याकडे धावत सुटलो. कोरडी वाळू तुडवताना, हलकासा चुरचुर आवाज येत होता. क्वचित पायाच्या बोटांना खरवडल्यासारखं वाटलं. पण एकदा भरतीची मर्यादा दाखवणारी रेषा ओलांडली की मग छान थंड, एकसंध, घट्ट जमीनच तयार झालेली होती. वाळूचं ते बदललेलं रूप मला चकित करून गेलं. आम्ही तिथे हातात हात घालून, मोठ्याने खिदळत उभे राहिलो, तोच समोरून थंड पाण्याची फेसाळणारी लाट येऊन पावलं भिजवून गेली. पँटचा खालचा भागही थोडा ओला झाला. आम्ही शहारलोच....

'आऽहाऽऽ! बर्फाचं पाणी आहे!' असं ओरडत मी फेसात नाचू लागले. अगदी पाय बधिर होईपर्यंत फेसात खेळल्यानंतर, आम्ही बाहेर येऊन बूट हातात घेतले आणि वाळूतून दीपगृहाकडे चालू लागलो.

वातावरण मस्त होतं. सूर्यप्रकाश प्रखर होता; तरी हवा थंड होती. कितीतरी महिन्यांनंतर प्रथमच आम्ही तरुण प्रेमिकांसारखी मस्ती करत होतो. जस्सीने झुपकन पाण्यात हात घालून एक पाणवेल घेऊन माझ्या अंगावर फेकली. तशी मी किंचाळत दूर पळाले, तरी ती डोक्यावर पडलीच. तो बुळबुळीत प्रकार केसातून सोडवत असताना माझ्या लक्षात आलं की, त्या वेलीच्या देठात पाण्याचे लहानलहान बुडबुडेच भरलेले आहेत आणि आपण ते मस्तपैकी उडवू शकतो.

पाण्याच्या अगदी जवळून आम्ही वाळूतून चालत होतो. पावलांचे ठसे पाण्याने वाहून जाऊ नयेत; इतकंच अंतर ठेवलं होतं. मग वेगळीच 'टूम' निघाली. आम्ही लंगडी घालत चालू लागलो. जस्सी म्हणाला, 'मागून येणाऱ्यांना वाटेल, दोन्ही डावे पाय असणारा माणूस गेला असावा.'

मग आम्हाला एक टोकदार दगड सापडला. त्याने वाळूवर लिहू लागलो. अख्ख्या जगाला वाचता आलं असतं इतक्या मोठ्या अक्षरात आम्ही लिहिलं:

'आय लव्ह यू जस.'

'आय लव्ह यू जस्सी.'

आणि पुढे मोठं हृदय काढून; त्यात बाण दाखवला.

शेवटी दीपगृहापाशी खडक लागले. त्यावरून ओल्या, अनवाणी, बधिर पावलांनी जपून चालत आम्ही एक बऱ्यापैकी गुळगुळीत खडक शोधून त्यावर बसलो. थोडा वेळ शांतपणे समुद्राकडे बघत बसलो. दगडी रंगाच्या पाण्याच्या लाटा त्यांना जणू पांढऱ्या फेसाची झालर लावलेली होती. समुद्रपक्षांचा (सीगल्स) कलकलाट, त्यांचं

पाण्यावर झडप घालून सूर मारणं... तो आवाज, त्या वातावरणाचा गंध, वाऱ्याचा स्पर्श या सगळ्यात मी हरवून गेले होते. पण जस्सी फार वेळ स्वस्थ बसू शकला नाही. उठून उभा राहिला. माझ्या पुढे अदबीने झुकून अतिशय गंभीरपणे आणि भावुकपणे म्हणाला, "प्राणप्रिये, माझं तुझ्यावर अमर्याद प्रेम आहे. तुझी खात्री पटवण्यासाठी हे बघ, मी तुझ्या बुटातलं समुद्राचं पाणी पितो."

आणि त्याने माझा बूट उचलून, त्यात समुद्राचं पाणी घेऊन खरोखर तोंडात घेतलं. नंतर मात्र बोबडं बोलत पुन्हा एकदा झुकून तेच शब्द बोलण्याचा बहाणा करत त्याने ते थुंकून टाकलं. ते पाहून मी हसहस हसले. तो माझ्या शेजारी येऊन बसला आणि लडिवाळपणे त्याने मला आपल्या बाहूत लपेटलं. मला जाणवलं, घर सोडून आल्यापासून पहिल्यांदा मी इतकी खुशीत होते.

काही वेळाने आम्ही पुन्हा उलट दिशेने चालत जाऊन खारवलेले मासे, चीप्स विकत आणले आणि एका खडकावर बसून खाल्ले. बोटांना लागलेलं व्हिनेगार चाटून खात असताना माझ्या लक्षात आलं की, आज सकाळी 'व्हाईटले बे'ला आल्यापासून एकदाही मला आईवडिलांची किंवा बहिणींची आठवण आलेली नव्हती. पण आता मात्र वाटलं, माझे डॅड बोटीत बसून इंग्लंडला आले खरे पण त्यानंतर त्यांनी कधी जाऊन समुद्र पाहिला होता की नाही; याची मला कल्पनाच नव्हती! मग मी कल्पना करू लागले... डॅड, इथे समुद्र पाहायला आले आहेत... एक हात खिशात घालून उभे आहेत... सिगारेट ओढत; दूर क्षितिजाकडे नजर लागली आहे... त्यांना आवडेल हे सगळं. मात्र ममला आवडेल की नाही, सांगता येत नाही.

हे सगळं मी घरी गेल्यावर आमच्या डायरीत लिहून ठेवलं. आम्ही दोघांनी मिळून एक डायरी लिहायचं ठरवलेलं होतं. पुढे ती मुलं वाचतील असं जस्सी म्हणायचा. दोघांनी आळीपाळीने लिहायचं ठरलं होतं, पण त्याकरता जस्सीला कधी वेळ मिळायचा नाही. त्यावरून मी त्याला चिडवत असे. त्यादिवशी मी लिहिलं....

'पुन्हा मीच लिहिते आहे. कारण त्याला डायरी लिहिण्याचा कंटाळा आहे. आज तो मला समुद्रावर घेऊन गेला. तिथे त्याने प्रेमाची साक्ष पटवण्यासाठी माझ्या बुटातून समुद्राचं पाणी प्यायलं.'

नंतर दोन दिवसांनी जस्सीने लिहिले,

'मी डायरी लिहावी म्हणून जस, माझ्या मागे लागलेली असते. तिच्या हे लक्षात येत नाही की तिचं जेवण-खाण, कपडे-लत्ते यासाठी मला काम करावं लागतं, तसा तिचा आहारही जास्त आहे. पण माझं तिच्यावर मनापासून प्रेम आहे. ती म्हणजे माझं जीवन आहे.'

१०

न्यू कॅसलमध्ये आम्ही साधारण वर्षभर राहिलो असू; पण तेव्हाचं मला जास्त काही आठवत नाही. मनाला कोणतंही व्यवधान नव्हतं. सगळे दिवस सारखेच लांबलचक, कंटाळवाणे जात होते.

आम्हाला त्या काळात कधीही स्थिरस्थावर झाल्यासारखं वाटलं नाही. 'आपण पळपुटे आहोत.' ही भावना मनातून जायला तयार नव्हती. आम्ही कोण आहोत, कुठून आलो आहोत, इथे काय करतो आहोत; याबद्दल खरं सांगायला आम्ही घाबरायचो. त्यामुळे कुणाशी मैत्री जमणंही अवघड होत होतं. ज्या मातीत आमची मनं घट्ट रुतलेली होती; त्या डर्बीपासून खूप दूर येऊन पडल्यासारखं वाटायचं. सुट्टीच्या दिवसात तर हे वाटणं फारच तीव्र होई. दिवाळीत तर मला वाटलं, आता माझं हृदय भंगणार... पार चक्काचूर होणार त्याचा! खेचल्यासारखे आम्ही आशियाई वस्तीत जाऊन पोहोचलो. घराघरांचे वऱ्हांडे पाहुण्यांनी गजबजले होते. सगळे जण नवे कपडे घालून मिरवत होते. सर्व घरांच्या खिडक्यांमध्ये मेणबत्त्या लावल्या होत्या.

दिवाळीत मम प्रत्येक खोलीत मेणबत्त्या लावायची. अगदी आमच्या बेडरूममध्ये सुद्धा. त्या एका रात्री आम्हाला झगमगत्या परीराज्यात गेल्यासारखं वाटायचं. त्या दिवशी ती सामोसे करायची. उकळत्या तेलात मम, एकापाठोपाठ एक सामोसे तळायची आणि त्या तिखट, खमंग वासाने सारं घर दरवळून जायचं. त्यादिवशी ती आम्हाला पोटभर सामोसे खाऊ घालायची.

या आठवणी फार ठळक होत्या आणि तितक्याच दुःखदायक. 'दिवाळी' हा खास कुटुंबीयांनी एकत्र राहण्याचा दिवस असतो; जस्सी आणि मी मात्र आपण होऊन घरापासून शेकडो मैल दूर आलो होतो. आम्ही फार एकटे पडलो होतो. घरच्या माणसांविना हरवून गेलो होतो. दोघांचीही सारखीच अवस्था होती. आम्हा दोघांचेही आईवडील कडक होते. त्यांनी आम्हाला धाकात वाढवलं होतं. त्यांनी आमच्यासाठी निश्चित केलेल्या मार्गावरून आमच्या आयुष्याची वाटचाल व्हावी; यादृष्टीने आमच्यावर नियंत्रणही ठेवलेलं होतं आणि आधारही दिलेला होता. त्यामुळे एकटं राहिल्यावर, आमची अवस्था सुकाणू नसलेल्या जहाजासारखी होऊन गेली होती. घरातून पळून येईपर्यंत आम्ही मोठ्या माणसांच्या आज्ञेप्रमाणे आणि अपेक्षेप्रमाणे वागत होतो. त्या आज्ञा आणि अपेक्षा एकदम नाहीशा झाल्यामुळे जगण्याचं जणू प्रयोजनच नाहीसं झालं आणि सगळं अनिश्चित वाटायला लागलं. शक्याशक्यतेच्या

समुद्रात; घाबरवून टाकणाऱ्या लाटांवर बसतील तसे हेलकावे खात राहिलो होतो.

जस्सीला नियमित काम मिळत नव्हतं, ही आमची मोठीच समस्या होती. त्याला इंजिनिअरिंगचं काम येत होतं. न्यू कॅसलमध्ये इंजिनिअरिंगचं काम होत; पण आशियाई माणसांना कामावर ठेवायला कुणी तयार नसायचं. उपजीविकेसाठी तो मिळेल ती कामे करत होता. फॅक्टरी कामगार, मजूर, वेटर, सुरक्षारक्षक असं काहीही! पण त्याला यापेक्षा चांगलं काम करायची इच्छा होती.

त्याच्या या इच्छेपायीच आम्ही न्यू कॅसलहून, लीड्सला आलो. त्या वेळी आम्ही 'लीड्स'चीच निवड का केली? कोण जाणे! खरं तर आम्ही लंडनला हुडर्सफील्डला किंवा मँचेस्टरला; नाहीतर इतर कुठेही जाऊ शकत होतो. आम्हाला असं वाटू लागलं होतं की, इथून दुसरीकडे गेलो तर आम्ही लवकर स्थिरस्थावर होऊ. जस्सीची एस्कॉर्ट विकून आम्ही काही पैसा उभा केला होता. त्यातून एक जुनी, कमी पेट्रोल खाणारी टोयोटा घेतली. होतं नव्हतं ते सगळं सामान त्या गाडीत लादून आम्ही न्यू कॅसल सोडलं. न्यू कॅसल सोडून जाणं; म्हणजे फक्त जिथे बसून किंवा निजून मी दिवसांमागून दिवस आणि महिन्यांमागून महिने निष्क्रीयपणे घालवले त्या पलंगावरून उठून जाण्याइतकीच ती साधी घटना होती. त्या मुक्कामाची मला कधी आठवणदेखील येईल असं वाटलं नव्हतं. त्या घाणेरड्या खोलीला तर मी माझा तुरुंगच समजत आले होते. पण लीड्समध्ये आम्हाला जी पहिली खोली मिळाली, तिच्या तुलनेने ती तुरुंगासारखी खोली राजवाड्याचं दालनच ठरली असती.

लीड्समध्ये आल्यावर आम्ही पुन्हा एकदा घाणेरड्या, अस्वच्छ गल्ल्यांमधून चढउतार करत, रिकाम्या जागा शोधू लागलो. आम्हाला परवडेल अशी जागा लवकरात लवकर शोधायला हवी होती. कारण आमच्याकडे खूपच कमी पैसे उरले होते आणि राहण्याच्या जागेचा पत्ता दिल्याखेरीज कामही मिळू शकणार नव्हतं. त्यामुळे पहिल्याच दिवशी जस्सीने एक जागा घेतली. जागा अशी होती की, माझ्या कुत्र्याला ठेवायची खोली म्हणूनदेखील मी ती पसंत केली नसती.

ज्याने ती जागा आम्हाला दाखवला; त्याची ढेरी बिअर पिऊन पिऊन इतकी सुटलेली होती की पँटमधून बाहेर पडून लोंबत होती. जागा तर अशा थाटात दाखवली त्याने, जणू काही तो आम्हाला 'हॉटेल हिल्टन इंटरनॅशनल' दाखवत होता. त्याने हातातल्या सिगारेटवर साचलेली राख जमिनीवर झटकली आणि बुटाच्या पुढच्या टोकाने ती चुरडून टाकली, तेव्हाच माझ्या लक्षात आलं तिथला कारपेट एवढा भुरकट का दिसत होता ते. त्यावरची नक्षी तर ओळखू येत नव्हतीच शिवाय तो पायांना चिकट चिकट लागत होता. खोलीत सिगारेटचा आणि लघवीचा संमिश्र वास भरून राहिला होता.

तिथला पलंग, त्याच्यासमोरच तपासायला आम्हाला दोघांनाही संकोच वाटला

पण आठवड्याचं भाडं आगाऊ घेऊन आणि चावी आमच्याकडे देऊन तो गेला,तेव्हा मात्र ताबडतोब आम्ही बेडचा ताबा घेतला. पाहतो तर काय? तिथे सगळं ढेकणांचं साम्राज्य! विटकी चादर बाजूला करून पाहिल्यावर तर शंकाच राहिली नाही, ढेकणांची कुटुंबेच्या कुटुंबे तिथे मुक्त संचार करताना दिसली.

''आपण असं करू या. पांघरुणाच्या आत शिरायलाच नको. त्याच्यावरच झोपू या. म्हणजे ढेकूण आतल्या आतच राहतील आणि तू माझ्या अंगावर झोप म्हणजे तुला त्रास नको.'' असं म्हणून जस्सीने घाईघाईने चादर पूर्ववत केली.

आम्ही तसंच केलं. जर परिस्थिती इतकी वाईट नसती, तर असं झोपायला मजा आली असती. आम्ही आपापले कोट घालून झोपायची तयारी केली. जस्सी उताणा झोपला आणि त्याच्या अंगावर मीही उताणी झोपले. खूपच दमलेलो असल्याने आम्हाला त्याही स्थितीत झोप लागली खरी! पण मी सारखी जस्सीच्या अंगावरून त्या घाणेरड्या गादीवर पडत होते आणि पुन्हा त्याच्या अंगावर चढून झोपत होते. या प्रकारामुळे दोघांचीही झोप मोड होत होती. सकाळपर्यंत आम्ही पार दमून गेलो होतो. जस्सीच्या सर्वांगावर लाल लाल गांधी उठल्यामुळे, तो एखाद्या वानरासारखा अंग कराकरा खाजवत होता.

सकाळी साडेसात वाजता आम्ही तिथून बाहेर पडलो. आम्ही भरलेल्या भाड्याच्या पैशात स्वैपाकघराच्या वापराचे पैसेही अंतर्भूत होते; पण दारातून डोकावून पाहिल्यानंतर आम्हाला आत शिरावसंच वाटलं नाही. ओट्यावर पडलेल्या उंदराच्या लेंड्या दारातूनच दिसत होत्या. कोपऱ्यावर एक तेलकट हॉटेल होतं. जस्सी म्हणाला की, 'तिथे नाश्ता करता येईल,' म्हणून आम्ही तिथं गेलो. सकाळचा गारठा आत येऊ नये म्हणून बाहेरचं दार लावलेलं होतं. त्यामुळे आतल्या खिडक्यांच्या काचांवर बाष्प जमा झालं होतं. दार ढकलून आत गेल्याबरोबर नाना प्रकारच्या खाद्य पदार्थांच्या गरम सुखावणाऱ्या वासांनी आम्हाला वेढून घेतलं. बिन्स, टोस्ट आणि तळलेलं बेकन! जस्सीने, दोन चहा आणि एक प्लेट टोस्टची ऑर्डर दिली.

''पण मला भूक लागलीय. एक प्लेट काहीतरी तळलेलं मागवं ना!''

''आपल्याला परवडत नाही गं राणी! तुला तर माहिती आहे. आता आपल्याजवळ फक्त चाळीस पौंड उरलेत. मला कुठे काम मिळून, इतर सवलती सुरू होईपर्यंत तेवढ्यातच भागवावं लागणार आहे.''

''हां! मला एवढंच माहिती आहे की, तू सारखं सांगत असतोस आपल्याला हे परवडत नाही अन् ते परवडत नाही. आता पोटाला भूक लागते तर खायला नको का? पण तुझ्या हातून त्यासाठीही पैसे सुटत नाहीत. हाच तर प्रॉब्लेम आहे ना तुझा!''

अंडी आणि बेकन यांच्या शीगोशीग भरलेल्या प्लेटस आमच्या जवळून नेऊन

इतरांना दिल्या जात होत्या. त्यांच्या नुसत्या दर्शनाने पोटात भुकेचा डोंब उसळला होता; म्हणून मी त्याला अशी घालून-पाडून बोलले! जस्सीचा चेहरा इतका खर्रकन उतरला की, मला तत्क्षणीच माझी चूक उमगली आणि स्वत:चीच लाज वाटली. पुढे झुकून मी त्याचं चुंबन घेतलं आणि म्हटलं, "सॉरी डार्लिंग! तुला दुखवायचं नव्हतं मला! मला माहितीय आपलं सगळं सुरळीत व्हावं म्हणून तू किती प्रयत्न करतो आहेस. त्याबद्दल मला कृतज्ञता वाटते. खरंच सांगतेय मी; कदाचित लीड्स आपल्याला लकी जागाही ठरेल!"

त्या दोन चहाच्या कपावर जेवढा जास्त वेळ तिथे काढता येईल तेवढा आम्ही काढत होतो. कारण आमच्या त्या गलिच्छ, कळाहीन खोलीत आवश्यकतेपेक्षा एक मिनिटभरही जास्त न राहण्याचं आम्ही ठरवलं होतं आणि अजून अख्खा दिवस आमच्या समोर होता. रिकामा आणि लांबलचक! आता एक राहण्याजोगी नीटनेटकी जागा शोधणं हे आमचं सर्वांत महत्त्वाचं काम होतं. त्यामुळे दुपारच्या जेवणाची वेळ होईपर्यंत, कमीतकमी दहा इस्टेट एजंटांचे उंबरे आम्ही झिजवले. मला तर वाटलं आपण अनादीकाळापासून त्या उंच-सखल गल्ल्या कष्टाने तुडवत आहोत आणि तरीसुद्धा आपल्याला परवडणाऱ्या किमतीचं एकही घर सापडत नाहीये. आपण किमतीची चौकशी करण्याच्याही पलीकडे इथली सगळी घरे असावीत!

आमच्या खचत चाललेल्या मनांना उभारी देण्यासाठी काहीतरी वेगळं करायला हवं होतं. म्हणून जस्सीने सुचवलं, आपण 'राऊंड हे पार्क'ला जाऊ या. वाटलं, त्याच्याभोवती एखादी चक्कर मारून येऊ. पण तिथे गेल्यावर तिथल्या हिरव्यागार गवतावर आम्ही चक्क स्वत:ला झोकून दिलं; हातात हात घेऊन शेजारीशेजारी पडून राहिलो. बराच वेळ स्वच्छ निळ्या आकाशात संथपणे सरकणारे ढग पाहात राहिलो आणि मग वसंतातल्या सुखद उन्हाने आम्हाला जणू पांघरुणात घेऊन झोपवलं!

मला जाग आली; तेव्हा दुपारचे चार वाजून गेले होते. जस्सी अजून गाढ झोपलेला होता. मी गवताचं पातं नाकाजवळ नेऊन त्याला गुदगुल्या केल्या, त्याबरोबर तो शिंकत उठून बसला. सूर्य मावळला होता. मला किंचित थंड आणि ओलसर वाटत होतं पण मूड छान हलका-फुलका झाला होता.

त्यानंतरचे काही दिवस ते 'राऊंड हे पार्क' म्हणजे आमचं वाळवंटात शीतलता देणारं मृगजळ ठरलं. दररोज सकाळी वणवण भटकून घराचा शोध घेऊन निराश मनाने आम्ही तिथे जायचो आणि तिथल्या हिरवाईचे एकरच्या एकर पालथे घालत शीण हलका करायचो. तिथे जमिनीवर 'ब्लू बेल'च्या वेलींचे जणू गालिचे पसरलेले होते. भटकण्यासाठी एक जुना पडका किल्ला होता आणि 'वॉटरलू' तलाव होता. त्याच्या काठावर बसून पाण्यात पोहणारे हंस आणि बगळे बघत बसायचो. मी

मनातल्या मनात म्हणायचे, 'आम्हाला पैसे मिळायला लागले की, एक दिवस ब्रेड घेऊन येईन आणि तुम्हाला भरवीन हं!'

साधारण पाचव्या दिवशी, आम्ही राऊंड हे पार्कच्या प्रवेशद्वाराजवळच्या एका बाकावर बसून आमचं दुपारचं जेवण; म्हणजे दोघात मिळून एक बर्गर खात होतो. खाऊन झाल्यावर तो तेलकट कागद टाकून देण्यासाठी म्हणून जस्सी कचराकुंडीजवळ गेला. तिथे वरच्या बाजूलाच त्यादिवशीच्या 'यॉर्कशायर पोस्ट'ची घडी कुणीतरी टाकून गेलं होतं. ती अलगद उचलून तो परत आला आणि पेपर उघडून बातम्या वाचू लागला. तशी मी छोट्या जाहिरातींचं पान काढून त्यातल्या 'जागा भाड्याने देणे आहे' वर नजर टाकू लागले. त्यात आमच्या आवाक्यातली जागा सापडेल असं मला मुळीच वाटलं नव्हतं. मी नुसता टाईमपास करत बसले होते. पण त्यातल्याच एका फ्लॅटने माझं लक्ष वेधून घेतलं. जस्सीला कोपराने ढोसत मी म्हटलं. "हे बघ ना जस्सी. इंटरेस्टिंग दिसतंय." असं म्हणून मी त्या जाहिरातीवर नखानेच खूण करून घेतली आणि मोठ्याने वाचू लागले.

'दोन बेडरूम्सचा फ्लॅट. स्वतंत्र व्हरांडा, किचन आणि बाथरूम. 'राऊंड हे' पार्कजवळ. आठवड्याला ३० पौंड.'

मी मोठ्या अपेक्षेने जस्सीकडे पाहिलं. त्याने वाचत असलेल्या मजकूरवरून नजरसुद्धा न हटवता म्हटलं. "जाऊ दे गं! आपल्याला झेपण्यासारखं नाही. आवाक्याबाहेरचं दिसतंय."

"पण आपण नुसतं जाऊन पाहू तरी शकतो ना? इथला जवळचाच पत्ता दिलायं. आपल्याला याच भागात घर घ्यायला आवडेल ना? आणि त्यांना काय ठाऊक आपल्याला परवडतंय की नाही ते? नुसतं घर पाहायला कुणाची हरकत असायचं कारणच नाही. चल ना! पाहून येऊ. नुसतं बसून राहण्यापेक्षा काही तरी केलेलं बरं."

आम्ही एका सार्वजनिक फोनवरून, जाहिरातीत दिलेल्या नंबरवर फोन केला. जस्सीने दुपारी चार वाजता जागा पाहायला येतो असं सांगितलं. पत्ता होता, 'न्यूटन कोर्ट, राऊंड हे' आम्ही वेळेवर पोहोचलो. पत्ताही लगेच सापडला. एका मोठ्या पांढऱ्या घराच्या चार फ्लॅटपैकी तो एक फ्लॅट होता. किचनला लागून व्हरांडा होता आणि तो तसाच घराच्या पुढच्या भागापर्यंत गेलेला होता. व्हरांड्यात खुर्च्या टाकलेल्या होत्या. त्यावर बसलं की, बागेचं छान दर्शन होत होतं.

दरवाजा एका तरुणाने उघडला. साधारण जस्सीच्याच वयाचा असेल तो. त्याने 'मी अनिल' अशी स्वतःची ओळख करून दिली. व्यवस्थित विंचरून मागे बसवलेले केस आणि उंची चमकदार कपडे. तो अर्धा आशियाई आणि अर्धा इराणी होता, हे नंतर बोलण्यातून समजलं. मित्रत्वाने बोलत त्याने आम्हाला तो सुरेख

फ्लॅट दाखवला. फर्निचर काही फार नव्हतं. लाऊंजमध्ये एक सेटी, छोटं गोल टेबल नि चार खुर्च्या होत्या. एका खोलीत फक्त एक गादी जमिनीवर घातलेली होती. मोठ्या बेडरूममध्ये नवा पलंग टाकलेला होता. पूर्ण फ्लॅट स्वच्छ आणि प्रसन्न होता. मला खूप आवडला.

फ्लॅट पाहून झाल्यावर त्याने आम्हाला चहा दिला आणि आमच्याशी बोलत बसला. तो आयात-निर्यातीच्या व्यवसायात होता. जास्त करून कापड आणि कधीकधी गालिचे आणून विकायचा. जस्सीच्या आणि त्याच्या गप्पा चांगल्या रंगल्या होत्या. गेले कित्येक दिवस आम्ही फक्त एकमेकांशी बोलत होतो. तिसरं कुणी नव्हतंच बोलायला. आम्ही डर्बी सोडून, इथे स्थायिक होण्यासाठी आलो आहोत असं जस्सीने त्याला सांगितल्याचं मी ऐकलं. पण त्यांच्या बोलण्यावर मी नीट लक्ष केंद्रित करू शकत नव्हते, कारण माझं अवघं मन एकाच विचाराने व्यापलं होतं. 'कसंही करून आपल्याला इथे राहायला यायलाच पाहिजे.'

थोड्या वेळाने अनिलने विचारलं, ''मग? कशी वाटली जागा? घेताय का?''

नेहमी मी जस्सीलाच बोलणी करू द्यायची. पण या वेळेला मी चटकन मधे शिरून बोलले, ''जागा आम्हाला आवडलीय. पण भाडं जरा जास्त वाटतं. थोडं कमी नाही का करता येणार?''

त्याला आश्चर्य वाटल्यासारखं दिसलं. इतका वेळ मी संभाषणात अजिबात भाग घेतला नव्हता आणि एकदम मुद्द्याचं तेवढं स्पष्टपणे सांगून मोकळी झाले होते, याचंही नवल वाटलं असेल त्याला. थोडा वेळ विचार करून तो म्हणाला, ''आता बघा, माझा आहे इंपोर्ट-एक्स्पोर्टचा बिझनेस. त्यामुळे मी सतत बाहेरच असतो, पण कधीकधी लीड्समध्ये मुक्काम असतो. म्हणजे असंच महिन्यातून चार-पाच दिवस वगैरे. तेव्हा मला जागा लागते. तर मी काय म्हणतो, तुम्हाला चालणार असेल तर तेवढे चार दिवस मी ती मोठी बेडरूम वापरत जाईन. इतर वेळेला ती तुम्ही वापरा. आपण भाडं तीसच्या ऐवजी पंचवीस पौंड करू. कसं वाटतं हे? चालेल तुम्हाला?''

हे ऐकून आम्ही दोघं बावळटासारखं हसतच बसलो तिथे.

या फ्लॅटने मला परत जरा माणसात आणलं. तो आशियाई वस्तीत नसल्यामुळे, जरा मोकळं वाटत होतं. यावर विचार करू लागले, तेव्हा जाणवलं एक काळ असा होता की आम्हाला गर्दीत हरवून तोंड लपवावं किंवा इथून अदृश्य व्हावं असं वाटत होतं. 'कुणीतरी आमच्या मागावर आहे' अशा प्रकारच्या जस्सीने ऐकलेल्या अफवाही विरून गेल्या, त्यालाही अनेक महिने लोटले होते. आम्ही अगदी पहिल्यांदा न्यू कॅसलला आलो, तेव्हा त्याला हे कुणीतरी सांगितलेलं होतं. ती भीती आता उरली नसल्यामुळे बरंच वाटत होतं. मात्र माझ्या घरच्यांनी; साधं मी कुठे राहतेय याचा शोध घेण्याइतकीसुद्धा माझी पर्वा केली नाही, या गोष्टीची बोच मनात होतीच.

तरी पण चांगल्या जागेत राहायला लागल्यामुळे बराच फरक पडला. माझा गेलेला उत्साह परत आल्यासारखं वाटायला लागलं. मी घरी स्वैपाक करायला सुरुवात केली. त्यामुळे जगण्याला काही तरी वेळापत्रक आलं. परिस्थितीवर थोडं नियंत्रण आल्यासारखं वाटू लागलं. मी घरच्यासारखे आशियाई पदार्थच करायची; त्यांचे वास आणि चवी यामुळे मला 'घरी' असल्यासारखं आश्वस्त वाटायचं. ओट्याजवळच्या बुटक्या भिंतीवर रांगेने लावलेल्या मसाल्याच्या छोट्या काचेच्या बरण्या मला आवडू लागल्या. त्या घरमालकाचं आणि आमचं खरोखर फार चांगलं जमत होतं. घरातून पळून आल्यापासून पहिल्यांदाच आम्हाला असं वाटलं की, आपण आपल्या जगापासून अगदीच काही तुटून बाजूला पडलेलो नाही. जस्सीला काम मिळत नव्हतं. असं असलं, तरी या घराचा पत्ता देऊन त्याने सरकारी फायदे मिळण्यासाठी अर्ज केला.

अजूनही माझं घरी नियमित फोन करणं चालूच होतं. घरच्या माणसांशी थोडा तरी संबंध राहावा, ही माझी आस कधीही कमी झाली नाही. आता मला कळून चुकलंय की आपण आशेला खूप-खूप घट्ट धरून ठेवतो आणि शेवटी मात्र तिचा चुराडा झाल्याखेरीज राहात नाही. घरी फोन करायचा, ही जणू माझी एक रीतच होऊन गेली होती. कधी दोन-तीन वेळा फोनची रिंग वाजल्याबरोबर ल्यूसी उचलायची. तिच्या 'हॅलो' म्हणण्यात आनंद आणि स्वागत केल्यासारखा भाव असायचा. बहुतेक ती एखाद्या मित्राच्या किंवा मैत्रिणीच्या फोनची वाट पाहत असावी. माझा आवाज ऐकल्यावर एकदम हिरमोड झाल्यासारखी किंवा भडकून काहीतरी बडबडायची. 'तू आहेस होय?' 'तुला कधीच अक्कल येणार नाही का गं?' असं म्हणून फोन आदळायची. मम आणि डॅड बऱ्याच वेळा रिंग वाजल्यानंतर फोन उचलायचे. इकडे माझ्या डोळ्यांपुढे चित्र दिसू लागायचं... जमिनीवर बसलेली मम, मोठ्या कष्टाने उठून सावकाश चालत फोनकडे येते आहे... ते दोघं कधीच 'गुड मॉर्निंग' असं अभिवादन करण्यासारखं काही बोलायचे नाहीत. शांतपणे 'मी जसविंदर बोलतेय' हे सांगेपर्यंत थांबायचे. फोन झटक्यात ठेवला गेला म्हणजे समजायचं की तो ममने घेतला असणार. डॅडने घेतला तर ते सावकाश फोन खाली ठेवायचे. कधीकधी तर ठेवण्यापूर्वी त्यांचा मोठ्ठा सुस्काराही ऐकू येई. आता आमच्या घरातच फोन होता. त्याचा तोटा असा होता की, माझ्या घरच्यांनी निर्दयपणे फोन तोडला तरी मला तिथून निघून जाता यायचं नाही. सार्वजनिक फोनवरून जेव्हा फोन करायचे, तेव्हा मीही तडक फोन ठेवून चालू लागायची. त्या नकारापासून दूर निघून जायची आणि डोकं शांत करायची.

पण एक दिवस मात्र वेगळं घडलं. असाच मी रात्रीच्या वेळी फोन केला. ल्यूसीने उचलला. मी आहे असं कळल्यानंतरही तिने तो ठेवला नाही! मला इतकं आश्चर्य

वाटलं की, बोलताना मी चक्क 'तऽ...तऽ...पऽ...पऽ' करायला लागले.

"कोण ल्यूसी? तूच आहेस ना? माझा फोन बरोबर आपल्या घरीच लागलाय ना?"

"हे पाहा. मी आत्ता बोलू शकत नाहीये. तू उद्या सकाळी फोन कर." एवढंच ती बोलली.

ते ऐकून, मी उलट-सुलट अंदाज, तर्क-कुतर्क यांच्या गदारोळात सापडले. गेली दोन वर्षे, मी माझ्या घरातल्या एकाही माणसाशी बोलले नव्हते. कुणाला पाहिलेलं नव्हतं की, त्यांच्याकडची काही बातमीसुद्धा मला कळलेली नव्हती. खरं म्हणजे काही वाईट घडलं असतं तर आशियाई समाजाच्या गावगप्पांमधून झिरपत-झिरपत ती बातमी माझ्यापर्यंत पोहोचली नसती का? पोहोचली असती. पण त्याचंही काही नक्की सांगता येत नव्हतं. मी मनातून चांगलीच घाबरले. माझ्या मनानं पक्कं घेतलं की, ल्यूसी आपण होऊन उद्या फोन कर म्हणाली, म्हणजे ती काहीतरी वाईट बातमीच आपल्याला सांगणार आहे. झालं! मी दुसऱ्या दिवशी सकाळी साडेनऊला पुन्हा फोन केला. तो धडधडत्या छातीनेच. पण ल्यूसी शांत वाटली.

"काय गं, कसं काय चाललंय तुझं?" तिने विचारलं. जणू काही एखाद्या महिन्यानंतरच आम्ही फोनवर भेटत होतो.

"छान चाललंय! तू कशी आहेस? मम-डॅड कसे आहेत?"

"दोघेही ठीक आहेत. आता कुठे राहतेयस तू?"

"लीड्समध्ये फ्लॅट घेतलाय. तिथे राहतोय आम्ही."

तिचा आवाज नेहमीसारखा होता. त्यात कुठल्याही प्रकारची टीका, दूषणं, शेरेबाजी, टोमणे असलं काहीही नव्हतं. ऐकताना मला इतकं बरं वाटलं की, डोळ्यातून घळाघळा आनंदाश्रू वाहू लागले होते. ते गालावरून थेट माझ्या जंपरवर पडू लागले. तिने आमची काही जास्त चौकशी केली नाही. पण मी विचारलेल्या प्रश्नांची उत्तरं दिली. माझा लाडका भाचा डेव्हिड बरा होता. यास्मिनला मुलगा झाला होता. रोबीनालाही एक मुलगा होता. पण सासरी न पटल्यामुळे, ती माघारी आली होती. ल्यूसीने, ही गोष्ट अगदी निर्विकारपणे सांगितली. पण मला फार हळहळ वाटली. अरेरे! बिचारी रोबीना! किती दुःख झालं असेल तिला! मी मात्र सांत्वन करायला, आधार द्यायला तिच्या जवळपासही नव्हते!

"कशी आहे गं ती आता? सावरलीय का?" मी विचारलं. पण तेवढ्यात ल्यूसी दुसऱ्या विषयाकडे वळली होती. ती मला प्रकाशबद्दल सांगत होती. दारू पिऊन पिऊन बिला खलास झाला होता आणि प्रकाश विधवा झाली होती. मग अचानक ती म्हणाली, "ए, दाराशी कुणीतरी आलंय वाटतं. आता मला जावं लागेल."

आणि मी काही बोलायच्या आतच तिने फोन ठेवूनही दिला.

आमच्या बोलण्यावर विचार करत, मी तिथे कितीतरी वेळ तशीच बसून राहिले होते. तिच्या बोलण्यावरून हे उघडच झालेलं होतं की, या सगळ्या जुन्या बातम्या आहेत. पण माझ्यावर जणू काय माहितीचा तोफगोळाच पडला होता. इतकं काय काय घडलं होतं. सगळं नीट उलगडायला देखील मला वेळच लागणार होता. माझ्या मनात रोबीनाचा विचार प्रामुख्याने येत होता. त्यामुळे ल्यूसीचे शब्द मी पुन:पुन्हा नीट आठवून पाहत होते. ती सांगत होती की, नवतेज ब्रिटनला येणार नाही. आता तो कॅनडाला जाऊन दुसऱ्या मुलीशी लग्न करणार आहे. पण त्याच्या मुलाचं काय? पुन्हा एकदा घरचा नंबर फिरवण्यासाठी माझी बोटं शिवशिवली. पण तेवढं धाडस झालं नाही. ल्यूसीला उकसवण्याचा धोका मला पत्करायचा नव्हता. इतक्या दिवसांचं एकटेपण भोगल्यानंतर, घराकडची काहीतरी बातमी समजणं यायचं मला खूप अप्रूप वाटत होतं आणि त्यासाठी मला खरोखर ल्यूसीबद्दल कृतज्ञता वाटत होती. जणू माझ्या दृष्टीने मृतवत झालेल्या कुटुंबाला, तिने जिवंत करून माझ्यासमोर आणून उभं केलं होतं. मी थांबून वाट पाहायचं ठरवलं. आणखी दोन आठवड्यांनी कदाचित तिने आणखी बातम्या पुरवल्या असत्या.

लीड्सला गेल्यानंतर पहिले सहा महिने जस्सीने इकडची, तिकडची मिळतील ती किरकोळ कामं केली. नंतर आम्ही मार्केटमध्ये स्टॉल घेऊन प्रयत्न करायचं ठरवलं. बरेच दिवस आम्ही असाच ‘टाईमपास’ म्हणून बाजारात भटकंती केलेली होती. जस्सीला बाजारातली गडबड, गोंधळ, गर्दी, तिथले आवाज, आव्हानं आणि बदल आवडत असत. सहज, साध्या पद्धतीने हसत-खेळत धंदा करणारे स्टॉलमालकही त्याला आवडायचे. त्यातल्या दोघा-तिघांशी आमची चांगली मैत्री जमली होती. त्यांनीही आम्हाला ‘स्टॉल घेऊन पाहा,’ म्हणून उत्तेजन दिलं.

पैशांच्या बाबतीत जस्सी म्हणजे किमयागारच होता. आताही त्याने कसे कुणास ठाऊक, पण स्वत:जवळ जमवून ठेवलेले ५० पौंड, सुरुवातीचं भांडवल म्हणून काढले. मालाची गोडाऊन्स शोधून काढली. तिथून काय काय खरेदी करता येईल त्याचा विचार केला आणि मग त्या ५० पौंडातून, बॅटरीवर चालणारी लहान लहान उपकरणं विकत घेतली. घड्याळं, टॉर्च, गजराची घड्याळं वगैरे... कर्कगेट मार्केटमध्ये स्टॉल लावायला दिवसाचे पाच पौंड पडत. सुरुवातीला आम्ही फक्त शुक्रवारी आणि शनिवारी स्टॉल लावू लागलो.

आजूबाजूच्या स्टॉलधारकांचं बारकाईने निरीक्षण करून, आम्ही त्यांच्या सगळ्या युक्त्या आणि क्लृप्त्या शिकून घेतल्या. उदाहरणार्थ वीस पौंड किमतीचा असणारा मालाचा स्टॉक, हजारो पौंडाचा असल्याचं कसं भासवायचं?... आम्ही एक भारी दिसणारं कापड स्टॉलवर पसरून ठेवायचो आणि त्यावर बरीच मालाची खोकी

रचायचो. भले ती रिकामी असली तरी चालतील. त्यांचा उपयोग फक्त, हा स्टॉल मालाने खचाखच भरलेला आहे असा देखावा करण्यापुरता असायचा. मग आमच्या जवळच्या सुंदर आणि आकर्षक वस्तू आम्ही मागच्या बाजूला ठेवायचो. जेणेकरून त्या नीट बघण्यासाठी गिऱ्हाईकांना वाकून आतपर्यंत बघावं लागे आणि तसं त्यांनी एकदा केलं की, समजायचं गिऱ्हाईक पटवण्याचं तुमचं अर्ध काम झालं!

माझ्या एक गोष्ट लक्षात येऊ लागली होती. गिऱ्हाईक स्टॉलपाशी येऊन बघू लागलं की, काही वेळ त्याला एकटं सोडलं पाहिजे. ताबडतोब तुम्ही विक्रीचा पहिला पवित्रा घेतलात तर ते बिचकतात. त्यामुळे मी सुरुवातीला, नेहमी सामान लावण्यात किंवा शेजारच्या स्टॉलवाल्याशी बोलण्यात गुंतल्याचं नाटक करायची. गिऱ्हाईकाने प्रत्यक्ष मालाला हात लावल्यानंतरच मी त्याच्याशी बोलायला सुरुवात करायची. या मालाचे कसे वेगवेगळे प्रकार आपल्याकडे आहेत किंवा याची खासियत काय आहे यासंबंधी मी बोलायची. (उदा. अंधारात चमकणारे घड्याळाचे काटे... वगैरे) जर एखाद्या वस्तूकडे गिऱ्हाईक बराच वेळ किंवा वारंवार बघत राहिलं तर समजायचं की आता याच्यावर दबाव टाकायला हरकत नाही. मग मी सांगायला सुरुवात करायची, आज सकाळपासून याच वस्तूचा इतका खप झालाय की, माझ्याकडे फक्त त्यातल्या दोनच उरल्या आहेत. (प्रत्यक्षात माझ्याकडे तसल्या शंभर असल्या तरी) किंवा मी सांगायची, हा शेवटचाच नग उरलाय. तुम्हाला हवा असेल तर मी किंमत कमी करून देईन. डिजिटल घड्याळं आम्ही २५ पेन्सला खरेदी करून, दीड पौंडला विकायचो. शनिवारी आमची १०० घड्याळं सहज विकली जात, अगदी विनासायास!

माझ्या लक्षात आलं की, माल विकण्याचं तंत्र मला जात्याच अवगत होतं. ती निसर्गाचीच देणगी होती. मी त्यात इतकी वाकबगार झाल्याचं पाहून मलाच आश्चर्य वाटत होतं. लोकांशी संवाद साधायलाही मला खूप आवडत होतं. आम्ही न्यू कॅसलमध्ये असेपर्यंत, माझा बाह्य जगाशी संपर्क केवळ जस्सीमार्फतच होत होता. त्यामुळे मला आतल्या आत थिजल्यासारखं वाटायचं. आता बाजाराच्या धबडग्यात मोकळ्या-ढाकळ्या वातावरणात ते थिजलेपण हळूहळू वितळू लागलं. सकाळच्या थंडीत कुडकुडत आम्ही जेव्हा स्टॉल लावायला यायचो आणि उष्णता निर्माण करण्यासाठी पाय आपटत, हातावर हात चोळत असायचो तेव्हा कुणी ना कुणी येऊन 'हॅलो! गुड मॉर्निंग!' म्हणून जायचं. गिऱ्हाईकांशीदेखील ओळखी झाल्यामुळे तेही थांबून दोन शब्द बोलून जायचे. थोडं हसत बोलत चहा घ्यायला नेहमी कुणी ना कुणी बरोबर असायचं. वातावरणात जिवंतपणा होता. मला वाटू लागलं, आपण जीवनाच्या काठावर उभे आहोत. आता धैर्य एकवटून उडी घ्यायला काहीच हरकत नाही....

डर्बी सोडून बाहेर पडल्यानंतर प्रथमच मला वाटायला लागलं की, जस्सी आणि मी मिळून आयुष्यात काहीतरी करून दाखवू शकतो. आमचं दोघांचं समीकरण कामातही चांगलं जुळत होतं. सामंजस्य आणि सुसंवादामुळे आम्ही दोघे एकमेकांचे चांगले भागीदार झालो होतो. कर्कगेटच्या बाजारात, तसंच बाहेरही कुठेकुठे जाऊन आम्ही स्टॉल लावू लागलो. आता आम्ही आठवड्याचे सर्व दिवस काम करू लागलो होतो. 'खायचं काय? पोट भरायला पुरेसे पैसे कुठून आणायचे?' या चिंता आम्हाला पडत नव्हत्या. आता आम्ही एकेक उद्दिष्ट गाठू लागलो होतो. काम संपल्यावर, भरपूर जेवण बांधून नेऊन घरी जाऊन खात होतो. कधीतरी हॉटेलमध्ये जाऊन 'ड्रिंक पार्टी' करत होतो. लवकरच 'हायर पर्चेस' वर आम्ही टी.व्ही. घेतला.

माहेरच्यांनी मला नाकारल्यामुळे आपण केवळ 'नालायक' आहोत, निरुपयोगी आहोत, आपल्याला कसलीच अक्कल नाही असं मला वाटायला लागलेलं होतं. ते पुसलं जाऊन, मीही काहीतरी चांगलं करू शकते हे माझ्या लक्षात येऊ लागलं. ज्या दिवशी आम्ही टी.व्ही. घरी आणला, तेव्हा मला इतकं विशेष वाटलं की, तो आनंद माहेरच्या माणसांबरोबर वाटून घ्यावा असं मनात आलं. उगाचंच, मन कल्पना करू लागलं की, आमच्या सुखाचा त्यांनाही आनंद वाटेल. डॅडना खरोखर आनंद झाला असता. मी मनात म्हणू लागले, डॅडनी जर माझा फोन घेतला ना तर सगळं काही ठीकठाक होईल.

मी पक्का निश्चय केला. घरी फोन करायचा आणि त्यांनी फोन ठेवण्यापूर्वी आपली आनंदाची बातमी त्यांना सांगायचीच. कोणत्या शब्दात सांगायचं, ते मी नीट ठरवून ठेवलं आणि घरचा नंबर फिरवला. तिकडे रिंग वाजू लागली, इकडे दीर्घ श्वास घेऊन मी तयारीतच होते.

फोन ममने घेतला. क्षणभर थांबून, मी ठरवलेले शब्द बोलायला सुरुवात केलीच.

"मम, मं जसविंदर बोलतेय. आमचं चांगलं चाललंय गं मम! आम्ही मार्केटमध्ये स्टॉल घेतलाय. पैसे साठवून आजच एक टी.व्ही...."

वाक्य पूर्ण होण्यापूर्वीच फोनची लाइन बंद झाली. असं त्यापूर्वी इतक्या वेळा घडलेलं होतं की, मी मोजायचंच सोडून दिलं होतं. तरीसुद्धा मला धक्का बसलाच, वाईटही वाटलं! कानशिलं गरम झाली, अपमान झाला! स्वत:ची फार-फार शरम वाटली, दुखावली गेले. तेव्हा कुठे मला समजलं की, माझ्या यशाने त्यांना कधीच आनंद होणार नाही! त्यांच्या दृष्टीने मी जातीबाह्य ठरले होते आणि जातीने बाहेर टाकलेल्यांची जागा कुठे? तर गटारात!!!

"आमच्याशिवाय तुम्हाला कोण विचारणार? तुम्ही गटारात लोळाल!" मी पहिल्यांदा घरी फोन केला, तेव्हा माझ्या आईने हे शब्द उच्चारले होते. मला अशा

प्रकारचे शिव्याशाप दिले होते आणि आता माझ्या लक्षात आलं होतं की, तिची तशीच इच्छा होती. माझे मम आणि डॅड ज्या सुरक्षित बंधनाने भरलेल्या कुंपणाच्या आत आयुष्यभर जगले; त्याच्याबाहेर पडून उत्कर्ष तर जाऊ दे, मी नुसती जिवंत राहीन ही गोष्टसुद्धा त्यांच्या सहन करण्यापलीकडची होती. हे मला आधीच समजायला पाहिजे होतं.

११

लीड्समध्ये आम्ही जवळजवळ वर्षभर राहिलो आणि नंतर एक दिवस अचानक अनिलने सांगितलं की, तो फ्लॅट विकून शहर सोडून जाणार आहे. हा धक्काच होता. पण या वेळेपर्यंत जस्सीने धंदा वाढवायचा निर्णय घेतलेला होता आणि आमचा सगळा माल ठेवता येईल अशा मोठ्या जागेच्या तो शोधात होताच. आमच्या धंद्याची एक शाखा 'ब्रॅडफोर्ड'ला काढायचं ठरलं. या ठिकाणी लीड्सपासून वीस मिनिटांत मोटारने पोहोचता येई.

'व्हाईट्स व्ह्यू, ब्रॅडफोर्ड' हा आमचा नवा पत्ता होता. एक अरुंद गल्ली किंवा बोळ म्हणा, चढत-चढत पार टेकडीच्या माथ्यापर्यंत गेलेला होता. या बोळात पाठीला पाठ लावून अनेक इमारती उभ्या होत्या. त्यातल्या एका इमारतीच्या दुसऱ्या मजल्यावर आमचा फ्लॅट होता. त्यापूर्वी मी अशा प्रकारची घरं कधी पाहिलेली नव्हती. ती घरं एकमेकांना मागून अशी चिकटलेली होती की, मागच्या बाजूला परसबाग वगैरे करायला जागाच नव्हती आणि सगळ्यांचे पुढचे दरवाजे जणू काही दोरीने बांधल्यासारखे एका माळेत ओवल्यासारखे दिसत होते. वरच्या मजल्यावर प्रत्येक खिडकीच्या बाहेर कपडे वाळत घालायच्या दोऱ्या होत्या. त्या एकेका चाकाला बांधलेल्या होत्या. त्याच्या साहाय्याने सहजासहजी दोरी आत घेऊन त्यावर कपडे टाकून पुन्हा बाहेर टांगता येई. मला ती सोय छान वाटली. पण लगेच मनात विचार आला. ममला हे असलं खिडकीबाहेर कपडे टांगणं अजिबात आवडलं नसतं. डॅडची अंडरपँट वाळत घातलेलीसुद्धा, लोकांच्या दृष्टीस पडलेली तिला खपायची नाही. तिच्या आतल्या कपड्यांचा तर प्रश्नच नव्हता.

मी ममबद्दल साधा सरळ विचार करू लागले होते. यावरून आम्ही ब्रॅडफोर्डला प्रथम आलो तेव्हाच्या माझ्या सुधारलेल्या मनोवस्थेची कल्पना येईल. लीड्समध्ये आमचं वर्ष फार चांगल्या पद्धतीने गेलं. मला पहिल्यापेक्षा खूप सक्षम झाल्यासारखं

वाटत होतं. रोजच्या जगण्यात आता मी जस्सीवर पूर्वीइतकी अवलंबून राहात नव्हते. पण 'व्हाईट्स क्व्यू' मध्ये आल्यावर परिस्थिती पुन्हा बदलली. तो फ्लॅट फार लहान आणि कोंदट होता. तिथे खूप उंदीरही होते. या गोष्टीचं काही विशेष वाटलं नाही. खरी समस्या अशी होती की, हा फ्लॅट आशियाई लोकवस्तीच्या मधोमध होता. पुन्हा त्याच परिस्थितीत राहिल्यामुळे माझं काय होईल याचा आधी अंदाजच आला नाही.

"तू इकडे नवीनच राहायला आलीस का?" एक दिवस दुधाच्या रांगेत उभी असताना एका वयस्कर स्त्रीने विचारलं. मी काही विचार करण्याच्या आधीच, ममची वर्षानुवर्षांची शिकवण उसळी मारून वर आली आणि आदराने नजर खाली वळवून मी उत्तर दिलं, "हाँ! आंटीजी. एक आठवडाच झालाय मला इथे येऊन."

"कुठून आलीस?"

"लीड्स." मी पुटपुटले.

"तिथे तुझे आईवडील असतात का?"

मी उत्तर दिलं नाही. तिथे काही क्षण शांतता पसरली. व्यवहारही थांबले. कारण दुकानदार आणि रांगेतली गिऱ्हाइकं, सगळ्यांचं लक्ष माझ्या उत्तराकडे होतं. मी उत्तर द्यायचं टाळलं याचा जरासुद्धा खेद न मानता, स्वतःच्या भोचकपणाची मुळीसुद्धा शरम न बाळगता म्हातारीने चौकशी पुढे चालूच ठेवली. शेवटी माझे आईवडील कुठे राहतात, वडिलांचं नाव काय आणि ते पंजाबच्या कोणत्या खेड्यातून इंग्लंडला आले हे सगळं माझ्या तोंडून वदवून घेतलं, तेव्हाच ती शांत झाली.

"माझे एक मामा असतात पंजाबमध्ये." असं म्हणत एकदाची तिने माझ्याकडे पाठ फिरवली आणि दूध घ्यायला गेली.

अशा तऱ्हेने आमच्या नव्या गावी, कुठेही मी गेले तरी हेच होत राहिलं. अनोळखी माणसं, ठरावीक प्रश्न, सगळे मला त्यांच्यात सामावून घ्यायला नाती जोडायला टपलेले. जिथे जिथे आशियाई लोक समूहाने राहायचे, त्या प्रत्येक ठिकाणी जणू एक प्रचंड भोवरा गरगरत असायचा आणि नव्या माणसाला त्यात खेचून घ्यायला वस्तीतले सर्वजण उत्सुक असायचे. माझं आख्खं बालपण अशा ठिकाणीच गेलं होतं. सहज विचारल्यासारखे प्रश्न, पण त्यामागे आगाऊ चौकशी करण्याचा अंतस्थ हेतू सतत जाणवणारा. तेच सगळे धागे इथेही अगदी तशाच पद्धतीने काम करत होते असं मला दिसलं. मला भीती वाटायला लागली की, हे अगोचर लोक नक्कीच डर्बीपर्यंत पोहोचतील. मग आम्ही नक्की कोण आणि आमचं काय झालं याचा पत्ता लागायला काय उशीर? या गोष्टीला भिऊन मी आईवडिलांबद्दल खोटी माहिती देऊ लागले. पण कुणाला काय थाप मारली, हे लक्षात ठेवणं अवघड होऊ लागलं. त्याचा ताण यायला लागला आणि मन पुन्हा एकदा अनिश्चिततेच्या

वावटळीत गोते खाऊ लागलं.

आपल्यावर सतत कुणाची तरी नजर आहे, पहारा ठेवला जातोय, यामुळे जी घुसमट होते त्याचा मला पहिल्यापासून फार तिटकारा. आता तर अशा चौकस, अनोळखी माणसांच्या गावात आम्ही नव्याने राहायला आल्यानंतर तो तिटकारा आणखी वाढला. त्या चौकशांपासून मी कशीबशी सुटका करून घेत होते, पण दरम्यान 'घरच्या आठवणीने व्याकूळ होण्याच्या' ('होम सिकनेस') दुखण्याने मनाचा पुन्हा ताबा घेतला. रोज सकाळी बेडरूमच्या खिडकीत उभी राहून डोक्याभोवती स्कार्फ गुंडाळून कामावर जाणाऱ्या बायकांचे घोळके मी पाहायचे. आया, बहिणी, मुली, मावश्या, भाच्या सगळ्या बरोबरीने फिरताना पाहून; माझ्या मनात मत्सराची भावना उफाळून यायची आणि एकटेपणाची जुनी व्यथा नव्याने छळू लागायची.

या सगळ्याने मला पुन्हा मागच्या काळाकडे ओढलं. न्यू कॅसलमधल्या त्या भयंकर उदासीन दिवसांकडे घसरत चालल्याचं माझ्या लक्षात येऊ लागलं. मी आता इतक्या वर्षांनंतर सांगू शकते की, ती 'तीव्र निराशेची' किंवा 'खिन्न मानसिकतेची' व्याधीच होती. मी वारंवार डॉक्टरांकडे जात असे. कधी पाठ दुखायची, कधी डोकं दुखायचं, तर कधी त्वचेवर खाज येऊन चट्टे उमटायचे. पण त्याही वेळेला 'काय कशी आहेस?' असं कुणी विचारलं तर मी 'मजेत' असंच उत्तर द्यायचे. कारण मला लहानपणापासूनच तसं शिकवण्यात आलेलं होतं. शारीरिक दुखणी वेगळी असतात; त्यात विशेष लाजिरवाणं काही नसतं. पण आपल्या मनाची खरी अवस्था ही नेहमी स्वत:पाशीच ठेवायची असते. इतरांना 'ठीक आहे,' असंच सांगायचं.

त्या वेळेला जर मी माझ्या मन:स्थितीचं खरं वर्णन कुणाला सांगायचं ठरवलं असतं, तर मी म्हटलं असतं, 'माझं मन एखाद्या दलदलीसारखं झालंय.' मला खुशीत आणण्याचे, आनंदित करण्याचे जस्सीचे सगळे प्रयत्न, त्या गढूळ पाण्यात बुडून जात होते. अजूनही माझी पक्की खात्री होती की, माझ्या हातून अक्षम्य चूक घडलेली होती. कुटुंबाच्या विरुद्ध जाऊन मी पापच केलेलं होतं. त्या अपराधी भावनेच्या काळ्या कुट्ट ढगाने मला वेढून टाकलं होतं. माझ्या वागण्यामुळेच लोक भररस्त्यात ममच्या अंगावर थुंकले होते. एखाद्या कुऱ्हाडीसारखी धारदार, आक्रमक व्यक्तिमत्त्वाची माझी आई होती. तिनेच मला जन्म देऊन लहानाचं मोठं केलेलं होतं आणि मी मात्र तिला शरमेने मान खाली घालायला लावणारं कृत्य करून बसले होते. या विचाराने माझी आतडी पिळवटून निघत. मला खरोखर 'क्षुद्र' असल्यासारखं वाटायचं.

खरी गोष्ट अशी होती की, त्या वेळी मला तिची गरज होती. तसं तर मी फार पूर्वीपासून, अगदी लहानपणापासून तिला आव्हान देत आले होते. पण जेव्हा मी जिंकले, तिच्यापासून सुटका करून घेतली. स्वातंत्र्य मिळवलं! तेव्हा त्या स्वातंत्र्याचं

काय करायचं हे मला माहिती नव्हतं.

पहिल्यापासून माझी आई आणि बहिणी याच स्त्रिया मी जवळून बघितल्या होत्या. त्याच माझा आदर्श होत्या. ज्या समाजाने आपल्या सुरक्षित रेशीमकोशात मला वाढवलेलं होतं, त्याच्या सीमेपार गेल्यावर कसं जगायचं हे मला ठाऊक नव्हतं. 'व्हाईट्स व्ह्यू'मध्ये राहायला गेल्यावर मला याची जाणीव झाली. जे आयुष्य मी झिडकारून, नाकारून आले तसलंच आयुष्य जगणाऱ्या सगळ्या बायका माझ्या अवतीभोवती राहायच्या. बेडरूमच्या खिडकीत एकटीच उभी राहून त्यांचं ते धावपळीचं, गडबडीचं जगणं पाहताना, कधीकधी मला या गोष्टीचं फार नवल वाटत असे. प्रश्न पडायचा की, असं का व्हावं?

दोन वर्षांपूर्वी आम्ही न्यू कॅसलमध्ये राहात होतो. जस्सी पडेल ते, मिळेल ते काम करत होता. मी मात्र न संपणाऱ्या दिवसांचे कंटाळवाणे तास मोजत, बिछान्यात लोळत किंवा बसून फुकाचे विचार करत वेळ काढत होते. त्या वेळी माझ्याकडे या प्रश्नाचं उत्तर नव्हतं. पण नंतर लीड्समध्ये बाजारात मालाचे स्टॉल लावू लागलो, तेव्हा माझ्या जगण्याला प्रयोजन मिळालं. त्या वेळेला आम्ही केलेल्या अपार कष्टांमुळे माझ्या खांद्यावर बसलेलं 'तीव्र निराशेचं' काळं भूत उतरून गेलं होतं. आता ब्रॅडफोर्डमध्येही मला कष्ट करावे लागणार होते. तशी गरजच होती. पण ते केल्यामुळे मला कुढत बसायला वेळ उरला नाही. पुन्हा मागे घसरून निराशेच्या गर्तेत जाण्यापासून मी बचावले होते. जस्सीने आणि मी मिळून एक व्यवसाय उभा केलेला होता; शून्यापासून सुरुवात करून दृढनिश्चय आणि रात्रंदिवस केलेली अथक मेहनत यांच्या जोरावर तो यशस्वी केलेला होता.

ब्रॅडफोर्डला येईपर्यंत आम्हाला एवढं यश मिळालं होतं, इतका आत्मविश्वास आला होता की जस्सीने ठरवलं आता आपण एकट्याने व्यवसाय चालवायचा. आता त्याला घर विकत घ्यायचं होतं. त्यासाठी निश्चित उत्पन्नाचं दुसरं साधन असणं आवश्यक होतं. त्यासाठी मी नोकरी करावी असं त्याचं म्हणणं होतं. अजूनही तो एकटाच सगळे निर्णय घ्यायचा आणि मी त्याप्रमाणे वागायची. मला 'अरगॉस'मध्ये नोकरी मिळाली. इतकी काही खास नव्हती. मार्केटसारखी तिथे मजाही येत नव्हती. पण मी ती स्वीकारली. कारण जस्सी म्हणाला की, 'त्यामुळे आपलं घर घेण्यासाठी मदत होईल आणि थंडीच्या दिवसात ऑफिसात आतमध्ये काम करणं मलाही सुखकर वाटलं.'

ब्रॅडफोर्डला आम्ही नुकतेच राहायला आलो होतो. त्या वेळी जस्सीचे आईवडील प्रथमच आम्हाला भेटायला आले. लीड्समध्ये असताना जस्सी नेहमी त्यांना भेटायला जात असे. मला त्यात आनंदच होता. पण आम्हा दोघांच्या कुटुंबीयांनी आम्हाला फार वेगवेगळ्या पद्धतीने वागवलं. त्यात माझ्या वाट्याला आलेला

अन्याय मला सतत डाचत राहायचा. आम्ही ज्या परिस्थितीत होतो तिच्यासकट; जस्सीच्या घरच्या लोकांनी आम्हाला स्वीकारलेलं होतं. त्यांनी माझं स्वागत केलं होतं. माझ्याशी प्रेमळपणे वागत होते. मी त्यांची 'जट्टी-नॉर' आहे म्हणून मला चिडवायचे. 'जट्टी-नॉर' म्हणजे उच्चकुळातली सून. खरं तर त्यांच्या तसं म्हणण्यात कोणताही आकस नसायचा, पण मला मात्र नांगी मारल्यासारख्या वेदना व्हायच्या. कारण जस्सी 'चांभार' होता, हेच ममच्याही नाराजीचं, संतापाचं मुख्य कारण होतं. त्यांच्या त्या बोलण्यामुळे आनंदाचा देखावा करताना माझ्या मनावर फार ताण येई. ते परत गेले की, मी सुटकेचा निःश्वास टाकायची.

या वेळेपर्यंत, माझा ल्यूसीशी नियमित संवाद सुरू झालेला होता. हेच काय ते दुःखात सुख होतं. आमची संभाषणं तशी त्रोटकच असायची, पण निदान मला माझ्या कुटुंबीयाचं क्षेमकुशल समजायचं. बऱ्या-वाईट घटना माहीत व्हायच्या. असंच एक दिवस तिने तिचं लग्न ठरल्याची बातमी मला सांगितली. मी ज्या माणसाशी लग्न करायला नकार दिला त्याच्याशीच आता तिचं लग्न ठरवलं होतं. ही एक नाचक्की टाळण्यासाठी केलेली तडजोड होती, पण तिला ते चालणार होतं. त्या क्षणी ती मला खूप मोठी झाल्यासारखी वाटली!

पण त्या लहानशा सपंर्कामुळे मनाची तगमग आणखी वाढली. शेवटी मी एकदा धीर एकवटून ल्यूसीला विचारलंच की, 'आपण कुठेतरी भेटूयात का?' आणि आश्चर्याची गोष्ट म्हणजे ती भेटायला तयार झाली. तिने मला डर्बीला यायला सांगितलं. तेव्हा मी 'मार्केईटन पार्क'मध्ये भेटण्याचं सुचवलं. तेच आमचं दोघांचं जुनं संकेतस्थळ होतं. शनिवारी दुपारी मार्केईटन पार्कला भेटायचं ठरलं.

ती आमची वाट बघत कार पार्कमध्ये उभी होती. तिला पाहताच माझं काळीज उचंबळून आलं. कारमधून उडी मारून मी धावतच तिच्याकडे गेले आणि तिला उराशी घट्टपणे कवटाळलं. इतकं की, शेवटी घुसमटून तिने मला दूर ढकललं. थोडं दूर झाल्यानंतर मी तिला नीट निरखून पाहिलं.

मी डर्बी सोडलं तेव्हा ती वयात येऊ पाहणारी मुग्धा किशोरी होती. घरी असताना खुशीने अंगभर भारतीय सलवार सूट घालणारी, स्वतःच्या लांबसडक, दाट केसांच्या अभिमानाने वेण्या घालणारी आणि 'मम काय म्हणेल, तिला कळलं तर?' अशी भीती मनात बाळगूनच शाळेच्या मैदानावर 'किस-चेझ'चा खेळ खेळणारी. आणि आता? तिने आखूडसा, फॅशनेबल स्कर्ट आणि वर तंग ब्लाउज घातला होता. लांब केस कापून छान, तोकडा, नीटनेटका बॉबकट करून घेतलेला होता. ममने तिला अशा कपड्यांमध्ये बाहेर जाऊ दिलं? पाहून मी चकित झाले. पण लवकरच माझ्या लक्षात आलं की, फॅशनेबल पोशाख ही तर नुसती सुरुवात होती.

ती पटकन आमच्या मोटारीत बसली. आता आम्हाला 'कुणी बघेल' याची भीती उरली नसली, तरी तिच्या मनात 'आमच्याबरोबर बोलताना कुणी पाहू नये' अशी इच्छा असावी. मग ती स्वत:बद्दल सांगू लागली. मला आठवत होतं, तेव्हापेक्षा तिचा आत्मविश्वास खूप वाढलेला होता. आताशी लग्न ठरलेलं होतं, तोच तिला इतकं स्वातंत्र्य मिळालं होतं. तिला मैत्रिणींबरोबर बाहेर जायला परवानगी होती. ती पबमध्ये जायची. नाइटक्लबला सुद्धा जायची. ज्या गोष्टी करण्याची मी आणि माझ्या मोठ्या बहिणीं स्वप्न देखील पाहू शकत नव्हतो, त्या तिला प्रत्यक्ष करायला मिळत होत्या. हे ऐकून खरंतर मला आनंद व्हायला हवा होता; पण ते ऐकता ऐकता माझ्या मनाची शकलं उडायला सुरुवात झाली. हेच स्वातंत्र्य मिळवण्याकरता मला माझं कुटुंब, नातलग, मित्रमैत्रिणीं, शिक्षण, माझं जन्मगाव, सगळं सगळं सोडावं लागलं होतं. माझं छोटं जगच सोडून दूर जावं लागलं होतं. आणि ल्यूसीला मात्र तेच स्वातंत्र्य आयत्या जेवणासारखं ताटात वाढून समोर आलं होतं. मी भोगलेल्या हालअपेष्टांची खिल्ली उडवल्यासारखं मला वाटू लागलं. आम्ही दोघी कारच्या मागच्या सीटवर शेजारीशेजारी बसलो होतो. ती सांगत होती, मी ऐकत होते. हसऱ्या चेहऱ्याने मान डोलवत होते, पण ती बोलत असताना सतत एकच विचार मनाच्या भिंतीला धडक देत होता, 'मी घर सोडायला नको होतं. तिथेच राहायला पाहिजे होतं. मी असं करायला नको होतं.' पण घडणारं घडून गेलं होतं. मागे जाणारी वाट बंद झाली होती.

ल्यूसीने स्पष्टच सांगितलं की, 'मी घरी परत गेले तरी मम आणि डॅड कधीच मला घरात घेणार नाहीत. शिवाय या विषयाची चर्चा मला करायची नाही.' हे सुद्धा तिने निक्षून सांगितलं. प्रथमच घरातलं कुणी भेटलं होतं, त्या छोट्या भेटीला गालबोट लावण्याची माझीही इच्छा नव्हती. ते मोलाचे क्षण मला नासवायचे नव्हते, म्हणून मीही आग्रह धरला नाही. अशा रीतीने ज्या गोष्टींच्या दहशतीचं ओझं मी इतके दिवस मनावर वागवत आले होते, त्यातल्या बऱ्याचशा न बोलताच आमची भेट संपली. तिनं साधारण तासभर आमच्याशी गप्पा मारल्या आणि मग कारमधून उतरून ती चालू लागली... तिच्या दुनियेकडे परत गेली. त्याच दुनियेकडे... जी कधीतरी माझी पण होती. माझ्या मनाची उरली-सुरली स्वस्थताही ल्यूसीबरोबर नाहीशी झाली.

घरी परत आल्यावर, मी त्याबद्दल जस्सीशी बोलले. त्याने नेहमीप्रमाणे शांततेने, समंजसपणे ऐकून घेतलं. मग म्हणाला, "तू घरातून त्या वेळी पळून गेलीस, त्यामुळे ल्सूसीला हे स्वातंत्र्य मिळू शकलं. बघ ना! आपण दुसऱ्याही मुलीला गमावून बसू या भीतीनेच ममने हे स्वातंत्र्य दिलेलं आहे. दुसरं काय?"

माझ्या मनाच्या 'विवेकी' कोपऱ्याला हे माहिती होतं की, मीच माझ्या वर्तनाने

तिच्यासाठी स्वातंत्र्याची वाट खोदून ठेवली होती. पण अपराधीपणा, पश्चात्ताप आणि दुःख यांच्या गरगरणाऱ्या भोवऱ्यामुळे जणू त्या कोपऱ्यात दलदल माजली होती.

'मी माझा हट्ट सोडायला पाहिजे होता का?'

'मी तडजोड करायला पाहिजे होती का?'

'त्यामुळे परिस्थितीत बदल झाला असता का?'

'मी घर सोडलं नसतं, तिथेच राहिले असते तर मला माझ्या मनाप्रमाणे जगता आलं असतं?

एकामागून एक हेच विचार माझ्या डोक्यात धुमाकूळ घालत राहिले. शेवटी असं वाटायला लागलं की, डोक्यातील त्या विचारांचा मळून-मळून कणकेसारखा गोळा तिंबून ठेवावा, म्हणजे तरी ते डोकं वर काढणार नाहीत आणि विचारांना जरा शांतता मिळेल.

ल्यूसी मला वरचेवर भेटत राहिली. ती ब्रॅडफोर्डलाही आली होती. तंग ब्लाउज, फिश टेल स्कर्ट. दोन्हींचा भडक लाल रंग आणि उंच टाचांचे सँडल्स. ल्यूसी जास्तच आकर्षक दिसत होती. शिवाय तिने केसांना रंगवून, खूप बारीक कापून घेतले होते. तिच्यासमोर मी अगदीच गबाळी दिसत असल्याचं मला जाणवलं. पहिल्यांदा आमच्या घरी आली, तेव्हा माझ्या छोट्याशा फ्लॅटभर तिची चौकस नजर भिरभिरत होती. मला संकोचल्यासारखं झालं. ती तसं काही बोलली नाही, पण मला वाटलं ती मनात म्हणत असेल, 'ज्याला त्याला स्वतःच्या लायकीप्रमाणेच मिळतं. हिला इतपतच मिळणार, करावं तसं भरावं!'

दुसऱ्या वेळी, ती रोबीना आणि माझा भाचा सन्नी यांना घेऊन आली. तो असेल तीन वर्षांचा! रोबीनाचं सगळं लक्ष त्याच्यावर केंद्रित झालेलं अगदी लक्षात येत होतं. त्याच्या बाललीला पाहताना, भोगलेलं सगळं दुःख विसरून तिचा चेहरा मायेने, कौतुकाने आणि अभिमानाने फुलून येई.

तिला माझ्याशी खूपखूप गप्पा मारायच्या होत्या. त्या दिवशी लख्ख सूर्यप्रकाश होता. सन्नीला त्याच्या बाबागाडीत बसवून आम्ही जवळच्या बागेत नेऊन खूप हिंडवलं. त्याला झोप आली. तो बूच तोंडात ठेवून शांत पडून राहिला. मग आम्ही दोघी तिथल्या बाकावर बसलो. रोबीना खूपऽऽखूऽऽ बोलत राहिली. मनातलं सगळं बोलून टाकलं, तेव्हा तिला हायसं वाटलं. आम्ही शाळेत असताना एकमेकींच्या जितकं जवळ होतो, तेवढीच जवळीक मला त्या दुपारी आमच्यामध्ये जाणवली.

शेवटी तिचं वैवाहिक जीवन कसं संपुष्टात आलं, त्याची सविस्तर हकिकत मला कळली. नवतेजला (रोबीनाच्या नवऱ्याला) इंग्लंडला आणण्यात तिला शेवटपर्यंत यश आलं नाही. जर्मनीहून ते नशीब अजमावण्यासाठी कॅनडाला गेले. तिथे त्याचे

कुटुंबीय होते. तिला वाटत होतं, सगळं चांगलं होईल. पण तसं झालं नाही. तिला माहेरी परत यावं लागलं. घटस्फोट घेण्याची गरज नव्हती, कारण त्यांचा लग्नसमारंभ भारतात पार पडला होता. त्याची कायदेशीर नोंदणी केलेलीच नव्हती. एक वर्षापूर्वी ती डर्बीला परत आली होती.

"मम-डॅडनी मला खूप चांगलं वागवलं. मला घरी येऊ दिलं. आम्ही दोघंही तिथेच राहतो आहोत. त्यामुळं सनीसाठी खूपच चांगला आधार झाला गं! तो कुटुंबात राहू शकतोय. त्याच्या सख्ख्या मावश्या, गिंडा मासी, यास्मिन मासी, सगळी मावसभावंडं यांचा सहवास तरी मिळतोय त्याला."

स्वतःची कीव करणारा, अपराधीपणाचा लवलेशही तिच्या स्वरात नव्हता. स्वतःच्या स्थितीबद्दल पूर्ण समाधानी होती ती. 'ते का?' ते लवकरच माझ्या लक्षात आलं.

"तुला सांगू? मला आणखी एक जण भेटलाय जसं आणि त्यानं मला लग्नाची मागणी देखील घातलीयं."

"तू भेटलीयस त्याला? अरे वा! म्हणजे हे ठरवलेलं लग्न नाही तर! लव्ह मॅरेज हांऽ रोबीना! मग मम-डॅड काय म्हणाले?"

"काही नाही. त्यांनी मान्य केलं ते!" ती एखाद्या लाजऱ्या-बुजऱ्या नववधूसारखी खाली मान घालून बोलत होती. पण हे सगळं सांगताना तिला कशाची तरी शरम वाटत असावी असं मला वाटलं.

"तो आपल्या जातीतलाच आहे, जाट. मोठं घराणं आहे त्यांचं. मी त्याच्या घरच्यांनाही आवडले आहे. लग्नाचा खर्चही तेच करणार आहेत."

असं? मी तर थक्कच झाले! मम-डॅडनी प्रेमविवाहाला संमती दिली? इतका बदल झाला त्यांच्या विचारात? खरोखर माझ्यापेक्षा माझ्या बहिणींना सगळं सोपं कसं होऊन जातं? माझ्यातल्या लहान मुलीला मोठ्याने किंचाळावंसं वाटलं. "हे असं का? हे काही बरोबर नाही. माझ्यावरच असा रोष का? असा अन्याय का म्हणून?" पण मी स्वतःला सावरलं. कसंबसं चेहरा हसरा ठेवून विचारलं, "अरे वा! मग लग्न कधी आहे आता तुझं?"

"अंऽऽ ते काही नक्की नाही अजून. तो... तो सध्या तुरुंगात आहे." ती झटकन मान वर करून माझ्याकडे पाहून खोटं हसली. "तसा काही विशेष मोठा गुन्हा वगैरे नव्हता गं केलेला त्यानं. पुढच्या महिन्यात येईल सुटून. मग ठरेल लग्नाची तारीख."

पुढे मग लग्नाची तयारी, लग्न आणि नवा नवरा यामध्ये रोबीना गुंतून गेली. त्यामुळे पुढचे काही महिने माझा फक्त ल्यूसीशी जास्त संबंध राहिला. रोबीनाचं लग्न झालं, तेव्हा तिने मला त्याची हकिकत सांगितली. खूप थाटामाटाचा समारंभ

झाला. सगळ्या रितीभाती साग्रसंगीत पार पडल्या. रोबीना लग्नानंतर पहिल्यांदा माहेरी आली तेव्हा रितीप्रमाणे मम-डॅडच्या घराच्या उंबरठ्यावर त्यांनी तेलसुद्धा ओतलं होतं. तिला निरोप देताना सगळ्या बायका रडल्या. अगदी पारंपरिक शीख पद्धतीने लग्न झालं. माझ्याशिवाय सगळे कुटुंबीय लग्नाला हजर होते. रोबीनाने सांगूनच ठेवलं होतं की, लग्नाच्या वेळी मी तिथे येऊ नये म्हणून.

डॅड आजारी पडले तेव्हासुद्धा ल्यूसीनेच मला सांगितलं. त्यांना कावीळ झाली म्हणून हॉस्पिटलमध्ये नेलं होतं. मी आपली विचार करत राहिले की, 'कशामुळे ते इतके आजारी पडले असतील?' ल्यूसीने खांदे उडवून सांगितलं, "मम म्हणते, तू पळून गेल्यापासून दिवसेंदिवस ते खंगत आणि थकतच चाललेत."

तिकडे डॅड हॉस्पिटलमध्ये होते आणि इकडे काळजीने माझी झोप उडाली होती. रात्र-रात्र मी विचार करत राहायचे. खरोखर डॅड माझ्यामुळे इतके आजारी पडले असतील? जस्सी म्हणालासुद्धा, "तू हॉस्पिटलमध्ये जाऊन त्यांना भेटून का येत नाहीस?" त्या वेळेपर्यंत जस्सी त्याच्या घरच्यांना भेटायला नियमित डर्बीला जाऊ लागला होता. मी सहज त्याच्याबरोबर जाऊ शकत होते. एकदा गेलेही. पण हॉस्पिटलच्या कार पार्कमध्ये गेल्यावर माझा धीर खचला. 'डॅडनी मला भेटायचं नाकारलं तर...? आणि तिथे त्यांच्याजवळ मम असली म्हणजे मग...?' तिथेच वेड्यासारखी तासभर बसून राहिले. त्यांना देण्यासाठी आणलेल्या पांढऱ्या फुलांनी माझ्या मांडीवरच सुकून माना टाकल्या. शेवटी मी त्यांना भेटलेच नाही. मी आत जाऊ शकले नाही. तेवढं धैर्य मला त्या वेळी एकवटता आलं नाही.

१२

अठराव्या वर्षी मला दिवस गेले. मी गोळ्या घेत होते, तरीपण व्हायचं ते झालंच. मी इतकी अजाण होते की, गर्भारपणाची कोणतीही लक्षणं माझ्या लक्षात आली नाहीत. मला खूप थकल्यासारखं आणि आजारी असल्यासारखं वाटायला लागलं, म्हणून मी डॉक्टरांकडे गेले होते. तेव्हा त्यांनी गर्भ राहिल्याचं सांगितलं.

"लग्न झालेलं नाही?"

डॉ. बाझू खाली बघून औषध लिहून देत होते. त्यांच्या पगडीमुळे चेहरा दिसत नव्हता, पण त्यांच्या चेहऱ्यावरच्या नाराजीचा मला अंदाज आला. घरी गेल्यावर 'अरेरे! चऽचऽऽ' करून ते बायकोला कशी बातमी देतील हेही मला कल्पनेने कळलं.

"तुझे आईवडील कुठे राहात होते म्हणालीस तू?"

"मी तसं काही म्हणाले नाही. पण ते इकडे जवळपास राहात नाहीत." डॉक्टर जरा जास्तच खोलात चाललेत हे लक्षात आल्याबरोबर मी उठलेच.

"थँक्स फॉर युवर टाईम" असं म्हणून चालू लागले. त्यामुळे त्यांना जास्त चौकशा करायची संधी मिळाली नाही.

बातमी ऐकून जस्सी हरखून गेला. घरी येऊन त्याला मी सांगितलं, तेव्हा घरभर नाचला काय! लहान मुलासारख्या हवेत टणाटण उड्या काय मारल्या!... त्या संध्याकाळी जस्सीचा चेहरा हसरा, उत्फुल्लच राहिला. जस्सी इतका खूश झालेला मी यापूर्वी कधीच पाहिला नव्हता. खरंच, अशा वेळी काय वाटायला हवं, काय सुचायला हवं; काय विचार करायचा मला काहीच कळायचं नाही. एकीकडे माझ्या कुटुंबापासून पूर्णपणे तुटलेली मी, आता स्वत:चं कुटुंब निर्माण करायला निघाले होते. ही कल्पनाच माझ्या पचनी पडायला तयार नव्हती. पण जस्सीच्या मनात असा कोणताही गोंधळ नव्हता.

"आता आपण लग्न करू या प्रिये! लाडके, करशील ना माझ्याशी लग्न...?" जस्सीने, गुडघ्यावर बसून माझा हात हातात घेतला.

"आपल्या बाळाला अधिकृत, कायदेशीर मम-डॅड हवेत. आता आपण रीतसर कायदेशीर नवरा-बायको होऊ या. आणि मी... तुम्हा दोघांची खूपखूप काळजी घेणार. तुम्हाला सांभाळणार. सुखी ठेवणार. राणी, होशील ना माझी?"

जस्सीला पहिल्यापासूनच हे सगळं हवं होतं. यापूर्वी अनेकवेळा त्याने मला हा प्रश्न विचारला होता. पण आता मलाही प्रकर्षाने वाटू लागलं की, आपण त्याचं हे देणं त्याला देऊन टाकलं पाहिजे. तो चांगला माणूस होता. मनापासून माझं भलं चिंतणारा होता. मुख्य म्हणजे तो कधीही मला दुखावणार नाही याची मला खात्री होती. शिवाय माझ्यापुढे दुसरा पर्याय तरी कुठे होता? त्यामुळे मी मनाची तयारी केली की हे जणू काही आपलं, वडीलमाणसांनी ठरवलेलंच लग्न आहे आणि आता ते आपल्याला निभवायचं आहे. मी जर जस्सीशी कायदेशीर लग्न केलं, तर घरच्यांचा माझ्यावरचा राग कमी होऊ शकेल अशी आशाही मनात होतीच. यशस्वी नवरा, छोटं बाळ आणि छानसं घर हे सगळं माझ्याजवळ आलं तर कुणी सांगावं? त्यांना मी पुन्हा आवडायला सुद्धा लागेन. ते मला पुन्हा 'त्यांच्यात' सामील करून घेतील.

रोबीनाने मला लग्नाची तयारी करायला मदत केली. बहुतेक तिला वाटत असावं की, मम-डॅडला कळू न देता मला मदत करायला काय हरकत आहे? तसं पाहिलं तर पहिल्यापासून 'आपण रोबीनासारखं व्हायचं' असं वाटत वाटतच मी लहानाची मोठी झाले. ती माझा लहानपणीचा आदर्श होती. योगायोगाने माझ्या

लग्नाच्या वेळी तीच माझी आई होऊन मदतीला पुढे सरसावली. लग्नाची साडी घ्यायला आम्ही दोघी गेलो. अनेक दुकानं पालथी घातली. ब्रॅडफोर्डमध्ये साड्यांची चिक्कार दुकानं आहेत. आम्ही अक्षरश: तासन्तास भटकत होतो. पण एकदाही तिच्या चेहऱ्यावर कंटाळा किंवा वैताग उमटला नाही. पूर्ण वेळ उत्साह आणि खेळकरपणाने ती वावरत होती. लग्नाचा दिवस माझ्या आयुष्यातला खास दिवस ठरला पाहिजे, याचा जणू तिने चंगच बांधला होता आणि खरेदीचा दिवसही माझ्यासाठी खासच होता. कारण गेल्या कित्येक वर्षात प्रथमच माझ्या घरातलं कुणीतरी येऊन, माझ्या आनंदात सहभागी होत होतं!

लग्नसमारंभातले महत्त्वाचे सर्व विधी झाले पाहिजेत; एकही राहून जाता कामा नये असं रोबीनाने ठरवलं होतं. 'अमुक करायचं राहून गेलं' ही खंत माझ्या मनाला लागू नये याची ती दक्षता घेत होती. तिने माझ्यासाठी काळपट-लाल रंगाची सोनेरी कशिदा काढलेली साडी पसंत केली. साडी जितकी सुंदर तितकीच जड होती. त्या सोनेरी जरी कामामुळे तिचं वजन एक मणभर सहज झालं असेल. पहिल्यांदा जेव्हा मी ती नेसून पाहिली, तेव्हा वाटलं ही साडी अर्ध्या तासापेक्षा जास्त वेळ अंगावर ठेवणं कुणालाच शक्य होणार नाही.

लग्नाच्या दिवशी सकाळीच ती मला नटवून द्यायला वेळेवर हजर झाली. जस्सीला फ्लॅटच्या बाहेर घालवून, तिने बेडरूममध्ये मेकअपचा पसारा मांडला. मला पद्धतशीर मेकअप केलं. फाउंडेशन, कॉम्पॅक्ट, लालचुटुक लिपस्टिक आणि कपाळावर चमचमती लाल टिकली. पंधराव्या वर्षापासून मी कधी मेकअपच केलेला नव्हता. त्यामुळे पूर्ण तयार होऊन आरशापुढे उभी राहिले तेव्हा प्रश्न पडला, ही मीच आहे का?

रोबीनाने त्या दिवशी मला सोन्याच्या दागिन्यांनी मढवून टाकलं. आमची तर सोनं खरेदी करण्याइतकी ऐपत नव्हती. म्हणून तिने स्वत:चेच दागिने आणून माझ्या अंगावर घातले होते. बांगड्या, नेकलेस, इअरिंग्जशिवाय खास लग्नाच्या वेळी नवरीला घालतात तो दागिनाही आणला होता. संपूर्ण डोक्याला वेढून मग ती सोन्याची साखळी नाकातल्या नथनीला जोडलेली असते. ममने, मला जसं नटवलं असतं अगदी तसंच रोबीनाने मला सजवलं होतं. त्यादिवशी मी नखशिखांत भारतीय नववधू दिसत होते.

त्या वधूवेशात सजून उभी असताना मला क्षणभर माझ्या संस्कृतीचा खूप अभिमान वाटला. तो वस्त्रालंकारांचा थाटमाट, ते इतकं अधिक सोनं मला थेट शतकानुशतकं चालत आलेल्या परंपरेकडे घेऊन गेलं. माझ्या कपाळावरचा कुंकुमतिलक माझी जात स्पष्ट सांगत होता. तीच उच्च समजली जाणारी जात! जिचा माझ्या मम आणि डॅडला फारच गर्व होता. पण ती अभिमानाची भावना फार काळ टिकली

नाही, कारण मला आता जातीच्या बाहेर टाकलं गेलं होतं. त्यामुळे ही सगळी प्रतीकं पोकळ ठरली होती. मी भारतातल्या मुलीसारखी वागले नव्हते. त्यामुळे माझं लग्न अगदी यथासांग भारतीय पद्धतीने होणं शक्य नव्हतं. रोबीना सगळं काही तसंच करण्याचा प्रयत्न करत होती पण आतल्या आत मला खूप क्षुद्र असल्यासारखं वाटत होतं आणि वाईटही वाटत होतं.

इतकी छान नटले होते; पण मला बघायला शेकडो माणसं, निमंत्रित पाहुणे येणार नव्हते. लग्नाच्या निमित्ताने मोठं कौटुंबिक संमेलन होणार नव्हतं. इतकंच काय, माझे स्वत:चे मम-डॅड सुद्धा माझ्या लग्नाला येणार नव्हते.

माझं लग्न रजिस्ट्रेशन ऑफिसमध्ये फक्त एका तासात झालं. जस्सीच्या घरचे लोक, ल्यूसी, रोबीना आणि आम्ही दोघं असे एकत्र होतो. नंतर सर्वांनी आमच्या फ्लॅटवर जाऊन माझ्या बहिणींनी केलेलं जेवण घेतलं, तेवढंच! कुणीच जास्त वेळ थांबलं नाही. त्या वेळेपैकी आमचा सर्वांत जास्त वेळ मम आणि डॅडची आठवण काढण्यात गेला. ते प्रत्यक्ष उपस्थित असते तरी त्यांना एवढा वेळ मिळाला नसता. ते नसल्यामुळे सर्वांनाच संकोचल्यासारखंही होत होतं.

दुसऱ्या दिवशी जस्सी आणि मी नेहमीप्रमाणे कामावर गेलो. पाच महिने पूर्ण होईपर्यंत मी 'अरगॉस'मध्ये काम करत होते. शिवाय जस्सीला धंद्यात मदतही करत होते. या वेळेपर्यंत जस्सीचा धंदा उत्तम चालू लागला होता. त्यामुळे पैशाची तशी चणचण नव्हती. दिवसेंदिवस मी थकत होते. आईच्या आठवणीने जास्तच व्याकूळ होत होते आणि शरीराबरोबर मनावरचा भार वाढत होता. तशी आई कधीच फारशी माझ्याजवळ नव्हती. गेली साडेतीन वर्षे तर तिच्याशी एक शब्दही न बोलता मी काढली होती. पण आता उदरात जीव वाढत असताना, मला तिची अनुपस्थिती प्रकर्षाने जाणवू लागलेली होती. मला वाटायचं आईनं यावं, माझ्या वाढलेल्या पोटावरून मायेने हात फिरवावा, आवडी-निवडीचं करून खाऊ घालावं, विश्रांती घ्यायला लावावी. आई होणं म्हणजे काय? हे मला माझ्या आईकडून ऐकावसं वाटत होतं.

शेवटी हे सगळं जस्सीच्या आईने केलं. त्या वेळी जस्सीवर एकट्यावर कामाचा खूप ताण होता. माझ्याकडे लक्ष द्यायला त्याला अजिबातच वेळ मिळायचा नाही. त्यामुळे शेवटचा महिना, त्याने मला त्याच्या आईजवळ राहायला पाठवलं. जिथे आमचा जन्म होऊन बालपण गेलं, त्या डर्बीलाच बाळाचा जन्म व्हावा अशी दोघांचीही इच्छा होती.

तिकडे जाईपर्यंत मी चांगलीच गोलमटोल झालेली होते. जस्सीची आई प्रेमळ आणि हौशी होती. तिने माझी खूप काळजी घेतली आणि मीसुद्धा ती जे जे सांगेल तसं केलं, स्वत:ला जपलं. एव्हाना अवतारचं लग्न होऊन ती भारतातून इंग्लंडला

येणाऱ्या नवऱ्याची वाट बघत होती. तसं डर्बी सोडल्यानंतर मी तिला बऱ्याच वेळा भेटले होते. पण आता त्या धिटुकल्या, खट्याळ शाळकरी मुलीचं शालीन, शांत स्त्रीमध्ये रूपांतर झालेलं होतं. त्यामुळे एकेकाळचं आमचं सख्ख्या मैत्रिणीचं नातं, पूर्वीसारखं काही फुलू शकलं नाही.

माझं सासरचं घर, आमच्या घरापासून चालत गेलं तर फक्त पंधरा मिनिटांच्या अंतरावर होतं. पण ब्रॅडफोर्डमध्ये होते, तेव्हापेक्षा आताच मला कुटुंबीयांपासून दूर झाल्याचं जास्त जाणवत होतं. पूर्वी करत होते, तसं डॅडना दुरून पाहण्याचा प्रयत्न सुद्धा मला आता करावासा वाटत नव्हता. मला गुंतवून ठेवायला, इथे कामसुद्धा नव्हतं. त्यामुळे डोक्यात विचारांची जास्तच गर्दी होऊ लागली होती. वाटू लागलं, या कसल्या घटना घडताहेत माझ्या मनाविरुद्ध? मला असलं आयुष्य नको होतं. मी एक कुटुंबाने वाळीत टाकलेली मुलगी होते आणि त्यात मला मूल झालं होतं. ही वस्तुस्थिती होती आणि मी काहीही केलं तरी त्यात बदल होणार नव्हता.

लिसाचा जन्म झाला त्यावेळी जस्सी नेमका ब्रॅडफोर्डहून डर्बीला आलेला होता. त्याने अचूक वेळ साधली. मी एक रीतसर लग्न झालेली स्त्री आहे हे सिद्ध करण्याकरता, इतरांना दाखवून देण्याकरता तो तिथे उपस्थित असण्याची मला गरज वाटत होती. कारण हॉस्पिटलच्या वॉर्डमध्ये बाळंतीण झालेल्यांपैकी सर्वांत तरुण मुलगी मी होते आणि त्या नर्सेसच्या अविश्वास दाखवणाऱ्या नजरा मला नुसत्या घाबरवून सोडत होत्या.

कळा सुरू झाल्या, तेव्हा पूर्णवेळ जस्सी माझा हात हातात घेऊन उभा होता. मग त्यांनी मला एपिड्यूरल (कळा न जाणवण्याचं, पाठीच्या कण्यात देण्याचं इंजेक्शन) दिलं आणि मग सगळंच काहीसं धूसर झालं.

सर्वांत प्रथम जस्सीच्या आईने बाळाला पाहिलं. ती प्रेमाने मला थोपटत म्हणाली, "काळजी करू नकोस बेटा, पुढच्या वेळी तुला नक्की मुलगा होईल!"

मुलगा काय नी मुलगी काय, मला काही फरक पडत नव्हता. रक्ताने बरबटलेला तो माझ्या पोटचा गोळा त्यांनी माझ्या कुशीत पहिल्यांदा आणून ठेवला, त्या क्षणापासूनच मी लिसाच्या प्रेमात आकंठ बुडाले होते. मनाच्या शिंपल्यात जपून ठेवावा अशा त्या मौल्यवान क्षणी, मला आणि त्या आम्हीच निर्माण केलेल्या कोवळ्या जिवाला अलगद मिठी घालून जस्सी उभा होता. डोळ्यातून आसवांच्या धारा वाहत होत्या. त्याची आई येऊन गेल्यावर बऱ्याच वेळानंतर तो म्हणाला, "अरे, इतकं सुंदर पिल्लू मला मिळालंय, काय करायचा मुलगा न बिलगा?"

रोबीना, सनीला घेऊन मला बघायला आली होती. तिने लिसासाठी, एक फारच सुरेख गुलाबी ड्रेस आणला होता. इतका सुंदर बेबी ड्रेस मी पहिल्यांदाच पाहत होते. सनीला छोटी लिसा खूपच आवडली. आईच्या मांडीवर बसून बाळाच्या बॅसिनेटच्या

(न हलणारा पाळणा) कडेला धरून तो सारखा तिच्याकडे फ्लाईंग किस फेकत राहिला होता.

''ममला मी सांगितलं, तुला मुलगी झाली म्हणून. मला वाटतं, ती येईल तुला भेटायला. म्हणत होती तसं. आता घरी गेले ना की पुन्हा बोलेन मी तिच्याशी.''

रोबीनाचा चेहरा उत्साहाने फुलला होता. मला बरं वाटावं म्हणून ती बोलत होती. पण आईची आणि माझी पुनर्भेट होईल याची तिला आशा वाटत नसावी.

अखेर दुसऱ्या दिवशी मम, मला भेटायला आली. वॉर्डमधून चालतचालत माझ्याकडे येताना तिला पाहिलं आणि पहिला विचार मनात आला. तो म्हणजे मी तिला पाहिलं तेव्हापासून आजतागायत तिच्यात जरासुद्धा बदल झालेला नव्हता. ती जशी होती तशीच राहिली होती... तिने फरकोट घातला होता. उंच, सशक्त, उग्र आणि स्वाभिमानी व्यक्तिमत्त्व! ओठ घट्ट मिटलेले, चेहरा कठोर. माघार घेण्याची तयारी नसल्यामुळे अत्यंत नाइलाजाने आलेली असावी. पुढे चालणारी रोबीना सारखी मागे वळून पाहत होती; याची खात्री करून घेण्यासाठी की आई खरंच आपल्यामागून येतेय ना!

त्या माझ्यापाशी आल्या. माझ्या कॉटजवळच्या खुर्चीकडे बोट दाखवत रोबीनाने ममला बसायला सांगितलं. म्हणजे तिला माझ्याजवळ बसून बॅसिनेटमध्ये झोपलेल्या लिसाला नीट बघता आलं असतं. पण तिच्याकडे दुर्लक्ष करून, मम उभीच राहिली. एखाद्या खांबासारखी ताठ! तिने पिशवी घट्ट अंगाशी धरून ठेवलेली होती. जणू तिला एखाद्या घाणेरड्या स्पर्शाचा विटाळ होण्याची भीती वाटत असावी.

''हायऽ मम!'' मी म्हणाले. खरं म्हणजे आमच्या घरी असं एकमेकांना औपचारिक अभिवादन करायची पद्धतच नव्हती. पण आईच्या स्पर्शाला मी अगदी हावरटासारखी आसुसले होते. स्वत:ला सावरण्यासाठी मी दोन्ही हातांनी चादर घट्ट धरून ठेवली. 'ही बघ लिसा!' योगायोग इतका चांगला होता की ममची नात, माझी लेक चक्क जागी होती. मी तिला रोबीनाने दिलेला नवा गुलाबी ड्रेस घालून, दाट काळ्या केसांचा हातानेच छान भांग पाडला होता. ती तिथे पाळण्यात झोपली होती. इवलासा निरागस जीव, आपली पिंगट रंगाची बुबुळं रोखून पापणीसुद्धा न लववता आजीकडे पाहत होता.

ममने बॅसिनेटकडे ओझरता कटाक्ष टाकला. फक्त पाळण्यात बाळ आहे, एवढं लक्षात येण्यासाठी जेवढा वेळ नजर तिकडे ठेवावी लागते, तेवढा वेळ पाहिलं. माझ्याकडे पाहून नुसती तोंडओळख असलेल्या व्यक्तीकडे पाहून हलवावी, तशी तिने मान हलवली. (हा तिचा तुटक अविर्भाव मी गुरुद्वारामध्ये पाहिलेला होता.) त्यानंतर एक शब्दही न बोलता ती वॉर्डमध्ये येणाऱ्या-जाणाऱ्या इतर माणसांकडे बघत राहिली. आमच्यात काहीतरी संवाद घडावा यासाठी रोबीनाने कमालीचे प्रयत्न

केले. पण आम्हाला दोघींनाही माहिती होतं की, तसं घडणं अशक्य होतं. पेशंटला भेटण्याची वेळ संपायला अजून खूप अवकाश होता. त्या आधीच ममला घेऊन रोबीना परत गेली. त्या दोघींना पाठमोऱ्या जात असलेल्या पाहताना मला काळजाच्या ठिकऱ्या-ठिकऱ्या उडाल्यासारखं वाटलं! यापूर्वी आम्ही फोनवर शेवटचं बोललो, तेव्हा मम म्हणाली होती, 'तू आम्हाला मेलीस.' आज तिने ते शब्द खरे करून दाखवले होते!

लिसा पंधरा दिवसांची झाल्यावर जस्सी मला ब्रॅडफोर्डला परत घेऊन गेला. ममकडून काहीच विचारपूस किंवा चौकशी झाली नव्हती. तिच्या त्या तुटक वागणुकीने मला पुन्हा एकदा पहिल्यासारखं अतिनिराशेच्या खड्ड्यात नेऊन टाकलं. जर लिसा आणि तिचं सगळं करायचं व्यवधान नसतं, तर माझं काय झालं असतं सांगता येत नाही. लिसा चांगली सुदृढ, निरोगी होती. सुरुवातीचे काही दिवस ती सतत झोपून राहायची आणि फक्त भुकेपलीकडे तिच्या काही मागण्या नसायच्या. मग ती हसू लागायची. तिचं ते गोड, मधाळ हसणारं तोंडाचं बोळकं आणि त्यातून निघणारे गमतीचे आवाज हा माझा त्या काळातला एकमेव विरंगुळा होता. त्या एकाच गोष्टी करता जशी काही मी जगत होते.

ते दिवस कसे आणि कुठे निघून गेले, ते कळलंच नाही... मी खिडक्यांवरचे पडदे उघडून ठेवायचे. बाहेर रस्त्याकडे पाहिलं की बायकांच्या हसण्या, बोलण्यानं गल्ली भरून गेल्यासारखी वाटे. त्यांच्यामध्ये वैविध्यपूर्ण व्यक्ती नजरेस पडायच्या, दोघी बहिणी डोक्याला स्कार्फ गुंडाळून जायच्या. त्या दोघीही चाकाच्या खुर्च्यांवर बसून टेकडी चढायच्या, तेव्हा दोघींच्याही पाठी एकसाथ वाकलेल्या दिसायच्या. एक तरुण मुलींचा तांडा जायचा. हातात हात घालून माळेसारखं चढताना सगळ्यांच्या वेण्याही तालात हलताना दिसायच्या. माझ्या वयाची एक मुलगी एका वयस्कर स्त्रीबरोबर जायची. मुलीचं बाळ त्या वृद्ध स्त्रीच्या हातात असायचं. मला जाणवायचं ती स्त्री नक्की त्या मुलीची आईच असली पाहिजे. दोघीजणी पुन्हा पुन्हा वाकून त्या लहानग्याच्या डोक्यावरून शाल लपेटत असायच्या. मी मात्र भुतासारखी एकटीच, माझ्या मुलीला सांभाळत बसलेली असायची.

कधी पूर्ण दिवसभर मला उठावंसं वाटायचं नाही. लिसा आपली माझ्याशेजारी सुखाने पहुडलेली असायची. माझ्या हाताचं बोट बाळमुठीत घट्ट पकडून तिचे पिंगट डोळे माझ्या चेहऱ्यावर खिळलेले असायचे. माझी प्रत्येक हालचाल ती उत्सुकतेने टिपत असायची. तिच्याबरोबर तसं तासनूतास पडून असताना, मी आईच्या ममतेबद्दल खूप विचार केला. त्या नर्सने प्रथम लिसाला आणून माझ्यापुढे झोपवलं, त्या क्षणी माझ्या भावभावनांना इतके दिवस वेढून असलेलं निराशेचं पांघरूण जणू कुणीतरी टराटरा फाडलं होतं. त्याच्या वेदनाही मला जाणवल्या. मी थरथरले... अभिमानाने

ऊर भरून आला... उत्साह वाटला... मी हळवी, कातर झाले... भीती वाटली आणि निर्मळ आनंदही! ममला माझ्याबद्दल असं कधी वाटलं असेल? शंकाच होती... जर कधी वाटलंही असेल तर हे सगळं नंतर त्या भावना गेल्या कुठे? मरून गेल्या की मानापमानाच्या खोट्या संरक्षक कवचात कुठेतरी गुदमरून, दडून बसल्या? लिसाचं कोवळं अंग छातीशी धरून तिला दूध पाजता-पाजता मी 'पण'च केला. तिच्याबद्दलच्या माझ्या कोमल भावना मी कोणत्याही कारणासाठी, कधीही फिक्या होऊ देणार नाही. छपवणार तर नाहीच नाही!

जस्सी कामावरून आल्यानंतर आम्हाला दोघींना झोपलेलं पाहायचा. कधीकधी तर मी अगदी आदल्या रात्रीच्या झोपायच्या कपड्यातच असायची. तो आल्या-आल्या हात, पाय धुवून प्रथम लिसाला उचलून घ्यायचा आणि आम्ही दोघींनी दिवसभर काय काय केलं त्याची सविस्तर हकिकत विचारायचा. मग मी अंघोळ करून येईपर्यंत तिला सांभाळायचा किंवा म्हणायचा, "चल कपडे बदल. आपण बाहेर जाऊन काहीतरी खायला घेऊन येऊ."

तशी मी दिवसभर खातचं असायचे. फार पौष्टिक अन्नाला मी हात लावायचे नाही. इतरच अरबट-चरबट जास्त खायचे. परिणामी वजन चांगलंच वाढून बसलं होतं. पण कितीही खावंसं वाटलं तरी जस्सी सोबत असल्याशिवाय; मी कुठे जाऊ शकत नव्हते. अगदी पन्नास पावलांवर असलेल्या कोपऱ्यावरच्या दुकानातही कधी गेले नाही. एकटीने बाहेर जायला मला भीती वाटायची. त्याच्याबरोबर बाहेर गेले तरी रस्त्यावर चौफेर नजर ठेवून, त्याला बिलगून चालायची. म्हणजे जवळजवळ त्याच्या आधारानेच चालायची. माझा सगळा आत्मविश्वासच गेला होता.

हे हार्मोन्समधल्या बदलामुळे होत असेल का? की बाळंतपणानंतर एक प्रकारचं नैराश्य येतं. त्यामुळे मला इतकं शक्तीहीन वाटत होतं? तसं त्या वेळी मला कुणीही सांगितलं नाही. अर्थात मी हा विषय इतरांकडे काढून कुणाला तशी संधीही दिली नव्हती म्हणा! लिसासाठी आवश्यक असणाऱ्याच सगळ्या भेटीगाठी मी घेत होते. तिची सगळी व्हॅक्सिनेशन्स वगैरे. पण त्यासाठीसुद्धा मी मिडवाईफना भेटायची, त्या वेळी सुद्धा माझ्या भावना मी स्वत:पाशीच ठेवायची नाहीतर त्या प्रशिक्षित परिचारिकांनी मला मदत केली असती. औषधांमुळे माझ्या वेदना कमी झाल्या असत्या कदाचित; पण माझ्या सख्ख्या आईनं माझ्याकडे पाठ फिरवली, आपल्या घराचे दरवाजे माझ्यासाठी कायमचे बंद केले, हे ढळढळीत सत्य थोडंच त्यामुळे बदलणार होतं? ती हॉस्पिटलमध्ये येण्यापूर्वी माझ्या मनात आशा होती. मी घर सोडलं तेव्हा असमंजस शाळकरी मुलगी होते, पण आता मी एक विवाहित स्त्री होते. चांगला व्यावसायिक नवरा, घर, सुंदरशी मुलगी, सगळं होतं माझ्याकडे! यातलं काहीच तिला आवडण्यासारखं नव्हतं का?

पुन्हा एकदा जस्सीचं माझ्या मदतीला आला. त्यानं खूप केलं माझ्याकरता. मला हसवण्याकरता सतत प्रयत्न करत राहायचा. चित्रविचित्र चेहरे काय करायचा... सुंदर, सुंदर फुलं विकत आणायचा... मी आनंदात असावं एवढीच त्याची अपेक्षा होती. मी 'खूप लठ्ठ होत चाललेय' अशी तक्रार केली तेव्हा त्यानेच मला सुचवलं की, तू एरोबिक्स का सुरू करत नाहीस?

मी माझ्या कुटुंबाला अंतरल्यामुळे मला किती यातना होत आहेत, हे त्याला समजत होतं. खरं म्हणजे याबद्दल आमच्यात काही बोलणंही व्हायचं नाही. बोलायला उरलं तरी काय होतं? स्वत:ची नवरा ही भूमिका नीट पार पाडून शिवाय मला आईचं, वडिलांचं प्रेम आणि मित्र-मैत्रिणींचा स्नेह देण्याचा तो प्रयत्न करायचा. त्यांची उणीव भरून काढावी असं त्याला वाटायचं. त्यासाठी त्याला जे जे म्हणून करणं शक्य होतं, ते ते त्यानं केलं. पण ते पुरेसं ठरलं नाही. त्यात त्याचा दोष नव्हता.

एका गोष्टीत मात्र त्यानं माझ्यापुढे हात टेकले. ती गोष्ट म्हणजे मला ड्रायव्हिंग शिकवणं. तो किस्सा आठवताना आजही मला हसू येतं. लिसाला घेऊन मला सारखं त्या ब्रॅडफोर्डच्या चढउतारांवरून जावं यावं लागायचं. त्याचा त्रास होऊ नये म्हणून तो मला ड्रायव्हिंगचे धडे देऊ लागला. एकदा चढावर माझी गाडी उचकी लागल्यासारखं करू लागली, तेव्हा तो ओरडला, 'अगंऽऽऽ! क्लचऽ क्लच!!' कार थांबली. मी हँडब्रेक लावला. ''ठीक आहे! तुलाच सगळं समजतं ना गाडीचं? चालव तूच!'' असं म्हणून मी तणतणत गाडीतून उतरले आणि धाडकन ड्रायव्हरच्या बाजूचा दरवाजा आपटून चालू लागले. अजिबात मागे न बघता उतारावरून चालत राहिले. पण आमची गाडी मध्येच थांबून राहिल्यामुळे मागच्या गाड्यांचे हॉर्न शिव्या दिल्यासारखे वाजत राहिले.

इतकं होऊनही त्याने मला माफ केलं. बिचारा कसाबसा त्यातून निसटून मला शोधत शोधत आला आणि तिथेच मला जवळ घेऊन म्हणाला, ''जाऊ दे जस! होतं असं कधीकधी. त्यात काय मोठं? आपण सोडून देऊ या. तू आणि लिसा माझे जीव आणि प्राण आहात. अभिमान आणि आनंद!''

हे वाक्य तो नेहमी म्हणायचा. आमच्या डायरीतही त्याने ते लिहून ठेवलेलं होतं. 'जसविंदर आणि लिसा म्हणजे माझा आनंद आणि अभिमान आहेत.'

जस्सी एखाद्या पहाडासारखा माझा आधार बनला होता. माझा पाठिंबा होता तो. शक्य झालं असतं, तर मला आयुष्यभर सांभाळलं असतं त्यानं. पण जसजसा त्याचा धंदा वाढत चालला तसतसा त्यासाठी जास्त वेळ देणं त्याला भाग पडू लागलं. स्टॉल लावण्याकरता पहाटे चार वाजताच त्याला घर सोडावं लागे आणि माल खरेदीला जायचं असलं की, घरी येईपर्यंत मध्यरात्र उलटून गेलेली असे. जेव्हा

कधी लवकर घरी यायचा तेव्हा रात्रीचं जेवण कसंबसं पोटात ढकलून, कागदपत्र घेऊन बसायचा. खरं तर हिशेब आणि आकडेमोड यात तो फार पक्का होता. पण हल्ली हल्ली ते सगळं त्याला जड जायला लागलं होतं आणि मग बेरजा चुकायला लागल्या की वैतागून स्वत:ला शिव्या घालायचा. एकदा तर आकडेमोड करता-करता टेबलावर डोके ठेवून, तिथेच तो झोपून गेला. हिशेबाचा कागद तसाच हातात चुरगळून गेलेला होता. खरं म्हणजे पहिल्यापासून तो अगदी व्यवस्थित, वक्तशीर आणि टापटिपीचा होता. पण अलीकडे तो विसरभोळा होत चालला होता. जवळजवळ निष्काळजीच! गाडीच्या किल्ल्या कुठे ठेवल्या ते त्याला आठवायचं नाही. कित्येक वेळा तर, पंपावर जाण्याइतकंही पेट्रोल गाडीत नाही आता गाडी काढू कशी? अशा विचाराने ड्राइव्हवेवर सचिंत मुद्रेने उभा असे.

लिसा साधारण एक वर्षाची झाली असेल. एकदा तो असाच संध्याकाळी कामावरून आल्यानंतर नेहमीप्रमाणे सरळ आम्हाला दोघींना शोधत आला. मी स्वयंपाकघरात लिसाला खाऊ घालत होते. तिथे येऊन माझं कपाळ चुंबलं, लिसाला थोड्या गुदगुल्या करून हसवलं, पाण्याची किटली गरम करायला ठेवली. मग मला म्हणाला, ''तुला आता माझ्याबरोबर काम करावं लागेल लाडके! मला एकट्याला हे फारच होतंय. आता मला तुझी मदत घ्यावीच लागेल.''

लिसाच्या इवल्याशा तोंडात चमच्याने भात भरवता-भरवता मी वर पाहिलं, गेल्या कित्येक आठवड्यात मी प्रथमच जस्सीकडे नीट पाहत होते. त्यादिवशी रविवार होता. तो पहाटे चारलाच घराबाहेर पडला होता. दिव्याच्या भगभगीत प्रकाशात खूपच थकल्यासारखा वाटला. दाढी वाढलेली, डोळ्यांभोवती काळी वर्तुळं... नेहमीचेच कपडे त्याला किती ढगळ दिसत होते! माझ्या लक्षात आलं, त्याचं वजनही कमी झालेलं होतं. बाप रे! मला धक्काच बसला. माझ्या मनात नेहमी दडून राहणारा अपराधी भाव एकदम उसळून वर आला आणि तो माझ्या चेहऱ्यावर पसरला. मी त्याला साथ देण्याचा मनापासून निश्चय केला.

पण लिसाला कुठे ठेवायचं? कर्कगेटला मार्केटमध्ये ओळखीची माझी एक मैत्रिण होती 'लिझी' नावाची. तिला विचारलं, तिने लिसाला सांभाळायचं कबूल केलं. लिसाची नि तिची हळूहळू चांगलीच गट्टी जमली! मग मी पुन्हा एकदा मार्केटमध्ये जाऊन आठवड्याचे सातही दिवस जस्सीला मदत करू लागले. त्यामुळे त्याने व्यवसाय दुपटीने वाढवला. आम्ही असं ठरवलं की, मी लीड्समधले स्टॉल सांभाळायचे आणि त्याने मॉर्ले आणि ब्रॅडफोर्डवर लक्ष केंद्रित करायचं. जवळजवळ दोन वर्षांनी मी स्टॉल लावायला सुरुवात केली होती, पण पूर्वीच्या सगळ्या युक्त्या मला पुन्हा आठवू लागल्या.

लवकरच मी परत आल्याची बातमी पसरली. माझे जुने ग्राहक मला शोधत परत

येऊ लागले. मीही त्यांची ओळख ठेवलेली होती. ग्राहकांशी माझे नेहमीच सलोख्याचे, मैत्रीपूर्ण संबंध असायचे. त्याबाबतीत माझ्या हातून कधीही गोंधळ नि घोटाळे व्हायचे नाहीत. मी खूप चांगली विक्रेती होते, याची पुन्हा नव्याने जाणीव झाल्यामुळे माझं मन उत्साहाने भरल्यामुळे लख्ख होऊन गेलं! नेहमीप्रमाणे काम हे सगळ्या रोगांवरचं रामबाण औषध ठरलं. जस्सी आणि मी धंद्यात यशस्वी होऊ लागलो. त्या धंद्यात माझाही हातभार लागतोय या विचाराने मी अभिमानाने फुलून गेले!

परंतु निराशेचं आलेलं मळभ दूर झाल्याबरोबर, एक नवं कटु सत्य माझ्यासमोर उभं ठाकलं. आमच्या भविष्यासाठी कष्ट करण्यात जस्सी एवढा गुंतून गेलेला होता की, वर्तमानातल्या फटी त्याच्या लक्षातही आल्या नसाव्यात. पण माझ्या मात्र लक्षात आलं की, त्या अधिकाधिक रुंदावत आहेत. लिसाच्या जन्मानंतर आम्ही दोघं भावनिकदृष्टीने खूप जवळ आलेलो होतो. त्या जवळिकीमुळेच माझ्या काळ्याकुट्ट दिवसातून आम्ही दोघं तावून सुलाखून बाहेर पडलो होतो. पण ती जवळीक आता मंदावत चालल्यासारखी वाटत होती. तसे आम्ही दोघंही जगण्याचा आनंद घेत होतो, पण तोही जास्त करून लिसाच्या माध्यमातूनच. जो काही थोडासा मोकळा वेळ मिळायचा तो आम्ही तिच्यासोबत घालवायचो. तिला बागेत घेऊन जायचो. दोघं दोन्हीकडून पकडून तिला हवेत उंच झुलवायचो. ती आपल्या छोट्या पायांनी हवेत लाथा मारत, हसत, ओरडत राहायची. रविवारी दुपारी आम्ही तिला घेऊन प्राणिसंग्रहालयात जायचो. ती बशीएवढे मोठे डोळे करून हत्तीकडे बघायची, आम्हीही तसंच करत दुपारच्या उन्हाचा आनंद घ्यायचो. तिला पोहायला घेऊन जायचो आणि आपल्या गोबऱ्या गुबगुबित पायांनी ती पाणी उडवू लागली की, कौतुकाने धन्य व्हायचो!

अशा काही क्षणांनी आम्हाला एकत्र बांधून ठेवलेलं होतं. आम्ही दोघेही लिसामध्ये सारखेच गुंतलो होतो. ही वस्तुस्थिती होती. शिवाय मी अजूनही जस्सीवर पूर्णपणे अवलंबून होते आणि तो माझी सर्व काळजी घेत होता हे जरी खरं असलं, तरी आमचं नातं हळूहळू व्यवसायातल्या भागीदारांसारखं होत चाललं होतं. मला वाटायला लागलं डबींतून सुटण्यापुरता मी ज्याचा उपयोग केला, त्याच लग्नाच्या पोकळ पिंजऱ्यात मी बंदी झालेली आहे.

जस्सीला असं काहीच जाणवलं नाही. कारण त्याला हवं होतं, अगदी त्याच पद्धतीने आमचं जीवन चाललेलं होतं. आमच्याकडे एक कार होती, एक व्हॅन होती. लिसा अठरा महिन्यांची झाली, तेव्हा आम्ही आमचं पहिलं घर खरेदी केलं. ते होतं ब्रॅडफोर्डच्या बाहेर. आशियाई वस्तीपासून खूप लांब. 'व्हाईट्स क्यू'मध्ये आमच्यावर कोणीतरी पहारा ठेवून आहे, सतत कुणीतरी आमच्या वागण्याचं मूल्यमापन करत आहे ही भावना माझ्या मनातून कधी गेलीच नव्हती. दरवेळेला मी घराबाहेर पडले

की मला वाटे, लोक आपापल्या मुलांना छातीशी घट्ट धरून ठेवतात. का? तर स्वत:च्या घराण्याला कलंक लावणाऱ्या माझ्यासारख्या निर्लज्ज स्त्रीची सावलीदेखील त्यांच्यावर पडू नये म्हणून!

आम्ही घेतलेलं नवं घर मात्र अभिमान वाटावा असं होतं. समोर मोठी बाग, लाल दरवाजा असलेलं गॅरेज आणि स्वतंत्र 'ड्राइव्ह वे' सुद्धा. मला आठवतं, आम्ही त्या घरात राहायला गेलो, तेव्हा पहिल्या प्रथम जस्सीने लिसाला कडेवर घेऊन आख्खं घर हिंडवलं. प्रत्येक खोलीतून फेरी मारता-मारता आपण इथे कसं छान छान जीवन घालवणार आहोत, याबद्दल तो सांगत राहिला होता. मी त्यांच्या मागून फिरत असताना मला स्पष्टपणे जाणवत होतं की, जो उत्साह मला वाटायला हवा होता, तो सगळा 'आपण गुन्हेगार आहोत' या भावनेत बुडून गेलेला होता.

खरं तर प्रत्येक भारतीय स्त्रीचं स्वप्न असतं, तशा प्रकारचं सुखवस्तू जीवन जस्सीने अपार कष्टाने माझ्यासाठी मिळवलं होतं. पण माझ्या मनाच्या तळाशी खोल कुठेतरी, मला ते नकोच असल्याची भावना होती. आम्ही इतके दिवस एकत्र राहिलो, अनेक प्रसंगांना बरोबरीने तोंड दिलं, त्याने मला आधार दिला, माझ्यासाठी खूप सोसलं त्याबद्दल मला कृतज्ञताही वाटत होती. पण तरीही खऱ्या अर्थाने ज्याला प्रेम म्हणतात, ते नाही निर्माण होऊ शकलं.

मला राहण्यासाठी अलिशान घर घेता यावं, म्हणून त्याने अक्षरश: जिवाचं रान केलं होतं. पण मी मात्र पुष्कळ प्रयत्न करूनही, आनंदाने आणि मनापासून त्या घरात कधीच प्रवेश करू शकले नाही.

१३

माझ्याशी बोलायला सुरुवात करावी; असं ममला कशामुळे वाटायला लागलं कोण जाणे! पण एक दिवस अचानक ध्यानीमनी नसताना तिनं सुरुवात केली खरी. त्या वेळेपर्यंत घरात फक्त मम आणि डॅड दोघेच उरले होते. रोबीना लग्नानंतर लायसेस्टरला नवऱ्याकडे राहायला गेली होती. ल्यूसी तिच्या नवऱ्याबरोबर जर्मनीला राहात होती. त्यामुळे स्वत:चा स्वाभिमान (की ताठा?) आता मम कुणापुढे मिरवणार होती?

माझा भाऊ बलबीरही आता तिथे राहात नव्हता. तो डॉन नावाच्या बाईबरोबर वेगळा राहत होता. ती अर्धी युरोपियन होती (आई-वडिलांपैकी एक युरोपियन आणि

एक आशियाई) मी घरातून पळून जायच्या आधीच त्यांचं जमलेलं होतं. 'ममला काही त्याचं वागणं पसंत नाही. पण तसं ती कधीही म्हणणार नाही.' रोबीना मला फोनवर सांगत होती. 'अजूनही तो घरी गेला ना की सारखी त्याच्या पुढे पुढे करत असते. आजही मम त्याला एखाद्या राजासारखंच वागवते.' हे ऐकल्यावर तिचं अन्याय्य वागणं जाणवून माझा संतापाने तिळपापड झाला. आतड्याला पीळ पडला, पण तरीही तिने माझा स्वीकार करावा ही इच्छा काही कमी झाली नाही. मी नियमित घरी फोन करतच राहिले आणि एके दिवशी अचानक मम म्हणाली, "हॅलोऽऽ."

"मम? तूच बोलतेयस का?" आवाजातला कंप लपवण्याचा आटोकाट प्रयत्न करत मी म्हणाले.

"होय."

"कशी आहेस मम?"

"ठीक आहे."

"डॅड कसे आहेत?"

"बरे आहेत."

"कामावर गेलेत का?"

"हो."

"तू आलीस कामावरून?"

"हो."

"आणि मम माझी मावशी..."

तिने मला मध्येच थांबवलं. "दारावरची बेल वाजतेय. मला गेलं पाहिजे." फोन ठेवून ती गेली.

त्यानंतर आमचं वारंवार फोनवर बोलणं होऊ लागलं, दरवेळी मीच फोन करायची. ती फक्त माझ्या प्रश्नांना 'होय,' 'नाही,' 'हो' अशी उत्तरं द्यायची. मधून मधून टाकलेले सुस्कारेही मला ऐकू येत. तिने स्वत: होऊन कधीच काही विचारलं नाही. जस्सीची आणि माझी चौकशी तर दूर राहिली, तिच्या नातीबद्दल म्हणजे लिसाबद्दलही काही विचारलं नाही. पण फोनच्या दुसऱ्या बाजूला उभी राहून ती ऐकून घ्यायची. मधेच फोन तोडायची नाही किंवा पूर्वीसारखे अपशब्द बोलायची नाही. हे सुद्धा पुष्कळ होतं. मी त्यासाठी तिचं आभारी असायला पाहिजे होतं. माझ्याकडे दुसरा पर्यायच नव्हता. कारण इतकी वर्षे तिच्याशी माझा एका शब्दानेही संवाद घडलेला नव्हता. आता निदान फोनवर थोडं बोलणं तरी होत होतं. ती माझी आई आहे याची किंचितशी, लहानशा चिटोऱ्याएवढी ओळख तरी पटू लागली होती.

इतके दिवस मी याच्यासाठी तर झुरले होते! आम्ही दोघी एकमेकींच्या मायलेकी

आहोत याची साक्ष पटवणारं काहीतरी घडायला हवं होतं. मला जातीबाहेर, कुटुंबाबाहेर टाकणं ही तिची चूक होती हे तिला कळावं असं मला वाटत होतं. त्याहीपेक्षा मला हवी होती तिची माया. कुठल्याही अटी न घालणाऱ्या तिच्या निरपेक्ष ममतेची मला अपेक्षा होती. जसं प्रेम मी लिसावर करत होते, तसंच ममनेही माझ्यावर करावं अशी माझी इच्छा होती.

पण तसं घडलं नाही. तुटकपणे, मुद्दाम वा बळेच केल्यासारखे फोन व्हायचे. तेवढे काही क्षण मन फुलल्यासारखं वाटायचं आणि मग त्यानंतरचे कित्येक क्षण निराशेत आणि पश्चात्तापात जायचे. त्या संभाषणाचा आम्हा दोघींना एकत्र आणायला अजिबात उपयोग झाला नाही. हळूहळू मला हे लख्खपणे कळून चुकलं की, मम नाइलाजाने माझ्यावर मेहेरबानी करत असल्यासारखी एकेक शब्द उच्चारायची. त्याने बरं वाटणं दूर राहिलं, उलट माझ्या मनातलं तिच्याविषयीचं प्रेम कणाकणाने मरत होतं आणि तिचे शब्द त्या प्रेमाला कायमची मूठमाती देण्याचंच काम करत होते. अगोदर तिने माझ्याशी पूर्ण अबोला धरलेला होता. त्यामुळे मी डिवचले गेले होते. मी हिला बोलायलाच लावीन. माझ्या आईला मी माझ्याकडे खेचून घेईनच; अशी प्रबळ इच्छा मनात निर्माण झाली. पण आता आमची जी मिळमिळीत, कृत्रिम आणि मारून-मुटकून केल्यासारखी संभाषणं होत होती त्यामुळे ती जिद्द, ती प्रबळ इच्छा मरून गेली. ती माझ्याशी पहिल्यांदा फोनवर बोलली, त्यानंतर महिन्याभरात ती लिसाबद्दल काही विचारील ही माझ्या मनातली आशा मावळली. मला कळून चुकलं की, मी कुठे राहतेय आणि कशी राहतेय याविषयी तिला काडीमात्र काळजी वाटत नव्हती. हळूहळू माझं मन कटू सत्य स्वीकारू लागलं की आपण कुणालाही आपल्यावर बळजबरीने प्रेम करायला लावू शकत नाही. तेव्हा कुठे मी स्वतःला बजावू लागले की, आता मला ममबद्दलच्या अपेक्षा बदलल्या पाहिजेत.

पण ल्यूसी माझ्याकडे राहायला आली नसती, तर मी कधी ममबद्दलच्या अपेक्षात बदल करू शकले नसते. तसं पाहिलं तर गेलं वर्षभर ती मला अधूनमधून फोन करायची. तेव्हाही ती फारशी 'खूश' नसावी असं मला वाटलं होतं. तिचं त्या घरी पटत नसावं. तिचंही सासर प्रकाश, गिंडा किंवा यास्मीनसारखंच होतं. फारशी काही वेगळी परिस्थिती, विशेष तक्रार करण्यासारखं असं काही नव्हतं. पण लग्नाआधी ती ज्या पद्धतीचं जीवन जगली ते मात्र त्यांच्यापेक्षा वेगळं होतं. तिला घरात आणि घराबाहेर पूर्ण स्वातंत्र्य होतं. त्यामुळे नमतं घेण्याची प्रवृत्ती तिच्यामध्ये तयार झाली नव्हती. ज्याची आपल्याशी केवळ जुजबी ओळख आहे पण प्रेम-बिम नाही, जो आपल्याला फारसा आवडतही नाही अशा नवऱ्यासाठी परक्या देशात जाऊन राहायचं हेसुद्धा ती स्वीकारू शकत नव्हती.

म्हणजे गंमत पाहा! तिने सांगून, समजून-उमजून, नियमानुसार वडीलधाऱ्यांच्या

आज्ञेत राहून, घराण्याची प्रतिष्ठा सांभाळून लग्न केलं तरी ती माझ्याइतकीच एकटी आणि दु:खी झाली होती.

तिने आपलं दु:ख मम आणि डॅडजवळ व्यक्त केलं. पण त्यांना त्याचं काहीच वाटलं नाही.

''मूऽऽर्ख मुली, अर्थातच तू माहेरी परत येऊ शकत नाहीस. मुळीच यायचं नाही. आधीच आम्ही बदनाम झालोत, ते कमी आहे का?'' हे ममचे शब्द होते.

माझं पंधरा दिवसांपूर्वीच ल्यूसीशी बोलणं झालं होतं. तरीसुद्धा ती ब्रॅडफोर्डला येऊन समोर उभी राहिली होती, तेव्हा तिची अवस्था पाहून मी चकित झाले! तिने आधी काही कळवलं सुद्धा नव्हतं. संध्याकाळ होत आली होती. मी आणि जस्सी, बागेत लिसाबरोबर खेळत होतो. तेवढ्यात बराच वेळ कर्कश बेल वाजली. मी दरवाजा उघडला. तर पायरीवर ल्यूसी उभी! हातात बॅग घेऊन हुंदके देत होती. तिला आत येऊन शांत व्हायला थोडा वेळ लागला; नंतर ती आमच्याशी बोलू लागली. पण तेव्हाही ती अस्वस्थच होती. प्रचंड तणाव होता तिच्या मनावर. एकदा फोनची रिंग वाजली तर बंदुकीची गोळी उडावी तशी दचकली. नवऱ्याला न सांगता घरातून पळून आली होती ती. थेट जर्मनीहून इंग्लंडला. इतकं प्रवासभाडं गुप्तपणे साचवायला, तिला कितीतरी महिने पैसे वाचवून ठेवावे लागले असतील.

हातातल्या चहाच्या कपाशी चाळा करताना, तिचे हात थरथरत होते. तशीच बसून होती. पूर्णपणे उद्ध्वस्त... खिन्न! त्या दिवशी 'मार्केईटन पार्क'मध्ये मी तिच्यात पाहिलेला अल्लड आत्मविश्वास जणू पुरता ओघळून, वाहून गेलेला होता.

अतिशय भेदरलेल्या, केविलवाण्या आणि कातरलेल्या आवाजात तिने प्रश्न केला. ''आता मी काय करणार आहे, जस? कुठे जाणारे मी? पुन्हा परतून त्याच्याकडे जाणं तर शक्यच नाही.''

यावर काय उत्तर द्यावं? मला काहीच समजत नव्हतं. मम-डॅडच्या घरी, त्यांच्या समाजात लहानांची मोठी होत असताना; विधवा स्त्रिया सोडल्या तर इतर कुठल्याही स्त्रीला एकटीने, स्वतंत्रपणे राहात असलेलं मी पाहिलं नव्हतं. जर जस्सी माझ्याबरोबर आला नसता, तर गेली सहा वर्षे मी कशी काढली असती त्याची कल्पना देखील मी करू शकत नव्हते. नवऱ्याला सोडून आलेल्या स्त्रीचं समाजात नेमकं कुठे स्थान असतं? डोकं फुटेपर्यंत मी विचार केला तरी शेवटी ल्यूसीला इतकंच सुचवू शकले की, 'कदाचित मम तुला पुन्हा घरात घेईल.'

पण ही मी आत्तापर्यंतची सर्वांत मोठी घोडचूक करून ठेवली होती! त्या दिवशी रात्री जस्सी लिसाला झोपवत होता, तेव्हा मी ममला फोन लावला. पण ती माझं काहीएक ऐकून घ्यायलाच तयार नव्हती.

''ताबडतोब तिला जर्मनीला रवाना कर. तिचं इथे काही एक काम नाही. कळलं

तुला?'' मम म्हणाली.

''अगं पण मम, तिला तिथं सुख लागत नाहीये. तू तिला समक्ष पाहिलंस ना, तर तुलाही असंच वाटेल.'' मी ल्यूसीची वकिली केली.

''मला काय वाटेल ते तू सांगू नको. तिची जागा तिच्या नवऱ्याच्या घरी आहे, हे तिला पक्कं माहिती आहे. जाऊ दे तिला तिकडे.''

''मी नाही पाठवू शकत तिला परत तिकडे. तिला नकोय ते. ती म्हणते मी रस्त्यावर राहीन, पण त्याच्याकडे परत जाणार नाही.''

''ठीक आहे. तुला वाटेल तसं कर.'' ममला त्या संभाषणाचा वीट आल्याचं मला स्पष्ट जाणवलं. ''पण जर तुला आपल्या कुटुंबाशी थोडा जरी संबंध ठेवायचा असेल तर तिला परत पाठवून दे. तसं करणार नसशील तर तुझा माझा संबंध संपला. तुम्ही दोघीही मेलात असं समजेन मी....''

तिने फोन ठेवला आणि माझ्या हातातला रिसीव्हर तसाच लोंबकळत राहिला. मी बधिर झाले होते; तिच्या बोलण्याचा अर्थ समजून घेण्यासाठी मी चाचपडत राहिले. पुन्हा माझीच चूक झाली होती? कशी काय? ल्यूसी तिच्या नवऱ्याला सोडून माझ्याकडे आली होती. ममच्या तिरपागड्या तर्कशास्त्रानुसार तोही माझाच दोष होता!

तिच्या म्हणण्याचा अर्थ; मला मम आणि ल्यूसी या दोघींतून एकीचीच निवड करावी लागणार होती? 'ही मम, मला शिक्षा करायचं कधीच थांबवणार नाही का?'

मी, ल्यूसीकडे पाहिलं. ती थकली होती. मनाने आणि शरीराने. दोन्ही हातांची घडी टेबलावर ठेवून, त्यावर डोकं टेकवून हताश बसली होती. आम्ही 'प्ले स्कूल'मध्ये असताना खोड्या केल्या की, आम्हाला असं बसण्याची शिक्षा देत असत. जरा वेळाने तिने वर पाहिलं. कोपरं टेबलावर टेकवून, हाताच्या ओंजळीत हनुवटी टेकवत ती प्रश्नार्थक चेहऱ्याने माझ्याकडे पाहू लागली. मी काहीच बोलले नाही. पण माझ्या भावमुद्रेवरून तिने काय ते ताडलं असावं.

''ती मला ठेवून घेणार नाही. होय ना जस? तिला मी नकोच आहे.''

तिचा आवाज शांत, भावनारहित होता. मी उत्तरादाखल नकारार्थी मान हलवली; त्याबरोबर तिला हुंदका फुटला. ती गदगदून रडू लागली, मी तिच्याजवळ गेले. खांद्याला धरून तिचा चेहरा माझ्याकडे वळवला.

''रडू नको गं ल्यूसी. हे पाहा! तुला पाहिजे तर इथे राहा तू. मला आणि जस्सीला मार्केटिंगमध्ये मदत कर. आम्हालाही घरचं एक माणूस मिळेल. लिसालासुद्धा मावशीबरोबर राहायला आवडेल.''

हे सगळं, मी मनापासून बोलत होते. मला तसं करणं भागच होतं. कारण ल्यूसीजवळ दुसरा पर्याय नव्हता. तिला जायला दुसरी कोणतीच जागा नव्हती. जरी

पुन्हा नवऱ्याकडे परत जाण्यासाठी तिचं मन वळवलं असतं, तरी जर्मनीला जाण्याइतके पैसे तिच्याकडे नव्हते. त्यामुळे तिला माझ्या घरी राहण्यावाचून गत्यंतर नव्हतं आणि मला तरी तिला आसरा देण्यावाचून दुसरा कोणता मार्ग होता? ज्यांनी मला प्रेमाने आधार द्यायचा; त्यांच्याकडून झिडकारलं जाण्याचा अपमान आणि दु:ख काय असतं, ते गेली सहा वर्षे मी सहन करत होते. मी तिला कसं काय झिडकारणार होते?

ती माझे आभार मानू लागली. त्याचवेळी माझ्या अंतर्मनाने बोचरी जाणीव करून दिली की, माझ्या अशा वागण्याने डॅडशी भेट होण्याची उरलीसुरली संधीसुद्धा मी गमावते आहे. इतकंच नाही तर लिसाची तिच्या आजी-आजोबांशी साधी ओळखसुद्धा त्यामुळे कधीच होऊ शकणार नाही. माझा आतला आवाज बरोबरच सांगत होता. मलाही ते माहीत होतं. म्हणूनच तो आवाज ऐकू न आल्यासारखी, मी जिना चढून वर गेले आणि ल्सूसीला कोणती खोली द्यावी, त्याची व्यवस्था करू लागले.

ल्यूसी माझ्याकडे राहायला आली, त्यामुळे माझं जीवन पूर्णपणे ढवळून निघालं. आईने मला पुन्हा एकदा झिडकारून, स्वत:चे शब्द खरे केले. पण त्याहीपेक्षा रोबीनाने आमच्याकडे पाठ फिरवली, ते माझ्या मनाला फार लागलं. पण निदान मला काय मनस्ताप होतो आहे, ते पाहायला कुणीतरी माझ्याजवळ असल्याचं समाधान होतं. शिवाय माझी अगदी जवळची आप्त माझ्याकडे राहायला आल्याचं सुख; सांत्वनाचं काम करत होतं. माझ्या सख्ख्या बहिणीशी मी दिवसा अथवा रात्री कोणत्याही घटकेला भेटू, बोलू शकत होते. तेही उघडपणे... राजरोस!

जेव्हा 'तू इथे माझ्याजवळ राहा' असं मी ल्यूसीला सांगितलं, तेव्हा मला वाटत होतं; लहान बहीण म्हणून तिला मला सांभाळावं लागेल. तिची काळजी घ्यावी लागेल. पण झालेल्या घटनेने तिला धक्का बसला, त्यात आईच्या वागण्याने भर पडली. या सगळ्यामधून सावरल्यानंतर तिच्याबरोबर राहणं म्हणजे मला एखाद्या रुमपार्टनर किंवा मैत्रिणीबरोबर राहण्यासारखं वाटू लागलं. एक तर ती तरुण आणि उत्साहाने मुसमुसलेली होती. वेगवेगळे कपडे घालायची, नटूनथटून बाहेर हिंडायची तिला सवय होती. आयुष्यात मजा करायची असं तिने जणू ठरवलेलंच होतं.

अशीच एका शुक्रवारची संध्याकाळ होती. मी बाथरूममध्ये लिसाला अंघोळ घालत होते. तिथल्याच आरशात बघून ल्सूसी मेकअप करत होती. तिला पबमध्ये जायचं होतं. मी विचारलं, "कुणाला भेटणार आहेस तिथे?"

"अगं... तुमच्या मार्केटमधलेच आहेत सगळे. तू ओळखतेस त्यांना." असं म्हणून तिने भराभर डझनभर नावांची यादीच माझ्यासमोर उलगडली. मी सगळ्यांना ओळखत होते. पण फक्त हसून "कसं काय चाललंय? सगळं ठीक?" या पलीकडे संभाषणाची गाडी गेलेली नव्हती.

"तू पण चल ना जस. तुला आवडेल ते सगळं. जस्सीला विचार. तो आजच्या दिवस मुलीला सांभाळील का? आणि चल तू. जरा बाहेर पडलीस की खूप बरं वाटेल तुला."

ती आग्रह करू लागली, तेव्हा मलाही मोह पडला. खरोखर आत्तापर्यंत जस्सी आणि मी कधीच अशा प्रकारे कुठे गेलो नव्हतो. आम्ही सतत काम करत राहायचो आणि पैसे साचवायचो. कारण दोघांच्याही घरच्या लोकांना आम्हाला हे सिद्ध करून दाखवायचं होतं की, त्यांच्या मदतीशिवाय आम्ही उत्तम प्रकारे जगू शकतो.

अंघोळ झाल्यावर; मी टॉवेल गुंडाळून लिसाला मांडीवर घेतलं आणि तिथेच बसून आम्ही ल्यूसीचा मेकअप बघू लागलो. ल्यूसी गर्द लाल रंगाने स्वत:चे ओठ रंगवत होती. सुंदर दिसण्यासाठी मी मेकअप करायचे, त्याला इतके दिवस लोटले होते की कधी ते सुद्धा मला आठवत नव्हतं.

त्यानंतर दोन-तीन आठवड्यांनी, एका रात्री मी तिच्याबरोबर गेले. जस्सीची हरकत नव्हती. तो म्हणाला, "मी काही येणार नाही. त्यापेक्षा घरी लिसाबरोबर राहायला मला आवडेल." उलट मी ल्यूसीबरोबर जरा बाहेर जाऊन मजा करतेय याचा त्याला आनंद वाटत होता.

झालं! बाहेर जाताना काय घालावं? यासाठी मी माझ्या कपड्यांचं आख्खं कपाट उचकलं. पण एकही कपडा पसंतीस उतरेना. सगळे फिकट रंगाचे, सामान्य, काम करताना घालायचे कपडे होते. शेवटी ल्यूसीने तिचा एक गर्द जांभळा चुण्याचुण्या आणि मोठे खांदे असलेला ब्लाऊज घालायला लावला. तिने मला मेकअप केला. केस कसे वळवायचे तेही दाखवलं. "वा! काय गोऽड दिसतेयस लाडके! जा. जा. मजा करून या!" जस्सीचा निरोप घ्यायला गेले तेव्हा तो म्हणाला. त्या वेळी तो लिसाला मांडीवर घेऊन टी.व्ही. बघत बसला होता.

पहिल्यांदा आम्ही दोघी एका पबमध्ये गेलो. तिथल्या गर्दीत ल्यूसीने ज्यांना भेटायचं ठरवलं होतं, तेही १०-१२ जण होते. सगळेजण मार्केटमध्ये काम करणारे असल्यामुळे मी त्यांना बघून ओळखत होते. सगळे माझ्याशी आपुलकीनं वागत होते. त्यांनी जस्सी आणि लिसाचीही चौकशी केली. 'आज तुला स्टॉलव्यतिरिक्त बाहेर पाहून आनंद वाटला.' असंही काहींनी सांगितलं. मग एका मोठ्या टेबलाभोवती आम्ही सगळेजण दाटीवाटीने बसलो. छान उबदार वातावरण होतं. खूप मोठ्याने गप्पा, हसणं-खिदळणं चाललं होतं. 'स्टीव्ह डेव्हिस' आणि 'जिम्मी व्हाईट' यांच्यापैकी श्रेष्ठ स्नूकर खेळाडू कोण? यावर वाद चालला होता. मला दोघंही माहिती नव्हते; पण त्याने काही बिघडत नव्हतं. मी आपली माझी बॅकार्डी आणि कोक पीत तिथे मजेत बसून होते. माझी कळी खुलली होती. सरत्या संध्याकाळी एक मुलगी उठली; तिने ज्यूक बॉक्सवर 'ऑलवेज ऑन माय माईंड' हे 'पेट शॉप

बॉइज'चं गाणं लावलं. मग काय, सगळेजण त्याच्या तालावर झुलत गायला लागले.

बारमॅनने जेव्हा वेळ संपत आल्याचं सांगितलं तेव्हा कुणीतरी म्हणालं, "चला नाइटक्लबमध्ये जाऊ या." मी त्यालाही तयार होते. आम्ही झुंडीने पबच्या बाहेर पडलो. त्या वातावरणाची ऊब माझ्या चेहऱ्याला सुखावत होती. आम्ही सगळे जण एकमेकांचे हात धरून चालू लागलो. जस्सी आणि लिसा खेरीज कुणाचा तरी हात धरून चालणं मला खूप विचित्र वाटत होतं आणि मी त्यांना कुणालाही सांगितलं नसलं, तरी मी त्यापूर्वी कधीही नाइटक्लबमध्ये गेले नव्हते. माझं वय होतं बावीस वर्षे आणि तरी मी प्रथमच नृत्यासाठी बाहेर पडले होते. इतकी खूश झाले होते की, त्यादिवशी रस्त्यावर सुद्धा नाचायला मी मागे पुढे पाहिलं नसतं!

नाइटक्लब तळघरात होता. पायऱ्या उतरत असताना माझे पाय त्या दणदणीत संगीताच्या तालावर पडू लागले. मला ते संगीत माझ्या आतून आल्यासारखं वाटत होतं. अगदी मोठमोठ्याने! मी तर कधी अशी कल्पनाही केलेली नव्हती. आत उत्साहाने भरलेलं गर्दीचं, उबदार वातावरण होतं. माणसांनी खच्चून भरलेल्या त्या नृत्यमंचाच्या छताला वर एक मोठा चकचकीत गोल टांगलेला होता. त्यातून उघडझाप करणाऱ्या विविध रंगीत प्रकाशांच्या कवडशांची बरसात होतं होती. ल्यूसीने माझ्या दंडाला धरलं आणि आम्ही त्या गर्दीत घुसलो. धक्के देत-घेत चालत राहिलो आणि त्या घामेजलेल्या शरीरांच्यामध्ये जागा करून घेतली. नंतर आपोआप आम्हीही त्या गर्दीत मिसळून तिचाच एक भाग झालो. ती गरमी, तो जोश, निव्वळ शारीरिक जवळीक... एकमेकांना भिडणारे दंड, पोटऱ्या, पावलं, सहज घासून जाणारे कुल्ले आणि बेहोशीत मागे टाकलेल्या माना! त्या वेळेला ते धुंद संगीत, माझ्या शरीराच्या हालचाली, त्यात भिनलेला ताल-सूर या शिवाय मला कसलंही भान राहिलेलं नव्हतं.

'बॉर्न इन द युएसए'

'व्हॉट्स लव्ह गॉट टू डू विथ इट'

'लेट्स गो क्रेझी'

आम्ही नाचत होतो, झुलत होतो, थिरकत होतो, गिरक्या घेत होतो, त्या तालात... त्या संगीतात... त्या बेहोशीत... आम्ही रात्रभर न्हातं होतो.

मी असं म्हणेन; माझ्या 'टीन-एज' जीवनाची सुरुवात त्या नाइट क्लबमध्ये झाली. तिथेच मी आयुष्यातली पहिली सिगारेट ओढली. ल्यूसीनं ओढली, मी पण ओढली. त्या क्षणी मला ल्यूसी करत होती ती प्रत्येक गोष्ट 'कूल' वाटत होती. त्यानंतर दर शुक्रवारी रात्री मी ल्यूसीबरोबर बाहेर जाऊ लागले. बऱ्याच वेळा शनिवारी रात्री पण जायचे. मध्यरात्रीनंतर घरी आल्यावर तास-दोन तास झोप

घ्यायची की परत सकाळी उठून तांबारलेल्या डोळ्यांनी जस्सीबरोबर रविवारच्या मार्केटिंगला जायचं.

आम्ही नेहमी कंपूने हिंडायचो, प्यायचो, नाचायचो तर कधी सिनेमालाही जायचो. त्यामध्ये सहजसाधी आणि निरागस गंमत होती. जस्सीची त्याला कधीही हरकत नव्हती. तसं तो नेहमी बोलून दाखवायचा. पण तो स्वत: कधीच आला नाही. त्याचं मला वाईट वाटत असे; तरी त्याचा आग्रह कायमच होता.

"तू जा! जात जा नेहमी. इतके दिवस तू नुसते कष्टच केले आहेस. तुला हक्कच आहे एन्जॉय करण्याचा. आम्ही आपले घरातच मजेत असतो. हो ना पाप्पेट?" असं म्हणून तो लिसाच्या डोक्याची पप्पी घ्यायचा.

पुढच्या काही आठवड्यात; माझं तारुण्य जणू काही उत्साहाने माझ्या शरीरात संचार करत होतं. ल्यूसीबरोबर रात्री बाहेर जाताना, मला कित्येक वर्षात वाटलं नव्हतं, इतकं तरुण झाल्यासारखं उत्साही, तजेलदार वाटायचं. माझं मन देखील अगदी हलकं-फुलकं व्हायचं. मला सापडलेल्या या नव्या आशावादाचा परिणाम रोजच्या जगण्यावरही होई. मी फार दिवस स्वत:च्या लाजिरवाण्या, कलंकित जिण्याचा सारखा विचार करत कुढत काढले होते. पण आता मी थोडी मोकळी होऊ लागले होतं. डर्बीहून पळून आल्यानंतर आजूबाजूच्या जगाकडे प्रथमच मी मान वर करून बघू लागले होते.

....आणि मला सुरजीत भेटला.

तोही मार्केटमध्येच धंदा करणारा होता. सहा फूट उंच, काळेभोर केस आणि स्टायलिश कपडे घालायचा... जस्सीनंतर माझ्याकडे खास वेगळ्या नजरेने पाहणारा तो पहिला पुरुष! तो इतका थेट डोळ्यात बघायचा की मी अस्वस्थ व्हायची.

एकदा असंच, स्टॉल्समध्ये अजिबात गर्दी नव्हती त्या दिवशी आम्ही कॉफी प्यायला गेलो. अर्थात त्याच्याच सूचनेवरून. तेव्हा मी स्वत:शी म्हटलं की, आपली फक्त मैत्रीच होणार आहे. ही पहिली वेळ! दुसऱ्या वेळी, मी त्याला माझा हात हातात घेऊ दिला. तिसऱ्या वेळी, त्याने जास्त वेळ थांबून त्याच्याबरोबर मद्य घ्यायला लावलं, रात्री निरोप देताना झटकन माझ्या जंपरमध्ये हात घालून स्तनांना स्पर्श केला. मला एकदम विजेचा झटका बसावा तसं झालं. वाटलं! आता त्याच्या हाताचे ठसे कायम आपल्या अंगावर कलंक होऊन राहणार!

जस्सीशी असं वागण्याचा मला काय अधिकार होता? त्याने तर माझ्यावर संपूर्ण विश्वास दाखवून; माझा मार्ग सोपा करून दिला होता. मी कुठे जातेय त्याबद्दल त्याच्याशी खोटं बोलताना त्याच्या प्रेमळ, निष्पाप नजरेला नजर देणं मला शक्य होत नसे. अनेक धाग्यांनी मी त्याच्याशी बांधली गेले होते – आवड, परिचय, कृतज्ञता, कर्तव्य, परस्परांची जबाबदारी! आणि तरी सुरजीतकडे मी कशानं ओढली

गेले? खरं सांगायचं तर निव्वळ बेजबाबदारपणामुळे. मला वाटत होतं, मी बेफिकीर तारुण्याचा अनुभव घेते आहे आणि तिथेच मी चुकले. एखाद्या मादक द्रव्यासारखी मला त्याची नशा चढली.

सुरुवातीला सुरजीतनेसुद्धा माझ्या कलाकलाने घेतलं. आम्ही दोघांनी केव्हा भेटायचं, कुठे भेटायचं आणि किती वाजता मला घरी परत गेलं पाहिजे याबद्दल मी काही नियम ठरवले होते. मी विवाहित होते. याचा मान राखून, तोही त्याबद्दल दक्ष असे. पण दोनेक महिन्यांनंतर हे सगळं बदलायला लागलं. एका रात्री मी उठून कपडे घालायला लागले, तो त्याने माझं मनगट धरून पुन्हा मला ओढलं.

"नाही जायचं. राहा इथेच आजची रात्र." त्याच्या आवाजात आग्रहीपणाबरोबर एक वेगळाच कर्कशपणा होता. मला त्याचा अर्थच कळेना! त्याची मनगटावरची पकड घट्ट झाली आणि त्याने माझा हात पिरगाळला.

"जाऊ दे. हात सोड माझा. दुखतंय! तुला माहीत आहे मी राहू शकत नाही."

मी त्याच्या चेहऱ्यावरचे भाव निरखायचा प्रयत्न करत होते. पण त्याने चेहरा फिरवला.

"खड्डयात जा!" म्हणून त्याने मनगट सोडलं आणि मग पुटपुटला, "छिनाल साली!"

मी त्याला भेटत राहिले, पण पुढे सगळं वेगळंच होत गेलं. त्याचा हव्यास वाढत चालला. त्याने माझ्यावर मालकी हक्क गाजवायला सुरुवात केली. एकदा असेच आम्ही दोघं पबमध्ये गेलो होतो. तेव्हा तर त्याने मला घाबरवलंच! तशा प्रकारचा पहिलाच प्रसंग. तो त्याचं ड्रिंक आणायला बारपाशी गेला, म्हणून मी टेबलापाशी एकटीच इकडे-तिकडे निरुद्देश बघत बसले होते. पबमध्ये माणसांची गर्दी होती. माझे कुणाकडेच लक्ष नव्हते. पण त्याला तसं वाटलं. तो स्वतःचं ड्रिंक घेऊन आला आणि माझ्याजवळ बसला.

"काय गं? एवढा आवडला काय तो? मघापासून सारखी टक लावून बघतेयस त्याच्याकडे?"

"कुणाकडे? कशाबद्दल बोलतोयस तू? मी कुणाकडे टक-बिक लावून बघत नव्हते." मी ताबडतोब खुलासा केला.

झालं! त्याने गपकन दोन्ही हातांनी माझा चेहरा धरला. तळहातांच्या ओंजळीत माझी हनुवटी होती. अंगठे आणि बोटं माझ्या गालात रुतवली होती. त्याने स्वतःचा चेहरा माझ्या चेहऱ्याला भिडवला. मी बाजूला सरकण्याचा प्रयत्न करायला लागले, तशी त्याची नखं माझ्या गालात रुतलीच.

"तू माझा माल आहेस. समजलं? माझा... फक्त माझ्याकडे बघायचं!" त्या ठिकाणी तमाशा व्हायला नको म्हणून तर मी घाबरलेच, पण त्याहीपेक्षा सुरजीतचं

ते रूप! ती नजर पाहून, मी अक्षरश: हादरले. फक्त मान हलवली आणि गप्प बसले. त्यानंतर बोलण्यासारखं काही उरलं नव्हतं. आम्ही कसंबसं आपापलं पेय घशाखाली ओतलं आणि उठलो. पण परत येताना, रस्त्यात त्याने मला आपल्या बाहूत लपेटून घेतलं.

नंतरचे अनेक आठवडे, आमच्या तडकेल प्रणयाच्या आठवणीने माझं मन आणि हृदय झाकोळून गेलं होतं. सुरजीत अधिकाधिक आग्रही आणि छळवादी होत होता. त्याचं वागणं अनाकलनीय होतं. मधूनच एखादा ठोसा, हळूच घेतलेला चिमटा मला वेदनेने विव्हळायला लावीत होता. त्याच्या सहवासात मी चिंताक्रांत, तणावाखाली तरीही दक्ष राहात होते. त्याने अचानक काही हालचाल केली की, मी लगेच सावध पवित्रा घेत असे. मला ते सगळं संपवायचं होतं. पण कसं? ते उमगत नव्हतं....

त्याने पहिल्यांदा मला मारलं, तो प्रसंग मला स्पष्ट आठवतो... मी त्याला सांगितलं की माझ्या सासरचे लोक आलेले आहेत. जस्सीचे आईवडील. त्यामुळे मला पुढचे पंधरा दिवस खूप काम असेल. तुला भेटायला जमायचं नाही. तेव्हा एकदम चिडून त्याने विचारलं, “च्यायला, अजून झोपतेस त्याच्यापाशी तूऽऽ? सांग, मला हक्क आहे विचारायचा. सांग! सांग, म्हणतो ना?” काडकन त्याने माझ्या मुसकटात मारली. माझ्या गालावर बोटांचे वळ उमटले. अर्धा तास नुसती आग-आग होत होती. मी कशी-बशी स्वत:ला सावरत उभी होते.

त्याने माझ्या सांगण्याचा कसा अर्थ घेतला, कुणास ठाऊक? आत जाऊन स्वत:चं जॅकेट घेऊन आला आणि म्हणाला, “ओ.के. कम-ऑन बेब.” त्याचा बेफिकीर स्वर मला हतबल करून गेला होता.

“काय करणारेस तू?”

“तुला घरी सोडतो बेबे! तू जर बरेच दिवस मला भेटायला येणार नसशील, तर काही गोष्टींचा खुलासा आत्ताच करून घ्यायला पाहिजे. जस्सीची आणि माझी भेट होण्याची हीच वेळ आहे. शेवटी आपल्या बायकोला कोण फिरवतो आहे, ते त्याला माहिती झालेलंच बरं. नाही का?”

“नाही, नाही... सुरजीत! तू असं काही करणार नाहीस. प्लीज, असं करू नको सुरजीत!” त्याच्या डेनिम जॅकेटची बाही पकडून; मी काकुळतीनं त्याला विनवू लागले. काहीच पूर्वकल्पना नसल्यामुळे, गोंधळून गेलेला जस्सीचा निष्पाप चेहरा माझ्या नजरेपुढे तरळून गेला.

“हाँऽऽ अस्सं! जर का मला सोडून जायला लागलीस, तर तिच्या आयला काय वाट्टेल ते करून सोडीन. समजलं तुला?” तो तुच्छतेने उद्गारला.

अशा पद्धतीने सुरजीतने, मला स्वत:शी जखडून ठेवलं. आमच्या संबंधांतला

सुंदर फसफसणाऱ्या पेयासारखा धुंद आनंद त्याने हिडीस शक्तिप्रदर्शनाच्या पातळीवर आणून ठेवला होता. मी त्याच्या शेजारी पडलेली असायची... शरीर आकसलेलं. मनात त्याच्याबद्दलची चीड आणि स्वत:बद्दलची किळस. मी त्याचा जास्त तिरस्कार करत होते की स्वत:चा धिक्कार! तेच समजायचं नाही. दरवेळी जस्सीचा निरोप घेताना त्याचा हळुवारपणा जणू मला वाकुल्या दाखवी. माझ्या विश्वासघातकी वागण्याचा त्याला अजूनही सुगावा लागलेला नव्हता. त्यामुळे त्याच्या नितळ, सभ्य नजरेकडे पाहून मी मनातल्या मनात प्रार्थना करायची की, याला न दुखावता सगळं निस्तरण्याचा मार्ग मला सापडू दे. पण अर्थातच; या गोष्टींना आता फार उशीर झालेला होता.

....शेवटी मी त्याला सांगितलं. सुरजीत, आता अधिकाधिक हिंस्र आणि उपद्रवी होत चालला होता. एक दिवस त्याने आमच्या खिडकीची काच फोडली. एखाद्या श्वापदाने आपल्या भक्ष्याच्या वासामागे फिरावं तसा तो सतत दबकत-दबकत माझ्या मागावर असायचा. एक दिवस तर तो माझ्या कारच्या डिकीत लपून राहिला होता. पहिल्यांदा हाताने मारलेल्या चपराकीचा; केव्हाच बंद मुठीने मारलेला ठोसा झाला होता. एकदा तर संतापाने त्यानं माझ्या नाकावर असा ठोसा मारला की, हाड मोडलं. तेव्हा मला त्या प्रकरणाचा शेवट करावाचं लागला. मला सुरजीतची जबर दहशत बसली होती आणि दुसरीकडे मी जस्सीशी केलेल्या प्रतारणेचा भारही मनाला असह्य झाला होता. मला अपराधाची कबुली द्यायची होती. माझ्या मूर्ख, स्वार्थी वागण्याची किंमत भरून द्यायची होती. जस्सीने संतापून मला चाबकाने फोडून काढावं असं वाटत होतं.

एका संध्याकाळी लिसा झोपली होती. ल्यूसी, बाहेर गेली होती आणि आम्ही दोघं जेवणं उरकून मागचं आवरत होतो. त्या वेळी मी त्याला सांगितलं. काहीही न लपवता, स्वच्छ सांगितलं की माझे एकजणाबरोबर संबंध आहेत. मी त्यात प्रमाणाबाहेर गुंतले आहे आणि आता ते प्रकरण डोईजड झालंय. मला त्यातून बाहेर पडायचं आहे. पण पडता येत नाही....

माझ्या शब्दांनी, त्याने माझ्यासाठी आत्तापर्यंत जे जे केलं होतं त्या सगळ्याची क्रूर थट्टा केली होती. ते ऐकताना; त्याचा चेहरा फसवणूकीच्या दु:खाने काळवंडून गेला होता. ते पाहताना, माझ्याही आतड्याला पीळ पडला आणि कुठल्याशा अंत:प्रेरणेने 'सुरजीत मारहाण करतो' हे सांगण्यापासून मला रोखलं. याआधी मोडलेल्या नाकाच्या हाडाबद्दल, मी स्टॉलमध्ये वेंधळ्यासारखी कशावर तरी धडकले असा खुलासा केलेला होता. दुसऱ्या कुणी माझ्यावर हात टाकला असं कळलं असतं तर मला वाटलं, जस्सी संतापाने वेडापिसा झाला असता!

माझं बोलून संपल्यावर तो बराच वेळ गप्प होता. नजर शून्यात स्थिर! मी

त्याच्या चेहऱ्यावरचे भाव निरखायचा प्रयत्न केला. काही समजलं नाही. खूप वेळानंतर शांत आवाजात तो बोलला, ''मी तुला मदत करीन. मी जाऊन त्याच्याशी बोलेन. आपण निस्तरून टाकू ते. काळजी करू नको.''

''पण तुला राग नाही आला? तू रागव माझ्यावर जस्सी. मला वाटत होतं, तू खूप ओरडशील माझ्या अंगावर.'' त्याच्या शांत बोलण्यातला पोकळपणा संतापापेक्षा जास्त खलास करून टाकणारा होता. त्याच्या गालावरून आसवं ओघळू लागली.

''आय ॲम सॉरी जस्सी! आय ॲम व्हेरी सॉरी! तुला दुखवावं यासाठी मी नाही केलं रे काही! तू रागव माझ्यावर. टाकून बोल. मार मला! तुला पूर्ण हक्क आहे जस्सी!''

''मला राग आलेला नाही.'' तो इतक्या झटक्याने उठला की, खुर्ची मागल्यामागे कोलमडली. त्याने खुर्चीला एक जोरकस लाथ मारली आणि तो अतिशय वेगाने खोलीत येरझारा घालू लागला. मधेच थांबून, भिंतीकडे तोंड करून उभा राहिला. पुन्हा म्हणाला, ''मला राग आलेला नाही.'' पुढच्याच क्षणी उजव्या पायाने त्याने भिंतीवर प्रहार केला. तिथला थोडा भाग मोडून पडला. त्याची माझ्याकडे अजूनही पाठ होती. ''मी तुझ्यावर रागवूच शकत नाही!'' असं त्वेषाने म्हणून, माझ्याकडे न बघता तो खोलीबाहेर पडला.

त्यानंतर आम्ही या विषयावर जास्त काही बोललो नाही. मला मनातलं सगळं त्याच्यापुढे मोकळं करून, त्याची क्षमा मागायची देखील संधी मिळाली नाही. जस्सीने मला एकदाही दोष दिला नाही की, कोणते प्रश्न विचारले नाहीत. फक्त सुरजीतचं नाव आणि तो कुठे भेटेल, एवढंच विचारून घेतलं.

दोन दिवसानंतर, ब्रॅडफोर्डच्या स्टॉलची जबाबदारी माझ्यावर आणि ल्यूसीवर सोपवून तो सुरजीतला त्याच्या कामावर जाऊन भेटला. आल्यावर त्याने मला सांगितलं की, तो समस्या सोडवून आला आहे. फक्त बोलणं झालं. हाणामारी केली नाही. तो म्हणाला, ''मी त्याच्याशी नीट बोललो आहे. आता सगळं व्यवस्थित होईल.''

पण तसं झालं नाही. सुरजीत माझ्याभोवती घिरट्या घालतच राहिला. मुद्दाम मला त्रास देण्यासाठी. एकदा तर तो घरीच येऊन थडकला.

एका शनिवारी सकाळी त्याने सरळ येऊन आमच्या दरवाजावरची बेल दाबली. मी त्याला 'ड्राइव्ह वे'वरून येताना पाहिलं आणि माडीवर जाऊन लपून बसले. शेवटी ल्यूसीने दार उघडलं.

तो गेल्यावर ती मला सांगत होती. ''त्याचे डोळे तांबारलेले होते आणि तो वेड लागल्यासारखं वागत होता. मी दरवाजा उघडल्याबरोबर त्याने टीशर्ट काढला. छातीवरचे सगळे केस काढले होते. पूर्ण छातीवर रक्ताचे ओरखडे दिसत होते.

त्याने वस्तऱ्याने छातीवर 'जस' ही अक्षरं कोरण्याचा प्रयत्न केलेला होता. माहिती आहे तुला? रागवू नकोस जस. पण तो पुरता पागल झालाय. प्रेम कसलं करतेयस! त्या वेड्याची टिंगल करायला हवीस तू. मला तर हसूच येतंय बाई!'' तो प्रसंग सांगताना सुद्धा तिला खूप गंमत वाटत होती.

''ऐक ना! मग त्याने हाताची मूठ उघडून दाखवली. त्यात पुष्कळ गोळ्या होत्या.'' डोळे-बिळे फिरवून ल्यूसीने करुण नाटकातली अॅक्शन करून दाखवली. आणि तो म्हणाला, ''ताबडतोब जसला माझ्यासमोर हजर कर. नाहीतर? नाहीतर... इथल्या इथे मी या सगळ्या गोळ्या घेऊन टाकीन!'' मी म्हणाले, ''थांब हं! तुला ग्लासभर पाणी आणून देते.''

ल्यूसी खिदळत होती... मी पण तिला साथ देण्यासाठी एक निस्तेज हसू तिच्या दिशेने फेकलं. ती आणि जस्सी, मला सुरजीतपासून वाचवण्याचा प्रयत्न करत होते. मी खरोखर मनापासून त्या दोघांची ऋणी होते. आता 'एक कर्तव्यदक्ष पत्नी' होण्याचा मी सर्वतोपरी प्रयत्न करू लागले. मी लीड्सच्या मार्केटमध्ये जाणं बंद केलं. कारण तिथे माझ्याविषयी बऱ्याच चर्चा होत्या. तो स्टॉल ल्यूसी सांभाळू लागली आणि मी जस्सीसोबत ब्रॅडफोर्डला जाऊ लागले. वरवर पाहता काहीच न बिघडल्यासारखं जरी आम्ही वागत होतो, तरी मनातून मला चांगलंच माहिती होतं की, आमच्या नात्याचा एक मोठा लचका तोडला गेला होता... जस्सी पहिल्यासारखाच माझी पूर्ण काळजी घेत होता पण मी सुरजीतबद्दल सांगितल्यानंतर, त्याच्याही नकळत तो मिटून गेला होता. माझ्याशी यांत्रिकपणे वागत होता. गप्प-गप्प असायचा. त्याचे विदुषकी हावभावही कुठेतरी लुप्त झाले होते. विनोद तर खूपच कमी झाले होते.

आणि मी? मी स्वत:च्या आवडीचं काही करायला गेले होते... आणि ते फारच वाईट निघालं होतं. मी मनाप्रमाणे जगू पाहिलं; पण स्वत:चं नुकसान आणि फजिती करून घेतली. मम म्हणाली होती तसंच घडत होतं, हे मला स्वीकारणं भाग होतं. माझ्या नजरेसमोर भलं मोठं शून्य होतं! स्वत:च्या कृतघ्न वागण्याबद्दल शिव्या देत मी आजूबाजूला पाहिलं. खरंच, काय नव्हतं माझ्याजवळ? ब्रॅडफोर्डमधलं प्रशस्त घर, उत्तम चाललेला व्यवसाय, माझा एकनिष्ठ नवरा, माझी सुंदर, निरोगी, खेळकर मुलगी...!

मी मनोमन या सगळ्यामध्ये स्वत:ला झोकून देण्याचा निश्चय केला....

१४

'लिसा' सहा महिन्यांची झाली तेव्हाची गोष्ट... बाळंतपणात मी अंगाने खूपच सुटले होते. मोठ्या जडजड मांड्या, लोंबण्याइतकी सुटलेली ढेरी अशा थुलथुलीत झालेल्या शरीरामुळे मी अगदी किळसवाणी दिसायला लागले होते. मला वाटलं, व्यायामाने आपलं शरीर जरा आटोपशीर होईल. जस्सी म्हणाला, 'एरोबिक्स कर,' म्हणून लावला क्लास. पण एक अट घातली की, त्याने मला त्याचा सगळ्यात मोठा टी-शर्ट दिला पाहिजे म्हणजे तो घालून मला माझं बेढब शरीर लपवता येऊ शकेल.

त्याने मला पहिल्या दिवशी स्थानिक कम्युनिटी सेंटरमध्ये क्लासला नेऊन सोडलं. तेव्हा मला इतकं अजागळासारखं वाटत होतं! मी आत शिरायलाच तयार नव्हते. त्याने मला चक्क दरवाजातून आत ढकललं आणि "क्लास सुटल्यावर लिसा आणि मी तुला घ्यायला येऊ हं!" असं सांगून गेला.

झालं! मी क्लासमध्ये सगळ्यात शेवटच्या रांगेत जाऊन उभी राहिले. क्लास सुरू होईपर्यंत; मी माझी जमिनीकडे लावलेली नजर काही वर करत नव्हते. आपली फजिती होईल, सगळे हसतील अशी मला भीती वाटत होती. शाळेत मला नेटबॉल खेळायला आवडायचं. पण त्यानंतर खेळाशी माझा दुरन्वयानेही संबंध आला नव्हता. माझी अशी खात्री होती की, इथे येणारे बाकी सर्व जण चपळ आणि सुंदर असतील. त्यांना एरोबिक्सच्या सगळ्या स्टेप्स येत असतील.

एरोबिक्स शिकवणारी शिक्षिका आली. ती एवढी उत्साही आणि सर्वांशी मित्रत्वाने वागणारी होती! मला खूप आश्चर्य वाटलं या गोष्टीचं. तिने एक टेपरेकॉर्ड आणलेला होता. त्यात मॅडोनाची टेप लावून ती आम्हाला 'वॉर्म अप' शिकवू लागली. तिचं पाहून तसं करण्यात; बरोबर ताल साधून हालचाली करण्यात मी इतकी गुंतून गेले की माझ्या मनातलं भय, संकोच पार पळाला. 'लाईक अ व्हर्जिन' गाणं सुरू झालं, तेव्हा आम्ही जागच्या जागी पळत, हवेत ठोसे मारत होतो. मी घामाघूम होऊन धापा टाकत होते. पण मला खूपखूप आनंद मिळाला होता. तो तास संपल्यावर आम्ही 'कूल डाऊन स्ट्रेचेस' करत होतो. मी माझ्याबरोबर व्यायाम करणाऱ्या इतरांकडे नजर टाकली, तेव्हा लक्षात आलं की त्यातले सगळेच काही 'सुडौल' नव्हते आणि माझ्यासारखीच इतर अनेक जणांची दमछाक झाल्यामुळे ते घामाने थबथबले होते, त्यांचे चेहरे लालबुंद झाले होते....

जस्सी मला न्यायला आला, तेव्हा त्याला पहिलं वाक्य मी हेच सांगितलं की,

"मी पुन्हा पुढच्या आठवड्यात येणार एरोबिक्सला." त्यानंतर मी दर आठवड्याला नेमाने क्लासला जाण्याचा प्रयत्न करू लागले. पण मार्केट आणि लिसा दोन्हीचं सांभाळता-सांभाळता ते 'महिन्यातून' नंतर 'एकदा' वर आलं. तरीसुद्धा त्याचा उपयोग होत होता. हळूहळू पण निश्चितपणे; बाळंतपणात अंगावर चढलेली चरबी उतरली. इतकंच नाही तर प्रत्येक एरोबिक्स सेशननंतर माझा 'मूड' अगदी हलका-फुलका होऊन जायचा. मला स्वत:ला जरा सावरल्यासारखं वाटायचं. मी काहीतरी करू शकते, असा विश्वास यायचा. व्यायामाचे मिळत असलेले फायदे मला समजत होते आणि त्याबद्दल आनंदही वाटायचा. पण ल्यूसी माझ्याकडे राहायला आली, मग तिच्याबरोबर रात्री बाहेर जायला सुरुवात झाली आणि मी एरोबिक्स विसरले, त्याचे फायदे विसरले आणि नंतर फारशी कधी तिकडे गेलेच नाही.

सुरजीतबरोबरचे संबंध तुटले... आणि मला पुन्हा वाटायला लागलं की व्यायामामुळे माझं मन शांत होईल, म्हणून मी परत एकदा एरोबिक्सचा क्लास सुरू केला. शक्य होईल तितक्या वेळा मी जाऊ लागले. मग वाटायला लागलं, आपणच एरोबिक्स ट्रेनर का होऊ नये? आमचा क्लास घेत होती, तिला विचारलं काय करावं लागेल ट्रेनर होण्यासाठी? तर म्हणाली, मला मदत करायला सुरुवात कर. तेच तुझं ट्रेनिंग होईल. मग ज्यादिवशी जास्त लोक क्लासला येत तेव्हा तिच्या बरोबरीने पुढे उभी राहून मीही डेमॉन्स्ट्रेशन करू लागले. तिने मला त्याचा क्रमही शिकवला. थोडा जास्त आत्मविश्वास आल्यावर मी तिथे नियमित येणाऱ्या काहीजणींना विचारलं की, मला डेमॉन्स्ट्रेशनची प्रॅक्टिस करायची आहे. त्यासाठी मी मोफत सेशन्स ठेवली, तर तुम्ही याल का? एक हॉल बुक केला. तिथे जे कुणी यायचे, त्यांना मी मोफत ट्रेनिंग देऊन सराव करू लागले. त्या अनुभवात मी खरोखर गुंग होऊन गेले होते.

याच सुमारास रोबीनाचा संपर्क सुरू झाला. इतके दिवस ती माझ्याशी का बोलत नव्हती याचा किंवा ममचा, ल्यूसीचा कुणाचाही उल्लेख न करता तिने माझ्याशी बोलायला सुरुवात केली. अचानक एक दिवस फोन केला आणि मधे काही घडलंच नव्हतं अशा तऱ्हेने बोलायला सुरुवात केली. मीही मागचं काही विचारलं नाही. अजूनही, माहेरच्या कुणाही व्यक्तीने थोडासा जरी संपर्क साधला तर तो मी अधाशासारखा घट्ट धरून ठेवत असे. रोबीना आता लायसेस्टरला राहायची. ती आणि बलदेव सासू-सासऱ्यांच्या घरातून बाहेर पडले होते. स्वतंत्र राहायचे. दोघेही फॅक्टरीत काम करत होते. सन्नी सहा वर्षांचा झाला होता. भराभर वाढत होता. रोबीना म्हणाली, "विचारू नकोस अगं! सकाळ, दुपार, रात्र सतत त्याच्या खोड्या चालूच असतात. नुसता गुंड झालाय... गुंड!"

ती जे सांगत होती, त्यावरून तिचं सगळं ठीक चाललंय असंच वाटलं. पण ती ज्या पद्धतीने बोलत होती, ते मला कुठेतरी खटकलं. अगदी स्वत:ला हवं तसं,

सुखात तिचं आयुष्य चाललेलं नसावं असं वाटलं.

तिने जेव्हा मला 'तू कशी आहेस?' असं विचारलं, तेव्हा 'छान आहे! मजेत चाललंय' या माझ्या आनंदी स्वरातल्या उत्तरामागे किती दु:ख आणि खोटेपणा लपला होता ते माझं मलाच माहीत. पण कुठल्याही परिस्थितीत सुरजीतबद्दल तिला सांगून मला माझ्या बदनामीत भर घालायची नव्हती.

एकदा तिचा फोन आला तेव्हा शेवटी ती म्हणाली, ''जस, तुला खरं सांगू?'' असं म्हणून तिने मोठ्ठा आवंढा गिळला. मग म्हणाली, ''इतकं... काही नाही गं. सन्नी हाक मारतोय. मी ठेवते.'' तिनं इतक्या घाईने फोन ठेवून दिला की, मला 'अच्छा, बाय' म्हणायला देखील वेळ दिला नाही. मी नंतर कितीतरी वेळ विचार करत राहिले की तिला मला असं काय सांगायचं असेल? आणि मध्येच फोन ठेवला कशामुळे?

पुढच्या वेळेला फोनवर तिचा आवाज असा काही निर्जीव भासला की, मी तिला तसं सांगितलंसुद्धा!

''काय म्हणायचंय तुला? मला काही झालेलं नाही. ठीक आहे मी.'' असं म्हणून तिने विषय बदलला. नंतर आम्ही सन्नी आणि लिसा यांच्या बालसुलभ खोड्या, गमतीजमती याबद्दल बोलत राहिलो. पण खूप प्रयत्न करूनही तिचा आवाज नेहमीसारखा आलाच नाही. जणू तिच्या दु:खाच्या लहरी टेलिफोनच्या माध्यमातून माझ्यापर्यंत पोहोचल्या. ''तुला सांगू रोबीना, पुढच्या आठवड्यात मी एक दिवसाची सुट्टी घेऊन येणार आहे तुला भेटायला. मला तुझं घर बघायचंय आणि सन्नीला भेटून कितीतरी दिवस झाले. खूप बदलला असेल ना तो, मी पाहिला तेव्हापेक्षा?'' मी खूप उत्साहाने तिला हे सांगितलं. जणू ती भेट म्हणजे आम्हा दोघींसाठी पर्वणीच ठरणार होती. अर्थात माझ्यासाठी ते तसंच असणार होतं. कारण मला रोबीनाची खरंच खूप आठवण येत होती.

तिचं लायसेस्टरमधलं घर एकदम 'चकाचक' होतं. लाउंजमध्ये बारसुद्धा बनवलेला होता. पण त्या घरात पाऊल ठेवल्या क्षणापासून मला जाणवत होतं की, इथे काही तरी बिनसलेलं आहे. लाउंजची एक खिडकी तुटली होती आणि बाथरूमचा दरवाजाही बळजबरीने धक्के मारल्यासारखा वेडावाकडा झाला होता.

रोबीनाने, मला पाहिल्याबरोबर नजर चुकवली. मी लिसाला एलीनकडे सोडून आले होते. म्हणजे मला रोबीनाशी भरपूर बोलता आलं असतं. पण रोबीनाच्या मनात काही वेगळंच होतं. आल्या-आल्या मला दरवाजाकडे नेत ती म्हणाली, ''चल, आपण शॉपिंगला जाऊ या.''

पुढच्या वेळी मी गेले तेव्हा आणखी वाईट परिस्थिती होती. भिंतीला दोन मोठी भगदाडं पडली होती; कुणीतरी लाथा माराव्यात तशी आणि ती बुजवण्याचा

प्रयत्नसुद्धा केलेला नव्हता. आता दुसऱ्या वेळेस मात्र मी हे सगळं पाहून सोडून देणार नव्हते. मी रोबीनाला सरळच विचारलं की, घरात चाललंय काय?

"ते कधीकधी खूप संतापतात," ती म्हणाली.

"आणि त्या भरात जे दिसेल त्या वस्तूला लाथ घालतात."

"तुलासुद्धा...? मारतो तुला तो?"

"मला...? नाही गं. मला नाही मारत."

म्हणजे प्रथमपासून मला वाटत होतं, ते हे होतं. त्यानंतर मी लायसेस्टरला गेले, तेव्हा ती मला बस स्टेशनवर भेटली. तिच्याशेजारी सन्नी उभा होता. थंडी असल्यामुळे दोन्ही कान झाकू शकणारी हॅट त्याला घातलेली होती. मी तिला मिठी मारायला गेले, तेव्हा तिने एकदम अंग आकसून घेतलं.

"नको! मिठी नको मारूस."

"काय? का?

तिने सन्नीकडे निर्देश करून त्याच्यासमोर बोलू नकोस अशा अर्थाने मान हलवली.

आम्ही घरी गेलो, तेव्हा बलदेव तिथे होता. त्यामुळे आम्ही मोकळेपणे बोलू शकलो नाही. तिच्याऐवजी त्याच्याशीच बोलत बसावं लागलं. त्या अगोदर एक-दोन वेळा मी त्याच्याशी बोलले होते. तसा तो नम्र आणि चांगला वाटला होता. आज मात्र हा केव्हा इथून टळतोय असं झालं होतं मला. शेवटी एकदाचा तो गेला.

मी रोबीनाला विचारलं, "काय झालंय गं रोबीना?"

तिने प्रथम आढेवेढे घेतले. नंतर म्हणाली, "काही नाही गं. आमचे सारखे वाद होतात. पटत नाही मुळीच."

"मग? काय करणारेस तू?"

"मी काय करू शकणार? काहीच नाही."

"मम-डॅडला माहितीय हे?"

"हं!" तिने सुस्कारा टाकला. "मी सांगितलं त्यांना."

त्यांनी काहीच केलेलं नव्हतं. मला त्याचं अजिबात आश्चर्य वाटलं नाही. त्यांनी गिंडा आणि प्रकाशसाठी सुद्धा कधीच काही केलं नव्हतं. त्यांच्या मते वैयक्तिक सुख हे महत्त्वाचं नव्हतं. आपल्या मुलींनी सुशील, कर्तव्यदक्ष असलं पाहिजे. घराण्याचं नाव मोठं केलं पाहिजे, त्याला कुठेही डाग लागू देता कामा नये याचीच त्यांना फक्त काळजी होती.

"अगं मुली, पुरुष हे असेच असतात. त्याचा एवढा काय बाऊ करायचा?" हे ममचं आवडतं मत होतं.

"तुला वाटत असेल पण मी त्याला सोडू शकत नाही." रोबीना म्हणाली. ती

आम्हा दोघींसाठी कॉफी करत होती. पण तिला दंड हलवणं फारच कठीण जात होतं. ते खूप दुखत असावेत. मला तिचे विचार माहिती होते. तिला असं वाटत असणार की, मी स्वत:च बलदेवची निवड केली आहे. आता ठरवून केलेलं लग्न आणि आमचा दोघांचा संसार कसा नीट चाललाय हे समाजापुढे सिद्ध केलंच पाहिजे.

"आता मी, मम-डॅडला हे दु:ख देऊ इच्छित नाही. या आघाताने ते पार कोसळून पडतील. तू पळून गेल्यावर त्यांनी जे काय सोसलं, त्यातून नुकतेच कुठं ते बाहेर पडायला लागलेत. मम, आता ताठ मानेने गुरुद्वारात जायला लागलीय. इतकी वर्षे ज्या लोकांनी तिच्याशी संबंध तोडले होते; ते नव्याने तिच्याशी बोलू लागले आहेत. आता जर मी बलदेवला सोडलं तर त्या धक्क्याने त्यांना मरण आल्याशिवाय राहणार नाही. हे मम-डॅडचं झालं. आणि माझं काय होणार? याच्यानंतर मला कोण पत्करणार आहे? दोनदा घटस्फोट झालेल्या मुलीला कसं कोणं जवळ करेल? माझ्याशी कोण लग्न करणार आहे?"

"पण म्हणून तू हे सगळं सहन करत राहायचं नाहीस." मी म्हणाले.

"तू त्याला सोडू शकतेस. त्याला सोड आणि माझ्याकडे येऊन राहा."

"तुला हे सांगणं सोपं आहे गं! कारण तुला काही इतरांचा विचार करायचा नसतो. त्या वेळी सुद्धा तू जस्सीचा हात धरून पळून गेलीस, तेव्हा आमचा कुणाचाच विचार केला नव्हतास."

तिचा आवाज चढू लागला होता. "तुझं कर्तव्य काय याचा विचार केला नाहीस की आपल्या फॅमिलीचा विचार केला नाहीस. पण मी तुझ्यासारखी नाही. मी आजही घरातल्या इतर माणसांचा विचार पहिल्यांदा करते."

तिच्या शब्दांनी मला खरोखर घायाळ केलं होतं; पण ते चेहऱ्यावर दिसू न देण्याचा मी प्रयत्न करत होते. तिचं मन वळवण्याचा, विचार बदलण्याचा मी आटोकाट प्रयत्न केला. पण माझ्या सांगण्याने काही फरक पडला नाही. शेवटी मी तिला सुचवलं की, निदान तू थोडा बदल म्हणून सन्नीला घेऊन काही दिवस माझ्याकडे राहायला का येत नाहीस?

त्यावर तिचं उत्तर होतं, "मला ते शक्य नाही. बलदेव त्यामुळे पुन्हा बिथरेल. मला त्याला दुखवायचं नाही."

तिला तिचं वैवाहिक जीवन शाबूत ठेवायचं होतं आणि घरातल्या माणसांचा आधारही हवा होता. त्यांच्या मताला ती महत्त्व देत होती. माझा तिचा सहवास आणि नातं असलं तरी माझ्या विचारांशी तिला काही घेणं-देणं नव्हतं. कारण बोलून-चालून मी 'वाळीत टाकलेली' होते. या वस्तुस्थितीला तोंड देणं मला भाग होतं. बसमध्ये चढताचढता मी तिला सांगितलं, "ममकडे जा. तिला सांग तुला

किती त्रास होतोय ते. अंगावरचे वळ दाखव. तुझ्यासाठी नाही; पण सन्नीसाठी तरी हे करच.''

थोड्या दिवसानंतर मला तिचा फोन आला. पूर्वीपेक्षा ती खंबीर झाल्यासारखी वाटत होती. ती ममशी बोलले होते आणि या वेळेला ममने मदत करायची तयारी दाखवली. काय झालंय ते ऐकून घेऊन, योग्य तो सल्ला देण्याकरता तिने आमच्या ज्ञातीच्या प्रमुखांना बोलावून घेतलं होतं. 'मम म्हणत होती, ते बरोबर सांगू शकतील अशा वेळेला काय करायचं ते. ते खूप ज्ञानी आहेत.'

ममने कुणाला बोलावलं असेल, ते माझ्या नेमकं लक्षात आलं आणि माझ्या पोटात भीतीचा गोळाच उठला! मला आठवलं... मी लहान होते तेव्हा आमच्या डेल रोडच्या घरी ते नेहमी येत असत. डॅड, त्यांच्यापुढे अत्यंत विनम्र होऊन व्हिस्कीचा ग्लास पुढे करत. भारतात जाण्यासाठी व्हिसा काढायचा असला किंवा अशीच काही सरकारी कागदपत्रांची कामं असली की, आमच्या समाजातल्या प्रत्येक घरी या व्यक्तीला बोलावलं जायचं. ते सर्व बाबतीत सल्ले द्यायचे आणि तसंच केलं जायचं.

मम आणि डॅड या माणसाला खरोखर मान द्यायचे. पण माझं तसं नव्हतं. स्वत:ची जात, बळजबरीने स्वत:च्या जातीतच लग्न लावणं, घराण्याची प्रतिष्ठा या सगळ्या गोष्टींवर त्या माणसाची कट्टर निष्ठा होती आणि मला ते सगळं चुकीचं वाटत होतं. मला हे सगळं रोबीनाला सांगावंसं वाटत होतं. पण ती ऐकण्याच्या मन:स्थितीत नव्हती. त्या वेळी जर ममने तिला सांगितलं असतं की, या बाबतीत तू फादर ख्रिसमसचा सल्ला घे, तर ती ताबडतोब लॅपलँडला जाऊन त्यांना भेटली असती.

त्या ज्ञातीप्रमुखांशी भेट होईपर्यंत ती मम-डॅडच्या घरी राहणार होती. मी तिला सांगितलं की, त्या भेटीच्या आधी मी तुला तिकडे येऊन भेटेन. तिथे जाऊन त्यांना घडलेलं सगळं खरंखरं सांग, म्हणून मला तिला प्रोत्साहित करायचं होतं. मला अशी काळजी वाटत होती की, प्रतिष्ठेला जपण्याकरता ती खरं काय ते नीट स्पष्टपणे त्यांच्यापुढे मांडणार नाही.

डेल रोडला जाईपर्यंत माझ्या काही मनात आलं नाही, पण मला त्या घरी बोलावून, रोबीनाने मोठाच धोका पत्करला होता. त्यामुळे आम्ही दोघीही धास्तावलो होतो. मी तिथे पोहोचले तेव्हा आजूबाजूला सगळं ठीकठाक असल्याची खात्री करून, मग मागच्या दाराने तिने मला घरात घेतलं. नंतर पुढचं दार आतून बंद केलं आणि खिडक्यांवर पडदे सोडले.

तब्बल सात वर्षांनी; मी माहेरच्या घरात पाऊल टाकलेलं होतं. मला फार विचित्र वाटत होतं. स्वत:च्या घरात आल्यासारखं मुळीच वाटत नव्हतं. सगळं तेच होतं,

जुन्या ओळखीचं – डॅडींची कपबशी धुण्यासाठी सिंकजवळ ठेवलेली, जुना विरलेला कार्पेट, भिंतीवर श्री गुरू ग्रंथसाहेबचा फोटो... पण या सगळ्यापासून मला तुटल्यासारखं वाटत होतं. अर्थात जुन्या आठवणी काढत बसायला मला वेळही नव्हता. कारण माझं सगळं लक्ष रोबीनाकडे होतं. ती अतिशय थकलेली आणि दुःखी दिसत होती आणि चेहऱ्यावरच्या मेकअप मधूनही माराचे वळ लपत नव्हते.

आम्ही काही बोलायला सुरुवात करणार तोच दारावरची बेल वाजली. ती गोंधळली, मीही गोंधळले. कारण मी तिथे आलेली कुणी पाहिलं तर आम्हा दोघींनाही त्रासदायक ठरू शकलं असतं. तिने मला दंडाला धरून जिन्याखालच्या कोठीघरात ढकललं आणि दार लावून टाकलं. तिथे एकदम गार होतं. अन्नपदार्थांचे आणि मसाल्यांचे वास भरून राहिले होते. त्या तीव्र वासांनी माझ्या मनातल्या सुप्त आठवणी जाग्या होऊन, झुंडीझुंडीने माझ्याकडे येऊ लागल्या. लहानपणी लपंडाव खेळताना आम्ही या ठिकाणी लपून बसायचो. आताही मी उकिडवी बसायचा प्रयत्न करू लागले. जमिनीवर सर्व प्रकारची अडगळ ठेवलेली होती. जुने चपला-बूट, सुटकेसेस, ट्रंका त्यामुळे बसायला अगदी थोडीच जागा उरली होती.

रोबीनाने त्या ज्ञातीप्रमुखाला दरवाजा उघडून आत बोलावल्याचं, मी ऐकलं. एखाद्या मोरासारख्या डौलदार चालीने तो येऊन बसल्याचं चित्र... माझ्या मनाने पाहिलं. तो माणूस अत्यंत गर्विष्ठ आणि आत्मकेंद्रित होता. त्याचं सुटलेलं पोट सूटाबुटातून आणि टायमधून स्पष्ट उठून दिसायचं. आल्याबरोबर त्याने मुद्याचं बोलायला सुरुवात केली. एका दुर्देवी मुलीचं क्षेमकुशल विचारण्यात तो स्वतःचा वेळ कसा वाया घालवणार?

''हांऽऽ आलोय मी, बोल आता! काय त्रास आहे तुला?'' मधे भिंत असूनही मला त्यांचं बोलणं स्पष्ट ऐकू येत होतं. कारण त्यांचा आवाज मोठा आणि इंग्लिश उच्चार शुद्ध होते.

रोबीनाने भराभर बोलायला सुरुवात केली. लवकरच तिला रडू यायला लागलं. आश्चर्य म्हणजे, ती बरंच उघडपणे बोलत होती.

''मला त्याची भीती वाटते.''

''का?''

''तो सारखा संतापलेलाच असतो.''

पुन्हा त्यांचा आवाज आला. आता ते पंजाबी बोलत होते.

''होतं असं कधीकधी. जेव्हा नवरा संतापतो, तेव्हा आपण शांत राहावं. पातेल्यातलं दूध उतू जायला लागलं, तर शांत करण्याचं काम घरातल्या स्त्रीचंच असतं.''

''पण मला त्याची भीती वाटते. तो मला मारहाण करतो. कधी वर्मी घाव बसला

तर? मी त्याला का सोडायचं नाही? मुलासाठी?''

"होय. मुलासाठी आणि तुझ्या कुटुंबासाठी. तुला तुझ्या नवऱ्याजवळच राहणं भाग आहे आणि तुझ्या स्वतःच्या भल्यासाठी सुद्धा तेच योग्य आहे. अगं नवऱ्याशिवाय स्त्रीला समाजात विचारतं कोण? आता हे मुळूमुळू रडायचं थांबव आणि जा त्याच्याकडे परत. तुझी बहीण घरातून पळून गेली, तेव्हा काय झालं माहितीय ना? तुझे आईवडील जवळजवळ मोडून गेले होते त्या घटनेमुळे.''

हे ऐकताना माझ्या अंगाचा भडका झाला, असं वाटलं उडी मारून या खोणपटातून बाहेर पडावं आणि त्या आत्मसंतुष्ट माणसाचं थोबाड फोडावं! त्याने या प्रकरणात माझं नाव घ्यायचं कारणच काय होतं? माझ्या बहिणीला माझ्याविरुद्ध सांगतोय हा? मला त्याचा कमालीचा तिरस्कार वाटू लागला.

"आता पुन्हा तूही नवऱ्याला सोडून आलीस तर त्या दुःखाने म्हातारा-म्हातारी प्राणच सोडतील. आत्ता-आत्ता कुठे त्यांची खाली गेलेली मान चारचौघांमध्ये जराशी वर व्हायला लागलीय. तुझ्या सासरच्या आणि माहेरच्या घराण्याच्या प्रतिष्ठेचा विचार कर. तुला त्यांना बदनामीचा कलंक लावायचा आहे का?''

रोबीना एकदम गप्प झाली. तिचा होणारा छळ कमी व्हावा आणि कुटुंबाकडून थोडा फार आधार मिळण्याची शाश्वती मिळावी एवढीच तिची अपेक्षा होती. आणि तिला मिळालं काय? तर ती ज्या गोष्टींना प्रचंड घाबरत होती; त्याच तिच्यावर पुन्हा लादल्या जात होत्या. कुटुंबातली वडीलधारी माणसं, घराण्याची प्रतिष्ठा यांचा बागुलबुवा उभा करून एक प्रतिष्ठित, सन्माननीय व्यक्तीच हे बोलत होती. तिचे आईवडील आणि त्यांना जिथे राहायचं होतं, त्या समाजाचंच हे प्रातिनिधिक मत होतं. त्यांचं ऐकण्यावाचून तिला गत्यंतरच नव्हतं....

आता बाहेरचं ऐकू येण्यासाठी मला जास्त प्रयत्न करावे लागत होते. कारण ज्ञातीप्रमुखांनी आता खालच्या आवाजात आणि भराभर बोलायला सुरुवात केलेली होती. त्यांनी तिला लायसेस्टरला परत जायला सांगितल्याचं ऐकू आलं. रोबीना त्यावर काही बोलल्याचं मी ऐकलं नाही. मग ते पुढच्या दरवाजाकडे गेले. त्यांच्या पावलांचे आवाज स्पष्टपणे ऐकू येत होते. त्यांची पावलं दमदार, ठाम, आत्मविश्वासपूर्ण तर तिची दुःखी, सावकाश टाकलेली आणि कमजोर पावलं....

मी त्या कोठीघरातून कशीबशी खुरडत बाहेर पडले. आता मला रोबीनाशी सविस्तर बोलायचं होतं. पण रोबीना भिरभिरल्यासारखी घरभर फिरून स्वतःचं सामान गोळा करू लागली होती.

"ए, रोबीना अगं काय करतेयस तू?''

"मी परत चालले.''

"जाऊ नकोस तू परत.''

"ऐकलंस ना, काय बोलले ते? मला जावंच लागेल." असं म्हणून ती हमसून हमसून रडू लागली. मी अवाक् होऊन जिन्यापाशी उभी होते. तिच्या डोळ्यातले अश्रू टपटप, ती भरत असलेल्या छोट्या बॅगेत पडत होते. पटकन पुढे होऊन तिला ओढून जवळ घ्यावं, मिठीत घेवून तिला शांत करावं, आधार द्यावा, आश्वस्त करावं असं मला फार फार वाटलं... पण मला माहिती होतं, माझा आधार ती घेणार नाही.

"काही लागलं तर मला फोन कर रोबीना. करशील ना?"

"हो! करीन." तिने रडतारडता हसण्याचा प्रयत्न केला.

"आता मी निघालेलंच बरं. बलदेवच्या आधी घरी पोहोचायचं, तर घाई केलीच पाहिजे."

त्यानंतर दोनच दिवसांनी तिने मला फोन केला. इतक्या लवकर तिचा फोन आल्यामुळे मला आश्चर्य वाटलं. तिने मला जे विचारलं ते ऐकून जास्ती आश्चर्यच वाटलं. ती मला म्हणाली, "तू सन्नीच्या वडिलांना म्हणजेच नवतेजला फोन करशील का?"

"होऽऽऽ! करीन की. पण का गं? काय सांगू मी त्याला?"

"मी स्वतःच त्याला फोन करण्याचा प्रयत्न केला. तुला माहितीय? तो अजूनही कॅनडालाच असतो. मी दोनदा फोन केला. पण काय सांगू? जेव्हा तो फोन उचलतो आणि मी त्याचा आवाज ऐकते ना, माझे हात-पाय एकदम गळून जातात. तोंडातून शब्दच फुटत नाही गं! प्लीज, माझ्यावतीने त्याच्याशी बोलशील जस?"

"मी आधीच सांगितलंय बोलेन म्हणून. पण तुला त्याच्याकडून काय पाहिजे, ते नाही अजून सांगितलंस तू मला."

"काहीच नकोय. तुला वाटतंय तसलं काहीनाही माझ्या मनात, पण मला असं फार वाटतं की, आपले वडील कोण आहेत हे एकदा सन्नीला माहिती झालं पाहिजे. दोघांची ओळख व्हायला पाहिजे. मुलांना तर वडिलांची खूप गरज असते. किती दिवस झालेत, तो त्याच्या वडिलांना भेटलेलाच नाही."

१५

रविवारी मार्केटला जायला मला आवडत असे. काम खूप असायचं, पण ग्राहक छान मूडमध्ये असायचे आणि तिथे कुठल्या ना कुठल्या पार्टीची खबर मिळायचीच. आजूबाजूचे स्टॉलवाले जस्सीचे अन् माझे मित्र झाले होते. गिऱ्हाईकांची गर्दी सुरू

होण्यापूर्वी आम्ही स्टॉलबाहेर घोळक्याने उभे राहून, कॉफीच्या मगने हाताना ऊब आणत-आणत गप्पा मारायचो. त्यांच्यातल्या काही जणांची मुलं साधारण लिसाच्याच वयाची होती. शनिवार-रविवार ती आमच्याबरोबर यायची आणि मग मित्र-मैत्रिणींसमवेत त्यांचं स्टॉलच्या आजूबाजूला खेळणं, दंगामस्ती चालायची.

रोबीनाचा आणि माझा नवतेजबद्दल फोन झाल; त्यानंतरच्या रविवारी आम्ही ब्रॅडफोर्डच्या बाहेर कॅनन मिल्सजवळ स्टॉल लावला होता. तेव्हा लिझी धावत धावत माझ्या स्टॉलकडे आली. सगळे केस विखुरलेले, लालबुंद चेहरा, दोन मिनिटं धापा टाकत उभी राहिली; तेव्हा कुठे तिला बोलता येऊ लागलं.

"तुझ्या आईचा फोन आला होता." तिने आवंढा गिळला. "मला वाटतं तुझी बहीण रोबीना... तिला काहीतरी...."

तिने वाक्य पूर्ण करायच्या आधी काहीतरी भयंकर घडलं होतं, हे मला कळून चुकलं! मी धावतच फोनबूथ गाठला. नंबर फिरवताना माझा हात थरथरत होता. फोन लागताच ममने उचलला.

"काय झालं?"

"काय होणार दुसरं? रोबीना... गेली ती... वारली!"

माझ्या मेंदूने या बातमीचा अर्थ समजून घेण्याचं नाकारलं. नाही! असं होईलच कसं? रोबीना माझी मोठी बहीण होती. जिवंत, उत्साहाने मुसमुसलेली, रडतारडता हसणारी माझाच एक भाग होती ती... लहानपणी एकाच पलंगावर झोपायचो आम्ही एकत्र शाळेला जायचो... माझ्या लग्नाची सगळी खरेदी तिनेच तर केली... एक आठवड्यापूर्वीच आमची भेट झाली होती... आणि....

"काय सांगतेस काय मम? अशी कशी वारली ती? काय झालं होतं तिला?"

माझ्या तोंडून यांत्रिकपणे शब्द बाहेर पडले. माझ्या हालचाली त्या क्षणी माझ्या ताब्यात राहिलेल्या नव्हत्या.

पलीकडे शांतता होती. मग एक हुंदका ऐकू आला.

"तिने आत्महत्या केली. स्वतःला जाळून घेतलं. हॉस्पिटलमध्ये गेल्यावर तिचा मृत्यू झाला."

जग जणू ठप्प झालं होतं....

माझ्या हातापायातलं बळ गेलं. आतून पोकळ झाल्यासारखं वाटायला लागलं. बधिर होऊन मी तिथे उभी होते, तेव्हा मला एक विचित्र कण्हल्यासारखा आवाज ऐकू येऊ लागला. काहीसा कोल्ह्याच्या रडण्यासारखा... मग लक्षात आलं, तो माझ्या आतूनच येत होता. मी भिंतीला धरून स्वतःला स्थिर केलं आणि फोनवर म्हटलं, "मम, मी आत्ताच्या आत्ता डर्बीला येते."

"नको!" मम मोठ्याने ओरडली. "तू डर्बीला यायची काही गरज नाही. इथे

येऊन तुझं थोबाड दाखवू नकोस. आणखी विसकटून जाईल सगळं.''

''अगं मम, आपली रोबीना वारलीय! आजसुद्धा तू मला आपल्या घरात येऊ देणार नाहीयेस का?''

''नाही. तू आलीस तर आणखी चिघळेल परिस्थिती.'' मग तिला काय वाटलं कुणास ठाऊक? म्हणाली, ''बरं! यायचं असेल तर अंधार पडल्यावर घरात दुसरं कुणी नसताना ये.''

''मम, असं काय करतेस गं? प्लीऽऽऽज! आत्ता येते ना!''

''सांगितलं ना नाही म्हणून? उगाच गोंधळ करून ठेवशील इथे सगळा!''

एवढं झालं तरी मी गेलेच. आम्ही स्टॉल आवरून ठेवला लिसाला, लिझीबरोबर लीड्सला पाठवून दिलं आणि जस्सीने मला डर्बीला नेऊन सोडलं. आमच्याबरोबर ल्यूसीही होती. प्रवासात कुणी कुणाशी बोलण्याच्या मनःस्थितीत नव्हतं. गाडीत रेडिओवर सारखं एकच गाणं लागत होतं. जेसन डोनोव्हानचं 'टू मेनी ब्रोकन हार्ट्स' तेव्हापासून माझ्या डोक्यात त्या गाण्याविषयी तिटकारा आहे.

माझ्या मनात सतत एकच विचार पिंगा घालत होता. 'मी रोबीनाला वाचवू शकले असते का? तिच्या डोक्यात आत्महत्येचा विचार घोळतो आहे, ते माझ्या कसं लक्षात आलं नाही?' या प्रश्नाचं उत्तर कुणीच देऊ शकत नव्हतं. पण ती अपराधी भावना आजही माझ्या मनात सलत असते.

मम-डॅडच्या घरी गेले, तेव्हा तिथे शोकाकुल माणसांची गर्दी होती. पुढचा दरवाजा उघडल्याबरोबर स्त्रियांचे मोठमोठ्याने रडण्याचे आवाज कानावर पडले. हॉलमध्ये जमिनीवर पांढरी चादर घालून त्या सगळ्याजणी बसल्या होत्या. मोठ्याने विलाप करत स्वतःचे ऊर बडवून घेत होत्या. तोंड झोडून घेत होत्या. साधारण पंधरा-सोळाजणी होत्या. त्यात माझ्या बहिणी होत्या आणि इतर काही जणी होत्या. मी बरीच वर्षे दूर राहात असल्यामुळे सगळ्याजणींची ओळख पटली नाही.

अचानक परत येऊन या सगळ्यांच्यात मिसळायचं हा मोठाच धक्का होता. मला गरगरल्यासारखं झालं. वाटलं आता मी पडणार! दारावर डोकं टेकून तिथेच थबकले. माझ्या शेजारी मला चिकटून ल्यूसी उभी होती. तिथे खूप उकडत होतं. गर्दी होती. त्यातच आम्ही आल्यामुळे एकदम शांतता पसरली. सगळ्यांचे डोळे आमच्याकडे वळले. कुणी काहीच बोललं नाही आणि एकदम आमच्याकडे पाहून ओळखही न दाखवता आमच्या तिन्ही बहिणी प्रकाश, गिंडा आणि यास्मीन तटकन उठून उभ्या राहिल्या आपापले पांढरे स्कार्फ डोक्याभोवती गुंडाळून घेतले आणि हॉलमधून बाहेर पडल्या.

मी थक्क झाले....

इथे आमची रक्तामांसाची बहीण रोबीना, इतक्या भयानक पद्धतीने मरण पावली

होती आणि अशा वेळी सात वर्षांपूर्वी माझ्या हातून घडलेल्या अपराधाची शिक्षा माझ्या थोरल्या बहिणी आजही मला देत होत्या.

तरी पण माझ्या हृदयात अजूनही एक आशेचा किरण तेवत होता. मी, ममकडे पाहिलं. वाटलं जाऊन तिला मिठी मारावी. आमची रोबीना वारली होती. या वेळेला मला ममची गरज होती आणि तिला माझी वाटावी अशी माझी इच्छा होती. पण मला पाहूनही ती तशीच दगडासारखी निर्विकार बसून राहिली.

मी ल्यूसीकडे बघितलं. तिच्या चेहऱ्यावर धक्का बसल्याचे आणि काहीच कळत नसल्याचे भाव होते.

"इथं आपलं कुणीच नाही ल्यूसी, चल!" मी म्हणाले.

तिने मान हलवली आणि आम्ही तिथून बाहेर पडलो.

रोबीनाचा अंत्यविधी लायसेस्टरमध्ये होणार होता. अर्थात तिथे मी जाणं; कुणालाच नको होतं. तरी पण मी गेले. कारण आता मी त्यांची पर्वा करणं सोडून दिलेलं होतं. त्यापूर्वीच्या शोकप्रदर्शनासाठी आम्ही अगोदर बलदेव-रोबीनाच्या घरी गेलो. दरवाजातून आत गेल्याबरोबर जळीताच्या वासाने मला गुदमरल्यासारखं व्हायला लागलं. तिथे मम, डॅड, ज्ञातीप्रमुख हे सगळेजण दुःखी चेहरे करून बसल्याचं पाहून माझ्या जिवाचा संताप-संताप झाला. तिने या सर्वांकडे मदत मागितली होती, तेव्हा त्यांनी तिच्याकडे पाठ फिरवली. इतकंच नाही, तिच्या तोंडावर थुंकल्यासारखी तिची निर्भत्सनाही केली होती. आता व्हायचं ते वाटोळं होऊन गेल्यावर; आत्ता! सगळेजण दुःखाचं प्रदर्शन करत होते. समाजाला मान्य असणारी भावना चारचौघांत बरी दिसेल इतपत व्यक्त करत, सगळं पांढऱ्या कपड्याआड झाकायला पाहत होते.

वरच्या बेडरूममधील कारपेटवर भली मोठी जळल्याची खूण दिसत होती. ती बघितल्यावर मला क्षोभ आवरून धरणं मुश्कील झालं. मी बलदेवकडे गेल्याबरोबर तो दोन पावलं मागे सरकला.

"तुम्ही तिला थांबवलं नाहीत?" मी त्याला विचारलं.

ममने मला सांगितलं होतं की, दोघांचं भांडणं चाललं असताना ते घडलं. "थांबा आता. मी स्वतःला जाळूनच टाकते" असं म्हणत तिने अंगाला पॅरॅफिन माखून घेतलं, "हे बघा, आता मी काडी ओढतेय" म्हणून तिने खरंच काडी पेटवून अंगाला लावली.

"का थांबवलं नाहीत तुम्ही तिला?" मी पुन्हा विचारलं.

"मी तरी काय करणार? तिने काडी ओढल्याबरोबर तिचे कपडे पेटले."

ॲम्ब्युलन्स येईपर्यंत ती नव्वद टक्के भाजली होती. तेव्हाही शुद्धीवर होती असं

मला त्यांनी सांगितलं. पॅसेजमधून स्ट्रेचरवर ठेवून तिला ॲम्ब्युलन्सकडे नेत असताना म्हणाली, "माझा चेहरा झाका." शेवटच्या श्वासापर्यंत बिचारी मम-डॅडच्या घराण्याचा नावलौकिक जपत राहिली.

तिची शवपेटी हॉलमध्ये ठेवलेली होती. तिचा देह जळून इतका छिन्नविछिन्न झालेला होता की, शवपेटी बंद करून वर तिचा हसरा फोटो ठेवला होता. कुणी काय म्हणेल याची पर्वा न करता; मी तो फोटो उचलून घेतला आणि माझ्या लाडक्या बहिणीचं डोळे भरून अखेरचं दर्शन घेतलं. ममने लहानपणापासून आम्हाला शिकवलेलं होतं की, फोटो काढताना हसायचं नाही. पण त्या फोटोत रोबीना समोर कॅमेऱ्यात बघत होती आणि हास्याची चमक तिच्या डोळ्यात स्पष्ट उमटली होती.

माझे कुटुंबीय या हसण्याचं मोल समजतील; ते तसंच कायम राहावं म्हणून प्रयत्न करतील असंच तिला वाटत असेल! पण तसं घडलं नाही. मम-डॅड, ज्ञातीप्रमुख आणि तिचा नवरा सगळ्यांनी मिळून तिचं 'सुंदर हसणं,' पायाखाली चिरडून टाकलं!

१६

रोबीना स्वत:चं जीवन संपवून टाकेल यावर माझा विश्वास नव्हता. त्यामुळे हे प्रकरण इथेच न सोडता त्याचा छडा लावण्याचं मी ठरवलं. खरं काय ते फक्त बलदेवलाच माहिती होतं आणि तो वारंवार फक्त एवढंच सांगत होता, "मी सांगितलं ना तुम्हाला! ती म्हणाली, मी स्वत:ला पेटवून घेईन म्हणून. मात्र खरोखरच ती तसं वागेल असं वाटलं नव्हतं मला. पण तिने काडी ओढली आणि तिच्या सूटाला एकदमच आग लागली."

कदाचित तिने मदतीसाठी हाका मारल्या असतीलही. एखादा प्रेमळ शब्द... एखादा मदतीचा हात... तिला थांबवू शकला असता. कारण माझी खात्री होती की तिला जगायचं होतं. तिला मरायची इच्छा नव्हती. मनात उसळलेल्या क्रोधामुळे आणि दु:खामुळे बलदेवला शिक्षा झालेली पाहण्याची तीव्र इच्छा माझ्या मनात निर्माण झाली होती.

काही काळ मी विचार केला आणि मला काय वाटतं होतं ते ममला सांगितलं. माझं डोकं तेव्हा फिरलेलचं होतं. रोबीना गेली तेव्हा ममने मला झिडकारल्यामुळे,

सगळ्या गोष्टींचा उलगडा झाला होता. माझ्या लक्षात आलं की, स्वत:ची मायाममता मला न देण्याचा, माझ्याशी न बोलता मला झुरत, रडवत ठेवण्याचा हा खेळ इतकी वर्षे मम मुद्दामच खेळत होती. मला शिक्षा देण्याचाच तिचा हा एक प्रकार होता. मग मी विचार करू लागले की, मी कशासाठी या खेळात भाग घेत राहू? समजा मी नाही भाव दिला तिला तर काय फरक पडणार आहे? आता असं काय आणखी गमवायचं राहिलंय माझं?

मला या सत्याची जाणीव झाली की मला व्यवस्थित जगत राहायचं असेल, तर माझ्या आतल्या या अपेक्षा मेल्या पाहिजेत... मला कुटुंबाचा एक भाग समजावं अशी माझी आजही इच्छा होती, पण त्या एकाच गोष्टीला आता मी स्वत:वर स्वार होऊ देणार नव्हते.

फक्त रोबीनाविषयी बोलण्यासाठीच, मी ममला फोन केला....

"रोबीनाच्या बाबतीत नक्की काय घडलंय, हे मी शोधून काढायचं ठरवलंय. तू माझ्याबरोबर सॉलिसिटरकडे येणार आहेस का?"

तिने कोणतेही आढेवेढे न घेता 'होय' म्हटलं. मला वाटलं, तिच्या हातून रोबीनाच्या बाबतीत ज्या चुका झाल्या, त्या सुधारण्याची संधी मिळतेय या विचाराने तिला समाधान वाटलं असावं.

जस्सी आणि मी कार घेऊन तिला घ्यायला गेलो. त्यादिवशी तिने पहिल्यांदा त्याला प्रत्यक्ष पाहिलं. त्यांची भेट होण्याची आशा मी फार दिवस मनाशी बाळगून होते. पण जेव्हा ती प्रत्यक्षात घडली... तो गाडी चालवतोय आणि मम मागच्या सीटवर बसली आहे... तेव्हा इतका उशीर झालेला होता की, मला त्याचं काहीसुद्धा वाटलं नाही.

'यलो पेजेस' मधून मी एक सॉलिसिटर शोधून काढला. मुद्दाम असाच पाहिला, जो आशियाई नव्हता. जस्सी बाहेर कॉरिडॉरमध्ये बसला आणि आम्ही दोघी आत गेलो. एका मोठ्या लाकडी टेबलामागे सॉलिसिटर बसलेला. आम्ही दोघी त्याच्यासमोर लाकडी खुर्च्यांवर. त्याचं प्रत्येक बोलणं मी ममला पंजाबीत भाषांतर करून सांगत होते. मी तिला विचारलं, "बलदेव तिच्याशी कसा वागत असे, हे रोबीनाने तुला सांगितलं होतं?"

ती अत्यंत क्षीण आवाजात उत्तरली, "होय."

ती इतकी शांत बसली होती आणि पूर्ण सहकार्य देत होती की, मी जिला लहानपणापासून पाहत आहे... ती कडक, हट्टी, वाचाळ स्त्री हीच आहे का? असा मला प्रश्न पडला. हे वागणं फक्त सॉलिसिटरच्या ऑफिसमध्येच होतं असं नाही; तर माझ्या असं लक्षात आलं की, रोबीना वारली त्या दिवसापासून ममचं असं भ्यायलेल्या मांजरात रूपांतर झालेलं होतं. आता तिचं सगळं लक्ष सन्नीवर केंद्रित

झालं होतं. ती त्याला घेऊन गेली; इतकंच नाही तर त्याचं कायदेशीर पालकत्व घेतलं. कारण नवतेज येऊन त्याला घेऊन जाईल अशी तिला भीती वाटत होती.

डॅडनी आणि ममने आता सन्नीला मोठं करण्यावर लक्ष केंद्रित केलं. ते तसं सोपं नव्हतं; कारण आता ते थकले होते आणि आयुष्य उतरणीला लागल्यावर अचानक सहा वर्षांच्या मुलाला वाढवण्याची जबाबदारी त्यांच्यावर येऊन पडली होती. पण त्यांनी खूप प्रयत्नांती ती पेलली आणि सन्नी म्हणजे माझ्या डॅडच्या आयुष्याचा 'प्रकाशकिरण' झाला.

मी सॉलिसिटरना विचारलं की, आपण रोबीनाच्या मृत्यूसंबंधी दावा दाखल करू शकतो का? तर ते म्हणाले, "करू शकतो." मग पुढच्या काही आठवड्यात आम्हाला जेवढे पुरावे गोळा करता येतील, तेवढे करून आम्ही सॉलिसिटरला दिले. आम्ही सगळेजण कॉरोनर कोर्टात चौकशीसाठी हजर राहिलो. जस्सी आणि मी, मम-डॅडला घेऊन गेलो होतो. रोबीनाच्या एका शेजारणीने शपथेवर सांगितलं की, तिने बलदेवला ओरडताना स्पष्टपणे ऐकलं होतं, "अगं हडळणी या वेळी काय करून आलीस तू?" त्यानंतर थोड्याच वेळात तो बेडरूमची खिडकी उघडून ओरडू लागला, "आऽऽग! आऽऽग! कुणीतरी ॲम्ब्युलन्स बोलवा लवकर! आऽऽग!"

तिने सांगितलं की, त्यापूर्वीही त्या दोघांची खूप कडाक्याची भांडणे होत असतं.

न्यायालयाच्या शोधतज्ज्ञांना (फोरेन्सिक सायन्टिस्ट) तिच्या घरात हाणामारी झाल्याचे पुरावे मिळाले. त्यांच्या अहवालात असा उल्लेख होता की, 'श्री. व सौ. बसी यांच्यात भांडण होऊन, लाऊंजमध्ये धक्काबुक्की झाली असावी. तिथे एक कॉफीचे टेबल लवंडलेले होते आणि भिंतीवरची शोभेची प्लेट खाली पडून फुटलेली होती. लाऊंजच्या दरवाजाजवळ कुणीतरी लाथ मारून पाडावे तसे भिंतीला भगदाड पडले होते.'

बलदेवने जबाबात सांगितले की, 'त्यादिवशी तो दिवसभर बाहेरच होता. घरी आला तर रोबीना रडत बसली होती. त्या वेळी त्यांच्यात चकमक उडाली.' तो म्हणाला, "तिने पेटवून घेतल्यावर मी एक गोधडी घेऊन तिला विझवायचा प्रयत्न करू लागलो." पण हेच त्याने लवकर का केलं नाही, ते मला जाणून घ्यायचं होतं. पॅथॉलॉजिस्टचा अहवाल सांगत होता की, रोबीनाच्या शरीराच्या ९५ टक्के भागावर भाजल्याच्या जखमा होत्या आणि त्या सगळ्याच्या सगळ्या अतिशय खोल (थर्ड डिग्री बर्न्स) होत्या.

कॉरोनर कोर्टाने नि:संदिग्धपणे दाव्याचा निकाल दिला होता. तो ऐकून मी आजतागायत अस्वस्थ आहे. रोबीनाच्या मृत्यूला कुणालाही दोषी धरले गेले नाही. ती आत्महत्या नव्हती; असे सिद्ध करणारा एकही पुरावा मिळाला नाही.

आम्ही हे सगळं केल्याचं ममने कधीच इतरांना सांगितलं नाही. प्रकाश, गिंडा,

यास्मिन, बलबीर... कुणालाच नाही. रोबीना वारल्यानंतर घरात तिच्याविषयी बोलणंच बंद झालं. माझा असा अंदाज आहे; ममने वकिलाकडे गेल्याचं इतरांना सांगायचं टाळलं असावं. कारण त्यामुळे ती माझ्याशी बोलायला लागली हे सर्वांना कळलं असतं. मी तेही मान्य केलं. कारण अजूनही मी तिच्या कलाकलाने वागत होते. त्यामुळे तिला ओशाळवाणं वाटेल असं काही मलाही घडायला नकोच होतं.

ती माझ्याशी बोलायला लागली, याचा अर्थ इतरांनी असा काढला असता की, तिने मला माफ केलं. ते तिला नको होतं, हे मलाही माहिती होतं. शेजारपाजारचे आणि गुरुद्वारात येणारे लोक आपल्याला नावं ठेवतील. आपल्या इतर मुली आपल्यावर नाराज होतील. त्या कदाचित असंही म्हणतील की, 'मम जर तुला जसविंदरशी बोलायचं असेल, तर आमच्याशी बोलायचं नाही!' तिला भीती वाटत होती. माझ्याशी संपर्क ठेवल्याने कुटुंबाच्या प्रतिष्ठेला लागणारा धक्का वा कलंक तिला नको होता. मी ते मान्य केलं. नव्हे! मला ते स्वीकारावंच लागलं. कारण आईवडिलांना कधीच न भेटण्यापेक्षा गुपचूप भेटणं बरं, असं मला वाटत होतं.

परंतु त्यामुळे फजितीचे किंवा विचित्र प्रसंग निर्माण होत असत. कधीकधी मी ममकडे गेलेले असतानाच माझी एखादी बहीण यायची की, लगेच मला घाईघाईने वर जाऊन बेडरूममध्ये लपून बसावं लागायचं. असाच एकदा सन्नी आजारी पडला म्हणून ममने मला फोन करून बोलावून घेतलं. त्या गोंधळलेल्या मन:स्थितीत तिने गिंडाला पण फोन केला होता आणि ते ती विसरून गेली होती. जेव्हा गिंडा पुढच्या दारातून आत आली आणि तिने ममला हाक मारली तेव्हा तिला एकदम ते आठवलं.

"जा, जा. लवकर इथून बाहेर जा. पळ, पळ." एखाद्या कोंबडीच्या पिल्लाला हाकलावं, तसं मम मला हाकलू लागली.

"अगं पण कुठे? कुठे जाऊ मी?"

"कुठेही जा. मागच्या दारातून बाहेर पड. पटकन!"

मी मागच्या दारातून बाहेर गेले आणि बाहेरच्या संडासामागे लपून पुढे काय करावं? त्याचा विचार करू लागले. पुढच्या गेटने बाहेर पडले, तर गिंडा मला खिडकीतून बघेल अशी भीती वाटली. म्हणून मी बागेच्या समाईक भिंतीवर चढून, शेजाऱ्यांच्या बागेत उतरले आणि त्यांच्या गेटमधून बाहेर पडले. तिथून उड्या मारीतच पसार झाले. कारण मनात भीती होती, जर का मला कुणी पकडलं असतं तर मम-डॅडचा जो काय थोडासा सहवास मिळत होता, तोही कायमचा बंद झाला असता.

या गोष्टीबद्दल मला नेहमीच चिंता वाटायची; पण जेव्हा जस्सीने आणि मी ठरवलं की, आता डर्बीच्या बाहेर राहणं खूप झालं; आता आपण डर्बीतच घर घेऊ

या. तेव्हा मात्र मी ही भीती आणि चिंता बाजूला ठेवली. आणि आम्ही डर्बीत घर शोधू लागलो.

आमच्या दृष्टीने ती एक नवी सुरुवात असणार होती. लीड्स आणि ब्रॅडफोर्डमध्ये जे काय घडलं, त्या साऱ्यावर त्यामुळे पडदा पडणार होता. मार्केटमध्ये सगळे एकमेकांना रोज भेटत असतात. त्यामुळे माझ्या आणि सुरजीतच्या संबंधांबद्दल सगळ्यांना समजलं तेव्हा जस्सीला ते फार लज्जास्पद वाटू लागलं. आता ल्यूसीदेखील आमच्यासोबत राहात नव्हती. तिने लीड्समध्ये स्वतंत्र फ्लॅट घेतला होता. नवीन ठिकाणी राहायला गेलो तर आमचं प्रेमजीवन पुन्हा नव्याने बहरेल अशी आशाही जस्सीला वाटत असली पाहिजे.

या वेळी मी जे घर शोधलं आणि घेतलं ते म्हणजे आमच्या यशाची आणि वैभवाची वरची पायरीच होती... प्रशस्त स्वतंत्र बंगला. चार बेडरूम आणि दोन बाथरूम्स. ऐसपैस पुढचा हॉल. त्याच्या मधोमध फायर प्लेस. हॉलचे दोन्ही दरवाजे बागेत उघडणारे. तिथे एक ग्रीन-हाऊसपण होतं. त्यात मी टोमॅटोचं पीक घेत असे. ....शून्यातून सुरुवात करून आमची इथवर प्रगती झाली होती. आम्हाला कुणीही मदत केली नाही. कुणी एखादी वस्तूसुद्धा दिली नाही. माझ्या बहिणी, जस्सीची भावंडं या सगळ्यांना, घरच्यांचा आर्थिक आणि भावनिक आधार मिळाला होता. पण आम्ही जे काय मिळवलं ते स्वत:चं स्वत:च आणि तरीदेखील डर्बीला परतलो तेव्हा आम्ही या सगळ्यांपेक्षा सधन होतो.

"आमच्याविना तुम्हाला गटारात लोळावं लागेल..." सतरा वर्षांच्या रडत-रडत फोन करणाऱ्या मला, आईनं सुनावलं होतं.

आम्ही तिचे शब्द चुकीचे होते, हे सिद्ध केलं होतं!

परंतु ममने हे कधीही कबूल केलं नाही. आम्ही जे काही मिळवलं होतं त्याचं तिला कौतुक वाटतही असेल, पण तिने ते बोलून दाखवलं नाही. ती दोन-तीनदा माझ्या घरी आली. डॅडसुद्धा आले होते. मला वाटतं ती माझं एवढं तरी देणं लागते, असं तिला आत कुठेतरी वाटलं असावं. मी रोबीनाला न्याय मिळवून देण्यासाठी एवढी खटपट केली; त्याची परतफेड करावी असंही तिच्या मनात असेल, कदाचित! पण त्या घरी येण्याला काही विशेष अर्थ नव्हता. 'काय कशी आहेस? सगळं ठीक?', 'काल टीव्हीवर ते अमुक-तमुक पाहिलं का?' याच्यापलीकडे आमची संभाषणं नव्हती आणि त्यानंतर नुसती लांबच लांब, असह्य शांतता पसरलेली असे. फक्त लिसा हा आमच्या मधला दुवा होता. तिच्यामुळे संभाषण चालू राही. अखेर तिच्या आजीआजोबांशी, तिची ओळख झाली होती. पण तरीसुद्धा ते दोघे उठून, 'आम्ही आता निघतो' म्हणाले की, मला हायसं वाटायचं.

खरं म्हणजे डॅडचा सहवास मला पहिल्यापासून आवडायचा. तसा तो आजही

आवडे. पण अजूनही ते 'ममची मुकी सावली' असल्यासारखे गप्प असत आणि आमच्या दोघींचे संबंध तर अगदीच ठिसूळ! मला ममला अनेक गोष्टी विचारायच्या होत्या... 'आमच्या दृष्टीने तू मेलेली आहेस असं तू मला कसं म्हणू शकलीस?' 'रोबीना तुझ्याकडे परत आली तेव्हा तू तिला कसं काय हाकलून दिलंस?' 'मी लिसाला जन्म दिला, तेव्हाही तुला माझ्याजवळ यावंसं वाटलं नाही?' हे आणि असे प्रश्न माझ्या अंतरंगाचा फार मोठा भाग व्यापून होते. पण ते कधी ओठावर येऊ शकले नाहीत. तिने मला तिथपर्यंत पोहोचू दिलं नाही. मला असं वाटतं की, हे प्रश्न खडकासारखे अभेद्यपणे आम्हा दोघींच्या मधे उभे होते.

पण जस्सीला आणि मला ती आता घरी येऊ देत होती.

गमतीची गोष्ट म्हणजे, माझ्यापेक्षा त्याच्याशीच तिचं चांगलं जमू लागलं. रोबीना-बलदेव प्रकरणात त्याने मला ज्या पद्धतीने सक्रीय पाठिंबा दिला तेव्हा तिच्या लक्षात आलं की, तो फार चांगला माणूस आहे. एकदा त्याच्या जातीचा विचार तिच्या डोक्यातून गेल्यावर तिला तो आवडू लागला.

एक-दोन वेळा, मी मम-डॅडकडे गेलेली असतानाच गिंडाही तिथे आलेली होती. त्या वेळी तिच्याही वैवाहिक जीवनात काही वादळं उठत होती त्यामुळे ती ममकडे राहायला येत होती. पहिल्या वेळी, मी हॉलमध्ये तिच्या सेरीना आणि डेव्हिड या मुलांशी बोलत बसले होते, तेव्हा ती तिथे आली. मी ताबडतोब उठले; कारण मला वाटलं ममला आवडणार नाही. पण आश्चर्य असं की, गिंडाच येऊन माझ्याशी बोलू लागली!

"खूप छान मोठ्ठं घर घेतलंय ना तू आणि जस्सीने? भरपूर पैसे लागले असतील त्याला मी सांगते!" ती म्हणाली.

"अंऽऽ? हो... हो ना!" मी हसून दुसरीकडे पाहिलं. खूप वर्षांत आम्ही एकमेकींशी न बोलल्यामुळे कसं उत्तर द्यावं ते मला समजलं नाही.

"ममने तुला सांगितलं नाही का माझ्याबद्दल? मी तुझ्या जिजाजींना सोडून आलेय."

तिच्या बोलण्याचा स्वर बदलला तेव्हाच मी ओळखलं की, ती आता स्वत:विषयी बोलणार आहे. माझ्याविषयी नाही. तिची कहाणी दु:खाने इतकी भरलेली होती की, न रहावून मला तिच्याबद्दल करुणा वाटू लागली. तिने प्रत्येक गोष्ट रीतसर केली होती. आईवडिलांनी शोधून आणलेल्या मुलाशी लग्न केलं होतं. समाजाच्या सगळ्या अलिखित जुलमी कायद्यांचं पालन केलं होतं. तरीसुद्धा तिला काही विशेष सुख मिळालं नाही, हे मला स्पष्टच दिसत होतं. ती नेहमी कुटुंबाला धरून राहिली आणि मी कधीच तसं केलं नाही पण त्यामुळे ती फार उत्कृष्ट किंवा आदर्श संसार करू शकली, असं घडलं नाही.

मी गिंडाची हकिकत ऐकली. तिच्या तक्रारी ऐकल्या तेव्हा माझ्या लहानपणीच्या रविवारी तिच्या घरी जाण्याच्या आठवणी जाग्या झाल्या आणि मला नि:शंकपणे असं वाटू लागलं की, आईने ठरवलेलं लग्न मोडण्यासाठी मी घरातून पळून गेले तेच बरोबर होतं. त्यामुळे निदान मला माझा नवरा निवडण्याचं आणि निर्णय घेण्याचं स्वातंत्र्य तरी मिळालं. जर मी त्या वेळी घर सोडलं नसतं, तर कुणास ठाऊक आज या पृथ्वीच्या पाठीवर कुठे होरपळत राहिले असते?

नंतर काही दिवसांनी मी अशीच एकदा रस्त्याने चालले होते, तर एक बाई बसच्या रांगेतून बाहेर आली आणि तिने माझ्या दंडाला स्पर्श केला.

''अगं, मला वाटलं तू वारलीस!'' मी थांबून तिच्याकडे पाहिल्यावर ती पहिलं वाक्य हेच बोलली. मी तिला ओळखलं नाही. तिच्या हातात एक बाबागाडी होती आणि बरीच पोरं तिच्या जवळ उभी होती. मला वाटलं ही चाळिशीची तरी असेल. माझा चेहरा कोराच राहिलेला पाहून ती म्हणाली, ''मी हबीबा. हबीबा अहमद! आठवतंय?'' आणि तोंडभरून हसली. तेव्हा तिच्या पुढच्या दोन दातांमधली फट दिसली. ती पाहिल्यावर माझ्या डोक्यात प्रकाश पडला. चटकन एक आठवण मनाच्या तळातून वर आली... आम्ही तिघी-चौघी आमच्या 'लिट्ल ओव्हर स्कूल'च्या मैदानावर उभ्या आहोत आणि रोबीना पट्टी घेऊन तिच्या दातातली फट किती इंच आहे ते मोजतेय. रोबीना आणि ही हबीबा अगदी सख्ख्या मैत्रिणी. पण रोबीना हिच्यापुढे जरा दबूनच असायची, कारण ही फार हुशार होती. इतकी हुशार की, हिचं लेखन जाहीरपणे वाचून दाखवलं जायचं.

मी मुलांकडे पाहिलं. पाचजण होते आणि पुन्हा वर त्यांच्या आईच्या थकल्याभागल्या चेहऱ्याकडे पाहिलं.

''हां हां! हबीबा! आता ओळखलं. अगं तुला कशी विसरेन मी?'' तिचा काय घोटाळा झाला असावा ते माझ्या लक्षात आलं. म्हणून मी म्हटलं, ''आणि तुला कसं काय वाटलं, मी वारले म्हणून?'' मग तिच्या खांद्यावर हात ठेवून सांगितलं, ''मी आहे अजून. माझी बहीण रोबीना वारली.''

''ते तर माहितीय मला. फारफार वाईट झालं तिचं. भयंकर मृत्यू आला तिला. पण ती आताची घटना आहे. तू गेल्याचं मला फार वर्षांपूर्वीच कुणीतरी सांगितलं होतं.''

'कुणी सांगितलं?' हे ओठावर आलेले शब्द मी गिळून टाकले. 'आई-बापाच्या दृष्टीने मेली!' 'ती मेली, मी सांगते तुम्हाला!' गुरुद्वारातून ऐकीव गोष्टी कशाप्रकारे अफवा बनून फैलावतात हे मला चांगलंच ठाऊक होतं. मी पळून गेले, तेव्हाच मी मेल्याचं उठवण्यात आलं असावं. मी बळेच हसले!

''छे, छे! मी जिवंत आहे. चांगली धडधाकट तुझ्यापुढे उभी आहे, बघ! आणि

तुझं काय? कसं चाललंय? कॉलेज शिकलीस का?''

''नाही जसविंदर. मी नाही गेले कॉलेजमध्ये.'' ती उदासपणे हसली. ''पंधराव्या वर्षी लग्न झालं आणि मग तुला माहितीय कसं असतं ते. माझ्या नवऱ्याला इकडे आणण्याकरता पैसे साठवायचे होते. तो इकडे आला आणि लगेच मला आबीदच्या वेळेला दिवस गेले.'' तिने तिला बिलगून उभ्या असलेल्या सगळ्यात मोठ्या मुलाचे केस कुरवाळले. ''आणि मग एकापाठोपाठ हे सगळे आले. पण मी नशिबवान आहे. माझा नवरा चांगला आहे. मुलांची काळजी घेतो.''

१७

डर्बीच्या त्या घराचं खऱ्या अर्थाने घरकुल बनवण्याचा मी प्रयत्न केला. त्यासाठी बरेच कष्ट घेतले. खोल्यांना छान तजेलदार रंग दिले. मी स्वत: रंगवलं घर. कारण मला रंगवायला फार आवडायचं. विचार न करता एकसारखी एकच क्रिया करत राहण्यामुळे मनही शांत राहायचं आणि खूप थकल्यामुळे विचार-बिचार करायला अंगात त्राणच उरायचं नाही. तिथे गेल्यावर मला कळलं की, मला बागकामाचीसुद्धा आवड आहे. मी अंगणातली बाग फुलांनी बहरून टाकली. थोड्या भाज्यासुद्धा लावल्या.

आता आम्हाला हवं असलेलं सगळं मिळालं होतं. पण एकदम उठून डर्बीला आल्यामुळे, नव्या जीवनाला लागणारा पैसा कमावणं जरा अवघड होत होतं. लीड्सच्या आणि ब्रॅडफोर्डच्या मार्केटमध्ये आम्ही धंद्यात भरपूर यश मिळवलं होतं. आम्हाला वाटत होतं की, तितक्याच सहजपणे आम्हाला डर्बीमध्येही यश मिळेल. पण तसं घडलं नाही. कौशल्य आमच्याकडे भरपूर होतं. पण ती भूक, मिळून काही करून दाखवण्याची जिद्द, ती खांद्याला खांदा लावून काम करण्याची प्रेरणा हे आता आम्हा दोघांमध्ये उरलेलं नव्हतं. लवकरच स्पष्ट झालं की, व्यवसायात आता दोघांना पुरेल इतकं काम नाही. म्हणून मी स्वत: एरोबिक्स टीचर म्हणून काम करायचं ठरवलं आणि आम्हा दोघांना एकत्र ठेवणारा आणखी एक बंध तुटला!

मात्र लिसासाठी आम्ही आमचं नातं जपत होतो. आता ती शाळेत जात होती. तिला शाळा आवडतही होती. ठीक तीन वाजता मी तिच्या शाळेच्या गेटबाहेर तिची वाट पाहत उभी असायची. शाळा सुटली की, ती धावतच बाहेर यायची. कार्डिगन खांद्यावरून घसरलेला, हातात नुकतंच रंगवलेलं ओलं चित्र. आईला काय सांगू नि

काय नको, असं तिला होऊन गेलेलं असायचं. तिच्या दृष्टीने आमचं एक छोटं, सुखी कुटुंब होतं. बस्स! आमच्याकडे दुरून पाहणाऱ्या सर्वांना असंच वाटत होतं. परंतु वस्तुस्थिती अशी होती की, आता आम्ही दोघं वेगवेगळे झोपत होतो. एका बेडरूममध्ये झोपण्याचं नाटकसुद्धा आम्ही करू शकत नव्हतो.

आमच्यात काहीही वादविवाद होत नसत. पण आम्ही एकमेकांशी बोलतही नव्हतो. आम्ही फक्त एका ठिकाणी राहून, आपापलं आयुष्य स्वतंत्रपणे जगत होतो. दोघांनीही जे घर उभं करण्यासाठी अपार मेहनत केली, त्या सुंदर प्रशस्त घरात एकेकटे रहात होतो. आताचं आमचं जगणं पाहून, मला मम आणि डॅडची आठवण झाली. आयुष्यभर एकत्र राहूनही दोघं एकेकटेच होते.

मला ते पुरेसं नव्हतं का? त्यातच मी समाधानाने राहायला पाहिजे होतं ना?

जस्सी तर समाधानी होता. तो तसं म्हणेसुद्धा, "जस, प्लीज मला सोडून जाऊ नको गं! आपण आपले असेच ठीक आहोत. असेसुद्धा एकत्र राहून आयुष्य काढू आपण." तो म्हणत राहायचा.

कधीकधी ममकडे पाहून मला वाटायचं की, रोबीनाच्या मृत्यूमुळे तिच्यावर प्रत्यक्ष शारीरिक आघातच झालेला होता. कारण त्या दिवसापासून ती सुकत चालली होती. ती गप्प-गप्प, शांत होऊन गेली. इतकंच नाही तर बारीकही दिसू लागली होती. तिचं वजन एकदम इतकं कमी झालं की, ती आकसल्यासारखी दिसायला लागली. ते पूर्ण घर तिच्या अधिपत्याखाली असायचं, पण तेच आता रिकामंरिकामं वाटत होतं. जणू त्यातला जीवनरसच कुणीतरी शोषून घेतला होता.

अजारपणात तर तिच्यासारखी खंबीर स्त्री नसेल दुसरी. कुणाला काही दुखलं-खुपलं थोडा ताप आला की, लगेच त्याला किंवा तिला घेऊन डॉक्टरकडे जाणार. डॉक्टरकडे जाण्याला तिच्यालेखी 'हजयात्रे'इतकं महत्त्व होतं. डॉक्टरकडे जायचं, त्यांचा सल्ला, दुखण्याचं निदान आणि औषधं घेऊन घरी परतायचं हे सगळं करणं तिला आवडायचं. पण आता ती स्वत:च आजारी झाल्यासारखी दिसत होती.

लहानपणापासून मला आठवत होतं तेव्हापासून ती बसायची म्हणजे खाली जमिनीवरच. फायरप्लेसच्या जवळ मांडी घालून बसायची आणि भाज्या निवडणं, चिरणं, सोलणं हे चालू असायचं. माझ्या मनात ममचं हेच चित्र ठळकपणे ठसलेलं आहे. तिची आठवण आली की, पहिल्यांदा तेच डोळ्यांसमोर येतं. पण आता वेळ अशी आली होती की, खाली बसून काही करणं तिला कष्टप्रद वाटू लागलं. त्याऐवजी ती आता त्या जुन्या सोफा-कम-बेडवर टेकून बसू लागली. थरथरत्या हातामध्ये तिचा चहाचा मग असायचा. तो तिला दोन्ही हातांनी धरून स्थिर ठेवावा लागायचा आणि चहा पीत-पीत ती स्वत:च्या वेगळ्या दुनियेत रमल्यासारखी वाटायची. तिथे तिच्या आजूबाजूला डॅड घुटमळत असायचे. तिला मदत करायचं

त्यांच्या मनात असायचं. तिच्याबद्दलची काळजी त्यांच्या चेहऱ्यावर स्पष्ट दिसायची पण तिला आवडेल; न आवडेल या संभ्रमात मान हलवीत स्वत:शीच अखंडपणे पुटपुटत राहायचे.

आमच्या नेहमीच्या डॉक्टरांच्या मते ममच्या पित्ताशयात गाठी झालेल्या होत्या. म्हणून त्या काढून घेण्यासाठी त्यांनी तिला हॉस्पिटलमध्ये पाठवलं. तेव्हा तपासण्या केल्या तर लक्षात आलं की, तिला आतड्याचा कॅन्सर झालेला होता. ज्या डॉक्टरांनी हे निदान केलं त्यांनी सांगितलं, कॅन्सर शेवटच्या अवस्थेत आहे.

मी तिला पाहायला वरचेवर जाऊ लागले. त्या निमित्ताने घराबाहेर राहणं, हे मला सुटकेसारखं वाटे हेही कारण होतंच. मी नेहमी जाण्याआधी फोन करायचे. माझ्या बहिणीं तिथे असताना जाऊन उगीच ममला पेचात टाकण्याची माझी इच्छा नव्हती. पण लवकरच कळलं की, तसं घाबरून राहायचं काही कारण नव्हतं. माझ्या बहिणींपैकी एकहीजण नियमितपणे ममला भेटायला येत नव्हती. कधी एखादं पत्र लिहायचं असेल, कुणाला फोन करायचा असेल, कुठला फॉर्म भरून द्यायचा असेल तर मम मला फोन करून बोलावून घ्यायची. इतरवेळी मी जायचे, मम-डॅडला चहा करून द्यायचे. कपाटं उघडून बघायचे. जे आवश्यक सामान संपलं असेल, ते आणून भरून ठेवायचे.

माझं हे लिहिणं थोडं निष्ठूर वाटेल, पण मी सगळं मला आईविषयी फार प्रेम वाटत होतं म्हणून करत होते अशातला भाग नाही. डॅडबद्दल मला मात्र विशेष माया होती. ममला मी कर्तव्यभावनेने मदत करत होते. एक होतं कर्तव्य आणि दुसरं म्हणजे इतकी वर्षे लांब राहिल्यानंतर आता कुठे राजरोसपणे मी माहेरच्या घरी येऊ शकत होते. आताशी माझे आईवडील मला घरात येऊ देत होते. मला त्यांनी पुन्हा कुटुंबात सामावून घेतलं होतं असं तर मी म्हणू शकत नाही, पण आता मला कुणी जातीबाहेर टाकल्यासारखं वागवत नव्हतं.

ममला काय वाटत होतं माहीत नाही. ती जास्त बोलायची नाही. मी तिच्यासाठी जे जे करत होते ते करून घेत होती, पण त्या वेळी तिच्या डोक्यात कोणते विचार चाललेले असायचे याची कल्पना नाही. फक्त एकदाच तिला अंघोळ घालताना ती दोन वाक्य बोलली.

मी नेहमी आले की, तिला अंघोळ घालून द्यायची. तसं रोज तिचं सगळं डॅड आवरायचे. पण तेही आता खूप थकले होते. रोजच्या रोज तिला उचलून बाथरूमपर्यंत नेणं-आणणं त्यांना झेपण्यासारखं नव्हतं. तरी आता ती पूर्वी होती त्याच्या निम्मीच शिल्लक राहिली होती.

मला तिला अंघोळ घालायला आवडायचं. कारण कोमट पाण्याच्या स्पर्शाने तिला बरं वाटायचं. मी तिचे केस धुवून द्यावेत अशी तिची इच्छा असायची. पण

ते करताना मला फार वाईट वाटायचं. ममचे केस पहिल्यापासून खूप लांब आणि भरघोस होते. ती अत्यंत काळजीने कलप लावून ते काळे ठेवायची. पण आता सगळे पांढरे झाले होते. विरळ होत होते. तिचे केस धुवायला घेतले की मोठ्या मोठ्या बटाच माझ्या हातात यायच्या. ते तिला कळू न देण्याचा मी प्रयत्न करायचे. पण त्या बटा माझ्या बोटांना गुंडाळूनच राहात असत.

मग मी तिचे केस धुणं लांबणीवर टाकण्यासाठी वेगवेगळ्या सबबी शोधून काढायची. यावर ती डोळे मिटून स्वस्थ बसून राहायची. खोलीतल्या उबेमुळे हळूहळू तिच्या चेहऱ्यावरच्या चिंतेच्या रेषा जणू पुसल्या जायच्या. मी तिला काहीवेळ तशीच राहू द्यायची आणि मग थंडी वाजेल असं वाटलं की, उचलून चटईवर ठेवायची. ती खूप हलकी झाल्यामुळे हे सगळं सहज जमायचं. ती जास्त काही बोलायची नाही; पण एक दिवस एकदम म्हणाली, ''हे बरोबर नाही. क्रम उलटा झालाय.''

ती अतिशय हळू आवाजात पण खरोखर वैतागाने म्हणाली होती. तिला काय म्हणायचं होतं, ते माझ्या लक्षात आलं. तिची ती बोलण्याची पद्धत होती. त्याचा अर्थ, ''मी तुझी आई आहे आणि तू माझी मुलगी. खरं म्हणजे मी तुझी काळजी घ्यायला हवी, तर तूच माझं सगळं करते आहेस.'' त्या वेळी मला वाटलं ती माझ्याशी जसं वागली होती, त्याचा तिला पश्चात्ताप तर वाटत नसेल? मी तिला काही प्रत्युत्तर दिलं नाही. माझा गळा इतका दाटून आला होता की, बोलणं अशक्य झालं. मग मला काही ऐकूच आलं नाही असं दाखवत, मी बाथमॅटवर उभी करून तिचं अंग कोरडं केलं. गुलाबी फ्लॅनेलचा नाइटड्रेस घालून वर डॅडचा जुना करड्या रंगाचा कार्डिगन चढवला. त्यानंतर मी तिला खाली नेऊन हॉस्पिटलने दिलेल्या खुर्चीत नीट बसवलं. पण हे सगळं करत असताना माझ्या मनात मात्र एकच विचार चालला होता... मी माझा वेळ वाया घालवते आहे.

राजविंदरला मी पहिल्यांदा पाहत होते. तेव्हा मी त्याला सांगितलं की, मी माझ्या आईला भेटायला चाललेय. मी ज्या गॅरेजमध्ये जाऊन माझ्या गाडीत पेट्रोल भरत असे, तिथे राजविंदर काम करायचा. मी पेमेंट करायला काऊंटरला गेले आणि माझा चेक लिहित होते. पूर्णपणे स्वत:च्या विचारात मग्न! माझ्या एकदम लक्षात आलं की तो माझ्याशीच बोलतोय; म्हणून मी विचारलं, ''सॉरी! माझं लक्ष नव्हतं. काय म्हणालास तू?''

''काही नाही. मी विचारत होतो की अशा पोशाखात कुठे चाललीयेस तू?'' त्याचा स्वर आत्मविश्वासपूर्ण आणि मैत्रीचा होता.

''कुठं म्हणजे? कामावर चालले आहे. मी एरोबिक्स टीचर आहे. क्लास

घ्यायला चाललेय.''

हसून त्याच्या हातात चेक देताना मला काय वाटलं कुणास ठाऊक? पटकन सांगून टाकलं, ''पण पहिल्यांदा मला माझ्या आईला भेटायला जायचंय. तिला हल्ली बरं नसतं ना!''

''होय का? वाईट वाटलं ऐकून. 'आय ॲम सॉरी!' त्यांना लवकर बरं वाटेल अशी आशा करतो.''

हे बोलताना त्याच्या आवाजावरून त्याला खरंच वाईट वाटत असावं.

बस्स! इतकंच बोलणं झालं आणि मी गाडीत बसून निघाले. पण त्या छोट्याशा संभाषणाची आठवण विसरायला माझं मन तयार होईना. त्याचं हसणं चैतन्यपूर्ण होतं. पाहणाऱ्याला प्रसन्न करणारं आणि डोळे तर फार प्रभावी होते. ते माझ्या चांगलेच लक्षात राहिले. त्याच्या पापण्या खूप लांब होत्या आणि डोळे असे चमकदार की बघणाऱ्यानं नजर हटवूच नये.

सुरजीतबरोबरचं माझं प्रेमप्रकरण संपलं, त्याला दोन वर्ष झाली होती. या अवधीत मी कुणाकडे मान वर करून पाहिलेलं नव्हतं. मला निश्चयाने स्वत:चं आयुष्य खंबीर आणि सुस्थिर करून घ्यायचं होतं. अगदी 'आपल्या वैवाहिक संबंधात आता काही अर्थ उरला नाही,' हे स्वीकारल्यानंतरसुद्धा! मी दुसऱ्या पुरुषाचा विचार मनात येऊ दिला नव्हता. पण आता दु:ख आणि उत्तेजित अवस्थेचं एक चमत्कारिक मिश्रण मी अनुभवत होते. त्यामुळे अपेक्षेचा थरारही मला जाणवू लागला.

पुढच्या आठवड्यात मी पुन्हा त्या गॅरेजमध्ये गेले. तोच माणूस तिथे होता आणि त्याने मला ओळखलं. त्याला पाहून मला किती आनंद झाला, ते लपवण्याचा मी प्रयत्न केला. त्याने काऊंटवरूनच माझ्याकडे पाहून हात हलवला. मी पेट्रोल भरून घेत होते.

मी चेक द्यायला आत गेल्याबरोबर तो म्हणाला, ''कसं आहे आईचं? थोडी बरी आहे ना आता?''

''नाही रे! पण चौकशी केल्याबद्दल आभारी आहे. तिचं वजन कमीकमीच होत चाललंय. वडिलांना खूप काळजी वाटते. ते सुद्धा खूप थकलेत पण...'' मी बोलताबोलता मध्येच थांबले. 'काय आपण एका अनोळखी माणसासमोर बकबक करतो आहोत?'

''फार दुर्दैवाची गोष्ट आहे. पण तुझ्यासारखी काळजी घेणारी मुलगी असल्यामुळे त्यांना खूप बरं वाटत असेल ना? खूप लांब जावं लागतं का त्यांना भेटण्याकरता?''

आम्ही आणखी थोडा वेळ बोलत राहिलो. एकीकडे तो त्याच्या ग्राहकांना काय हवं, नको ते बघत होता. असंच अगदी सहज, साधं, निर्हेतुक संभाषण चालू राहिलं.

बोलता बोलता त्याने सांगितलं की, हे गॅरेज त्याच्या वडिलांचं होतं. तो ते चालवत होता.

मी जायला निघाले तेव्हा तो म्हणाला, ''मी राजविंदर संघेरा. पण मित्र मला 'राज' म्हणूनच हाक मारतात.''

''बरोबर!'' मी हसून म्हटलं, ''मी जसविंदर कौर. पण सगळे मला 'जस' म्हणतात.''

त्यानंतर गाडीत पेट्रोल भरणं, हा माझा आठवड्यातला महत्त्वाचा कार्यक्रम होऊन बसला. माझ्या डोक्यात 'रोमान्स' नव्हता. पण राजची 'मैत्री' मला आवडली होती. वैवाहिक सुख संपल्यानंतर आपल्याला घरात अतिशय एकटेपणा वाटू लागतो. त्याच्याइतका 'वनवास' दुसरा कोणताच नसेल. आम्हाला जी भावनिक पोकळी वेढून राहिलेली होती तिच्यातून मोकळा श्वास घेण्यासाठी मी आमच्या प्रशस्त घराभोवती अक्षरशः घुटमळत राहायची. अपराधाची बोच मला आतल्या आत घायाळ करत होती. तो ओशाळवाणा रस जणू माझ्या मनातून झिरपत येऊन सगळ्या मूडवर आणि संवेदनेवर पातळ तेलाच्या थरासारखा पसरून राहायचा. मला भविष्याची भीती वाटू लागली होती. जर मी जगले तर खंगून-मरून जाईन असं वाटायचं, पण मला घर सोडण्याचीही भीती वाटायला लागली होती.

राजचं मित्रत्वाने बोलणं, त्याला माझ्यात असलेलं स्वारस्य आणि माझ्याविषयी वाटणारी काळजी यांनी माझ्या अंतरंगातल्या ठसठसणाऱ्या वेदनेवर मलमासारखा परिणाम केला. त्याच्याशी पाच-दहा किंवा पंधरा मिनिटे बोलून मी माझ्या गाडीकडे परत यायची, तेव्हा मला जाणवायचं की, आपला चेहरा अजूनही हसरा आहे.

जस्सीच्या आणि माझ्या विसकटलेल्या संबंधांबद्दल मी त्याला सांगितलं, तेव्हा त्याने खूप सहानुभूती दाखवली. तो म्हणाला की, 'त्याचाही नुकताच घटस्फोट झाल्यामुळे तो माझ्या भावना चांगल्या समजू शकतो.' त्याच्याविषयी मला जसं-जसं अधिकाधिक माहिती होऊ लागलं, तसतसा तो मला जास्त आवडू लागला. तो सव्वीस वर्षांचा होता. माझ्यापेक्षा फक्त एक वर्षाने मोठा. पण त्याच्यात भरपूर आत्मविश्वास होता. दिसायला देखणा आणि विनोदाचं उत्तम अंग असलेला. त्या परिस्थितीत मला ही गोष्ट फारच मोलाची वाटली. खळखळून हसायला तरी बरोबर कुणी पाहिजे ना?

एव्हाना ममचा पलंग हॉलमध्ये हलवला होता. तो पलंग आणि हॉस्पिटलने पाठवलेला कमोड यामुळे त्या हॉलचं रूपांतर रुग्णाच्या खोलीमध्ये झालं होतं. ममला 'कोलोस्टोमी बॅग' लावण्यात आली. तिला ते मुळीच आवडायचं नाही. मी भेटायला गेल्यागेल्या मला विचारायची, ''इथे घाण वास येतो आहे का?'' मी

म्हणायची, "नाही मम, वास वगैरे येत नाही. तू त्याचा विचार करू नकोस."

पण वास यायचा. साऱ्या घरालाच आजाराचा आंबट वास येत होता. ममने सगळीकडे मारलेल्या लव्हेंडर सुगंधी फवाऱ्यानेही तो कमी झाला नव्हता.

मी आले की बघायचे, डॅड भ्रमिष्टासारखे या खोलीतून त्या खोलीत फिरत राहायचे. सुकत जाणाऱ्या आईकडे पाहून ते भांबावल्यासारखे झाले होते.

माझंही वैवाहिक जीवन तुटण्यापर्यंत पोहोचलं होतं, हे मी खरं म्हणजे त्यांना कधीच सांगायला नको होतं. आई आजारी, तिचा जीव हलका झालेला आणि वडीलही थकलेले. दोघांनाही आता या चिंता देणं चुकीचं होतं. पण इतकी वर्षे त्यांच्यापासून दुरावा, टाळाटाळ, चोरटेपणा असंच चाललेलं होतं. त्यामुळे आता त्यांना सगळं कळलं पाहिजे. मी कशी आहे ते समजून, त्यांनी मला जशी आहे तसं स्वीकारावं अशी माझी इच्छा होती. मला माहिती होतं, त्यांची ऐकण्याची इच्छा नाही तरी मी त्यांना ऐकायला भाग पाडलं.

"माझं त्याच्यावर प्रेम नाहीये मम. मी खूपखूप प्रयत्न केला, पण नाही वाटत मला त्याच्याबद्दल प्रेम."

तिने उशांवरून डोकं उचललं, उठायची धडपड केली. आपल्या दुबळ्या झालेल्या शरीराचा तिला विसर पडला. रागाने रोगावर मात केली. माझ्या मूर्खपणाबद्दल माझी चांगली खरडपट्टी काढण्याकरता तिला उठून ताठ बसायचं होतं. पण तिचे खांदे, दंड फारच अशक्त झाले होते. तिला बसता आलं नाही आणि तिने माझी मदतही नाकारली. माझ्या विरुद्ध दिशेला मान वळवून ती सगळा तिरस्कार एकवटून थुंकल्यासारखं बोलली, "हं! प्रेम!!"

पण तिने मला समजून घ्यावं अशी अपेक्षाच मी का करावी? ती जागीर कौर होती.... वयाच्या पंधराव्या वर्षी, आपल्या मेलेल्या बहिणीच्या नवऱ्याबरोबर, म्हणजे माझ्या वडिलांबरोबर तिचं लग्न लावण्यात आलं. त्यानंतर अतोनात कष्ट करून तिने आठ मुलांना लहानाचं मोठं केलं. ते सुद्धा, समाजाच्या अलिखित नियमांचं पालन करीतच. ज्ञातीसमाज आणि त्यांचे नीतीनियम या गोष्टींना तिच्या दृष्टीने फार महत्त्व होतं आणि त्यांना भीतभीतच ती आयुष्य जगली. तिला प्रेम-बीम कसं समजणार?

मला त्यांना राजबद्दल सांगायचं नव्हतं, पण तेही मी शेवटी सांगितलं. याचं कारण 'जस्सीसारख्या चांगल्या माणसाला ही आता सोडतेय, म्हणजे ही तद्दन मूर्खच आहे' हा तिचा गैरसमज मला मोडून काढायचा होता. आता मी तिला अजिबात घाबरत नव्हते पण मी आयुष्यात जे निर्णय घेत होते, ज्या पद्धतीने जगत होते त्याचा तिने योग्य तो मान ठेवावा असं मला वाटत होतं.

त्या वेळी ती पुढे काही बोलली नाही. मी सांगितलेलं तिला पुरतं समजलं तरी

का? अशी मला शंका होती. पण काही दिवसानंतर मी तिला चहा पाजायला गेले; तेव्हा हाताने कप दूर सारत ती म्हणाली, ''काल रात्री मला स्वप्न पडलं. तू ज्याच्याशी लग्न करायचं ठरवलंयस ना, त्या माणसाबद्दल....''

''कोणता माणूस?''

''सध्या ज्याला भेटतेस ना, त्याच्यासाठी नवऱ्याला सोडणार आहेस तो.''

''मी कुणासाठी जस्सीला सोडत नाहीये. मी त्याला सोडणार आहे, कारण की....''

''मला दिसलं की, तू त्याच्याशी लग्न केलंस, पण त्याने तुला दुःखाशिवाय काहीच दिलं नाही. त्यामुळे तू त्याच्याशी घटस्फोट घेतलास.''

''मम, तू तुझं स्वप्न विसरून जा. कारण कुणाशीही लग्न करण्याचा माझा विचार नाही.''

हे खरंच होतं. पण ममचा मला राग आला. मात्र तो माझ्या स्वरात उमटू न देण्याची मी शिकस्त केली. राजशी असलेले माझे संबंध आता साध्या मैत्रीच्या पलीकडे पोहोचले होते. परंतु लग्न...? त्याच्याशी किंवा आणखी कुणाशीही लग्न करावं, असा विचारही अजून माझ्या मनाला शिवलेला नव्हता.

मला वाटलं, 'जाऊ दे. आपल्याला वाटतं, ते समोरच्या माणसाच्या गळी उतरवण्याच्या, ममच्या या जुन्याच युक्त्या आहेत.' तिचं म्हणणं कदाचित बरोबरही असेल, असं मला त्या क्षणी मुळीसुद्धा वाटलं नाही.

१८

जस्सीला सोडून जाताना बरोबर फारसं काही न्यायचं नाही, असं मी ठरवलं होतं. फक्त एका सूटकेसमध्ये माझे आणि लिसाचे काही कपडे भरून ठेवले होते; जायचा दिवस आला की, पटकन तेवढी उचलून निघायचं असं योजलेलं होतं.

आठवड्यातला एक सुटी नसलेला दिवस. संध्याकाळचे सहा वाजलेले होते. लिसाचा संध्याकाळचा चहा आणि खाणं आटोपलं आणि आम्ही दोघी पुढच्या दरवाजातून बाहेर पडलो. त्यानंतर मी पुन्हा मागे वळून पाहिलं नाही. मला आठवतं लिसाच्या गरम, घामेजलेल्या तळव्यांचा माझ्या हाताला स्पर्श होत होता. ती सारखी मला विचारत होती, ''मम्मी, कुठे चाललोय आपण?'' तिच्या स्वरात गोंधळ होता. तिच्या प्रश्नाकडे दुर्लक्ष करून मी तिचा हात घट्ट पकडून, घाईघाईने चालत होते.

दुसऱ्या हातात धरलेली सूटकेस माझ्या पोटऱ्यांवर आपटत होती. पण आम्ही निघाल्यावर सुरू झालेल्या त्या प्रचंड हुंदक्यांपासून मला लवकरात लवकर दूर जायचं होतं.

तो गदगदून रडण्याचा आवाज, त्यातली वेदना, आजही माझ्या मनात कालच ऐकल्यासारखी ताजी आहे. मी त्याला दिलेल्या दु:खाची बोच अजूनही मला तितकीच अस्वस्थ करते.

निघताना लिसाचं तोंड चिमणीएवढं झालं होतं. घाबरून गेली होती तरी शूरपणे तिने तिच्या डॅडींना 'गुडबाय' केलं. मग मला विचारलं, "पण मम्मी, ते का नाही येऊ शकत आपल्याबरोबर?"

झालं! माझा धाडसी सरदार (जस्सी) पार मोडून पडला. दहा वर्षांपूर्वी त्याने माझी केवढ्या हिंमतीने घरातून सुटका केली होती! आणि त्या बदल्यात आज मी त्यालाच रडत ठेवून, घर सोडून चालले होते.

आम्ही राजच्या घरी गेलो. त्यामुळे इतरांच्या दृष्टीने मी पुन्हा एकदा 'बिघडलेली' ठरले. त्याने मला ठेवून घेतलं आणि लिसा पण राहिली तरी चालेल असं सांगितलं. मला माहिती होतं, माझ्याकडे दुसरा पर्याय नव्हता. एकदा तिथे राहायला गेल्यानंतर पुढचं सगळं सोपं झालं. त्याने आमची खूप चांगली व्यवस्था केली. आम्ही मनाने विसकटून, थकून-भागून आलो होतो आणि तो होता अतिशय मृदू, मवाळ, सभ्य आम्हाला जपणारा आणि त्याचवेळी विनोद करून हसवणारा. अगदी लिसाला देखील त्याने खिदळायला लावलं.

नंतरचे अनेक आठवडे आणि महिने त्याचं वागणं तसंच राहिलं. आणि मग हळूहळू त्याने मला जसं-जसं त्याच्या स्नेहपाशात अलगद लपेटून घेतलं तसतशी माझ्या मनातली अपराधीपणाची भावना जाऊन, मी त्याच्या प्रेमात गुंतायला स्वत:ला परवानगी दिली. मला हेच हवं होतं. खरं प्रेम आणि नात्याची शाश्वती याचीच मी भुकेली होते. माझा सगळा हट्टीपणा लक्षात घेता, मला एकटीने जगणं अशक्यप्राय वाटत होतं. मी कशीही वाहत जाण्याची शक्यता होती. एका भक्कम, प्रतिष्ठित लग्नसंबंधाची मी उत्कंठतेने वाट बघत होते. त्यामुळे माझी मान समाजात पुन्हा ताठ झाली असती.

पहिल्यापासूनच मी मम आणि डॅडच्या अति कडक टीका करणाऱ्या समाजाचा तिरस्कार केला; पण जस्सीबरोबर वाळीत टाकल्यासारखं इतकी वर्षे राहिल्यानंतर मला समजायला लागलं की, त्या समाजामुळेच त्यांना जगात एक सुरक्षित स्थान मिळालेलं होतं, एक निश्चित जागा मिळाली होती. त्याचं महत्त्व एकमेवाद्वितीय होतं. त्यामुळे त्या समाजात परत येऊन मला हे दाखवून द्यायचं होतं की, मी सुद्धा चांगलं काहीतरी करून दाखवू शकते. माझ्यातही गुण आहेत. 'हम भी कुछ कम नही!'

मी राजला कधीही ममकडे नेलं नाही. खरं तर मम आणि डॅडला पसंत पडेल असा माणूस मला आता भेटलेला होता. आमच्याच 'जाट' जातीचा, आपल्या वडिलांचा व्यवसाय पुढे चालवणारा कर्तव्यपरायण भारतीय मुलगा... त्यातला कडवट विरोधाभास असा की, मी इकडे त्यांच्या नियमात बसणारा मुलगा शोधून काढला आणि त्याचवेळी ते तिकडे त्यांच्या चांभार जावयाचा विचार करू लागले होते. मम त्याच्या बाजूने बोलू लागली होती.

मी जस्सीला सोडून आले हे कळल्यापासून ती सारखी विचारायला लागली, "पण तू ते घर नाही ना घेणार त्याच्याकडून?" तिने पहिल्यांदा असं विचारल्यावर मी तिच्या लक्षात आणून दिलं की, मीसुद्धा ते घर घेण्यासाठी खूप मेहनत केलेली आहे. ते काही त्याचं एकट्याचं नाही. पण तिने त्याकडे लक्ष दिलं नाही. "प्लीज जसविंदर, घर घेऊ नको गं त्याच्याकडून! माझ्याकडे पाहा. मी मरायला टेकलेय. आता मरताना तरी माझ्या मुलीने बरोबरच केलंय, या समाधानात राहू दे मला! मी हात जोडते तुला माझ्यासाठी तरी एवढं कर. म्हण की, मी त्या गरीब बिचाऱ्याचं घर हिसकावून घेणार नाही म्हणून!" ती इतकी कळवळून सांगत होती की, मी ताबडतोब तिच्या सांगण्याप्रमाणे वागायला तयार झाले. माझा आर्थिक आधार त्यामुळे जाणार होता, याचीही पर्वा केली नाही. पैसा कसा मिळवायचा ते आता मी शिकून घेतलं होतं. मला आत्मविश्वास आलेला होता की, मी पुन्हा मेहनतीने माझा मार्ग स्वत: खोदून काढीन. फक्त एकच गोष्ट माझ्या मनाला लागून राहिली की, पुन्हा एकदा माझ्या पाठीशी उभं राहावं असं काही आतून तिला वाटलं नाही!

लिसानेदेखील तिच्या वडिलांचीच बाजू घेतली. पहिल्यांदा ती माझ्याबरोबर राजच्या घरी आनंदाने राहात होती. आम्ही तिची खोलीही छान सजवली. तो तिच्याकडे लक्ष द्यायचा. त्याने तिला सायकल चालवायला शिकवलं. एका शनिवार-रविवारी आम्ही 'यूरो डिस्ने' बघायला गेलो. 'मिकी माऊस'ला पाहून लिसाच्या चेहऱ्यावर फुललेला आनंद मी जन्मात विसरणार नाही.

पण राजकडे ती खऱ्या अर्थाने कधीच रमली नाही. सतत जस्सीबद्दल विचारत राहायची, "मम्मी, डॅडबरोबर जेवायला कोण असेल गं?" किंवा "डॅड आता कुणाशी बोलत असतील? घरात तर कुणीच नाही ना?" हे प्रश्न विचारताना ती आपल्या नितळ करड्या डोळ्यांनी माझ्याकडे रोखून पाहत असायची. या प्रश्नांची उत्तरं शोधण्यासाठी चाचपडताना मला स्वत:चा तिटकारा वाटायचा की, माझ्यामुळेच तिला आज अशा प्रकारचे प्रश्न विचारायची वेळ आली आहे आणि एक दिवस मला वाटत होतं, तसं घडलंच.

रात्री मी नेहमीप्रमाणे तिला झोपवत असताना अचानक म्हणाली, "मम्मी, मी डॅडींकडे थोडे दिवस राहायला जाऊ? मला तिकडे तुझी खूप आठवण येईल.

पण इथे तुझ्याबरोबर राज तरी आहे. डॅडींना तर कुणीसुद्धा नाही. ते म्हणत होते, मी आपला इथे एकटाच असतो.''

बोलता-बोलता पोरीने काळजाचा लचकाच तोडून घेतला होता! एक दिवस हा क्षण येणार हे मला माहिती होतं आणि त्यालाच मी घाबरत होते. असं वाटलं, तिला ओढून घ्यावं आणि घट्ट घट्ट उराशी धरावं. तिच्या मऊ रेशमी केसांवर गाल टेकवावा. तिच्या बाळसेदार शरीराची ऊब मांडीवर अनुभवावी. पण मी तसं केलं नाही. 'रडायचं नाही' असं स्वत:ला बजावत गळ्यात दाटणारा हुंदका परतवून लावत, मी पुढे वाकले. तिचे केस सारखे केले आणि गालाची पप्पी घेऊन म्हटलं, ''हो तर! तुला जर इतकं वाटतंय, तर तू नक्कीच जा डॅडींकडे थोडे दिवस. सकाळी आपण तुझ्या डॅडींशी बोलू हं!''

दुसऱ्या दिवशी मी जस्सीला फोन केला. त्याला खूप आनंद झाला. आम्ही असं ठरवलं की, तिला आठ दिवस जस्सीकडे ठेवून बघायचं. पुढच्या शनिवारी त्याची तिच्याशी भेट ठरलेली होतीच. त्याच वेळेपासून तिने आठ दिवस तिकडे राहावं असं ठरलं.

तिला तिथे सोडायला गेले, तेव्हा नेहमीपेक्षा जास्त वेळ मी तिला मिठीसुद्धा मारली नाही. कारण तिला दूर करताना माझं काळीज फुटायला आलं होतं, हे मला कळू द्यायचं नव्हतं. तिला सोडून आल्यानंतरचे दिवस कसे तरी रखडत चालले होते. तो आठवडा संपता-संपत नव्हता. तिला केव्हाही मला भेटावंसं वाटलं, तरी मला कळवं असं जस्सीला मी बजावून ठेवलं होतं, पण त्याचा एकदाही फोन आला नाही.

त्यानंतरच्या शुक्रवारी संध्याकाळी पाच वाजता – ही आमची नेहमीची लिसाला न्यायची वेळ होती – मी आमच्या जुन्या घरासमोर गाडी लावली आणि धावतच दरवाजाकडे गेले. मला वाटलं, लिसा माझी वाट बघत खिडकीच्या काचेला नाक लावून उभी असेल. पण ती खिडकीत नव्हती. मी दारावरची बेल वाजवली. वाट पाहिली. कुणी आलं नाही. पुन्हा एकदा प्रयत्न केला. या वेळी थोडा जास्त वेळ बटणावर हात दाबून धरला. तरी काहीच घडलं नाही. मी घराभोवती चक्कर मारून प्रत्येक खिडकीतून आत डोकावून पाहिलं. शेवटी 'मागच्या बागेत असतील' असा विचार करून तिथे जाऊन मोठ्याने हाका मारल्या. उत्तर मिळालं नाही!

घड्याळात पाहिलं, सव्वा पाच झाले होते. म्हणजे माझा वेळेबाबत घोटाळा झाला होता किंवा जस्सी तिला घेऊन वेळेवर घरी परतलेला नव्हता. वैतागून, मी पुन्हा कारमध्ये जाऊन वाट पाहत बसले. सहा वाजता परत जाऊन दारावरची बेल वाजवली. या वेळी दरवाजावर थापाही मारल्या. हा माझा शुद्ध वेडेपणा होता, हे मलाही कळत होतं. कारण ते बाहेरून आले असते, तर मला दिसल्याशिवाय आत

जाऊच शकले नसते. पण मला काहीतरी करत राहावंच लागणार होतं. मग मी दोन-चार गल्ल्या पार करून फोन बॉक्सपाशी गेले आणि जस्सीचा नंबर फिरवला. मला वाटलं होतं, तसंच झालं. कुणीच उचलला नाही. मी पुन्हा-पुन्हा घड्याळात पाहत होते. स्वत:ची अस्वस्थता विसरायचा प्रयत्न करत होते.

राजला फोन केला तर तो म्हणाला, "एवढा काय बाऊ करतेस छोट्या गोष्टीचा? असतील कुठे तरी जवळपास. येतील थोड्या उशिरा." पण मला राहावतच नव्हतं.

मी आठला आणि नऊला पुन्हा-पुन्हा जाऊन बेल वाजवून आले आणि मग मात्र खरोखर घाबरून जस्सीच्या आईला फोन लावला.

"अगं पण, तो तर भारतात गेलाय! तीन दिवस झाले."

"मग लिसा कुठाय?"

"अर्थातच त्याच्या बरोबर गेलीय. त्याने तिथल्या नातलगांना भेटायला नेलंय तिला भारतात."

"काय सांगता? लिसा? आणि भारतात?" माझ्याही नकळत माझा आवाज कर्कश आला. त्यात चक्रमपणाची झलक होती.

"कधी परत येणारेत? आणि जस्सीने मला न सांगता कसं काय नेलं तिला?"

माझी सासू थंडपणे म्हणाली, "लिसा त्याचीच मुलगी आहे जसविंदर. त्याला वाटलं, तर नातलगांना भेटायला नेऊ शकतो तो तिला."

जवळजवळ तीन आठवड्यांनी जस्सी आणि लिसा परत आले आणि तेवढ्या अवधीत मला त्याने काहीही कळवलेलं नव्हतं. माझ्या मनातला गोंधळ आणि चिंता साऱ्या सीमा पार करून गेल्या होत्या. लिसाच्या आठवणीने वेडीपिशी झाले होते. माझा विश्वासच बसत नव्हता. जो जस्सी मला वर्षानुवर्षे फुलासारखं जपत होता, तो माझ्याशी असा निष्ठुरपणे वागला?

ते दोघे डर्बीमध्ये आल्याबरोबर मी लिसाला आणायला गेले, पण जस्सी मला तिला नेऊ देईना. म्हणाला, "ती काय एखादं पार्सल आहे का जस? आपण तिला सारखं या हातातून त्या हातात सोपवणं योग्य नाही. तिला इथे माझ्याजवळच राहायला आवडतंय. इथेच राहील ती."

ते असे दाराबाहेर येऊन उभे होते. लिसा त्याला बिलगून उभी होती. तिच्या अंगात एम्ब्रॉयडरी केलेला टॉप होता. तो त्याने भारतात खरेदी केला असावा. तिचे केस वाढले होते आणि जाड काचांच्या चष्म्याआडून तिचे थकलेले डोळे दिसत होते. मी काहीतरी वाद घालण्यासाठी तोंड उघडलं होतं, पण पुन्हा मिटून घेतलं. ती आम्हा दोघांवरही प्रेम करत होती. मला तिच्यासमोर जस्सीशी भांडायचं नव्हतं. मी गुडघ्यावर बसून तिला मायेनं जवळ घेतलं तिची पप्पी घेतली आणि परत फिरले.

जस्सीला सांगितलं, ''तुला पाहिजे ते कर जस्सी. मी वकिलाकडे निघाले.''

पुढे जेव्हा आमची केस कोर्टापुढे आली, तेव्हा कोर्टाने मुलीचा ताबा त्याच्याकडे सोपवला. कोर्ट म्हणालं, ''मुलीला वडिलांजवळ राहण्याची सवय झालेली दिसते. आता पुन्हा तिला आईकडे पाठवलं तर ती अस्वस्थ होईल. म्हणून तिला वडिलांकडेच राहू द्या.'' मला तिला आठवड्यातून एक दिवसासाठी घरी आणण्याची परवानगी मिळाली. शिवाय महिन्यातले दोन शनिवार-रविवार ती माझ्याकडे राहू शकणार होती. कोर्टाचे ते शब्द कुणीतरी हातोडा चालवल्यासारखे माझ्या डोक्यावर आदळले. कोर्टातून बाहेर पडताना मी कुणाशी चकार शब्दही बोलले नाही. कशी गाडी चालवली, कशी घरी पोहोचले ते मला काहीच सांगता यायचं नाही. मला फक्त एवढंच आठवतं की, राजने आणि मी तिच्यासाठी सजवलेल्या खोलीतल्या पलंगावर मी बसले होते आणि तिची उशी चेहऱ्यावर धरून मनभरून वास घेत होते. लिसाला मिठीत घेण्यासाठी माझे बाहू शिवशिवत होते.

तिच्या आयुष्यात पुढे येणारे सगळे क्षण, सगळ्या घटना 'कॅलिडोस्कोप'मधून दिसणाऱ्या नक्षीप्रमाणे एकमेकांत मिसळून, बदलते आकार धारण करीत माझ्या मनात पिंगा घालत होत्या. यापुढे अशा कुठल्याच क्षणी मी तिच्याबरोबर नसणार होते... कधी एखादं स्वप्न पडेल आणि ती दचकून झोपेतून उठेल, ती पहिल्यांदा चेहऱ्याला मेकअप लावून पाहील... तिला पहिल्यांदा मासिक पाळी येईल... ती प्रेमात पडेल... ज्याज्या क्षणी मुलीला आईचा पाठिंबा आणि मार्गदर्शन हवं असतं, त्या वेळेला मी तिच्या जवळ नसणार. माझी सोन्यासारखी मुलगी माझ्याच मूर्खपणामुळे मला कायमची अंतरली या विचाराने मी खूप खूप रडले....

त्यानंतर मी स्वत:ला जस्सीपासून पूर्णपणे तोडलं. त्या दिशेची मनाची कवाडं बंद करणं, हाच परिस्थितीशी जुळवून घेण्याचा एकमेव मार्ग मला दिसत होता. लिसाबद्दल काही सांगायचं असेल, तरच आम्ही एकमेकांशी फोनवर बोलायचो. त्या व्यतिरिक्त नाहीच. आशियाई समाजाची संपूर्ण सहानुभूती त्याला मिळत होती. गुरूद्वारामध्ये अशी चर्चा होती की, मी त्याला एकट्याला टाकून गेले आणि पुन्हा मुलीला वाढवण्याची जबाबदारीसुद्धा त्याच्यावरच टाकली असं होईल याची मला कल्पना होती, तरीसुद्धा प्रत्यक्ष कानावर आलं तेव्हा संतापाने अंगाची लाहीलाही झाली! कारण लिसा माझ्याकडे राहावी, यासाठी कसलीही कुर्बानी द्यायची माझी तयारी होती. हे त्यालाही माहिती होतं.

तरीसुद्धा मी कोर्टाच्या आज्ञेला चिकटून राहिले. पण एकदा मात्र मला त्या आज्ञेचा भंग करावाच लागला. कारण लिसा एकटी घरात होती आणि रात्र झालेली होती. तिने रात्री नऊ वाजता मला घाबरून फोन केला आणि सांगितलं की, 'डॅडी पुन्हा बाहेर गेलेत,' ती एवढंच बोलली. पाठीमागे टी.व्ही.चा आवाज येत होता. तरी

तिच्या आवाजातला भयकंप माझ्यापर्यंत पोहोचलाच. 'मी पंधरा मिनिटांत तिथे पोहोचते,' असं सांगून मी फोन ठेवला आणि लगेच निघाले.

घरी पोहोचल्यावर मी बेल वाजवली. दारावर थापा मारल्या. पण ती दार उघडायला आली नाही. मग मी घराभोवती चक्कर मारत तिला मोठ्याने हाका मारल्या. तेव्हा लिव्हिंग रुमच्या खिडकीच्या पडद्याआडून तिने हळूच घाबरत-घाबरत बाहेर पाहिलं. मला पाहिल्याबरोबर तिच्या चेहऱ्यावरची भीती कुठल्याकुठे पळाली. धावत येऊन दार उघडलं आणि मला आत घेतलं. कितीतरी वेळ आम्ही दोघी एकमेकींच्या मिठीत होतो. मग मी तिला सांगितलं की, आता मी तुला माझ्याकडे घेऊन जाणार.

पण तिला वेगवेगळ्या काळज्या वाटू लागल्या. 'मी तुझ्याबरोबर गेल्यावर डॅडी आले आणि मी घरात नसले, तर त्यांना राग येईल.'

'आणि परवानगी नसताना मला तुझ्याकडे नेलंस, तर ते जज्ज पण तुला रागावतील ना!'

'मी फक्त मंगळवारी तुझ्याकडे येऊ शकते आणि आज तर गुरुवार आहे.'

माझ्यापासून दूर सरकून, माझ्या डोळ्यात पाहून ती बोलू लागली. इतकी गंभीरपणे आणि काळजीने ती बोलत होती की, माझा जीव गलबलून गेला! इतक्या लहान वयात हिला बिचारीला या काळज्या लागून राहाव्यात! मी तिला धीर देण्याचा, आश्वस्त करण्याचा परोपरीने प्रयत्न केला. माझ्या घरी घेऊन आले आणि झोपवलं. ती ताबडतोब गाढ झोपी गेली.

बरोबर साडेअकरा वाजता जस्सीचा फोन आला. आवाज गोंधळलेला, काळजी ग्रस्त. मी लिसाला घेऊन येताना त्याच्यासाठी चिठ्ठीसुद्धा लिहून ठेवलेली नव्हती. हे माझं वागणं योग्य नव्हतं. हे मलाही समजत होतं. पण लिसाला घरात एकटं ठेवलं; त्याची शिक्षा म्हणून एवढा धक्का तर त्याला आवश्यकच होता. एकदा ती माझ्याकडे सुरक्षित आहे असं कळल्यावर, तो गर्जना करतच आला. माझ्या दारावर धक्के मारत ओरडू लागला, 'मला लिसा पाहिजे. आत्ताच्या आत्ता. मी तिला घेऊनच जाणार आहे.' तो असा काही तमाशा करत होता की, अख्ख्या मोहल्ल्याला जाग आली असेल. पण देवदयेने लिसा जागी झाली नाही.

मी जाऊन ठामपणे हाताची घडी घालून पुढच्या दरवाजातच उभी राहिले. "हे बघ. ती आता झोपलीय. मी काही तिला मध्ये उठवणार नाही. आज रात्री ती इथेच राहील. सकाळी उठल्यावर आणून पोहोचवीन. पण 'इथून पुढे कधीही ती एकटी घरात राहणार नाही' असं तू कबूल करत असशील तरच."

त्याने माझं म्हणणं नाकारलं, 'मी फक्त पाच मिनिटांसाठी गेलो होतो.' असं काहीतरी सांगू लागला. पण ती केवळ सारवासारव करण्यासाठी सांगितलेली सबब

होती. मी त्याचं काही ऐक ऐकून घेतलं नाही. मी का ऐकून घ्यावं? त्याला जमणार नसेल, तर मी तिला सांभाळायला आनंदाने तयार होते. हे त्यालाही माहिती होतं. त्याने तसं म्हणायचाच फक्त अवकाश होता.

१९

पुढे असे दिवस आले की मम खूप आजारी पडली. तिला जवळपास एकदोन दिवसाआड हॉस्पिटलमध्ये नेऊन आणावं लागे. मी डॉक्टरांची अपॉईंटमेंट घेऊन तिला घेऊन जायची. त्या लांबचलांब न संपणाऱ्या कॉरिडॉर्समधून तिला सांभाळून न्यायचं, वेटिंगरूममध्ये तिच्याबरोबर वाट पाहत थांबायचं हे सगळं करत असताना माझ्या लक्षात आलं की, आयुष्याची इतकी वर्षे हिने इंग्लंडमध्येच काढली तरी अजूनही नवख्या परदेशी माणसासारखी हिची अवस्था आहे. एकटी असली तर ती पूर्ण गोंधळून जायची. मी एखादं मिनीटं जरी तिला एकटीला सोडून बाथरूमला किंवा दोघींसाठी चहा आणायला म्हणून गेले तरी लगेच ती बावचळल्यासारखी व्हायची.

तिच्याकडे पाहून सगळ्यांना वाटायचं की, हिला काही समजतंय की नाही कुणास ठाऊक? त्यामुळे त्या नर्सेस तिच्याशी मुद्दाम हसून मोठ्याने बोलायच्या आणि तिला आता काय उपचार करायचे आहेत ते सांगताना डॉक्टर मात्र अगदी सावकाश, सोप्या शब्दात, मोठ्या आवाजात समजावून सांगायचे.

"तिच्या अंगावर ओरडून काय उपयोग होणार? ती बहिरी नाही. फक्त ती इंग्लिश बोलत नाही इतकंच." एक तरुण डॉक्टर तिच्याशी मोठ्याने बोलू लागला, तेव्हा मी रागावर ताबा ठेवण्याचा प्रयत्न करत सांगितलं, "मी फक्त त्यांना समजावून सांगायचा प्रयत्न करतो आहे."

"समजावून सांगायची ही पद्धत नसते. उद्या मी तुमच्याशी ओरडून-ओरडून पंजाबी भाषेत बोलायला लागले, तर काही समजेल का तुम्हाला? त्यापेक्षा तुम्ही माझ्याशी बोला. मी काय ते तिच्या भाषेत सांगीन तिला."

त्या हॉस्टिपलमध्ये जाऊन आल्यावर, आम्ही दोघी अगदी थकून जायचो. मी तिला कारमध्ये बसवून घरी आणायची आणि दरवाजापासून जवळजवळ उचलूनच तिच्या खुर्चीत नेऊन बसवायची आणि मला सांगताना आजही खूप वाईट वाटतं की, त्या वेळेला माझी एखादी मोठी बहीण किंवा भाऊ यायचा असेल, तर मला

ताबडतोब तिथून बाहेर पडावं लागायचं. फक्त मी आल्याचं ल्यूसीला कळलं तर चालायचं. ती कधीकधी तिथे असायची. तिला जेव्हा पाहिजे तेव्हा मम-डॅड येऊ द्यायचे, पण त्यांनी तिला घरात राहायची मात्र परवानगी दिली नव्हती. त्यासाठी तिचा झगडा चालू होता. काही असलं, तरी माझ्यापेक्षा त्यांनी तिला जास्त समजावून घेतलं, जवळ केलं एवढं निश्चित. तिच्याही भेटी गुप्तच ठेवल्या जात होत्या. ज्या वेळी मम-डॅड दुसरं कुणी येणार म्हणून मला हाकलून बाहेर काढीत, त्या वेळी मी स्वत:वरतीच चिडायची की, 'तुला कुणी त्यांची सेवा करण्यासाठी तिथे तडफडायला सांगितलं होतं? का मूर्खासारखी जातेस तिथे?' आणि शेवटी रडत-रडत गाडी चालवत घरी परतायची.

मृत्यूपूर्वी, काही आठवडे ममला जवळच्या आरोग्य केंद्रात ठेवलं होतं. त्या वेळेपर्यंत तिला चोवीस तास वेदना होऊ लागल्या होत्या आणि डॅड तिची सेवा करायला असमर्थ ठरत होते. पहिल्यांदा तिला एका मोठ्या हवेशीर खोलीत ठेवलं होतं. तिथे इतर तीन पेशंट होते. सगळे चांगले होते. पण त्यांना हिच्या पहाटेच्या भजनांचा त्रास व्हायला लागला. सकाळी जाग आल्यावर पहिल्याप्रथम मोठ्या आवाजात देवाची प्रार्थना करायची तिची सवय कायम होती. नंतर टेपरेकॉर्डर लावून त्याचा मोठ्यात मोठा आवाज ठेवून, त्याबरोबर स्वत: भजनं म्हणायची. तिचं ते 'इक कम कर, इक कम कर...' ऐकताना; लहानपणी सोसलेल्या झोपमोडीची मला प्रकर्षाने आठवण झाली.

तिथल्या नर्सेस फार प्रेमळ होत्या. त्यांनी सुचवलं की, तुम्ही प्रार्थना करा, भजनं लावा पण थोड्या उशिराने आणि हळू आवाजात. पण तसं करण्याच्या नुसत्या कल्पनेनेसुद्धा मम भयभीत झाली आणि बावरून गेली. ती आता वयोवृद्ध झाली होती. गेली पन्नास वर्षे ती याच पद्धतीने जगली होती आणि आता आयुष्याच्या शेवटच्या काही दिवसात तिचं हे समाधान हिरावून घेणं, मला तरी फार निष्ठूरपणाचं वाटत होतं. तिला तेवढी मुभा मिळावी असं वाटलं म्हणून मी केंद्राच्या अधिकाऱ्यांना भेटले आणि तिला एकटीला एका छोट्या खोलीत हलवण्याची विनंती केली. त्यांनी ते ऐकलं आणि थोड्या दिवसांनी तिला छोट्या खोलीत हलवलं.

ती खोली अगदीच छोटी होती. एक पलंग बाजूला छोटं टेबल आणि उंच पाठीची हात असलेली आरामखुर्ची. मी भेटायला गेले की, बाजूच्या खोलीतून मला बसण्यासाठी खुर्ची घेऊन यायची. जितक्या जास्त वेळ मला तिच्याकडे जाता येईल, तितकी मी जायची. जास्त करून सकाळी लवकर किंवा रात्री उशिरा. म्हणजे त्या वेळेला माझी इतर भावंडे तिथे असण्याची शक्यता नसायची. मरेपर्यंत, मी तिला भेटायची ही गोष्ट तिने भावंडांसमोर कबूल केली नाही.

मम वारली, त्यापूर्वीच्या आठवड्यातली गोष्ट. एका दिवशी सकाळची मी तिला

भेटायला गेले, तेव्हा खुर्चीवर बसलेली होती. नर्सेसनी तिला तिथे बसवलं होतं पण अजून कपडे बदलायचे होते. ती नाइटड्रेसमध्येच होती. निळ्या फुलाफुलांच्या कापडाचा लांब बाह्यांचा ड्रेस होता. कुठेतरी शून्यात नजर लावून बसली होती. मनात आलं, किती अशक्त आणि दुबळी दिसतेय ही! अत्यंत ताठपणे, कणखर राहून, निश्चयाने मला स्वत:च्या जीवनातून हद्दपार करणारी हीच का ती खंबीर स्त्री? विश्वास ठेवणंच कठीण होतं. आता त्या खंबीरपणाचा लवलेशही उरला नव्हता. तिच्यातली लढाऊ स्त्री संपली होती.

त्या दिवशी सकाळी काय विशेष घडलं होतं कुणास ठाऊक? पण मला येताना दारात पाहिल्याबरोबर तिचा चेहरा उजळून उठला. वेदनांनी झाकोळलेला चेहरा काही सेकंद आनंदाने फुलून आला. ती म्हणाली, ''तू आ गयी या...'' (तू आलीस!) मला इतकं आश्चर्य वाटलं! मी मागे वळून पाहिलं की, माझ्यामागून कोण येतंय. पण तिथे कुणीच नव्हतं. तिचं हसू माझ्यासाठीच होतं.

मी अगदी छातीठोकपणे सांगेन की, उभ्या आयुष्यात पहिल्यांदाच मी आल्याचं पाहून आईला आनंद झाला होता. त्यामुळे मला वर्णनातीत आनंद झाला; असं वाटलं जावं आणि तिला घट्ट मिठी मारावी आणि सांगावं, ''मम आय लव्ह यू!'' पण तिच्याकडून जर तसाच प्रतिसाद आला नसता, तर मी खरोखर उद्ध्वस्त झाले असते. म्हणून मी फक्त म्हटलं, ''हो! मी आलेय मम.'' आणि माझी खुर्ची आणून तिच्या शेजारी जाऊन बसले. अगदी सहज....

मी जर तिला सांगू शकले असते की, 'आई मी फार वेगळी वागले' आणि तिने मला नाकारलेल्या सगळ्या काळात मला तिची किती आठवण आली, मला तिची किती गरज होती हे सगळं सांगू शकले असते तर बरं झालं असतं. पण माझ्या अंगात तेवढं धैर्य नव्हतं. तो क्षण इतका छान होता, मला तो गमवावासं वाटत नव्हतं. ती अशी खुर्चीत बसलेली... खिडकीतून सूर्याची कोवळी किरणं तिच्या अंगावर पडलेली... आणि मला पाहून तिला मनापासून आनंद झालेला होता.

आता तिच्या आयुष्याचे थोडेच दिवस राहिले होते. मी रोज तिला भेटायला जात होते आणि तिच्या स्वभावाची मी कधीही न पाहिलेली बाजू ती मला जाणवू लागलेली होती. माणुसकीची... प्रेमळपणाची...! ती, तिचं स्थान, तिची शिस्त, तिची मतं याविषयी ती जन्मभर अत्यंत कडक राहिली. पण आता मरण दाराशी येऊन उभं राहिल्यावर, तो तिचा संरक्षक मुखवटा गळून पडला होता.

आता मी जेव्हाजेव्हा तिच्याकडे जायची, तेव्हा फक्त आम्ही दोघीच असायचो. मम आणि मी. तिचा सुरकुतलेला अशक्त हात हातात धरून मी बसून राहायची. तिच्या अगदी जवळच!

मला तिला तेच सगळे प्रश्न विचारायचे होते.

'खरंच मम, तुला माझ्याबद्दल मनातून काय वाटतं गं?'

'तू मला असं का वागवलंस?'

'तुला रोबीनाचं वाईट वाटतं ना? आणि तिचा शेवट कसा झाला त्याबद्दलही?' हे सगळं फार स्वार्थीपणाचं वाटेल. कारण ती त्या वेळी मृत्युशय्येवर पडलेली होती. पण त्याहीवेळेला ते सगळे अनुत्तरीत प्रश्न... माझ्या डोक्यात भुंग्यासारखे गुंऽगुंऽ करीत, माझा मेंदू जसे काय पोखरत राहिले होते. वर्षांनुवर्षे त्यांची उत्तरं मिळवण्याची आशा धरून मी वाट पाहत आले होते आणि आता काळानं आम्हाला चकवलं होतं. आता मी तिला कोणतीही महत्त्वाची गोष्ट विचारू शकत नव्हते. ती आता फक्त एक जर्जर स्त्री होती... मरणाची वाट पाहणारी... त्याला सामोरं जाण्याची तयारी करणारी.

पण तिच्यात एक बदल झाला होता. त्या शेवटच्या दिवसांमध्ये माझी खात्री पटली की, तिला माझा अभिमान वाटत होता. तिने ते बोलून दाखवलं नाही. पण आतल्या आत तिला तसं वाटत असावं. निदान मला तरी तशी आशा वाटत होती.

तिचा आजचा शेवटचाच दिवस आहे म्हणून नर्सने मला सांगितलं. मी तिथे बसून होते. एक तासभर ती गप्प होतं. शांत होतं. पण नंतर ती मला काहीतरी सांगायचा प्रयत्न करू लागली. तिचा आवाज फक्त कुजबुजल्यासारखा बाहेर पडत होता. मी तिच्या तोंडाजवळ कान नेऊन ऐकू लागले. तिचा श्वास थांबत-थांबत कष्टाने चालला होता. मुश्किलीने शब्द ऐकू आले, "बलबीर, गिंडा आलेयत. तू जा." शेवटचा श्वास घेतानासुद्धा ती मला सांगत होती की, तुझी भावंडं येतायत, तेव्हा आता तू इथून जा!

पण त्या नंतरच्या क्षणी मी तिला सोडून कुठेही जाणार नव्हते. "नाही मम. मी तुला सोडून जाणार नाही." ते तिलाही पटलं असावं. कारण तिने माझा हात दाबला आणि ती शांत पडून राहिली.

पुढच्या तासाभरात सगळे जमा झाले. कमालीच्या तणावाखाली असल्यामुळे जवळपास भ्रमिष्ट झालेले डॅडी, प्रकाश, गिंडा, यास्मिन, बलबीर, ल्यूसी. त्या छोट्याशा खोलीत आम्ही सगळे दाटीवाटीने एकमेकांना खेटूनच उभे होतो. मोठ्या कष्टाने शेवटचा श्वास घेणाऱ्या, आईच्या वाळल्या कुडीकडे डोळ्यात पाणी आणून बघत होतो. मी तिच्या सगळ्यात जवळ होते. तिचा हात हातात घेऊन बसले होते. अशा अवस्थेतच तिचे प्राण जाऊ लागले. बलबीर सारखा शुकऽऽ शुकऽऽ करून मला तिचा हात सोडून बाजूला व्हायला सांगत होता. पण मी तिथून हलले नाही. काय चाललंय ते तिला त्याही अवस्थेत कळलं आणि तिच्या तोंडून रडका स्वर बाहेर पडला... "नाही... नाही!"

तो कॅन्सर तिच्या शरीरातून फिरताना स्पष्ट जाणवत होता. तिचं शरीर पिळवटलं...

स्नायू आखडून गेले... तोंड इतकं कोरडं होत होतं की, एक छोटा स्पंज घेऊन मी तिच्या ओठांवर थेंब थेंब पाणी सोडत होते. माझ्या गालावरून अश्रूंच्या धारा वाहत होत्या. प्रत्येकजण रडत होता. सगळ्या बहिणी आळीपाळीने ममला हाका मारत होत्या.

शेवटच्या क्षणी ती अकस्मात पूर्ण वाक्य बोलली, ''रोबीना मी येतेय गं तुझ्याकडे!'' आणि माझ्या हातातला तिचा हात गळून पडला.

आरोग्य केंद्रातल्या इतर सगळ्या औपचारिकता पूर्ण करून मी एकटी माझ्या घराकडे परतले. ते कुणी मला 'बाय' सुद्धा म्हणाले नाहीत. ते सगळे डॅडींना घेऊन घरी गेले असावेत. त्यादिवशी मला फार-फार एकटं वाटलं! त्याच्याइतकं एकटं त्याआधी आणि नंतर कधीच वाटलं नाही.

२०

मम गेल्यानंतर, डॅड आणि सन्नीकडे लक्ष ठेवण्याचं काम मी अंगावर घेतलं. त्याला सांभाळण्यासाठी डॅडना मदत लागायची. सगळ्यातून निवृत्त झाल्यानंतर त्यांना सन्नीची आई, वडील आणि आता आज्जी-आजोबा अशा चारही भूमिका पार पाडाव्या लागत होत्या. तो तर एवढासा लहान. मी त्याला शाळेत सोडायची... आणायची. शिक्षकांना जाऊन भेटायची... पालकदिनाला हजर राहायची... आणि शिवाय डेल रोडला घरी जाऊनही त्यांना भेटायची. अगदी नियमितपणे....

एव्हाना माझ्या आयुष्याला थोडा आकार आलेला होता. ममला जाऊन दोन महिने झाल्यानंतर राज आणि मी विवाहबद्ध झालो. कोणताही गाजावाजा न करता. फक्त रजिस्ट्रेशन ऑफिसमध्ये सह्या करून. तो गॅरेज चालवत होता. मी एरोबिक्स शिकवत होते. डॅडकडे जायला मला रोजच वेळ काढता आला असता. पण तेच ते जुनं रडगाणं... मी त्यांना राजरोस जाऊन भेटणं त्यांना योग्य वाटत नव्हतं. आधी फोन केल्याशिवाय मी कधीही जाऊ शकायची नाही. मीही ते लक्षात ठेवलेलं होतं. मी खूप प्रयत्न केले, पण पूर्वीसारखं आमचं नातं कधीच घट्ट होऊ शकलं नाही. माझी भीती वाटत असल्याप्रमाणे त्यांनी सतत एक अदृश्य कुंपण दोघांच्यामध्ये घालून ठेवलेलं होतं.

एक दिवस मी गेले, तर सन्नी फुरंगटून टी.व्ही. समोर बसलेला होता आणि डॅड पैशाची चिंता करत बसले होते, ''तो म्हणतो, त्याला त्या अमक्या कंपनीचे ट्रेनर्स

हवेत. मला समजत नाहीये, मला कसे काय परवडतील ते? तुला माहितीय ४० पौंड पडतात त्याला... ४० पौंड....''

''काही नका आणू ते डॅडी! त्याला काय? तो लहान आहे अजून. फूटबॉल खेळताना घालायला त्याला काहीतरी पाहिजे इतकंच.''

''नाही. तो सांगतोय, त्याच्या सगळ्या मित्रांनी याच कंपनीचे आणलेत. तुझी आई असती, तर तिने नक्की तेच आणून दिले असते त्याला. ती नेहमी त्याच्यासाठी जे उत्कृष्ट असेल तेच विकत घ्यायची.''

डॅडलाही तसंच करावंसं वाटत होतं. त्यांचा फार लाडका होता तो. एकदा तर मी दोघांना पुढच्या खोलीत कुस्ती खेळताना पाहिलं होतं. मला आश्चर्यच वाटलं. डॅडींना असलं काही त्यांच्या भारदस्तपणाला न शोभणारं करताना मी कधीच पाहिलेलं नव्हतं. मला पाहिल्यावर त्यांनाही संकोच वाटला असावा. म्हणाले, ''काय आहे, लहान मुलांनासुद्धा सारखं आपणच जिंकतो असं वाटता कामा नये.'' आणि मग हसतहसत धापा टाकत सोफ्यावर बसले.

डॅड सन्नीकरता जे-जे करत होते, वेळ देत होते, खेळत होते तसं त्यांनी आमच्यासाठी कधी केलं नाही. माझ्या भावंडांना याबद्दल राग येत होता की काय माहिती नाही. ते त्याला घेऊन त्यांच्या पंजाबमधल्या कांग-साभू गावात नातलगांना भेटायला गेले, तोपर्यंत मला या गोष्टीचं फारसं काही वाटत नव्हतं. ममने माझ्या सगळ्या भावंडांना केव्हा ना केव्हा तिकडे नेऊन आणलेलं होतं. मला त्यांचा मत्सर वाटत नव्हता. पण मलाही जावंसं वाटत होतं. त्या गावातल्या, डॅडींनी लहानपणी सांगितलेल्या गोष्टी अजूनही माझ्या मनात ताज्या होत्या. ते तिकडे असताना माझ्यासारखं मनात येई... कशा असतील इतक्या वर्षांनी नातलगांशी होणाऱ्या त्यांच्या गाठीभेटी?

परत आल्यावर ते सांगत होते, गावातला प्रत्येकजण येऊन त्यांना भेटून जात होता. रोजच्या रोज मेजवान्या आणि गाठीभेटी. जणू सणच साजरा होत होता. आठवडाभर मी मनोधैर्य गोळा करत होते. शेवटी एक दिवस डॅडी आणि मी चहा पीत बसलो होतो तेव्हा विषय काढला, ''डॅड, कधीतरी मला घेऊन जाल तुमच्याबरोबर भारतात? मला बचानूला भेटायचंय. तुम्ही लहानपणी मला सांगितलं होतं ना, त्या सगळ्या ठिकाणी मला जावंसं वाटतं डॅड!''

डॅडींनी थरथरत्या हातांनी त्यांचा कप बशीत ठेवला आणि मग सरळ माझ्या डोळ्यात पाहत बोलले, ''आपल्याआधीच आपल्यावरचा कलंक प्रवास करत असतो, जसविंदर! तू जर माझ्या घरच्या माणसांना जाऊन भेटलीस, तर तुझ्यामुळे त्यांच्याही नावाला बट्टा लागेल. मला या पापात भागीदार व्हायचं नाहीये.''

एकदा अशीच कुठेतरी व्यवसायानिमित्त चालले असताना, शहराच्या मध्यवर्ती भागात मी एका 'स्त्री आधार केंद्रा'ची पाटी वाचली आणि माझं विचारचक्र सुरू झालं... माझ्या ममसारख्या स्त्रियांना मदत करण्यासाठी मी काय करू शकेन? तिच्या आयुष्यातले शेवटचे काही आठवडे मी जवळून पाहिले होते आणि तिची ती अवस्था पाहून आतून हादरून गेले होते. काहीतरी करायलाच हवं होतं... ती हॉस्पिटलमधील कॉटवरती शेवटचे दिवस मोजतेय, हिंदुस्थानी पद्धतीचं जेवण नसल्यामुळे खायलाच हट्टीपणाने नकार देतेय, हळूहळू अंगातलं त्राण संपत चाललंय, तिच्या आजूबाजूचे हॉस्पिटलचे कर्मचारी मोठमोठ्याने ओरडून तिला काहीतरी सांगण्याचा प्रयत्न करतायत, तिने ही भाषा पुष्कळ वर्षे ऐकलेली असूनही तिला ती समजत नाही... हे दृश्य माझ्या डोळ्यांसमोरून हलायला तयार नव्हतं. डर्बीमध्ये घालवलेला सर्व काळ तिने फक्त आशियाई समाजाशीच संपर्क ठेवला आणि आता अगदी शेवटी तिला जणू आवडत्या बागेतून उपटून, दुसरीकडे टाकण्यात आलं. कवच काढून टाकलेल्या गोगलगायीसारखी तिची अवस्था झाली होती. उघडं टाकल्यासारखी... दयनीय! मुकी बिचारी... कुणीही हाकलावं.

हे मला फार खटकत होतं. मनाला टोचणीच लागली होती. रोबीनाच्या मृत्यूच्या घटनेने लागली होती, तशीच! रोबीना जातीबांधवांवर, त्यांच्या कठोर नीतीनियमांवर विसंबून राहिली होती. तिला आशा होती ते तिला वाचवतील. त्याऐवजी थोडं धाडस दाखवून जातीच्या नियमांबाहेर पडून, ज्या देशात ती जन्मली, तिथली संस्कृती तिने जवळ केली असती त्याप्रमाणे वागली असती तर आत्मघात करून घेण्याची वेळ तिच्यावर आली नसती. तिचा जो दुर्दैवी शेवट झाला, त्याने मी झपाटून गेले होते. ते दुःख, तो राग माझ्या मनात धुमसत राहिला होता. त्यांच्या घुसळणीतून जी ऊर्जा निर्माण झाली त्यामुळे मी कृती करायला प्रवृत्त झाले. सिद्ध झाले!

मला असं वाटू लागलं की, माझ्या जीवनात मी काहीतरी विधायक, स्त्रियांचं कल्याण करणारं कार्य केलं पाहिजे. हे मी रोबीनाचं देणं लागते. त्याहीपेक्षा जास्त; ज्या संकुचित जगात राहून माझ्या कुटुंबाची फरफट झाली, ते जग बदलण्याचा प्रयत्न करावा असं मला वाटू लागलं. भावंडांच्या वागण्याने कडू झालेल्या माझ्या मनाचा एक कोपरा असंही म्हणत होता की, एक ना एक दिवस मी बलबीरला आणि माझ्या बहिणींना हे दाखवून देईन की मला त्यांची अजिबात गरज नाही. आईच्या मृत्यूनंतर घराकडे परत येताना मला 'पूर्णपणे एकटी' असल्याची, कोरड्या वास्तवाची खरी जाणीव झाली होती. जर त्यांच्यापैकी कुणालाच मी नको असेन, तर मीही हे सिद्ध करून दाखवीन की, मी माझा मार्ग स्वत: शोधू शकते, खोदून काढू शकते आणि त्यावरून एकटीने वाटचालही करू शकते. आयुष्यात काही तरी चांगलं करून दाखवू शकते.

दुसऱ्याच दिवशी क्लासहून येताना मी त्या 'स्त्री आधार केंद्रात' गेले. ती एक खूप मोठी व्हिक्टोरियन इमारत होती. त्यातल्या एका मोठ्या खोलीत त्या संस्थेचं ऑफिस होतं आणि बाजूला छोटं स्वयंपाकघर होतं. एकूण गबाळाच कारभार होता; पण वातावरण मित्रत्वाचं होतं. येणाऱ्यांना मोकळेपणा वाटावा, असं!

मी तिथल्या किचनमध्ये जाऊन एक कप चहा विकत घेतला. माझ्या शेजारी एक बाई तिच्या कपात साखर घालून ढवळत उभी होती. म्हणाली, "तुम्हाला या आधी कधी सेंटरमध्ये पाहिलं नाही. तुम्ही काही काम घेऊन आला आहात का?"

बाई ब्रिटिश. आकार भव्य. चेहरा आनंदी. तिला पाहिल्यावर मनातला संकोच दूर व्हावा, असं व्यक्तिमत्त्व. मी तिला सांगितलं की, मला इतर स्त्रियांना मदत करावीशी वाटते. तुम्हाला काही स्वयंसेवक वगैरे पाहिजे आहेत का?

"होऽऽ हो! आम्हाला नेहमीच स्वयंसेवक हवे असतात." असं म्हणून तिने मला कागदपत्रांची गच्चं गर्दी असलेल्या छोट्या ऑफिसमध्ये नेलं. एका खुर्चीवरचा कागदाचा गठ्ठा उचलून धूळ पुसली आणि मला बसवून घेतलं. माझ्याबद्दल चौकशी करू लागली. ती स्वतः मोजकंच बोलत होती, कामापुरतं! त्यामुळे मीही तशाच पद्धतीने माझी माहिती दिली. मग ती म्हणाली, "सध्या आम्हाला आमच्या 'प्रेग्नन्सी टेस्टिंग सेंटर' मध्ये स्वयंसेवकाची गरज आहे. शनिवारी सकाळी इथे ते काम चालतं. या तुम्हाला यायचं असेल तर...."

मी ते मान्य केलं. तिने सांगितलं की, सुरुवातीला तुम्हाला कुणाच्या तरी सोबत काम करावं लागेल. एकदा तुम्ही तयार झालात की, शनिवारचं सेशन तुम्ही एकट्यासुद्धा घेऊ शकाल. तिने माझं नाव स्वयंसेवकांच्या यादीत नोंदवून घेतलं. त्यापूर्वी तिनं स्वतःची ओळख करून दिली. तिचं नाव होतं 'ट्रिश.' ट्रिशचा निरोप घेऊन मी तिथून निघाले.

पुढच्या शनिवारी मी ठीक सकाळी नऊ वाजता सेंटरवर पोहोचले. मी काम शिकून घेतलं, ते सोपं होतं. जाऊन सेंटर उघडायचं. मग ग्लास स्लाईडस, ड्रॉपर्स, पिपेट्स असं सगळं साहित्य जमवायचं. आपली तयारी होईतो, बायका येऊन वेटिंगरूममध्ये रांग लावून उभ्या असायच्या. कधीकधी मी एका तासात पंधरा जणींनासुद्धा तपासलं आहे. एकेक जण स्वतःचा लघवीचा नमुना हातात घेऊन यायची. मी त्यांना शेवटच्या पाळीची तारीख विचारायची. टेस्ट सोपी होती. दोन मिनिटांत करून व्हायची. तोपर्यंत बाई तिथेच बसलेली असायची. पण आम्ही त्यांना टेस्टचा निष्कर्ष सांगायचो, तेव्हाच्या प्रत्येकीच्या चेहऱ्यावरच्या प्रतिक्रिया पाहताना मजा यायची.

त्यातली एक बाई मला आठवते, साधारण चाळीस वर्षांची असेल. खूप शांत आणि स्वस्थ बसलेली होती. तिची स्लाईड आम्ही टेस्टिंगला घेतली. ओठ

दाताखाली धरून ती श्वास रोखून बघत होती. अतिशय व्याकूळ दिसत होती. तिची टेस्ट सकारात्मक (पॉझिटिव्ह) आली. तिला दिवस गेलेले होते. मी तिला तसं सांगताच ती लाजेने, लालेलाल होऊन गेली आणि पुढच्या क्षणी तिच्या डोळ्यातून टपटप आसवं गळू लागली.

"काऽऽय? माझा विश्वासच बसत नाही. मला खरंच वाटत नाहीये." ती पुटपुटत राहिली.

मी तिला स्पर्श केला आणि म्हटलं, "आय ॲम सॉरी..." पण तिने मला थांबवलं.

"नाही. नाही. सॉरी म्हणू नका. हे ऐकून मी हरखून गेलीय. पण मला धक्का बसलाय. आनंदाचा! इतकी वर्षे वाट पाहून, प्रयत्न करून आशा सोडून दिली होती आम्ही. इकडे येणार असल्याचं मी माझ्या नवऱ्याला सांगितलं नव्हतं. कारण त्याला पुन्हा एकदा निराश झालेलं पाहवलंच नसतं मला. तुमची खात्री आहे ना, टेस्ट पॉझिटिव्ह असल्याची?"

पण अर्थातच टेस्ट पॉझिटिव्ह आल्यावर उद्ध्वस्त होणाऱ्याही स्त्रिया असत. तरुण अविवाहित मुली, आईवडिलांना सांगायला घाबरायच्या. तर विवाहित मुलींचे नवरे कामासाठी परगावी असताना जर त्यांना दिवस गेले, तर त्याही घाबरून जायच्या. सहाव्या किंवा सातव्या वेळेला दिवस गेलेले असले, तर त्या थकल्या-भागल्या स्त्रियांना कल्पनेनेच कापरं भरायचं.

आम्ही सगळ्यांना एक कन्फर्मेशन स्लिप द्यायचो. डॉक्टरांना दाखवण्यासाठी आणि कुणाला गर्भपाताची माहिती हवी असेल तरी द्यायचो. त्यांची प्रतिक्रिया कोणतीही असली तरी प्रत्येकीला आवश्यक असेल त्याप्रमाणे आम्ही मदतीचा हात द्यायचो आणि त्याचं त्यांना खूप महत्त्व वाटायचं.

या कामामुळे एक जाणीव मनात पक्की झाली की, समाजात अनेक बायका अशा आहेत, ज्यांना मदतीची गरज आहे. त्यामुळे मी मदतीचं कार्य सुरू करू शकते.

२१

एरोबिक्स शिक्षकाला एक गोष्ट शिकावीच लागते; ती म्हणजे चेहरा हसरा ठेवायचा. तुमच्या जीवनात काहीही घडून गेलेलं असलं, तुम्हाला कितीही निराश वाटत असलं, तरी क्लासच्या विद्यार्थ्यांसमोर तुम्ही उभ्या राहिलात की चेहऱ्यावर हास्याचा मुखवटा आलाच पाहिजे आणि शेवटची विद्यार्थिनी हॉलच्या बाहेर जाईपर्यंत

तो तसाच टिकला पाहिजे. याचं महत्त्व मला पुरेपूर पटलं होतं. बळेच चेहऱ्यावर हसू आणता-आणता, स्वत:ला असं वाटायला लागायचं की 'खरंच! तशा ठीकच आहोत की आपण विशेष काही बिघडलेलं नाही.'

या वेळेपर्यंत राज आणि मी, काही बॅचेसना एकत्र शिकवू लागलेलो होतो. आमची ओळख झाल्यानंतर त्यानेही एरोबिक्स शिक्षकाचा ट्रेनिंग कोर्स पूर्ण केला होता. आमच्या या एरोबिक्सच्या पोशाखात हसतहसत शिकवताना आम्ही दोघे 'गोल्डन कपल'सारखे दिसत होतो आणि आम्हाला एकत्र वेळ घालवण्याचीही संधी मिळत होती. तो गमतीजमती करायचा, छान-छान दिसायचा, पूर्ण वेळ माझ्याकडेच लक्ष द्यायचा; असं असताना मला तो फार आवडायचा. त्याच्यावर प्रेमाचा किती वर्षाव करू... असं मला होऊन जायचं. हरतऱ्हेने त्याला खूश ठेवण्याचा मी प्रयत्न करायची. पण लग्न झाल्यावर सुरुवातीला हे सगळं इतकं सोपं नव्हतं.

मी माझ्या भवितव्याच्या चिंतेने रात्र-रात्र जागी राहायची. मला पुढे शिकून गुणवत्ता वाढवायची होती. बारा वर्षांपूर्वी शाळा सोडली, तेव्हा शालेय शिक्षणही अपूर्णच होतं. हातात काहीच नव्हतं. स्वतंत्रपणे जीवन जगायला मी पूर्णत: अपात्र होते. मला ही परिस्थिती बदलायची होती. आता पुन्हा शिकायला सुरुवात करायची; हा विचार थरकाप उडवणारा होता. पण मी मनाची तशी तयारी केली.

'केडेलस्टन रोड'वर एक कॉलेज असल्याचं मला माहिती होतं. एके दिवशी क्लासला जाताना गाडी कॉलेजसमोर लावली आणि गेले आत! मला वाटत होतं, त्याहून खूप मोठं आवार होतं. मुख्य इमारतीपर्यंत सर्वत्र हिरवळीने आच्छादलेलं. जे काय मिळवायचं होतं ते कुठं, कसं मिळेल? हे मला काहीच माहिती नव्हतं. तिथे पुष्कळ विद्यार्थी इकडे-तिकडे भटकताना दिसले. पण ते इतके आत्मविश्वासाने, आपल्या-आपल्यातच रमलेले होते की, त्यांना विचारण्याचं मला धाडस झालं नाही. एकेका खोलीचं ढकलदार लोटत-लोटत 'रिसेप्शन' ही पाटी दिसेपर्यंत मी शोधत राहिले. तिथे जाऊन सरळ विचारलं, "हॅलो, 'ए लेव्हल'च्या परीक्षेची चौकशी करण्यासाठी मी इथे आले आहे."

एक मध्यमवयीन स्त्री काऊंटरमागे बसलेली होती. ती माझ्याकडे पाहत प्रेमळपणे हसली. म्हणाली, "अरे बाप रे! मग तू तर चुकीच्या जागी आलीस. इथे आम्ही 'ए लेव्हल्स' परीक्षा घेत नाही. सॉरी! ही युनिव्हर्सिटी आहे."

ती हे सगळं प्रेमळपणानेच बोलली. पण मला वाटलं, किती मूर्ख आहोत आपण! काय वाटलं असेल तिला? आपल्याला साधं ही युनिव्हर्सिटी आहे, हे सुद्धा नाही ओळखता आलं?

"आय ॲम... आय ॲम... ॲम सॉरी! मला वाटलं..." मी कशीबशी अडखळत बोलले. वाक्य अर्धचं टाकून वळले आणि पाठीमागे न बघता, आंधळ्यासारखी

धडाधड ढकलदारं ढकलत माघारी परतले. झपझप चालत हिरवळीवर आले. माझ्या शरमेने लालभडक झालेल्या कानशिलांवर थंड हवेचा झोत येताच भानावर आले आणि कारकडे पळत सुटले. असं वाटलं मोटारीने पटकन मला गिळून घ्यावं म्हणजे माझा हा अपमानित, ओशाळलेला चेहरा कुणाला दिसणार तरी नाही!

"सॉरी! ही युनिव्हर्सिटी आहे!" हे तिचे शब्द, माझा एरोबिक्सचा क्लास सुरू होऊन मॅडोनाची टेप सुरू होईपर्यंत माझ्या कानात नुसते घुमत राहिले.

तरी पण मी प्रयत्न सोडले नाहीत. फोनची डिरेक्टरी पाहून मी हे शोधून काढलं की, 'विलमॉर्टन' इथे, 'डर्बी टेरीटेरी कॉलेज' आहे आणि त्यांच्यातर्फे आमच्या इथल्या लहान मुलांच्या शाळेत प्रौढ शिक्षण वर्ग चालवले जातात. तिथे जाऊन मी 'ए लेव्हल'च्या क्लासमध्ये नाव घातलं. 'इंग्रजी भाषा आणि साहित्य' हा विषय घेतला.

हे सगळं पूर्ण होईपर्यंत मी राजला काहीच सांगितलं नाही. जेव्हा सांगितलं तेव्हा तो म्हणाला, "अरे वा! ही चांगली कल्पना आहे. मी सुद्धा तसंच करावं म्हणतो."

पुन्हा एकदा शाळेत जाणं फार विचित्र पण मजेदार वाटायचं... लाल विटांची शाळा, जमिनीवर लिनोलिअम टाकलेलं, वर्गामध्ये फर्निचर पॉलिश आणि खडू यांचा संमिश्र वास पसरलेला... वर्गात माझ्यासारखे दहा विद्यार्थी होते. वेगवेगळ्या क्षेत्रात काम करत असलेले. पण माझ्यासारखेच... स्वत:चा विकास करू इच्छिणारे. आम्ही सगळी मोठी माणसं, त्या लहान डेस्कवरती स्वत:ला कसं बसं कोंबून बसायचो.

आम्ही पहिल्यांदा वाचलं, त्या पुस्तकाचं नाव होतं, 'आय नो व्हाय द केज्ड बर्ड सिंग्स' (पिंजऱ्यातला पक्षी का गातो, ते माहिती आहे मला!) लेखिका– माया अँजेलो. मला खूप आवडलं ते वाचायला. खरं सांगायचं तर, शाळा सोडल्यापासून गेल्या बारा वर्षात मी क्वचितच पुस्तक उघडलं होतं. वाचता-वाचता दुसऱ्या कुणाच्या तरी कहाणीत हरवून जाणं, पुढे काय होणार याबद्दलची उत्सुकता इतकी ताणली जाणं की, आपण यापेक्षा जलद का नाही वाचू शकत? अशी हुरहूर लागणं, हे सगळं मी विसरूनच गेले होते. त्या पुस्तकातल्या स्त्रीच्या धैर्याची कहाणी, मी अक्षरश: श्वास रोखून ऐकली. माणसातून उठणं, एकटेपणा या तिच्या भावनांशी मी इतकी एकरूप झाले की, ती जणू काही प्रत्यक्षच तिची कहाणी सांगत असल्यासारखं वाटलं.

त्यानंतरच्या वर्गातल्या चर्चेत मला खूप काही बोलावंसं वाटत होतं. आमच्या शिक्षिकेने सर्वांना आपलं मत सांगायला उद्युक्त केलं. 'मायाला आयुष्यातून उठल्यासारखं का वाटलं,' याचा विचार करू या. त्यामुळेच ती मिस्टर फ्रीमनच्या लैंगिक कृतींना बळी पडली का? कुणाला काय वाटतंय याबद्दल? प्रत्येकाने आपलं मत मांडायचं.

चला. कोण सुरुवात करतंय, बोला?'

माझा हात झटकन वर गेला. टीचरने बोलावण्याच्या आधी मी उडी मारून पुढे जाऊन उभी राहिले आणि बोलायला सुरुवात करणार... तोच मला उपहासात्मक उद्‌गार ऐकू आला. दुसऱ्या-तिसऱ्या कुणी नाही तर माझ्या शेजारी बसलेल्या माझ्या नवऱ्याने, म्हणजे राजनेच तो उद्‌गार काढला होता. मी बोलायची थांबले आणि त्याच्याकडे पाहिलं. टीचरनेही पाहिलं.

"थांब राज. जसविंदरचं होऊ दे. नंतर बोल." त्या म्हणाल्या.

"होऽऽ हो! नक्कीच. सॉरी! पण ती ज्या पद्धतीने उठली ना... त्याचं..." आपलं हसू दाबायचं प्रयत्न करत तो बोलला, "आणि ती म्हणाली... जाऊ दे. काही नाही. बोल बोल जस तू... सॉरी!"

माझ्या बोलण्याचा तुटलेला धागा जोडून घेणं मला खरोखर कठीण गेलं. जे सुचलं होतं, तेही आठवेना. माझा धीर खचला. चाचरत मी कशीबशी दोन वाक्य बोलले आणि खाली बसले. त्यानंतर मी फारसा हात वर केलाच नाही.

मात्र, राज माझा वाचण्यातला आनंद कधीही हिरावून घेऊ शकला नाही. पुस्तकांनी जणू माझ्यासमोर नवी दुनिया उलगडून दाखवली. मी स्थानिक लायब्ररीची सभासद झाले. वेळ मिळेल तेव्हा चरित्रे आणि आत्मचरित्रे धुंडाळून वाचू लागले. इतर स्त्रियांच्या कहाण्या वाचून मला स्फुरण चढायचं.

'निबंधलेखन' हा तसा अवघड भाग. मेंदूचा तशा प्रकारे वापर करण्याची माझी सवय सुटून बरीच वर्षे लोटलेली होती. कधीकधी तर एकमेकांत गुंतून गुरफटलेले, भरकटलेले माझे विचार – नीट परिच्छेदात, एकामागून एक सुविहितपणे मांडण्याकरता मला अक्षरश: झगडावं लागायचं. पण त्याची कास सोडायची नाही असा मी निश्चय केला होता. शाळेत आम्हाला हे निबंधलेखन वगैरे व्यर्थ मेहनत केल्यासारखं वाटत असे. माझ्या बहिणींना तर... सगळ्यांनी सोळाव्या वर्षी शाळा सोडून, लग्न ठरेपर्यंत फॅक्टरीमध्ये काम केलेलं होतं. मग मी तरी का वेगळं असावं? पण तसं नव्हतं. आता मी डिग्री मिळवण्याच्या दिशेने वाटचाल सुरू केलली होती. मला माझी गुणवत्ता वाढवायची होती. त्यामुळे मला आत्मविश्वास आणि आत्मबळ मिळणार होतं. आयुष्यात प्रथमच मला जगण्याचं प्रयोजन सापडलं होतं.

एका वसंत ऋतूतल्या सकाळी... मी माझी स्वत:ची प्रेग्नन्सी टेस्ट करून पाहिली. कारण पाळीच्या तारखेनंतर पाच दिवस उलटून गेले होते. माझ्याच स्लाईडवर काय दिसतंय ते उत्सुकतेने पाहत असताना, माझ्या वादळी लग्नावर आता कोवळ्या अंकुराचं शिक्कामोर्तब होणार या विचाराने मी हरखून गेले होते. पण प्रत्यक्षात टेस्ट होकारार्थी ठरवणारी निळी रेषा गडद होऊ लागली, तेव्हा नेमकं कसं वाटलं पाहिजे ते मला कळेना. राजला कळल्यावर त्याला आश्चर्यही वाटलं आणि

निर्मळ आनंदही झाला.

"खरंच? आपल्याला बाळ होणारं? केलीस तू टेस्ट? व्हॉवऽऽ आता खरी मजा येणार!"

त्याच्या या प्रतिक्रियेमुळे मी निश्चिंत झाले. मला हुरूप वाटू लागला. वाटलं बाळाच्या आगमनाबरोबर आमचं दांपत्य जीवनही नव्याने बहरेल!

'ए लेव्हल'च्या क्लासमध्ये शेवटच्या आठवड्यात शिक्षकांनी आम्हाला 'पुढे काय करणार?' याबद्दल विचारलं.

कुणाकुणाला डिग्रीकोर्स करायचा आहे? माझ्या आकांक्षा काही एवढ्या उंचावलेल्या नव्हत्या. पण त्यांनी मला सांगितलं की, तू ते सहज करू शकशील. युनिव्हर्सिटीत अमुक दिवशी याची माहिती सांगणार आहेत. तिकडे जाऊन माहिती घ्या. शेवटी 'बघू तरी काय आहे ते' असं म्हणत मी, राज आणि आणखी दोघेजण गेलो.

मी 'सामाजिक शास्त्रांच्या' इमारतीत गेले. तिथल्या शिक्षकांनी मला खूप चांगली माहिती दिली आणि सल्ला दिला. त्यांनी विचारलं की, तुला कशासाठी डिग्री मिळवायची आहे? काही विशिष्ट क्षेत्रात, काम करण्याचं मनात आहे का? तेव्हा मी सांगितलं की, मला स्त्रियांना मदत करायची आहे. त्या वेळी माझ्या डोक्यात... ज्या स्त्रियांना भाषेशी आणि संस्कृतीशी जुळवून घेण्यात अडचणी येतात त्यांच्यासाठी एखादा प्रकल्प सुरू करावा असं घोळत होतं, त्याकरता त्यांनी मला वेगवेगळे पर्याय सुचवले. त्यापैकी मला 'सामाजिक आणि सांस्कृतिक अभ्यास' हा विषय आवडला. कारण त्यासाठी विविध विषयांचा अभ्यास करण्याची संधी मिळणार होती. मला जे काय गुण मिळाले होते, त्यावर त्या कोर्सला ॲडमिशन मिळू शकत होती. म्हणून मी तोच कोर्स करायचं ठरवलं. आपण आपल्या आवडीचा अभ्यास करायला पात्र ठरलो, याचा मला खूप आनंद वाटला!

परीक्षेचा निकाल आल्यावर स्पष्टच झालं की, राज आणि मी दोघेही चांगल्या मार्कांनी पास झालो. आता आम्ही जोडीने युनिव्हर्सिटीत जाऊ शकत होतो. निकालाचा कागद हातात घट्ट धरून मी मनात म्हटलं, "यस! शिडीच्या पहिल्या पायरीवर मी पाय ठेवलाच आहे. आता उन्नतीच्या वरच्या पायरीपर्यंत मी नक्कीच पोहचू शकेन." त्या रात्री मी बरेच आशियाई पदार्थ तयार केले. सगळं करून झाल्यावर त्या आनंदाप्रित्यर्थ साडी नेसले. लिसाला घेऊन आले. आम्ही तिघांनी तो दिवस खऱ्या आनंदाने, सणासारखा साजरा केला.

गर्भारपणातही मी माझे एरोबिक्सचे क्लासेस चालूच ठेवले होते. पुढे आलेलं पोट घेऊन रोजचं सगळं कामही करत होते. दर आठवड्याला राज आणि मी दोन वर्ग एकत्र घ्यायचो. तोही होणारा बदल मला आनंद देऊन जायचा. मी व्यायाम

प्रकारांचा पहिला सेट घ्यायची, मग दुसरा तो घ्यायचा... तिसरा परत मी घ्यायची असं ते चालायचं. पण उड्या वगैरे मारणं मी सर्रास चालू ठेवलं होतं. "मी एवढं मोठं पोट घेऊनही हे करू शकतेय. मग तुम्हाला काय हरकत आहे? चला करा" असं म्हटलं की, बायका हसून थोडा जास्त प्रयत्न करू लागायच्या.

मारियाचा जन्म झाला. त्याही दिवशी मी क्लास घेणारच होते. त्यादिवशी सकाळी निघताना गाडीच्या खिडकीतून त्याला हाक मारली आणि निरोप घेऊन म्हटलं, "चल, नंतर भेटू!" प्रथम मला डेंटिस्टकडे जायचं होतं. नेहमीच्या चेकअपसाठी वेळ ठरवली होती. तो दवाखाना तिसऱ्या मजल्यावर होता. त्या वेळी कठड्याला धरून बळेच वर चढल्याचं मला आठवतं. डॉक्टरांनी मला दिलेली तारीख अजून आठ आठवडे दूर होती. पण मी त्या डेंटिस्टच्या खुर्चीत बसले, तेव्हा मला खूप जड आणि गरमगरम वाटत होतं.

डेंटिस्टची मला कधीच भीती वाटायची नाही. त्यामुळे त्याने ते कागदाचं बिब लावलं, खुर्चीची पाठ खाली करून मला तिरकं झोपवलं आणि माझ्या तोंडाची कसून तपासणी करायला सुरुवात केली तरी मी स्वस्थच होते. पण अचानक माझं डोकं गरगरायला लागलं. मला चक्कर आली आणि आजूबाजूचं सगळं धूसर दिसायला लागलं. त्याबरोबर मी हात वर करून डॉक्टरांना थांबण्याची खूण केली आणि धडपडत उठून बसण्याचा प्रयत्न केला. पण उपयोग झाला नाही. मी पुन्हा मागे पडले आणि अंधाराचं साम्राज्य पसरलं.

शुद्धीवर आले, तेव्हा मला फार विचित्र वाटत होतं. माझ्या कातडीवर कसल्या तरी पापुद्र्याचा स्पर्श जाणवत होता. मला एखाद्या 'टर्की'सारखं गुंडाळून बांधून ठेवलं होतं. मी एका अरुंद ट्रॉलीवर पडले होते. मला पिंजऱ्यात ठेवल्यासारखं वाटलं. अंग खूप दुखत होतं. माझ्या नाकावर, तोंडावर काही तरी झाकण टाकलं होतं. ते मला काढून फेकायचं होतं. मी ते हात लावून चाचपलं आणि काढायला लागले तोच हातात खुपसलेली सुई टोचली. डोळे उघडून पाहते, तो मला सलाईन लावून ठेवलेलं आणि शेजारी मॉनिटर्स लावलेले. त्यात लाईटची उघडमीट आणि यांत्रिक आवाज चालू होते....

"शुकूऽऽ तसं नको करू! तो मास्क तिथेच राहू दे." अचानक एक नर्स तिथे आली आणि तिने मला दटावलं. तिने अलगद पण घट्टपणे माझा हात दाबून धरला, "ऑक्सिजन लावलाय. त्याची गरज आहे तुला. ऑपरेशन टेबलवर तुझा श्वास थांबला होता. म्हणून तुला आय.सी.यू.मध्ये हलवावं लागलं." तिचे शब्द त्या थेंबथेंब औषधाबरोबर जणू माझ्या मेंदूपर्यंत पोहेचले आणि डोकं चालायला लागलं... ऑपरेशन टेबल?... धुकं वितळलं. लख्ख प्रकाश पडला!

"मग माझं बाळ कुठाय? काय झालं माझ्या बाळाला?"

नर्स घाईघाईने मला समजावू लागली, "तुला मुलगी झालीय. आकाराने लहान आहे. पण बाकी व्यवस्थित आहे. काळजी करू नकोस. ती सुरक्षित आहे. लहान बाळांच्या आय.सी.यू.मध्ये ठेवलंय. सध्या तीच तिच्यासाठी सर्वांत चांगली जागा आहे."

"मला तिला बघायचंय. मी बघू शकेन का तिला?"

नर्स जराशी गोलमटोल होती; पण ती वात्सल्यमय वाटली. तिने पुढे झुकून माझ्या कपाळावर आलेले केस मागे सारले. म्हणाली, "आता नाही हं बेटा. आता तुला विश्रांतीची गरज आहे. इतकं घाबरवलं होतंस सगळ्यांना. आम्हाला वाटलं, जातेस की काय पोरीला टाकून!"

पुढचे दोन दिवस असेच मी 'जाते की राहते' अशा अवस्थेत गेले. तेव्हाचं काही आठवत नाही. तिसऱ्या दिवशी जाग आली, तेव्हा कुणीतरी मारियाला माझ्याजवळ ठेवून सांगत होतं, "घे तुझी मुलगी. दोन दिवसांची झालीय." अगदी छोटी, बाहुलीसारखी होती. वजन पाच पौंडाहून कमी भरलं. पण नर्सेस सांगत होत्या की, तिची तब्येत ठीक होती. आता माझ्यापेक्षा तिचीच तब्येत बरी होती. माझी सगळी वार एकदम बाहेर आली होती आणि इतका रक्तस्राव झाली की, डॉक्टरांना वाटलं ही काही आता जगत नाही.

ज्या ॲम्ब्युलन्सने मला हॉस्पिटलमध्ये आणले, त्याचा चालकही मुद्दाम मला भेटायला आला होता. तो सांगत होता, हॉस्पिटलमध्ये आणत असताना त्यांनी अनेकवार माझ्या तळपायात सुया खुपसून संवेदना होतात का? ते तपासलं. पण मला एकदासुद्धा काही टोचल्याचं जाणवलं नाही. मला कॉटवर उठून बसलेली पाहून त्याचा जीव भांड्यात पडला. डेंटिस्टनेही मला फुलं आणि शुभेच्छाकार्ड पाठवलं. पुढच्या वेळी त्याच्या दवाखान्यात गेले तेव्हा सांगत होता की, माझी अवस्था पाहून तो एवढा हादरला की घरी गेल्यावर 'अपत्यजन्म' या विषयीच्या त्याच्या सगळ्या नोट्स त्याने वाचून काढल्या.

मुलगी झाली म्हणून राजला खूपच आनंद झाला. तो म्हणाला, "मुलगा झाला नाही तरी चालेल." पण त्याचे आईवडील दोघेही खट्टू झाले. मी मुलीचं दुसरं नाव 'आना' ठेवलं, ते तर त्यांना मुळीचं आवडलं नाही. माझी सासू म्हणाली, "तुला ठाऊक आहे, जसविंदर? भारतात 'आना' म्हणजे एक नाणं असतं? सर्वांत कमी किंमतीचं नाणं? रुपयाचा सोळावा भाग. त्याची किंमत ती किती? काहीच नाही. असलं हलकं नाव कशाला ठेवायचं आपल्या मुलीचं?"

२२

मारियाचा जन्म झाला आणि सगळे बदल घडायला लागले. राजच्या वडिलांनी गॅरेज विकलं आणि पहिल्या बायकोला पोटगी देण्याकरता राजला स्वत:चं घरही विकावं लागलं. मी मारियाला घेऊन हॉस्पिटलमधून घरी आले आणि दोनच महिन्यांनी आम्हाला तिथून बाहेर पडावं लागलं. आम्ही त्याच्या आईवडिलांकडे नॉटिंगहॅमला राहायला गेलो. तो म्हणाला, ‘‘आपल्याला दुसरं घर मिळेपर्यंत, फक्त काही दिवसांपुरतंच तुला तिथे राहावं लागणार आहे!’’ पण सामान बांधताना मी खरोखर घाबरलेली होते. कारण आता मी सासू-सासऱ्यांच्या तावडीत सापडलेली, गरीब बिचारी आशियाई सून म्हणून वावरणार होते. पारंपरिक पद्धतीने लग्न झालेल्या कुठल्याही वधूप्रमाणे मला चोवीस तास ‘नजरे’च्या पहाऱ्यात वावरावं लागणार होतं.

मला करता येईल तितकं मी केलं. त्यांना हवं तसं वागण्याचा प्रयत्न केला. पण ते तितकं सोपं नव्हतं. मी जर कधी राजला म्हटलं की, ‘‘जरा मला टेबल आवरायला मदत कर’’ किंवा ‘‘भांडी विसळू लागतोस का?’’ तर ताबडतोब त्याची आई म्हणायची, ‘‘मी नाही माझ्या मुलाला भांडी विसळू द्यायची. ह्या घरात तर नाहीच नाही.’’ त्यांचा अवमान करण्याची माझी इच्छा नसायची. म्हणून मी कधीही माझी पायरी सोडून बोलायची नाही. शांत राहून, पडतं घेऊन, जुळवून घेण्याचा प्रयत्न करायची. घरी आल्या-आल्या भारतीय पोशाख घालायची आणि शक्यतोवर आमच्या रुममध्येच राहायची. पण मला वाटतं, ते लोक माझ्या विरुद्धच होते.

एव्हाना मी राजला घाबरू लागले होते. हे त्याच्या आईलाही माहिती होतं. आम्हा दोघांत काय चाललं होतं, हे तिला नक्कीच ठाऊक असलं पाहिजे. कारण त्यातलं पुष्कळसं तिच्यासमोरच घडायचं. त्या दिवशी आमचं लिसावरून भांडण झालं, तेव्हा ती शेजारच्या खोलीतच होती. त्यादिवशी राजला आवडतो म्हणून मी भरपूर तिखट मसाला घालून, वाटण वगैरे लावून रस्सा केला होता. खरंच खूप मेहनत घेऊन केला, कारण मला त्याला खूश करायचं होतं. आम्ही दोघंच तो खात असताना त्याने विचारलं, ‘‘काय गं, तुझी मुलगी येणार आहे उद्या इथे?’’

ती येणार आहे, हे त्याला चांगलंच ठाऊक होतं. मी त्याला आदल्या दिवशीच तसं सांगितलं होतं. मला वाटलं, तो मुद्दाम मला डिवचण्यासाठी बोलत असावा. कारण याआधी त्याने आणि त्याच्या आईने मुद्दाम माझ्यासमोर लिसाचा उल्लेख ‘अस्पृश्याची पोरगी’ असा केला होता. माझ्या आत, खोलवर दुखलं होतं! माझा

त्या वेळेपर्यंत गरीब गायीसारखा दुबळा झालेला स्वर सोडून देऊन मी तडफदारपणे आणि तुच्छतेने म्हटलं, "काळजी करू नकोस. तुझ्यापासून दूर ठेवीन तिला मी."

त्याला ते आवडलं नाही. तो चकित झाला. तोंडापाशी जाणारा त्याचा हात अर्ध्यावरच थबकला. तो माझ्याकडे रोखून पाहू लागला. मीही न घाबरता त्याच्या नजरेला नजर दिली, "काय म्हणालीस तू?" असं म्हणत हातातला काटा प्लेटमध्ये टाकत तो खुर्चीवरून उठला. वाकून, डोळे वटारून माझ्याकडे बघत राहिला. माझं हृदय, पिंजऱ्यातल्या पाखरासारखं फडफडत होतं. पण मला ते त्याला कळू द्यायचं नव्हतं. मीही त्याच्याकडे तेवढेच डोळे वटारून पाहात राहिले.

"तू तिला माझ्यापासून दूर ठेवशील, आँऽऽ?" असं म्हणून टेबलावर बसला आणि एकदम रश्श्याच्या पातेल्यात हात घालून मूठभर रस्सा घेऊन भिंतीवर फेकला. तो सगळा जमिनीपर्यंत ओघळला. तोपर्यंत राजने पुन्हा पातेल्याकडे हात नेला. त्याबरोबर झडप घालून मी ते पातेलं धरलं आणि त्याच्या हातातून काढून घेण्याचा प्रयत्न करू लागले. हे सगळं प्रकरण वाढायच्या आधी मला थांबवायचं होतं. थोडावेळ आम्ही दोघेही पातेलं खेचत राहिलो आणि अचानक राजने ते सोडून दिलं. त्याबरोबर स्लो-मोशनमध्ये दाखवतात तसा, पातेल्यातला सगळा तिखटजाळ रस्सा माझ्या अंगावर सांडला. डोळ्यात उडाला, चेहऱ्यावर उडाला. मी वेदनेने विव्हळले. मला इतका मोठा धक्का बसला की, मी नुसती तिथे बसूनच राहिले. तिखट रस्सा माझ्या सर्वांगावरून खाली टपकत होता. तेवढ्यात राजने टेबलावरची लेमोनेडची बाटली फोडली. त्याचा 'फस्स्' आवाज झाला. क्षणभर मला वाटलं, तो मला प्यायलाच देत असेल. पण पुढच्याच क्षणी त्याने ती आख्खी बाटली माझ्या डोक्यावर ओतली. त्या रश्श्यातून आणखी झोंबत लेमोनेड माझ्या डोळ्यात, तोंडात, अंगावरून ओघळू लागलं. आणखी एक धक्का बसला मला. त्याही अवस्थेत त्या लेमोनेडची विचित्र चव जिभेला कळत होती. मी खोकत होते, ठसकत होते, झोंबणारे डोळे घट्ट मिटून घेतले होते. काहीतरी अस्पष्ट बोलण्याचाही प्रयत्न करत होते. माझ्या चेहऱ्यावरचे केस ताठ उभे राहिले होते. उंदराच्या शेपटीसारखे टोकदार. अंगावरचा पंजाबी सूट घट्ट चिकटून बसला होता. काही वेळाने जेव्हा मला सुरक्षित वाटलं आणि मी डोळे उघडले, तेव्हा राज तिथेच माझ्याकडे टक लावून पाहत उभा होता. मी उठून सिंकजवळचं एक फडकं घेतलं आणि आवरायला सुरुवात केली. "अगं, राहू दे ना. कशाला पुसत बसलीयस ते सगळं?" तो म्हणाला. आता त्याच्या आवाजात संताप नव्हता. उलट थोडं ओशाळं झाल्यासारखं वाटत असावं त्याला!

तरीपण मी सगळं पुसून आणि आवरून घेतलं. दरवाजा सताड उघडाच होता. त्यातून त्याची आई आत आली. तिला काहीही ऐकू गेलं नसेल अशी शक्यताच

नव्हती आणि ती तिच्या नेहमीच्या खुर्चीवर बसलेली असली, तर तिने सगळं पाहिलंसुद्धा असेल. पण काहीच माहिती नसल्यासारखं तिनं अज्ञान पांघरलं होतं, "अरेच्चा! काय झालं बेटा इथे?"

पंधरा मिनिटांनी मी शॉवर घेऊन दुसरे स्वच्छ कपडे घालून बाहेर आले, तेव्हा राज बेडरूमच्या दाराशी येऊन उभा राहिला. हसून म्हणाला, "कशाला उगीच बदललेस कपडे? तशीच ओली मस्त, सेक्सी दिसत होतीस!"

आता मागे वळून पाहताना माझा विश्वासच बसत नाही की, मी इतकी गप्प कशी बसत होते? तो जेवढा प्रेमळ होता, तेवढ्याच माफक प्रमाणात माझ्याशी चांगलं वागत होता; पण मला भाबडीला वाटायचं की, आपण जितकं त्याच्या मनासारखं वागू, तितका तो आपल्याशी प्रेमळपणे वागेल. मी त्याच्या प्रेमाची भुकेली होते. माझं दुसरं लग्न यशस्वी व्हावं असं मला इतकं तीव्रतेने वाटत होतं की, त्याचं मन जिंकून घेण्यासाठी जे जे शक्य होतं ते सर्व मी करत होते. मला वाटायचं, आता दुसऱ्याही लग्नाचा असा बोऱ्या वाजला हे माझ्या घरच्यांना समजलं तर मला डर्बीमध्ये तोंड दाखवायलाही जागा राहणार नाही.

राजचा राग मावळला, तेव्हा मला वाटलं चला!... ढग गेले, सूर्य उगवला आहे. आता आपण आपल्याला करायचं आहे ते करू शकतो. स्त्रियांकरता 'भाषेच्या आणि सांस्कृतिक बाबतीतल्या अडचणी' सोडवण्याकरता एक प्रकल्प सुरू करावा असं माझ्या मनात होतंच. राजचाही त्याला पाठिंबा होता. मी शोध घेतला तेव्हा असं आढळलं की, अशा प्रकारचा कोणताही उपक्रम डर्बीमध्ये चालवला जात नाही. 'स्त्री आधार केंद्रात' गेल्यावर हे सहजच मी, ट्रिशच्या कानावर घातलं. "मी जर तुझ्याजागी असते ना, तर आधी एक कोर्स पूर्ण केला असता. रस्त्याच्या पलीकडे 'रेप क्रायसिस सेंटर' आहे. बलात्कारित स्त्रियांना मदत करणारी संस्था. त्याच्यातर्फे एक अभ्यास वर्ग चालवला जातो. तिथे हे शिकवतात की, संकटग्रस्तांचं म्हणणं, त्यांच्या हकिकती कशा ऐकाव्यात? आपला त्यासंबंधी दृष्टिकोन कसा असला पाहिजे? मला वाटतं, स्त्रियांना आपलंसं करण्यासाठी या सगळ्याची तुला फार मदत होऊ शकते." असा उपदेश करून, ट्रिश थांबली नाही. ती मला ऑफिसमध्ये घेऊन गेली आणि राखाडी रंगाच्या फायलींच्या कपाटात शोधाशोध करून, तिने एक छापील अर्ज शोधून काढला. तो मला भरायला लावला आणि म्हणाली, "पंधरा दिवसांनी त्यांचा नवा कोर्स सुरू होतोय. बघ त्यासाठी तुला प्रवेश मिळतोय का?" त्याप्रमाणे मला प्रवेश मिळाला.

पहिल्या दिवशी कोर्सला जाताना तिथे काय शिकवणार असतील, याची मला अजिबात कल्पना नव्हती. हे 'रेप क्रायसिस सेंटर' एका ऑफिसच्या इमारतीत होतं. त्यातली जी खोली कोर्स करता वापरली जाणार होती, तिथे सौम्य प्रकाशयोजना

केलेली होती. मेणबत्त्यांमुळे खोली उबदार वाटत होती. छोट्या खुर्च्या आणि उशा वर्तुळाकार ठेवलेल्या होत्या. दोन प्रशिक्षित समुपदेशक स्त्रिया तो कोर्स चालवत होत्या. एक होती 'सिल्विया.' ही माझ्याच वयाची होती. २५ ते ३० वर्षांची आणि दुसरी 'ग्लेंडा.' ही माझ्यापेक्षा दहा वर्षांनी मोठी होती. दोघीजणी शांत होत्या. प्रेमळही होत्या. फार बोलत नसत. तिथे आम्ही आठ विद्यार्थीनी होतो. वीस वर्षांपासून पन्नास वर्षांपर्यंत वयाच्या. पण त्यात मी एकटीच आशियाई होते.

कोर्सचा पहिला भाग – मनातलं साचलेलं सगळं सांगून टाकून स्वत:चा शोध घ्यायचा होता. पहिले दोन क्लास मी नुसती ऐकत होते. इतरजणी आपापल्या भयंकर कहाण्या सांगत होत्या आणि बाकीच्या शांतपणे ऐकून त्यातली भयानकता जाणून घेण्याचा प्रयत्न करत होत्या. मी पण ऐकून प्रभावित होत होते. बलात्काराच्या, छळाच्या, दहशतीच्या, दु:खद कहाण्या बाहेर पडत होत्या. त्या सगळ्याजणी निराश होत्या, पण त्यांच्या कहाण्या किती सारख्या होत्या! सगळ्या त्याठिकाणी जणू एक झाल्या होत्या. अनोळखी महिलांसमोर आपापल्या आयुष्याच्या लाजिरवाण्या घटना उघड करून सांगत होत्या. सांगून संपल्यावर प्रत्येकजण कशी मोकळी होत होती, ते मी प्रत्यक्ष पाहत होते. कारण कहाणी सांगून, त्या मनात साचलेलं विषच बाहेर टाकत होत्या. पण मला मात्र तसं करायला जमलं नाही. असा मोकळपेणा मला सर्वस्वी नवा होता. जणू काही ती एखादी परदेशी भाषाच होती, माझ्यासाठी!

तिसऱ्या आठवड्यात ग्लेंडा म्हणाली, आता मी तुमच्या दोघी-दोघींच्या जोड्या बनवते. आळीपाळीने एकेकीने सांगायचं आणि दुसरीने ऐकायचं. लक्ष देऊन, सहानुभूतीपूर्वक कसं ऐकून घ्यावं त्यासाठी हा सराव होता. माझी आणि ॲलिसियाची जोडी होती. आम्हांला एकमेकींना स्वत:चे अनुभव सांगायचे होते.

पहिल्यांदा ॲलिसिया बोलली. आम्ही अशा एकमेकींसमोर बसलो होतो. लहानपणी तिला कसले-कसले भयंकर आणि वाईट अनुभव आले, कुणी-कुणी काय केलं ते सांगत होती. मी लक्ष देऊन ऐकत होते आणि आम्हाला जे जे सांगितलेलं होतं, त्याचा सराव करत होते. सहवेदना, तिच्या म्हणण्याला दुजोरा देणं, कुठलंही मत व्यक्त करायचं नाही, मदतीचं आश्वासन द्यायचं वगैरे... पण त्याचवेळेला तिच्या कहाणीत ओढलीही जात होते. अशाप्रकारे माझं कधीच कुणाशी बोलणं झालं नव्हतं. फक्त आम्ही दोघीच असल्यामुळे ते बोलणं इतकं जवळकीचं झालं की, विचारता सोय नाही!

मग माझी बोलण्याची वेळ आली. त्या वेळेपर्यंत मी माझ्या जीवनात घडलेली एकही गुप्त गोष्ट सांगितलेली नव्हती. सगळ्या ठळक गोष्टी सांगितल्या – माझं लग्न झालेलं आहे, मला दोन मुली आहेत. मोठी माझ्या पहिल्या नवऱ्याकडे राहते, मी एरोबिक्स शिकवते... वगैरे... यापुढे काय सांगायचं ते काहीच ठरवलेलं नव्हतं.

पण मी आपोआप रोबीनाबद्दल सांगायला लागले. ह्या गोष्टी मी कुणालाच सांगितलेल्या नव्हत्या. राजलासुद्धा त्याचा फारसा तपशील माहिती नव्हता. पण त्या वेळी मी ॲलिसियाला प्रत्येक गोष्ट सांगितली — पंधरा वर्षांची होती तेव्हा रोबीनाचं लग्न जबरदस्तीने एका अनोळखी पुरुषाशी कसं लावून दिलं गेलं, त्याचपासून तिला एक मुलगा झाला, तिचं वैवाहिक आयुष्य किती त्रासाचं आणि दु:खदायक होतं, ममने किंवा डॅडनेसुद्धा तिला मदत करायचं कसं नाकारलं, जातीच्या पुढाऱ्याने तिला सक्तीने त्याच माणसाकडे पुन्हा नांदायला पाठवलं. तिला कुणीच आसरा न दिल्याने ती एकटी पडली. जगायला अतिशय घाबरली, कंटाळली आणि शेवटी तिने जाळून घेऊन स्वत:ला संपवलं... तिच्या शोकप्रदर्शनाच्या वेळीसुद्धा ममने मला सर्वांमध्ये बसायला कशी मनाई केली, तेही मी सांगून टाकलं. बोलत असताना मी सतत ॲलिसियाच्या चेहऱ्याकडे बघत होते. प्रथम मला वाटलं की, सांगताना मला लाज वाटेल. पण तसं काहीच झालं नाही. उलट मी रोबीनाची बाजू मांडतेय असं मला वाटत राहिलं. ॲलिसिया धीर देणं, दुजोरा देणं वगैरे काहीच करत नव्हती. फक्त भेदरल्यासारखी डोळे विस्फारून बघत राहिली होती. तिचा चेहरा त्यातल्या दु:खाने व्याकूळ झाला होता. शेवटी मी सांगायची थांबले, तेव्हा तिने माझ्या गळ्यात हात टाकले आणि रडू लागली, "मी समजू शकते... मी समजू शकते..." असं म्हणायला तिने सुरुवात केली, तोच मी तिला थांबवलं.

"असं म्हणू नकोस. तू नाही समजू शकणार ते." आता मी रडायला लागले होते. माझं हृदय मोकळं झालं होतं. त्यातलं साचलेलं दु:ख, संताप सगळं ओसंडून बाहेर पडू लागलं होतं आणि ते बिचाऱ्या ॲलिसियावर जाऊन आपटत होतं.

"अगंऽऽ, तिने तिच्या सख्या आईजवळ मदत मागितली होती आणि आईने कठोरपणे तिच्याकडे पाठ फिरवली. साऱ्या जगात आईवरच आपण प्रेमासाठी आणि रक्षणासाठी अवलंबून असतो ना? तीच असं करेल, हे समजू शकतेस तू? जोपर्यंत तुझ्या बाबतीत असं काही घडणार नाही ना, तोपर्यंत तुला नाही समजणार ते. समजणं शक्यच नाही. उगीच 'समजलंय' असं म्हणू नको."

हे सेशन म्हणजे माझ्या आयुष्यातला परिवर्तनाचा क्षण ठरला. माझं आयुष्य ज्या चौकटींनी तयार झालं होतं, ज्या आधारावर उभं होतं, त्यातला बऱ्याच या सेशनमध्ये हादरल्या. जागेवरून हालल्या. घराण्याचं नाव, कीर्ती टिकवून ठेवायची, त्यावर डाग पडू द्यायचा नाही याचा अर्थ ममने आम्हाला असाच शिकवला होता की, जे काही चुकीचं, दु:खदायक, वाईट घडेल ते चार भिंतींच्या आत पुरून ठेवायचं. बाहेरच्या कुणावर विश्वास ठेवून काही सांगावं आणि कुणी आपल्यावर दोषारोप न ठेवता ऐकून घेईल, हे आमच्या घरातल्या माणसांच्या कल्पनेतही नव्हतं. त्यामुळे 'गुप्तता' ही माझ्या लहानपणाची आधारशीलाच होती. ती आधारशीला

आता माझी मीच उद्ध्वस्त केली होती आणि काय आश्चर्य! बाहेरची दुनिया पूर्वीसारखीच चांगली भासली मला.

पूर्वी घडलेल्या वाईट घटनेबद्दल मी सत्य ते सांगितलं. माझ्या मनातल्या खोलवर रुतलेल्या कुरूप भावना मी उघड केल्या आणि त्या जगाने स्वीकारल्या. कुणी माझा न्यायनिवाडा केला नाही की टीका केली नाही. ना कुणी मला रागावलं; ना शरमिंदा केलं. बाहेरच्या लोकांनी माझ्यावर विश्वास ठेवला आणि त्याहून महत्त्वाचं म्हणजे माझा मान राखला. अपमान करून हाकललं नाही. त्या बायकांच्या सहानुभूतीपूर्ण वागण्याने मला दाखवून दिलं की, मला आलेले अनुभव लज्जास्पद किंवा घृणास्पद नव्हते. त्याने कलंकित होण्याचा काही प्रश्नच नव्हता. तो माझ्या जीवनाचा एक भाग होता. त्यामुळेच मी जशी आहे तशी घडले होते. त्यादिवशी संध्याकाळी मी त्यांच्या गटात जाऊन बसले, बोलण्यात भाग घेतला आणि माझे डोळेच उघडले.

मी मागे वळून माझ्या बालपणीच्या जीवनाकडे बघितलं आणि माझ्या स्पष्टपणे लक्षात आलं की, ममने आमच्याभोवती जे गुप्तपणाचं, सगळं लपवून ठेवण्याचं जाळं विणून ठेवलेलं होतं त्यामुळे जगातल्या अनेक सुंदर आणि चांगल्या गोष्टी आम्हाला दिसल्याच नव्हत्या. सत्य, प्रामाणिकपणा, सहानुभूती यासारख्या अनमोल गोष्टींना मी पारखी झाले होते. आंधळ्यांना सुंदर वस्तू न दिसल्यामुळे लक्षात येत नाही ना, तशी अवस्था झाली होती.

त्यादिवशीपासून ॲलिसिया माझी जिवलग मैत्रीण झाली, ती आजतागायत आहे. इतक्या वर्षांमध्ये तिने निरपेक्ष प्रेमाचे अनेक धडे मला शिकवले आहेत.

त्यानंतर त्या कोर्समध्ये जितका जास्तीतजास्त सहभाग घेता येईल तितका मी घेतला. गटचर्चेव्यतिरिक्त आठवड्यातून एक दिवस आम्हाला वैयक्तिक समुपदेशन दिलं जायचं. मी ग्लेंडाकडून समुपदेशन घ्यायची. 'लिसनिंग कोर्स'मुळे आमच्या ज्या स्मृती जागृत होत होत्या त्याबद्दल आम्ही बोलायचो. माझ्या त्या स्मृती तर विशेष संस्मरणीय होत्या. मी इतकी वर्षे मनात दाबून ठेवलेलं सगळंच उफाळून वर येत होतं. ग्लेंडाबरोबरच्या माझ्या सिटींग्जमध्ये भावनांचा उद्रेक व्हायचा आणि त्यात मी संतापून विचारलेले अनेक प्रश्न असायचे.

'वैवाहिक जीवनात दुःख, त्रास हा असणारच. तो त्या जीवनाचा एक अटळ भाग आहे.' असं ममने आमच्या डोक्यात का भरवून ठेवलं?

'ममने तिच्या मुलींचा बचाव, रक्षण का केलं नाही?'

'आम्हांला स्वतंत्र व्यक्ती समजण्याऐवजी, ती नेहमी कठपुतळ्या का समजत होती?'

'आयुष्यात सुख, समाधान मिळविण्याचा, शोधण्याचा आम्हाला हक्क आहे,

आवडीचा जीवनसाथी निवडण्याचा हक्क आहे हे तिला कळत नव्हतं का?'

ग्लेंडाने सांगितलं, मला वेगळं समुपदेशन घेण्याची गरज आहे. ती म्हणाली, "तुला मदतीची आवश्यकता आहे. पहिल्यांदा मला ते पटलं नाही. पण माझा मानसिक त्रास वाढू लागला तेव्हा मी ते मान्य करून, बालपणी पायात घातलेली आणखी एक बेडी तोडायचं ठरवलं."

सिल्वियाने, मला समुपदेशन देण्याचं कबूल केलं. त्याप्रमाणे तिने सुमारे वर्षभर मला दर आठवड्याला एकदा समुपदेशन दिलं. पण एकदाही त्याचे पैसे घेतले नाहीत. तिने फक्त मला मदत म्हणून ते काम मनापासून केलं. मी त्याची वाच्यता कुणाजवळही केली नाही. राजलासुद्धा समुपदेशनाबद्दल माहिती नव्हतं. त्याला वाटत होतं, अजून मी पुढचा कोर्सच करतेय. मी सिल्वियाला सगळं काही सांगितलं होतं. दर आठवडात भेटीच्या वेळी मी माझ्या आयुष्यातला दुःखद भाग सांगायची, त्या वेळी ती सहानुभूतीने ऐकून घ्यायची. कधी-कधी माझ्याबरोबर तिलाही रडू यायचं.

याबाबतीत मी तिच्यावर पूर्णपणे विश्वास टाकू शकत होते, ही गोष्ट माझ्या दृष्टीने फार महत्त्वाची होती. पण वारंवार माझ्या मनात एक प्रश्न उभा राहायचा. तो एकदा मी तिला विचारला. "सिल्विया, मी इतकी सगळी दुःख तुझ्याकडे मोकळी करते. ते सगळं तू कशी काय सहजतेने ऐकून मनात ठेवू शकतेस? आणि पुन्हा तुझं आयुष्य कसं काय नेहमीप्रमाणे चालू ठेवतेस?"

यावर सिल्विया हसली आणि म्हणाली, "तू त्याची काळजी नको करूस."

दुसऱ्यांना सतत काहीतरी देत राहायला सिल्वियाला आवडायचं. केव्हाही मनातलं काही सांगायचं असेल, तेव्हा मी तिच्याकडे धाव घ्यायचे. पाच वर्षांपूर्वी सिल्विया कॅन्सर होऊन वारली. मला आजही तिची आठवण अस्वस्थ करते....

२३

'लिसनिंग स्किल कोर्स' करत असताना ज्यांना भाषेशी आणि संस्कृतीशी जुळवून घेताना अडचणी येतात, अशा स्त्रियांना मदत करण्याची माझी इच्छा असल्याचं मी सगळ्यांना सांगायला सुरुवात केली. मी त्याबद्दल जसजशी जास्त बोलत गेले, तसतशी ती कल्पना माझ्या मनात स्पष्ट होत गेली. लोकांनी मला चांगल्या-चांगल्या कल्पना सुचवल्या. काहींनी मदतीची तयारी दाखवली. आमच्या

कोर्समधल्या एकजणीने सांगितलं की, स्वयंसेवी संस्थांची एक मध्यवर्ती संघटना आहे. 'कौन्सिल फॉर व्हॉलंटरी सर्व्हिस' त्यांची तुला मदत होऊ शकेल. त्याप्रमाणे मी वेंडी लॉईड यांना भेटले. त्याच माझी स्फूर्तीदात्री आणि सल्लागार ठरल्या.

मी त्यांच्याकडे जाऊन, स्त्रियांना मदत करण्याविषयीच्या माझ्या मनात उसळणाऱ्या कल्पनांचं वादळ त्यांच्यापुढे मांडलं. त्यांनी वस्तुस्थिती सांगून माझ्या विचारांना दिशा देण्याचा प्रयत्न केला. त्या म्हणाल्या की, 'तुझ्या कार्यासाठी तुला कुणाकडूनही निधी उपलब्ध करून घ्यायचा असेल, तर प्रथम संस्थेचा हेतू आणि उद्दिष्ट सांगणारी घटना तयार करायला पाहिजे. तसेच किमान चार सभासद असणारी कार्यकारिणी असायला हवी.' त्या मदत करायला इतक्या तत्पर होत्या की, त्यांनी माझ्या संस्थेसाठी परिपूर्ण असं नावही शोधून दिलं – 'कर्म निर्वाण!' मी तर उत्साहाच्या भरात त्यांच्यापुढे उद्दिष्टांचं आवर्तच उभं केलं. त्यातून त्यांनी दोन प्रमुख उद्दिष्टे निश्चित केली. 'महिलांच्या मनातला भ्रम दूर करून त्यांना मन:शांती मिळवायला मदत करणे.'

काम सुरू करण्यासाठी आम्हाला सुरुवातीला एक जागा लागणार होती. त्यासाठी मी स्त्री आधार केंद्रात जाऊन ट्रिशला भेटले. ती म्हणाली, 'रेप क्रायसिस सेंटर' चे लोक मागची खोली पूर्वी वापरत होते ना, ती तुला मिळू शकेल.

''पण मी भाडं देऊ शकणार नाही. आमच्याकडे अजून एकही पैसा जमा झालेला नाही.'' ती खांदे उडवत हसली. पण त्यात आश्वासन होतं.

''मग मला मोफत वापरू द्या अशी विनंती कर त्यांना. नाहीतरी ती रिकामीच पडली आहे. तू असं कर, मॅनेजमेंटपुढे एक प्रेझेंटेशन दे आणि त्यांना विनंती कर. त्यात तुझं काहीच नुकसान होणार नाही. झाला तर फायदाच होईल.''

मी तर त्यापूर्वी 'प्रेझेंटेशन' हा शब्दसुद्धा ऐकलेला नव्हता. ते काय असतं? कसं करायचं? काहीच माहिती नव्हतं मला. पण ट्रिश म्हणाली, ''काही नाही गं! तुला काय-काय करायचं आहे, ते त्यांच्यापुढे जाऊन सांगायचं. मला सांगितलंस ना तसंच जोशात! जमेल तुला सहज.''

असं सांगून तिने माझ्या मनाची तयारी केली आणि मग सरळ मॅनेजमेंट कमिटीच्या पुढच्या बैठकीच्या कार्यक्रम पत्रिकेत माझं नावच घालून टाकलं. पहिल्या तीन विषयांनंतर चौथ्या क्रमांकावर आत जाऊन मला माझं निवेदन करायचं होतं.

झालं! मिटिंगचा दिवस उजाडला. माझ्या छातीत धडधड सुरू झाली. आत मिटिंग सुरू झाली. हॉलच्या बाहेर माझ्या येरझाऱ्या सुरू झाल्या. नेमकं आत जायच्या वेळेला माझं अवसान गळायला सुरुवात झाली. मी काहीच लिहून आणलेलं नव्हतं. माझ्याकडे कसलीही आकडेवारी नव्हती. टिपणं किंवा कात्रणंसुद्धा नव्हती. माझ्याकडे फक्त माझं स्वप्न होतं. ते मी कसं दाखवणार

त्यांना? आणि कसं काय पटवून देणार....?

अखेर मला आतमध्ये बोलावलं. आतमध्ये काय घडलं, ते मला आता नीटसं आठवत नाही. कुणीतरी मला बसायला सांगितलं. मी म्हणाले, "आपल्याला चालणार असेल, तर मी उभी राहून बोलू का?" माझी कानशिलं गरम झाली. तोंडाला कोरड पडली होती. मी एक प्रदीर्घ श्वास घेऊन बोलायला सुरुवात केली.

"माझ्या मनात एक कल्पना आलीय, एक विचारच आहे तो चांगला. एक प्रकल्प हाती घ्यायचा. स्त्रियांच्या मदतीसाठी... अशा स्त्रिया, ज्यांना इथे आल्यानंतर भाषा समजत नाही, इथले सामाजिक संकेत माहीत नसतात. त्यामुळे त्यांना इथल्या जीवनात रुळण्यामध्ये आणि रुजण्यामध्ये अडचणी येतात. मी अजून कामाला सुरुवात केलेली नाही. त्यामुळे ती मदत नेमकी कशाप्रकारे असेल, हेही मी आताच सांगू शकत नाही. पण मला अशा महिला ठाऊक आहेत आणि त्यांना मदतीची गरज आहे, हेही मला निश्चित माहीत आहे. माझ्या आईकडे पाहून प्रथम हा विचार माझ्या मनात आला. ती आयुष्यभर लंडनमध्ये राहिली, पण तिला काही इंग्लिश बोलता आलं नाही. आता ती या जगात नाही. पण शेवटच्या आजारपणात जेव्हा तिला हॉस्पिटलमध्ये ठेवलं...."

मी बोलायला सुरुवात केल्यानंतर शब्द आपोआप तोंडातून बाहेर पडू लागले. अगोदर मला वाटलं होतं की, काय बोलायचं ठरवलं ते मी ऐनवेळी विसरेन. एखादे वेळी बोलताना अडखळेन. पण एकदा ममबद्दल बोलायला सुरुवात केल्यानंतर, बोलण्याचा ओघ सुरूच राहिला. त्यांनी माझ्या नजरेतून तिच्या अवस्थेकडे पाहावं, असं मला वाटत होतं. गरीब बिचारी म्हातारी बाई, तिने आयुष्यभर मोलमजुरी केली सगळे कर वगैरे व्यवस्थित भरले आणि शेवटी काय झालं? ज्यांनी तिची काळजी घ्यायची त्यांनीच तिची अवहेलना केली. मी हे सगळं खुलासेवार सांगून म्हटलं, "तिची सेवा करण्यासाठी, काळजी घेण्यासाठी ज्यांनी तिच्याकडून पैसे घेतले त्यांच्याकडूनच तिची मानखंडना व्हावी, हे तिच्या मनाला फार लागलं आणि हे घडलं कशामुळे? तर भाषा येत नसल्याने तिला कशाची गरज आहे, काय हवं आहे हेच हॉस्पिटल कर्मचाऱ्यांना नीट समजायचं नाही."

माझं मन भरधाव वेगाने पळत होतं. मला वाटायचं, मी ताशी शंभर मैल वेगाने बोलतेय आणि माझ्या हातांच्याही भरपूर हालचाली होत होत्या... नाचल्यासारख्या! पण त्यामुळे मला आवेशाने बोलायला मदत होत होती. म्हणून मी हातवारे थांबवायचा प्रयत्न केला नाही. आजतागायत माझं असंच आहे. जर कुणी हात पाठीमागे बांधून मला बोलायला सांगितलं, तर माझी मुक्या माणसासारखी गत होईल.

ममविषयी सांगता सांगता, मी त्यांना रोबीनाबद्दलही सांगितलं – तिला सोसावा

लागलेला भयंकर छळ आणि केवळ मदत मागायला कुठे जावं हे माहिती नसल्यामुळे तिला कसं मृत्यूला जवळ करावं लागलं, इत्यादी... माझ्या विवेकबुद्धीत काट्यासारखा रुतून बसलेला विचार मी त्यांच्यासमोर मांडला की, कुणी सहानुभूतीने ऐकून घेऊन मदतीचा हात पुढे करणारं भेटलं असतं तर रोबीनाचा जीव वाचलाही असता.

आणि नंतर मी माझ्याबद्दलही बोलले. (ऐकताना माझाच माझ्यावर विश्वास बसत नव्हता.) 'लिसनिंग स्किल कोर्स' करण्यापूर्वी मी असं कधीच सांगू शकले नसते पण त्यांनी जो विश्वास मला दिला त्यामुळे माझा आत्मविश्वास वाढला. ग्लेंडा, सिल्विया, ॲलिसिया आणि इतरांनी मला इथपर्यंत आणून सोडलं होतं. त्यामुळे मी तिथे त्यांच्या डोळ्याला डोळा भिडवून सांगू शकले की, माझ्या घरच्यांनी जबरदस्तीने माझं लग्न लावून द्यायचं ठरवलं, त्यातून सुटण्यासाठी मला घरातून पळून जावं लागलं. तेव्हापासून घरच्यांनी माझं नाव टाकलं, ते कायमचंच! त्यानंतर मला कुटुंबाशिवाय जगावं लागलं.

"मला तरी कुणाकडे मदत मागावी म्हटलं, तर कुठे सोय होती? म्हणून सांगते, मला वैयक्तिक अनुभवावरूनही असं वाटतं की, मी म्हणते तसा एखादा प्रकल्प असण्याची गरज आहे. कारण मला चांगलं माहिती आहे की, आपल्या इथे माझ्या आईसारख्या, रोबीनासारख्या आणि माझ्यासारख्या अनेक स्त्रिया आहेत. मी त्यांना दररोज या डर्बीच्या रस्त्यावर बघतेय – आपापले चेहरे झाकून, गुपचूप खाली बघत चालताना, एखाद्या सावलीसारख्या झर्रकन अदृश्य होताना....!"

"मला अशा स्त्रियांना मदत करायची आहे. मी ती नक्की करू शकेन. म्हणून माझी आपल्याला अशी विनंती आहे की, माझं स्वप्न वास्तवात आणण्यासाठी मला मदत करा."

एवढं बोलून मी थांबले. मला किंचित धाप लागली होती. क्षणभर हॉलमध्ये पूर्ण शांतता होती. मग एक स्त्री सदस्या म्हणाल्या, "जसविंदर, तू खरोखरच शूर आहेस!" मला आश्चर्य वाटलं; मग एकदम त्यातले बरेच जण बोलायला लागले.

"आम्ही कशाप्रकारे आपल्याला मदत करू शकतो?"

"तुम्ही स्वत: काय करणार आहात ते सविस्तर सांगा."

"तुम्हाला नेमकी कशाची गरज लागेल?" अशा प्रकारचे सर्वांचे प्रश्न होते.

"मला पहिल्या प्रथम प्रकल्प सुरू करण्यासाठी एक छोटीशी जागा हवी होती. तिथून मी 'कर्म निर्वाण'चं काम सुरू करू शकते. मी आपल्याला सांगायला विसरले. पण हे मी माझ्या स्वयंसेवी संस्थेसाठी नाव ठरवलं आहे. सध्या जागेचं भाडं द्यायला आमच्याकडे पैसे नाहीत. पण जेव्हा पैसे येतील तेव्हा मी भाडं देऊ शकेन. आपली ही इमारत त्यासाठी फार सोईस्कर ठरेल. कारण इथे इतर प्रकल्पांसाठी

बऱ्याचशा महिला येत असतात. त्यातल्या काही जणींच्या अडचणी असणारच. मी त्या सोडवू शकेन आणि आपणही त्यांना माझ्याकडे पाठवू शकाल.''

''आणि त्या तुमच्याकडे आल्यावर तुम्ही त्यांना नेमकी काय मदत करणार?''

''प्रामाणिकपणे सांगायचं तर ते मी आताच काही सांगू शकत नाही. कारण अजून माझी कोणतीही योजना तयार झालेली नाही. आता आधी मी साधनांची जमवाजमव करते आहे. पण मी त्यांना आधार देईन – प्रत्यक्ष आणि भावनिक! अशा दोन्ही पातळ्यांवरही माहिती देईन. योग्य सल्ला देऊन दिशा दाखवेन. त्यांच्या ज्या खऱ्या गरजा आहेत त्या भागवण्याचा मी प्रयत्न करीन, अडचणी सोडवण्यासाठी मदतीचा हात देईन एवढं मी निश्चितपणे सांगू शकते.''

दुसऱ्या दिवशी सकाळी तिथल्या अध्यक्ष बाईंचा मला फोन आला. माझी तळमळ पाहून ते सगळेजण प्रभावित झाले होते. त्या खोलीची साफसफाई झाली की, लगेच तिथे मला काम सुरू करता येणार होतं. मला ते ऐकून इतका आनंद झाला की, माझा लवकर विश्वासच बसेना. कारण मला आपलं वाटलं होतं, 'छे! कसली आपली मागणी मान्य होतेय! फेटाळतील झालं!'

एका आठवड्याने मला खोलीच्या चाव्या मिळाल्या. खोली कसली? प्रचंड मोठा हॉल होता तो! त्याच्या एका भिंतीवर संपूर्ण खिडकीच होती. त्यामुळे भरपूर प्रकाश आत येत होता. त्या खिडकीतून समोरचं 'रेप क्रायसिस सेंटर' दिसत होतं. ते तसं दिसणं मला फायदेशीर होतं, कारण तो माझ्या दृष्टीने महत्त्वाचा दुवा होता. तिथे सामान असं काही नव्हतंच. फक्त एक टेबल आणि खुर्ची. त्या रिकाम्या हॉलच्या मध्यभागी उभी राहून मी मनाशी म्हटलं, 'हे कार्य माझं आहे. ते मी करून दाखवणारच. त्याला मी मनासारखा आकार देणार. माझा ठसा त्यावर उमटवणार. त्या दारामधून जी, जी स्त्री मदत मागण्यासाठी म्हणून येईल तिला विन्मुख परत पाठवणार नाही. हे माझं स्वप्न आहे. ते मी सत्यात उतरवूनच दाखवीन.'

२४

मला माहिती होतं की, एरोबिक्स क्लासच्या माध्यमातून 'कर्म निर्वाण'ची चांगली प्रसिद्धी करता येईल. पण राज आणि मी घेत होतो तसे उच्चभ्रू वसाहतीत चालणारे क्लासेस नव्हेत. ते लोकप्रिय होते, पण माझ्या दृष्टीने 'कर्म निर्वाण'ची प्रसिद्धी प्रतिगामी समाजातील माणसे राहतात अशा वस्तीत होणं आवश्यक होतं.

म्हणजे मी ज्या वस्तीत लहानाची मोठी झाले होते तशा प्रकारची वस्ती!

म्हणून मी तशा भागातल्या समाजसेवा केंद्रात (कम्युनिटी सेंटर) एरोबिक्सचे वर्ग घेण्याचं ठरवलं. माझ्या वर्गाला जास्तीतजास्त आशियाई बायकाच येऊ लागल्या आणि मला माहिती होतं की, त्यांच्यातल्या बऱ्याचजणी आठवड्यातून फक्त तेवढा वेळच खऱ्या अर्थाने घराबाहेर पडत असत. त्यांचे नवरे त्यांना पाठवीत, कारण क्लासमध्ये फक्त स्त्रियाच येतात आणि तिथे मुलांना घेऊन गेलं तरी चालतं हे त्यांना माहिती होतं. मुलं जर शांतपणे हॉलच्या मागच्या भागात खेळली, तर माझं काही म्हणणं नसायचं. बऱ्याचवेळा तिथे माझी मारियाही असायची अंगठा चोखत; तिच्या कारसीटमध्ये झोपलेली आणि कधीकधी मी लिसालाही घेऊन यायची.

बायकांना निवांतपणे व्यायाम करता यावा, म्हणून मी प्रत्येक क्लासच्या आधी खिडकीला कार्डबोर्ड लावून बंद करायची. क्लासचं नावही 'कर्म निर्वाण क्लासेस' असंच ठेवलं होतं. येणाऱ्या प्रत्येक स्त्रीला 'कर्म निर्वाण'च्या प्रकल्पाबद्दल माहिती होईल अशी मी व्यवस्था करत होते. लवकरच बायका माझ्याकडे सल्ला विचारायला येऊ लागल्या.

माझ्या काही विद्यार्थीनी चमकदार ट्रॅकसूट घालून यायच्या. पण इतर सगळ्या भारतीय सलवार सूट घालूनच एरोबिक्स करायच्या. माझी त्याला हरकत नव्हती. फक्त खाली सलवार ऐवजी ट्रेनर घातली की झालं. बऱ्याच जणींच्या नवऱ्यांचा भारतीय कपड्यांबद्दल आग्रह असायचा. पण काही; केवळ त्या कपड्यांची सवय असल्यामुळे घालीत असत. त्यात एक मुलगी होती, ती सगळ्यात वेगळी दिसायची. कारण ती अगदी जुना, गबाळा, विटका ट्रॅकसूट घालून यायची. त्यात ती ओंगळ दिसायची. मला वाटायचं हिला आपण असंच दिसावं असं वाटत असेल का? तिच्या वागण्याची प्रत्येक तऱ्हा स्पष्टपणे सूचित करत होती की, मनाने फार एकटी झालेली असावी. ती नेहमी आग्रहाने मागच्याच रांगेत उभी राहायची. कुणाशीही नजरेला नजर देऊन बोलायची नाही. मला एकदा तिच्याशी 'कर्म निर्वाण'बद्दल बोलायचं होतं. पण मी तिच्याकडे जाण्याआधी; एक दिवस क्लास सुटल्यावर तीच माझ्याकडे आली.

"तुम्ही दुसरीकडे पण कुठे शिकवता का?'' तिने विचारलं. तिची नजर अजूनही जमिनीलाच खिळलेली होती.

"सोमवारी मी 'लीजर सेंटर'ला असते. पण इथे गुरुवारीसुद्धा क्लास घेत असते.''

"अच्छा! थँक्यू.'' असं म्हणून जाण्यासाठी वळत असतानाच मी हलकेच तिचा दंड पकडून विचारलं, "चल! कॉफी प्यायला जाऊ या का? येतेस माझ्याबरोबर?

मी एक प्रोजेक्ट सुरू करतेय. त्याच्याबद्दलही सांगायचं होतं तुला. आहे का तुला थोडा वेळ?''

ती आली. तिचं नाव 'आयेशा' होतं. आम्ही रस्त्यापलीकडे असलेल्या एका कॅफेत बसून अर्धा तास बोललो. तेवढा सगळा वेळ; तिने एकदाही माझ्या नजरेला नजर दिली नाही. मी तिला 'कर्म निर्वाण'बद्दल सांगितलं, त्यात तिला स्वारस्य होतं. पण एकूणच तिच्यात काहीतरी कमी असावं असं मला जाणवलं; जणू तिचा एक भाग कुलूप लावून बंद करून ठेवलेला होता. अशी एखादी गुप्त गोष्ट तिने मनाच्या खोल कप्पात दडवून ठेवली होती की, त्याच्या ओझ्याने जणू ती दबून गेलेली होती. माझ्या लक्षात आलं की, घरी तिच्या मनासारखं काही होत नसल्याने ती एकटी झालेली होती. मी तिचा प्रश्न सोडवायला मदत करण्याच्या दृष्टीने तिला बोलतं करायचं ठरवलं. त्याकरता आम्ही वरचेवर भेटण्यासाठी तिचं मन वळवलं.

''आता मला 'कर्म निर्वाण'च्या कामाला खरी सुरुवात झाल्यासारखं वाटतंय. कारण 'कर्म निर्वाण' म्हणजे – एकत्र येणे,'' तिसऱ्या-चौथ्या वेळेला आम्ही क्लासनंतर कॉफी प्यायला गेलो, तेव्हा मी आयेशाला सांगत होते. ते हळूहळू आमच्या सवयीचं व्हायला लागलं होतं. प्रत्येक क्लासनंतर ती मागे रेंगाळत राहायची; कॉफीसाठी विचारेन या आशेने!

दरवेळेला आम्ही त्याच कॅफेमध्ये जायचो आणि मागच्या बाजूला एक फॉरमायका लावलेल्या टेबलापाशीच बसायचो. तिथे आम्हाला शांतपणे बोलता यायचं. ती शांतता आवश्यक होती. कारण आयेशा इतक्या हळू आवाजात बोलायची की, नीट ऐकू येण्यासाठी मला कान टवकारून ऐकावं लागायचं. तशी ती स्वतःहून बोलत नव्हतीच. फक्त मी विचारलेल्या प्रश्नांची कमीतकमी शब्दात उत्तरं द्यायची. 'कर्म निर्वाण'बद्दल तिला जेव्हा सांगितलं तेव्हा ती पुटपुटली, ''फार चांगलं काम आहे. तुम्हाला आनंद मिळेल त्यातून.'' मला वाटलं, मी जणू काचेच्या तावदानापलीकडून तिच्याशी बोलत होते.

अचानक माझ्या मनात एक विचार चमकून गेला. मी म्हटलं, ''आयेशा मी 'कर्म निर्वाण' का सुरू केलं, ते सांगितलं का तुला?'' तिने टेबलाकडे बघत मान हलवली. मग मी तिला माझ्याबद्दल आणि रोबीनाबद्दल सांगितलं. अजूनही माझ्या माहेरची माणसं कशी माझ्याशी अजिबात संबंध ठेवत नाहीत तेही सांगितलं. मी बोलत होते, तेव्हाही तिने माझ्याकडे पाहिलं नाही. पण ती कान देऊन माझं बोलणं ऐकत होती.

''म्हणून मी हे सगळं सुरू केलंय, आयेशा! कारण इतकी वर्षे मला खूप एकटं एकटं वाटायचं, स्वतःबद्दल शरम वाटायची आणि मला नक्की असं वाटतं की, माझ्यासारख्या पुष्कळ स्त्रिया असतील.''

आयेशा हातातल्या टिशू पेपरशी चाळा करत होती. घड्या घालून पुन्हा उलगडत होती. मी शेवटची वाक्ये बोलत असताना तिच्या हालचाली अधिक जलद आणि अस्वस्थ झाल्या. तिने जवळजवळ त्या कागदाच्या चिंध्याच केल्या होत्या. तिची मान खालीच होती आणि एक पाण्याचा थेंब तिच्या डोळ्यातून टपकन टेबलावर पडला. तिने पालथ्या मुठीने डोळ्यातलं पाणी पुसलं. ती काहीतरी बोलण्याचा प्रयत्न करत होती. मी ऐकण्याकरता पुढे वाकले....

"मी... मी आठ वर्षांची होते, तेव्हा माझ्या सगळ्यात थोरल्या भावाने माझ्यावर... माझ्यावर बळजबरी केली..." असं म्हणून तिने येणारा हुंदका गिळला. "माझ्या चुलत्यानेही नंतर तेच केलं... अनेक वर्षे दोघं तसं करत होते... दर आठवड्याला... दोघेही... त्यांनी मला भोगलंच... शिवाय..." पुढे बोलता न आल्याने तिने आपला चेहरा दोन्ही हातांनी झाकून घेतला आणि भिंतीकडे तोंड करून गदगदून रडू लागली. तिचे खांदे हुंदक्यांबरोबर वरखाली होत होते.

काय सांगणार होते मी तिला? आठव्या वर्षी...? म्हणजे माझ्या लाडक्या लिसापेक्षाही लहान असताना...? तिला अजून आपल्या बाळसेदार, सुदृढ, गोलमटोल शरीराच्या सौंदर्याची जाणीवही झालेली नाही. तिला जर कुणी पुरुषाने वाईट हेतूने स्पर्श केला तर मी त्याचा जीव घेईन! पण आयेशाच्या आईने तिला त्यातून वाचवण्यासाठी कोणतेही प्रयत्न केले नाहीत. त्याच्याकडे कानाडोळा केला. पुढे तर असं लक्षात आलं की, उलट तीच त्यांना गुपचूप प्रोत्साहन देत असली पाहिजे.

आयेशाने मला त्या वेळी जास्त काही सांगितलं नाही. मी तिला 'कर्म निर्वाण'चा नंबर दिला आणि सांगून ठेवलं की, तिने मला केव्हाही वाटलं तरी फोन करावा. मी लवकरात लवकर तिच्याशी संपर्क साधेन आणि तिने फोन केला... एकदा नाही! ...बऱ्याच वेळा. ती क्लासला येत होतीच. पण इतरवेळीही येऊन भेटू लागली. हळूहळू तिची संपूर्ण करुण कहाणी मला समजली. ती सांगत होती की, त्या छोट्याशा वयात खूप भीती वाटत असताना, शरीराला इजा झालेली असताना ती कशीबशी धीर एकवटून, मोठा भाऊ आणि काका मला काय करतात ते सांगायला म्हणून आईपाशी गेली, तर आईने काड्कन तिच्या मुसकाडीत मारलं आणि ओरडली, 'चहाटळ कार्टी! मोठ्या माणसांबद्दल असलं घाणेरडं बोलतेस? किती मोठं नाव आहे घराण्याचं, माहिती आहे का? लोकं शेण घालतील आमच्या तोंडात! एवढंच रडू येत असेल, तर जा मागच्या बागेत. झाडाखाली जाऊन रडून घे. पण घरात एक चकार शब्द काढशील थोबाडातून, तर याद राख!'

"आई काय बोलली, ते भावाने ऐकलं असावं. कारण नंतर तो केव्हाही, रोजच्या रोज, लहर आली की मला त्रास देऊ लागला. त्याला कुणाची भीतीच राहिली नाही."

वयाच्या सोळाव्या वर्षी आयेशाला लग्न करण्यासाठी पाकिस्तानात पाठवण्यात आलं. पण आधी तिला त्याची कल्पना देण्यात आली नाही. तिला सांगितलं की, तू सहज सुट्टी घालवण्यासाठी जाते आहेस. लग्नानंतर तिला एकामागून एका छळाला तोंड द्यावं लागलं. (हे ऐकून मला आश्चर्य वाटलं नाही.) तिचा नवरा तिच्यापेक्षा वयाने जास्त मोठा नव्हता. पण फार दांडगा आणि तापट होता. एकदा बराच शारीरिक छळ झाल्यानंतर ती रडत-रडत आईकडे गेली, तर आईने पुन्हा एकदा 'घराण्याचं नाव, प्रतिष्ठा, इज्जत' वगैरेचा डोस पाजून, तक्रार न करण्याबद्दल तिला दम भरला.

ते शब्द बाणासारखे माझ्या मनात घुसले आणि मला खेचून काही वर्षे मागे घेऊन गेले. माझ्या बहिणी आधारासाठी आईकडे पदर पसरत होत्या आणि आई म्हणत होती, ''याबद्दल कुठे एक चकार शब्दही बोलायचा नाही. ती आपल्या कुटुंबातली खासगी बाब आहे.'' आम्ही माझ्या लग्न झालेल्या बहिणीकडे जाऊन डॅडच्या गाडीतून परत यायचो, त्या वेळेला ती नेहमी आम्हालाही हेच सांगायची. त्यादिवशी प्रथम मला जाणवलं की, आजूबाजूच्या अनेकानेक आशियाई कुटुंबांमधून अशाच प्रकारच्या घटना 'खासगी' म्हणून दडपून ठेवण्यात आलेल्या होत्या. अशी गुपितं सांभाळणारे आम्ही एकटेच नव्हतो.

''त्यानंतर मात्र मला ते सहनच होईना, जस! मी तिथून सरळ पळून आले.'' घळाघळा रडत आयेशा सांगत होती. 'कर्म निर्वाण'च्या ऑफिसात माझ्या खोलीतल्या राखाडी रंगाच्या कार्पेट टाईल्सवर बसून आम्ही बोलत होतो. त्या वेळी माझ्याकडे फक्त एकच खुर्ची होती. दुसरी मिळायची होती.

''तेव्हापासून मी अजून कुणालाच भेटलेली नाही. अम्मी, अब्बा कुणालाच नाही. आता अठरा महिने झाले. मी फोनवरसुद्धा कुणाशी बोललेली नाही.''

मी तिच्या पाठीवरून हात फिरवत होते आणि ती हुंदके देत देत बोलत होती. बराच वेळ दोघी शांत बसलो. जेव्हा तिचे हुंदके पूर्णपणे थांबले तेव्हा ती थंड आवाजात म्हणाली, ''माझ्या छोट्या भावाची मला खूप आठवण येते गं जस! त्यांनी त्याला सांगितलंय, आयेशा मेली!''

आयेशाची करुण कहाणी मी शांतपणे ऐकली, त्यामुळे तिला खूप बरं वाटलं. तिने तसं बोलून तर दाखवलंच, पण तिच्या चेहऱ्याकडे पाहताना मलाही ते समजलं. जसजसे आठवड्यामागून आठवडे गेले तसतशी तिच्यात सुधारणा दिसून येऊ लागली. एखाद्या बेवारस कुत्र्यासारखं वावरणं तिनं सोडलं. मला सांगत होती, 'तुझे अनुभव ऐकले, मी काही एकटीच असं भोगणारी नाही हे समजलं आणि नवा हुरूप आला.'

मी जशी कुटुंबापासून मनानेही पूर्णपणे अलिप्त झाले तसं तिला होता येणार

नाही ह्याची मला कल्पना होती. तिचा स्वभाव तसा नव्हता. पण जे झालं आणि होणार आहे, त्याकडे वेगळ्या दृष्टीने पाहायला लावण्याचा मी प्रयत्न केला. "तुला ज्या पद्धतीने वागवलं गेलं, तसं तू तुझ्या वैऱ्यालासुद्धा कधी वागवू शकणार नाहीस. बरोबर? पण तू ते सहनच करून घ्यायला नको होतंस. छळ करणारी तुझी आई असली म्हणून काय झालं? सहन करत गेलीस म्हणून ते वाढत गेलं!"

आयेशाला माझी मदत झाली, तशी मलाही तिची मदत झाली. माझी अपेक्षा नव्हती, पण मदत झाली ही वस्तुस्थिती आहे. तिने स्पष्टपणे घरच्यांनी कसा निर्दयपणे छळ केला, तिला धिक्कारलं, नाकारलं आणि दूर लोटलं हे सांगितलं. ते ऐकताना मलाही माझ्या अनुभवांकडे अलिप्तपणे पाहता आलं; पाहत असताना माझ्या लक्षात आलं की, प्रतिष्ठेच्या अवास्तव कल्पना, चुकीचे रीतीरिवाज आणि कर्मठपणाने होत असलेलं त्यांचं पालन याचा मी बळी ठरले होते. म्हणजे मी गुन्हेगार नव्हते, तर गुन्ह्याचा निर्दोष बळी होते मी!

हे लक्षात आल्यामुळे, माझ्यात जणू नवी शक्ती संचारली आणि मी काहीतरी चांगलं काम करते आहे या जाणिवेने ती दुप्पट झाली. इतकंच काय, आयेशाची समस्या सोडवताना, माझे स्वतःचे प्रश्न त्यापुढे किरकोळ वाटू लागले. राजचं माझ्याशी वागणं दिवसेंदिवस विक्षिप्त होत चाललेलं होतं. त्याला मीच निवडलं होतं. मला त्याच्याजवळ राहणं भाग होतं. हे मलाही समजत होतं. पण त्याच्या सहवासात असताना मला नेहमी सरकत्या भुसभुशीत वाळूवर उभं राहिल्यासारखं अस्थिर वाटायचं.

राज सतत माझे दोष शोधत असायचा. मला वाटायला लागलं, आपल्याला काहीच नीट करता येत नाही की काय? मी रागावले की, आधी आरडाओरडा करायचा आणि मग माझ्याकडे दुर्लक्षच करायचा. हा त्याचा प्रकार आठवडाभरसुद्धा चालायचा आणि इकडे मला वेड लागायची पाळी यायची. एखाद्या वाट चुकलेल्या लहान मुलासारखी मी त्याच्या मागे-मागे फिरत, 'बोल ना रे माझ्याशी' म्हणून विनवण्या करत राहायची. अक्षरशः त्याच्यापुढे गुडघे टेकवून त्याची करुणा भाकायची. आमच्या दोघात बेबनाव झाला की, सगळं स्थिरस्थावर होईपर्यंत मला काहीच सुचत नसे. आयेशाला आधार देण्यासाठी मी दगडासारखी कणखर झाले. त्यामुळे स्वतःच्या समस्यांशीही मला कठोरपणे टक्कर घेता आली.

२५

१९९४ च्या सप्टेंबरमध्ये, मी डर्बी युनिव्हर्सिटीत प्रवेश केला. तीन नव्या फाईली आणि ए-४ कागदांचा एक गठ्ठा माझ्या खांद्यावरच्या बॅगेत होता आणि चेहऱ्यावर रुंद हसू मिरवित मी हिरवळीवरून चालत वर्गाकडे निघाले होते. याच वर्गाच्या दारातून मी दोन वर्षांपूर्वी शरमेने मेल्याहून मेली होऊन, याच हिरवळीवरून पळत बाहेर पडले होते. आजूबाजूला परिसरात सगळीकडे आपापल्या वर्गांकडे किंवा विभागांकडे जाणारे विद्यार्थी होते. बहुतेक सगळे लहान-लहान गट करून गप्पा मारत, हसत-खिदळत चालले होते. पण आता त्यांना बघून मला दडपण येत नव्हतं. मी माझी जागा मिळवली होती. त्यामुळे मी ताठ मानेने चालत होते. वयाच्या २९ व्या वर्षी मी माझं स्वप्न साकार केलं होतं. कॉलेजला प्रवेश घेतला होता!

राजनेसुद्धा त्याच दिवशी लॉ कॉलेजला प्रवेश घेतला. पण त्यांची इमारत वेगळी होती. आमचं पहिलं लेक्चर समाजशास्त्राचं होतं; सुरू व्हायला अवकाश होता. आम्ही वाट पाहत बसलो होतो. मी आजूबाजूच्या विद्यार्थ्यांचं निरीक्षण करू लागले. सगळे खूप तरुण, बेफिकीर दिसत होते. माझ्या पलीकडे बसलेल्या दोन मुली 'फ्रेशर्स वीक' मध्ये काय करायचं, त्याची चर्चा करत होत्या. शुक्रवारी 'डिस्को' असणार होता. त्या दोघींपैकी जाडी मुलगी शुक्रवारी कोणते कपडे घालणार त्याबद्दल प्रकट चिंतन करत होती. मला हसू आलं... शुक्रवारी मारियाचा युनिव्हर्सिटीच्या पाळणाघरातील पहिला दिवस असणार होता. नेहमी मला बाहेर जायचं असलं की, राजची आई तिला सांभाळायची. पण या शुक्रवारी तिला काहीतरी काम होतं. त्यामुळे मला धावत जाऊन मारियाला पाळणाघरातून घेऊन, मग तसंच शहरात जाऊन लिसाला शाळेतून आणावं लागणार होतं. मला नेहमीच लिसाला पाहावंसं वाटायचं पण ती शनिवार-रविवार आमच्याकडे राहायला आली की, घरातला ताण फार वाढायचा.

माझ्या वयापेक्षाही, जबाबदाऱ्यांमुळे मी इतर विद्यार्थ्यांपासून वेगळी पडायची. लेक्चर संपल्यासंपल्या मी घाईघाईने वर्गाबाहेर पडून मैदानातून धावतच घराकडे जायची. एरोबिक्सचा क्लास घ्यायला तरी जायचं असायचं किंवा मारियाला आणायला जायचं असायचं; नाहीतर राजच्या आईकडे जाऊन घरातलं कोणतं तरी काम उरकायचं असायचं. माझ्या सासूला माझं कॉलेजला जाऊन शिकणं अजिबात पसंत नव्हतं. आपला मुलगा युनिव्हर्सिटीत शिकायला जातो, याचा तिला अभिमान वाटायचा. पण ती स्पष्टपणे सांगायची की, माझी सून युनिव्हर्सिटीत जाऊन काय

करते, कुणास ठाऊक? जर तिने कधी मला अभ्यासाचं पुस्तक वाचताना बघितलं किंवा निबंध लिहिण्याकरता म्हणून मी कागद, पेन घेऊन बसले की, ती न चुकता येऊन मला हटकायची. त्याबाबतीत ती फार हुशार होती. लगेच येऊन माझ्याशी संभाषण सुरू करायची कारण तिला माहिती होतं की, तिच्या बोलण्याकडे लक्ष न देण्याची माझी टाप नव्हती. नाहीतर मग उगाच छोटी-छोटी, फुटकळ कामं उकरून काढून करायला लावायची. मी तिच्या घरात राहात होते, त्यामुळे मी तिला विरोध करू शकत नव्हते. पण याचा अर्थ, मी तिच्यापुढे पूर्ण शरणागती पत्करावी असाही नव्हता. मी मध्यरात्री उठून, किचनटेबलाशी बसून अभ्यास करायची आणि पुन्हा पहाटे बेडरूममध्ये जाऊन झोपायची.

मला खूप मेहनतीने अभ्यास करावा लागायचा. शिवाय 'कर्म निर्वाण'चं कामही होतंच. वेंडी लॉईडच्या मदतीने मी निधी जमवण्याचा प्रयत्न करत होते. मला माझी टेलिफोनलाईन चालू राहील इतका निधी तरी पाहिजेच होता. तो कुठून मिळवता येईल, कुणाकडे अर्ज करावा लागेल हे शोधून ती अचूकपणे मला सांगायची. ऑफिसमध्ये टेलिफोन बसवला, त्या दिवसापासून मी ठरवूनच टाकलं की, दररोज ऑफिसमध्ये जायचं आणि कुणाचे फोन आले होते का? ते पाहून, त्यांना संपर्क करायचा. मला माझ्या संस्थेची माहिती सर्वदूर पसरवायची होती. त्याकरता जेव्हा जेव्हा वेळ मिळायचा, तेव्हा तेव्हा मी रुग्णालये, आरोग्यकेंद्र, पोलीस स्टेशन्स, समाजसेवी संस्था यांच्याशी फोनवर संपर्क साधायची आणि माझी संस्था काय काम करते ते सांगून फोन नंबर द्यायची. काही लोक ताबडतोब आणि सरळ समजून घेऊन प्रतिसाद द्यायचे. तर इतरांच्या कंटाळवाण्या बोलण्यावरून माझ्या लक्षात यायचं की, त्यांना वाटत होतं मी फोन करून त्यांचा वेळ वाया घालवते आहे.

त्यामुळे मी हताश तर झाले नाहीच; उलट प्रकर्षाने माझ्या लक्षात हे आलं की, लोकांचं लक्ष वेधून घ्यायचं असेल तर एखादा जाहीर कार्यक्रम करून, प्रसिद्धीच्या झोतात आलं पाहिजे. १९९५च्या सुरुवातीला माझ्या मनात आलं, 'आपण महिला आरोग्य दिवसाचं औचित्य साधून एखादा प्रकल्प हाती का घेऊ नये?' मी वेंडी लॉईडला म्हटलं, "आरोग्य हा सगळ्यांच्याच जिव्हाळ्याचा प्रश्न आहे. सर्व वयाच्या महिला आणि त्यांचे कुटुंबीय यांना हा विषय महत्त्वाचा वाटतो. तसं घाबरण्यासारखं यात काही नसल्यामुळे आशियाई पुरुषही त्यांच्या बायकांना पाठवतील." वेंडीलाही हे सगळं पटलं आणि तिने माझा उत्साह वाढवला. तिने नेहमी माझ्या प्रत्येक कल्पनेला आणि उपक्रमाला प्रोत्साहन दिलं. त्यासाठी मी तिची जन्मभर ऋणी राहीन.

तसा 'महिला आरोग्य दिन' बराच लांब होता. त्यामुळे योजना करायला भरपूर वेळ होता. मला काय-काय करायचं होतं, ते माझ्या मनात स्पष्ट होतं. वेगवेगळ्या तज्ज्ञ वक्त्यांची भाषणं, माहितीचे स्टॉल्स, सगळं समजावून सांगण्यासाठी स्वयंसेवक

(कुणालाही 'काही समजलं नाही' असं वाटायला नको.) खाद्यपदार्थांचे स्टॉल्स, गट- चर्चा... सगळा परिसर माहिती आणि कृती कार्यक्रमांनी गजबजलेला पाहिजे अशी माझी इच्छा होती.

पहिल्या प्रथम, स्थानिक रुग्णालयात जाऊन मी एका आशियाई नर्सला भेटले. ती 'उरो रुग्ण' (ब्रेस्ट केअर) विभागात काम करत होती. मी तिची मदत मागितली याचा तिला खूप आनंद झाला. तिने मला मदत करायचं कबूल केलं. हे तर सोपं होतं. पण बाकीच्या गोष्टींसाठी मला पुष्कळ तयारी करावी लागणार होती. हळूहळू मला 'मानसिक आरोग्य', 'तीव्र निराशा', 'आहार', 'गर्भाशय आणि त्यासंबंधीचे विकार' यावर बोलू शकणारे तज्ज्ञ मिळाले; गर्भाशयाचे स्क्रीनिंग करणारेही भेटले. स्त्रियांना 'गर्भाशयाच्या स्क्रीनिंग'बद्दल माहिती दिली जाणार ही गोष्ट मला खूपच आनंददायक वाटली. कारण मला माहिती होतं की, ममने कधीही गर्भाशयाचं स्क्रीनिंग करू दिलं नव्हतं. तिला त्याची खूप लाज वाटत होती.

एरोबिक्सच्या माझ्या अनेक विद्यार्थीनी मला सहकार्य करत होत्या. इंग्लिश भाषणाचा पंजाबीमधून आणि उर्दूमधून अनुवाद करून सांगणाऱ्या काही जणी भेटल्या.एका मुलीने काही जाहिराती तयार केल्या आणि डर्बीच्या सगळ्या गल्ल्या पालथ्या घालून आम्ही त्या वाटल्या. आमच्या विभागाच्या नगरसेविका 'मार्गरिट रेडफर्न' यांनी येऊन भाषण द्यायचं कबूल केलं. कार्यक्रमाला एक महिना राहिला असताना, आमच्या भागातून निवडून गेलेल्या संसद सदस्य 'मार्गरिट बेकेट' यांनी स्वत: होऊन उद्घाटनाला यायचं कबूल केलं. त्यामुळे तर माझा उत्साह खूपच वाढला.

कार्यक्रमाच्या आदल्या दिवशी मला प्रचंड टेन्शन आलं होतं. पुन्हा-पुन्हा कामाच्या याद्या तपासून अखेर मध्यरात्री झोपायला गेले तेव्हा खूप-खूप दमले होते. राजला म्हटलं, "राज, उद्या ठरल्याप्रमाणे काही झालंच नाही तर रे? बोलवलेल्या कुणी आल्याच नाहीत तर....?"

"हूंऽऽ" म्हणत राजने कूस बदलली.

"तुम्ही डर्बीतल्या सगळ्या दुकानात जाहिराती लावल्या आहेत. काळजी करू नकोस. कार्यक्रम छान होणार!"

राजने सकाळी लवकर येऊन सगळी मांडामांड करून द्यायचं कबूल केलं होतं. मात्र कार्यक्रम सुरू होण्यापूर्वी तो तिथून निघून जाणार होता. 'महिला आरोग्य दिना'च्या कार्यक्रमाला पुरुष येणार नाहीत असं मी जाहीर केलेलं होतं. कारण आशियाई महिलांच्या दृष्टीने तो महत्त्वाचा मुद्दा होता. 'या कारणासाठी नवऱ्यांनी आपल्या बायकांना पाठवलं नाही' असं व्हायला मला नको होतं.

दुसऱ्या दिवशी सकाळी आठ वाजताच मी हॉलवर पोहोचले. तो माझ्या एरोबिक्स क्लासचाच हॉल होता. पण एवढ्या सकाळी तो धुरकट आणि उदास

दिसत होता. सकाळी जागा कोंदट वाटत होती. आदल्या दिवशी रात्रीच्या कार्यक्रमाच्या वेळचे राखेने भरलेले ॲश ट्रे तसेच कोपऱ्यात पडलेले होते. मी भराभर वर चढून खिडक्या आणि दारं उघडू लागले. मला कळेना; ही कपारीसारखी जागा आम्ही कशी काय प्रशस्त आणि प्रसन्न करणार आहोत?

हसण्या-बोलण्याचा खळखळाट करत, रंगीबेरंगी भारतीय पोशाख घालून माझ्या स्वयंसेविका आल्या. आम्ही सर्वांनी खूप मेहनतीने टेबलं लावली, खुर्च्या मांडल्या, पोस्टर्स लावली. मनजीत आणि नीनाने चहाच्या मोठमोठ्या किटल्या भरल्या. कपबशा मांडून ठेवल्या. नऊ वाजता खाद्यपदार्थ आले – सँडविच, सॉसेज रोल, सामोसे, केक आणि बिस्किटं. हे सगळे पदार्थ एका सुपरमार्केटकडून देणगी म्हणून आले होते. माहितीचे स्टॉल लावणारे लोक त्यांची पुस्तकं, चित्र, फोटो आणि इतर साहित्य घेऊन आले, तेव्हा माझ्या मनाने इतके दिवस पाहिलेलं कल्पनाचित्र प्रत्यक्षात साकार व्हायला सुरुवात झाली.

दहा वाजता आम्ही जय्यत तयारीत होतो. जस्सीने लिसाला आणून सोडलेलं होतं. ती एका फुग्याशी खेळत स्टॉल्समधून धावत होती. बायकांनी जर लहान मुलांना आणलं, तर त्यांना खेळवायला तिची मदत होणार होती. साडेदहाला महिला यायला सुरुवात झाली. त्यापूर्वी फक्त आम्ही दहा-बाराजणीच असल्यामुळे माझा संयम सुटायला सुरुवात झाली होती. त्याचवेळेला एकदम महिलांचा ओघ सुरू झाला. प्रवेशद्वारातून स्त्रियांचे लोंढेच आत येत होते. म्हाताऱ्या स्त्रिया, तरुणी, काहींनी मुलांना बाबागाडीत बसवून आणलं होतं तर काही मुलं आईचं बोट धरून चालत होती.

मी प्रवेशद्वारापाशी उभी राहून हसतमुखाने सगळ्यांचं स्वागत करत होते. इंद्रधनुषी रंगांच संचलनच जणू माझ्या अंगावरून पुढे जात होतं. विविधरंगी साड्या, सलवार सूटस, जीन्स आणि टीशर्ट... शिबाना माझ्यासमोर उभी होती. आम्ही आत येणाऱ्या प्रत्येक स्त्रीच्या हातात एक फॉर्म देऊन जाण्यापूर्वी तो भरून द्यायला सांगत होतो. वेंडी लॉईडने सांगितलेलं होतं की, अशाप्रकारे उपस्थित स्त्रियांनी स्वहस्ते भरलेल्या फॉर्मचा निधी मिळवताना चांगला उपयोग होतो.

मार्गरिट बेकेट आल्या, त्यांनी औपचारिक उद्घाटन केलं. त्या वेळी मी त्यांच्या शेजारीच उभी होते. भाषणात त्यांनी माझं अभिनंदन करून उपक्रमास शुभेच्छा दिल्या. त्यांनी आणि मर्गरिट रेडफर्न दोघींनीही जमलेल्या स्त्रियांसमोर 'कर्म निर्वाण'चं आणि दिलेले फॉर्म भरून देण्याचं महत्त्व विशद केलं. मी तर इतकी खूश झाले की, मला वाटलं आपण पाठिंबा आणि प्रोत्साहन यांच्या लाटेवर विहार करतोय.

तो दिवस माझ्या अपेक्षेपेक्षा जास्त यश आणि आनंद देणारा ठरला. वक्त्यांनी स्पष्टशब्दांत माहितीपूर्ण व्याख्याने दिली; शिवाय शेवटची दहा मिनिटे प्रत्येकाने

श्रोत्यांच्या प्रश्नांना उत्तरेही दिली. गर्भाशयाच्या स्क्रीनिंगबद्दल माहिती देण्यासाठी आलेल्या त्या नर्सला तर आशियाई महिलांनी गराडाच घातला. वयस्कर महिलांना भाषांतर करून सांगणाऱ्या स्वयंसेविका मदत करत होत्या. अशा प्रकारच्या गर्भाशयाच्या स्क्रीनिंगला संमती देणं, ही आशियाई संस्कृतीला फारच नवीन आणि परकीय कल्पना होती. 'स्त्रीच्या नम्र शालीनतेला आव्हान देणारी आणि नवऱ्यांच्या पुरुषी गर्वाला धक्का पोहोचवणारी!' मला स्वत:चा खरोखर अभिमान वाटला की, ज्या ठिकाणी त्यांना या विषयाबद्दल चर्चा करायला सुरक्षित वाटलं असं वातावरण मी निर्माण करू शकले.

जेवणाच्या सुटीत सगळ्याजणी सकाळच्या सत्रात काय काय शिकायला मिळालं, त्याची चर्चा करत होत्या. एक जण म्हणाली, "अशीच घरी जाते आणि दुपारच्या सत्रासाठी आईला घेऊन येते." सगळा परिसर नुसता गजबजून गेलेला होता. त्या हॉलमध्ये त्या वेळेस जवळजवळ २५० ते ३०० महिला होत्या आणि तरीदेखील वातावरण साहजिक आणि मोकळं होतं.

आम्ही सकाळी दहापासून चारपर्यंत भरगच्च कार्यक्रम देऊन 'महिला आरोग्य दिन' साजरा केला होता. साडेचार वाजता आवराआवर करण्यासाठी मी, लिसा आणि माझ्या काही मोजक्या स्वयंसेविका तेवढ्या उरलो होतो. शेवटची खुर्ची घडी करून भिंतीला लावली आणि मला एकदम थकवा जाणवू लागला. पण मला आठवतं, यापूर्वी इतका आनंद मला कधीच मिळाला नव्हता.

सगळ्याजणी नुसत्या एकमेकींना मिठ्या मारून अभिनंदनाचा वर्षाव करत होतो. लिसाने भरून परत आलेले फॉर्म्स मोजले, तोपर्यंत आम्ही सामानाची बांधाबांध केली. फॉर्म्स १२० होते. मी ते हातात घट्ट धरून सांभाळून घेऊन जाणार होते; जपून ठेवणार होते. कारण 'कर्म निर्वाण'च्या आर्थिक भविष्याची ती जणू किल्लीच होती, हे मला चांगलंच माहीत होतं.

२६

'महिला आरोग्य दिन' साजरा केल्यानंतर मात्र... 'कर्म निर्वाण'चा फोन वाजायला सुरुवात झाली. कॉलेजमधून येताना मी ऑफिसमध्ये नेहमीप्रमाणे फोन आलेत का पाहायला गेले. इतके दिवस डोळे बंद करून बसलेला ॲन्सरिंग मशिनचा लाल दिवा जोरजोरात उघडमीट करून लक्ष वेधून घेत होता. मी संदेश ऐकू लागले.

पुष्कळसे संदेश मूक होते. मला वाटलं, काही स्त्रियांनी माझ्याशी बोलायला धैर्य गोळा करून फोन उचलला असेल, पण ॲन्सरिंग मशीनचा इलेक्ट्रॉनिक आवाज ऐकून घाबरून फोन ठेवून दिला असेल. बरेच फोन सेवाभावी संस्थांकडून आलेले होते. त्यांना 'कर्म निर्वाण'ची माहिती हवी होती. काही जणांनी क्लासेसबद्दल चौकशी केली होती.

माझी मूळची कल्पना अशी होती की, सगळ्या गरजवंत स्त्रियांना मदत करायची. पण नंतर असं लक्षात आलं की, आशियाई स्त्रियांनाच 'कर्म निर्वाण'ची गरज होती. आम्हाला सगळे फोन आशियाई महिलांचेच आले आणि त्यांची संख्या इतकी जास्त होती की मला धक्काच बसला! जणू काही कुणीतरी घाणेरड्या खासगी गोष्टींची पोतडीच उपडी करतंय असंच हे अनुभव ऐकल्यानंतर मला जाणवलं. पुढचे काही दिवस असं वाटत होतं की, दुष्ट कहाण्यांची संततधार कधी संपणार आहे की नाही? त्या वेळी ऐकलेल्या पहिल्या काही कहाण्या माझ्या आठवणीत आजही जशाच्या तशा रुतून बसलेल्या आहेत.

'यंग मेन्स ख्रिश्चन असोसिएशन' (वाय.एम.सी.ए.) मध्ये काम करणाऱ्या एका बाईचा मला फोन आला. तिच्या हॉस्टेलमध्ये एक सतरा वर्षांची मुलगी राहायला आली होती. तिच्याकरता तिला सल्ला हवा होता. ती सांगत होती, ''ही मुलगी आली, तेव्हा तिच्या सर्व अंगावर सिगारेटचे चटके दिलेले होते. ते तिच्या भावानेच दिले होते. त्याने आणि घरातल्या इतर सर्वांनी तिला नऊ महिने तुरुंगातल्या कैद्यासारखं खोलीत डांबून ठेवलं होतं. दारं-खिडक्यासुद्धा बंद केलेल्या होत्या, का? तर त्यांनी ठरवलेल्या मुलाशी लग्न करायला तिने नकार दिला होता आणि तरीसुद्धा ती त्यांच्याविरुद्ध तक्रार करायला तयार नव्हती. मी तिच्या मनापर्यंत पोहोचूच शकत नाही, जसविंदर! ती जणू आतल्या आत मरून गेलीय आणि आता तर ती वेश्याव्यवसायात ओढली जातेय!''

एका सामाजिक कार्यकर्तीचा (सोशल वर्कर) फोन होता. तिची एक क्लायंट आणि तिचे आईबाप यांच्यात मी समझोता घडवून आणावा असं तिचं म्हणणं होतं. ''शाळेत गैरहजर राहणाऱ्या मुलांची नोंद ठेवणाऱ्या अधिकाऱ्यांमार्फत मला तिची माहिती मिळाली. तिचे आईवडील तिला शाळेत पाठवत नव्हते, कारण पंधराव्या वर्षी तिला दिवस गेले होते. ती आठ महिन्यांची गरोदर होती, पण तिच्या आरोग्याची कुठल्याही प्रकारे काळजी घेतली जात नव्हती. तिच्या हातून जे काही घडलं होतं त्याची त्यांना इतकी शरम वाटत होती की, ते तिला घराबाहेरसुद्धा पडू देत नव्हते. मला भीती वाटते जसविंदर, ते तिचं बाळंतपण घरीच करतील. ती सांगते, होणाऱ्या बाळाच्या बापावर तिचं प्रेम आहे. तो डर्बीमध्ये जन्माला येऊन वाढलेला; तिच्यासारखाच आशियाई वंशाचा आहे. पण त्याचा पत्ताच लागत नाही.

तो परागंदा झालाय आणि त्याच्या घरचे काहीच सांगत नाहीत.''

आणखी एक 'मारम' नावाची होती. 'कर्म निर्वाण' च्या ऑफिसमध्ये येऊन मदत मागणारी ती पहिली स्त्री – ती गरोदर होती. खूपच अस्वस्थ दिसत होती. ''मला माझ्या नवऱ्यानं घराबाहेर काढलंय. मला टाकून दिलंय त्यानं. आता मी कुठे जाऊ? माझं इथे कुणीच नाही.'' ती हुंदके देत-देत उर्दूतून बोलत होती. माझ्या लक्षात आलं, तिला इंग्लिश येत नव्हतं. ती सांगत होती, ''चूक माझीच झाली. मला माहितीय ते. पण जे घडलं, ते त्या वेळी कसं टाळायचं हेच मला समजलं नाही. कारण तसं काही होईल असं माझ्या ध्यानीमनी नव्हतं. मी नेहमीसारखी दवाखान्यात चेक-अपसाठी गेले. तिथे पुरुष डॉक्टर होता. अगोदर नेहमी 'मिडवाईफ' असायची. त्या डॉक्टरने पोटाला कान लावून माझ्या बाळाचे हृदयाचे ठोके मोजले. मला माहीत होतं की, त्याने माझ्या अंगाला हात लावलेला नवऱ्याला चालणार नाही म्हणून. पण ते त्या डॉक्टरला मी कसं सांगणार? मला इंग्लिश येत नाही.''

मी तिला कपभर चहा करून दिल्याचं मला आठवतं. ते करत असताना मी विचार करत होते... आपल्याला जास्त धक्का कशामुळे बसला आहे? तिच्या नवऱ्याने तिला निर्दयपणे हाकलून दिलं त्यामुळे की, स्वत:च्या वागण्यानेच आपण नवऱ्याचा रोष ओढवून घेतला; या तिच्या समजुतीमुळे?

तिची हकिकत ऐकताना, मला माझ्या आयुष्यातली एक घटना आठवली... मी आणि रोबीना शाळेतून येत असताना एका माणसाने आमच्याकडे बघून डोळा मारला आणि काहीतरी घाणेरडं बोलला. घरी येऊन मी वडिलांना सांगितलं तर एरवी सौम्यपणे वागणारे माझे डॅड भडकलेच! आम्हालाच रागावून म्हणाले, ''तुम्ही पोरींनी असे प्रसंग येऊच देता कामा नयेत. खाली मान घालून नाही चालता येत रस्त्याने? स्वत:चा आणि घराण्याचा अपमान करून घ्यायचाय तुम्हाला?''

मारमसाठी मी एका सेवाभावी संस्थेला फोन केला. त्यांनी ताबडतोब तिची राहण्याची व्यवस्था करण्याचं आणि तिला तिथे नेऊन पोहोचवण्याचं कबूल केलं. निघताना मी मारमला मिठी मारली आणि तिच्याशी संपर्क ठेवण्याचं आश्वासन दिलं.

तीन दिवसांनी तिनेच मला फोन करून ती ठीक असल्याचं कळवलं. ''माझ्या नवऱ्याने मला क्षमा केली. आता मी त्याच्याकडे परतले आहे.''

''अरे वा! हे तर छानच झालं मारम!'' मला काहीतरी संशय आला... कारण माझा अनुभव असा होता की, प्रतिष्ठेच्या अवास्तव कल्पना मनाशी बाळगणाऱ्या पुरुष किंवा स्त्रियांची मनं अशी पटकन बदलत नसतात.

''त्यांनी माझ्या सासू-सासऱ्यांच्या घरी आमच्या जमातीतले पुष्कळ वयोवृद्ध पुरुष बोलावले. त्या सगळ्यांच्या समोर मी माझ्या नवऱ्याची क्षमा मागायची होती. त्याप्रमाणे मी सर्वांसमक्ष त्याच्यापुढे गुडघ्यावर बसले, पायांना हात लावून दयेची

भीक मागितली. तेव्हा त्यांनी मला माफ केलं आणि घरात घेतो म्हणाले. त्यामुळे आता माझं ठीक आहे जसविंदर!''

कार्यक्रमाला आलेल्या महिलांकडून मी जे फॉर्म भरून घेतले होते, त्याआधारे मी 'लॉटरी फंडिंग'साठी अर्ज केला होता. महिला आरोग्य दिनानंतर अनेक महिन्यांनी त्या अर्जाचं उत्तर आलं. आम्हाला तीन वर्षांत मिळून १ लाख २५ हजार पौंडांची देणगी मंजूर झाली होती. त्यामुळे आता संस्थेची व्यवस्थित रीतसर उभारणी करता येणार होती.

झालं! स्थानिक वृत्तपत्रात जाहिरात देऊन, मी तीन कर्मचारी तसंच नवी व्यवस्थापन कमिटी नेमली. कर्मचारी रुजू झाल्याबरोबर, शहारातली संपर्क व्यवस्था मजबूत करण्यावर भर दिला. पोलिसयंत्रणा, डॉक्टर्स, सेवाभावी संस्था, रेप क्रायसिस सेंटर, प्राथमिक आरोग्य केंद्रं सर्वांशी संपर्क वाढवले.

जसजशी 'कर्म निर्वाण'बद्दल लोकांना अधिकाधिक माहिती मिळू लागली तसतसे अधिकाधिक लोक आधारासाठी, कायदेशीर सल्ला तसंच मार्गदर्शनासाठी आमच्याकडे येऊ लागले. ते कामच इतकं वाढलं की, मला आणि माझ्या सहकाऱ्यांना दुसरं काही करायला वेळच मिळेना. शेवटी यावर उपाय म्हणून आम्ही आठवड्यातला एक वार पूर्णपणे सल्ला देण्याकरता ठेवून; उर्वरित दिवशी इतर कामे करू लागलो. ही युक्ती नामी ठरली!

मी हातात घेतलेल्या कामाबद्दल रोजच्या दिवसाला मला नवी माहिती कळत होती. एका अत्यंत गरजू क्लायंटला माझ्याकडे घेऊन आलेली समाजसेविका मला सांगत होती की, लग्न करून ज्या आशियाई मुली इकडे आणल्या जातात त्यांना कोणत्याही प्रकारे सवलती किंवा कायदेशीर मदत मिळवण्याचा हक्क नसतो. त्यांच्या विवाहाची इथे कायदेशीर नोंद झालेली नसल्यामुळे, त्यांना अधिकृत नागरिकाचा दर्जा मिळालेला नसतो. त्यामुळे ज्या कुटुंबाने त्यांना इंग्लंडमध्ये आणलं त्यांच्या मेहेरबानीवरच त्यांना गुलामासारखं जगावं लागतं.

हे ऐकल्यावर मला जाणवलं की, आपल्या कार्याचा विस्तार आपल्याला डर्बीपुरता मर्यादित ठेवून चालणार नाही. राष्ट्रीय पातळीवरच हे काम व्हायला पाहिजे....

२७

युनिव्हर्सिटीतल्या आमच्या दुसऱ्या वर्षीच्या शेवटी-शेवटी राजला आणि मला लीड्समधल्या एका लग्नाचं आमंत्रण आलं. मी लीड्समध्ये राहायचे, तेव्हा रॅचेल माझी अगदी जवळची मैत्रीण झालेली होती. राज तिला भेटलेला होता. पण तो लग्नाला यायला तयार नव्हता. मला म्हणाला, "मी जाणार नाही, म्हणजे तू पण जायचं नाहीस." बरेच दिवस मी त्याच्या मागे लागलेली होते. त्याला खूप आग्रह केला, पण त्याने आपलं म्हणणं सोडलं नाही. पण माझ्या दृष्टीने त्या लग्नाला हजर राहणं महत्त्वाचं होतं. शेवटी मी ठरवलं की, तो येवो की न येवो! आपण जायचंच. मी त्याला तसं सांगितलं.

"मी परवानगी दिल्याशिवाय तू जायचं नाहीस." तो म्हणाला. मुद्दा मालकी हक्काचा होता. त्याला वाटत होतं, मी त्याच्या पुढे-पुढे करावं, मला जाऊ दे म्हणून त्याची करुणा भाकावी. मी त्याची परवानगी मागितली पण मनातल्या मनात माझं पक्कं ठरलं होतं, 'रॅचेलच्या लग्नाला जायचं म्हणजे जायचं.'

लग्नाचा दिवस आला. लिसा आणि मी आमच्याकडे असलेले भारीत भारी कपडे घालून लग्नाला निघालो. पुढच्या दाराकडे जात होतो. तेवढ्यात बेडरूममधून राज ओरडला, "एऽऽ, सहा वाजेपर्यंत परत ये बरं का! कळलं ना तुला? वाटेल तेव्हा यायला आणि जायला तुझी तू मुखत्यार नाहीस. लक्षात ठेव!"

"ओके! राज, सहा वाजेपर्यंत येतो हं आम्ही परत!" मी शक्य तेवढ्या शांतपणे सांगितलं. या वेळेला त्याला संतापायला कारण पुरवायचं नाही, असं मी ठरवलंच होतं.

"हांऽ सहा म्हणजे सहा! जर का त्याच्यानंतर आलात, तर तू आणि तुझी ती अस्पृश्य मुलगी दोघींनाही घराबाहेर पडावं लागेल. कुठंही जा. पण माझ्या घरात राहायचं नाही. आधीच सांगून ठेवतोय."

आम्ही नॉटिंगहॅमच्या बाहेर पडलो. मी लिसाकडे बघितलं. ती गप्प होती. काळजीने आणि भीतीने पांढरी फटक पडली होती. "मम, आपल्याला त्यांनी घराबाहेर काढलं, तर कुठे जायचं आपण? मी तर जाईन माझ्या डॅडींकडे. पण मम, तू कुठे जाशील?"

"काळजी करू नको बेटा! ते काही खरोखर आपल्याला घरातून हाकलून देणार नाहीत." खरं म्हणजे मलाही मनातून धास्तीच वाटत होती. पण तिला धीर देण्याकरता 'मी शूर आहे, त्यात काय घाबरायचं?' असा आव मला आणावाच लागला.

लग्नाच्या ठिकाणी पोहोचल्यावर आम्हाला आमच्या चिंतांचा विसर पडला. एका टुमदार चर्चमध्ये लग्नसमारंभ होता. सगळं पांढरं शुभ्र वातावरण. ते 'व्हाईट वेडिंग' होतं! रॅचेलचा नवरा 'रग्बी' खेळाडू होता. त्याची पूर्ण टीम लग्नाला हजर होती. त्यांनी वधूवरांना सलामी दिली. रॅचेल खूपच खुशीत होती. नवरा तर इतका आनंदात होता, बोक्याला लोण्याचा गोळा मिळाल्यावर तो जसा तृप्त दिसतो तसा दिसत होता. चर्चच्या आवारात वधू-वर फोटोसाठी पोझ देते होते. हसत-हसत उत्फुल्ल चेहऱ्याने तरीही स्थिरपणे हातात हात घालून उभे होते.

तिथल्याच एका फुटबॉलच्या मैदानावर स्वागत समारंभ होता. तिथे आमचे खूप जुने, मार्केटमधले मित्र-मैत्रिणी भेटले. कित्येक महिन्यांनी प्रथमच मी इतक्या मनमोकळेपणे हसले... बोलले! लिसालाही तिच्या बरोबरीची मुलं-मुली भेटल्या. त्यांच्याशी खेळताना तिला पण खूप आनंद झाला होता. तिला हसताना पाहून मला फार-फार बरं वाटलं. नाहीतर ती माझ्याकडे राहायला आली की, राजच्या तिरकस बोलण्या-वागण्याची काळी छाया तिच्या चर्येवर स्पष्टपणे दिसायची. स्वत:च्या आनंदात मी इतकी रममाण होऊन गेले की, मला वेळेचं भानच राहिलं नाही. घड्याळाकडे माझं लक्ष गेलं, तेव्हा पाच वाजले होते. मी कशी काय इतकी बेफिकीर राहिले, माझं मलाही कळेना. नॉटिंगहॅमला पोहोचायला एका तासापेक्षा नक्कीच जास्त वेळ लागणार होता.

मी ताबडतोब राजला फोन करून सांगितलं की, आम्हाला घरी पोहोचायला थोडा उशीर होईल म्हणून. त्याला आवडायचं म्हणून मी लाडीगोडी लावून पाहिली, विनवण्या केल्या. पण पालथ्या घड्यावर पाणी! त्याला पाझर फुटला नाही. "सहा वाजेपर्यंत घरी परत ये. दुसरं मला काही एक ऐकायचं नाही. उगाच मला भडकवू नकोस."

माझ्या हृदयाची धडधड प्रचंड वाढली. लिसा मैत्रिणींबरोबर गोलात उभी राहून नाच करत होती. तिला त्यांच्यातून ओढतच आणून गाडीत बसवलं आणि सांगितलं, "आपल्याला निघायला हवं. खूप उशीर झालाय." तशी ती खूपच समंजस असल्यामुळे तिनं काही गोंधळ घातला नाही. सगळ्यांचा भराभर निरोप घेऊन, मी माझे उंच टाचेचे सँडल्स घेतले आणि गाडीकडे पळत सुटले. प्रवासात आम्ही एकमेकींशी एक शब्दही बोललो नाही. मी जास्तीतजास्त वेगाने गाडी चालवण्यावर लक्ष केंद्रित केलेलं होतं. स्टिअरिंग व्हील इतकं घट्ट पकडलं होतं की, माझी नखं पांढरी दिसत होती. माझ्या जुन्या, म्हाताऱ्या गाडीला आटोकाट प्रयत्न करून मी ताशी साठ मैलांच्या वेगाने पळवत होते. शनिवार संध्याकाळच्या वाहतुकीने रस्ते फुलले होते. त्यातून कशीबशी वाट काढताना आपण घरी पोहोचू की नाही, याचीच मला शंका वाटत होती.

सहा वाजून वीस मिनिटांनी माझं सासरचं घर होतं, त्या गल्लीत मी वळले. मला एकदम जाणवलं की, आपल्याला खूपच उशीर झालेला आहे. पुढच्या दारात राजची आई मारियाला कडेवर घेऊन उभी होती. आतून राज माझा पुस्तकांचा भला मोठा बॉक्स घेऊन आला आणि तो त्याने पायऱ्यांवर आदळला. दोन मोठ्या पोत्यासारख्या पिशव्या आधीच आणून ठेवलेल्या होत्या. त्यातून माझे कपडे डोकावत होते.

"लिस बेटा, तू कारमध्येच बसून राहा. मी जाऊन येते हं!" असं तिला सांगून मी लांबलांब ढांगा टाकतच पायऱ्यांपाशी पोहोचले. "राज, खरंच आय ॲम सॉरी! मला सहा वाजताच परत यायचं होतं. पण लग्नाच्या तिथे वेळ कसा गेला ते कळलंच नाही आणि आज ट्रॅफिक पण खूपच होता. त्यामुळे... आय ॲम रियली व्हेरी सॉरी राज!" माझ्या तोंडातून भराभर शब्द बाहेर पडत होते. अर्थातच ते सगळं बोलणं खरं, मनापासूनचं होतं. लवकर न आल्याचं मलाही वाईट वाटत होतं. मला वाटलं त्याला ते समजेल. तो मला समजून घेईल. पण तो फक्त माझ्याकडे तिरस्काराने बघत होता. जणू मी उकिरड्यावरची घाण होते!

"मी तुला जायच्या आधीच सांगितलेलं होतं. माझ्या बोलण्याकडे दुर्लक्ष केलंस तर..." वाक्य हवेत अधांतरी तरंगत ठेवून, राज आत निघून गेला. मी त्याच्या मागे आत जाऊ लागले. पण त्याची आई दरवाजातच उभी होती. तिने माझी वाट अडवली. ते सगळं ती इतक्या कठोरपणे आणि थंडपणे करत होती की, मी हतबल झाले. दुसऱ्याच क्षणी माझीही शीर तडकली. मला माझी बाजू मांडायची होती, पण बोलणार तरी काय आणि कसं? त्या दोघांसमोर मी असहाय्य ठरले.

"ठीक आहे बिबीजी, मी जाते." मी त्याच्या आईला सांगितलं. तिच्या कडेवरून मारियाला घेऊ लागले. पण तिने तिला पकडूनच ठेवलं. माझ्यापासून दूर सरत म्हणाली, "आमची मुलगी इथेच राहील. तिच्या बापाचीच इच्छा आहे तशी."

तिचे शब्द ऐकून माझा ठावच सुटला. मान, मर्यादा सगळं सोडून मी सासूजवळ गेले आणि मारियाला तिच्या हातातून घेण्याचा प्रयत्न करू लागले. पण राजच्या आईची पकड घट्ट होती, "ती तिच्या वडिलांच्याकडेच राहील." तिने कणखरपणे पुन्हा बजावलं.

"तिला घेतल्याशिवाय मी जाणार नाही." मी मारियाला घट्ट धरून म्हटलं. एकीकडे मारियाला ओढत राजची आई ओरडली, "राजविंदर, लवकर इकडे ये."

आवाज ऐकून शेजारच्या घराचं पुढचं दार उघडल्याचं, मी डोळ्यांच्या कोपऱ्यातून पाहिलं. आम्ही दोघी दोन्हीकडून मारियाला खेचत होतो आणि अचानक राजच्या आईने तिला सोडलं. त्याबरोबर तिच्यासहित मी धडपडले. तिला घेऊन तशीच कारकडे पळाले. आपल्या छोट्या बहिणीला घेण्यासाठी हात पसरून लिसा तयार होती.

मी एकटीने ते सगळं सामान, त्या पोत्यासारख्या पिशव्या आणि अवजड बॉक्स गाडीकडे आणला. राज आणि त्याची आई तिथे उभे राहून मजा बघत होते. आणता-आणता त्यातले माझे दोन जंपर्स आणि टॉप्स खाली पडले. ते उचलायला गेले, तेव्हा 'आपण ताठ चालायचं' असं मी स्वत:ला सांगत होते. तरीपण मला माहिती होतं की, माझ्या हालचाली एखाद्या भामट्यासारख्या होत होत्या. पुस्तकांचा आणि फायलींचा बॉक्स मी मागच्या सीटवर कोंबला. माझी सगळी महत्त्वाची कागदपत्रं त्यात आहेत की नाहीत ते तपासावंसं वाटत होतं, पण माझा तेवढा धीर झाला नाही.

गाडीत येऊन बसल्यावर मी लिसाशी काहीतरी बोलायला पाहिजे होतं. पण मी काय बोलून बसेन, याचा तेव्हा भरवसा वाटला नाही. डोळ्यात दाटून येणारे अश्रू आवरण्याचा मी आटोकाट प्रयत्न करत होते. घरापासून वळण घेऊन गाडी निघाली. राज आणि त्याची आई संतापाने बिघडलेल्या चेहऱ्याने धुसफुसत तिथेच उभे राहून बघत होते.

लिसाच्या उबदार स्पर्शाने मारियाच्या किंचाळण्याचं रूपांतर मुसमुसण्यात झालं आणि काही मिनिटांत तेही थांबलं. मी गाडी चालवत होते. शेजारच्या सीटवर माझ्या दोन्ही मुली उंदरासारख्या घाबरून टुकुटुकु बघत बसल्या होत्या. मागच्या सीटवर माझ्या मालकीचं सामान भरलेलं होतं. आयुष्यात 'माझं' म्हणून जे जे काय होतं, ते सगळं त्या क्षणी माझ्या गाडीत होतं. मी गाडी चालवत होते, पण कुठे जायचं ते मात्र माहिती नव्हतं. माझं मन काही वर्षं मागं गेलं... जस्सी आणि मी घरातून पळून 'न्यू कॅसल'ला गेलो, तो दिवस आठवला. एका पागल क्षणी 'जस्सीकडे परत जावं' असंसुद्धा वाटलं. इतकं सगळं घडून गेल्यानंतरही तो माझा स्वीकार करेल याबद्दल मला खात्री होती. पण मला हेही ठाऊक होतं की, तसं करणं म्हणजे नव्या संकटाला आमंत्रण देण्यासारखं होतं.

सवयीने माझी गाडी डर्बीकडेच वळली. ए-५२ या हायवेवरून गाडी चालवत असताना गालांवरून अश्रूंच्या धारा ओघळत होत्या. काही वेळापूर्वी नॉटिंगहॅमकडे परतत असताना हाच रस्ता खूप लांब आणि मंद गतीने चालल्यासारखा वाटत होता. पण आता मैलांमागून मैल कसे मागे पडले, ते कळलं देखील नाही!

मी विचार करण्याचा प्रयत्न करत होते. पण माझा मेंदू पिंजलेल्या कापसासारखा हलका झाला होता. कानात ममचे शब्द घुमत होते, "राजशी लग्न केलंस, तर शेवटी तुझा घटस्फोटच होईल." खरं तर मी तिचं ऐकायला पाहिजे होतं पण केवळ स्वत:च्याच बाजूने विचार करून बोलायची तिची सवय माहिती असल्यामुळे, मी त्या वेळी तिच्या बोलण्याकडे लक्ष दिलं नव्हतं. पण आता मला तो स्वत:चा उद्धटपणा वाटत होता.

ही घटना झाल्यानंतर, दहा वर्षांनी हे सगळं लिहीत असताना मला जाणवतंय की, त्या वेळेस मी माझ्या स्वतःच्या गावाच्या दिशेने चालले होते. त्या गावात माझा जन्म झालेला होता, तिथेच मी लहानाची मोठी झाले होते, माझे बहुतेक सगळे नातलग तिथेच राहात होते आणि तरीही मला जाऊन राहायला कुठे जागा नव्हती. अर्थात, माझ्या कुठल्याही मैत्रीणीकडे मी जाऊ शकले असते म्हणा – ग्लेंडा, सिल्व्हिया, नाहीतर ॲलिसिया! त्यांचे माझे स्नेहाचे संबंध होते. आधार देणं म्हणजे काय, सुख-दुःख वाटून घेणं म्हणजे काय हे मी त्यांच्याकडून शिकले होते. त्यांच्यामुळेच मला हे उमगलं होतं की, प्रत्येक गोष्टीत गुप्तता राखणं हे स्वतःला सुरक्षित ठेवणारं कवच नव्हतं. ममने आम्हाला जरी तसं शिकवलं असलं, तरी गुप्तता राखणं म्हणजे घुसमटीला आमंत्रण देणं होतं. खरं म्हणजे मी त्या मैत्रिणींवर विश्वास ठेवायला पाहिजे होता. हे मला आज समजतंय. त्या वेळी मात्र लक्षात आलं नव्हतं. मी खूप गोंधळून गेलेली होते आणि त्या गोंधळात जे शिकले होते, तेही सगळंच विसरून गेले. शिवाय त्या प्रेमळ आणि शहाण्या बायकांना, 'मी पुन्हा एकदा नात्याच्या जुगारात हरले, अपयशी ठरले' हेही मला कळायला नको होतं. अशाप्रकारे कचऱ्याच्या थैल्यांमध्ये संसार कोंबून, दोन लहान मुलींना बरोबर घेऊन, रात्रीच्या वेळी घरातून हाकलून दिल्याने एकटीने ड्राईव्ह करत आलेल्या मला त्यांनी रडवेल्या, शरमेने काळवंडलेल्या चेहऱ्यानिशी पाहावं असं मला अजिबात वाटत नव्हतं. ते मला सहन झालं नसतं.

म्हणून मग मी 'नरिंदर'कडे जायचं ठरवलं. नरिंदर, राजचा मित्र होता. आमच्या बिघडत चाललेल्या संबंधांची त्याला थोडीफार कल्पना होती. त्याने कधीही आमच्या दोघांमध्ये मध्यस्थी केली नव्हती. राजला कधी तो मला असभ्यपणे अपशब्द बोलायचा तेव्हा रोखलंसुद्धा नव्हतं. पण एकदा आम्ही तिघं बाहेर जेवायला गेलो असताना, राज ड्रिंक्स आणायला की टॉयलेटला गेला होता, तेव्हा त्याने त्याला माझ्याविषयी वाटणारी सहानुभूती व्यक्त केली होती. नरिंदरने मला नवऱ्याकडून अपमानित होताना पाहिलेलं होतं. राजने त्याच्यासमोर मला कितीतरी वेळा शरमेनं मान खाली घालायला लावलेली होती. त्यामुळे त्याला तोंड दाखवायला आता मला तितका संकोच वाटत नव्हता. कारण लपवण्यासारखं फारसं काही उरलेलं नव्हतं.

त्याचं नाव लक्षात आलं, त्याचबरोबर त्याचं ते छोटंसं गच्चीचं घर माझ्या नजरेसमोर उभं राहिलं. एकदा तिथूनच आम्ही दोघांनी त्याला बरोबर नेलं होतं. पण त्या घरात आम्ही जाऊन राहण्याइतकी जागा असेल का? सिग्नलला गाडी थांबल्यावर मी मुलींकडे पाहिलं. मारिया तर गाढ झोपलेलीच होती. लिसाच्या निष्पाप चेहऱ्याकडे पाहून मला तत्काळ जाणीव झाली की, नरिंदरच्याघरी आसरा घेण्यावाचून मला गत्यंतर नव्हतं. रात्रभर थोडीच मी गाडी चालवत राहू शकणार होते?

नरिंदर घरात असल्याचं मला बाहेरूच कळलं, कारण खोलीत टीव्ही लावलेला होता. मी दरवाजावर थाप दिली. अत्यंत करुण, क्षमा – याचना करणारी अशी ती थाप मारून मी वाट बघत उभी राहिले. नरिंदरने दार उघडलं. तो समोर जे पाहत होता, त्याचा अर्थ कळायला काही वेळ लागला. तो कळल्यावर त्याच्या चेहऱ्यावरचे भाव झरझर बदलल्याचं मी पाहिलं. पहिल्यांदा वैताग, मग विस्मय आणि मग झालं तरी काय? असं कुतूहल. त्याने काही विचारायच्या आत मीच बोलायला सुरुवात केली, "राजने आम्हाला घरातून हाकलून दिलंय. मला, मारियाला आणि लिसाला. आम्ही कुठे जाणार? दुसरी जागा नाही. आम्ही आजची रात्र इथे राहू शकतो का?"

हे ऐकून तो दचकलाच. पण प्रयासाने चेहऱ्यावरचे खरे भाव लपवत म्हणाला, "अर्थातच राहू शकता. या, या! आत या ना!" असं म्हणून त्याने सरकून मला वाट दिली. पुन्हा आठवल्यासारखं करत म्हणाला, "मुलींना आणायचं असेल ना गाडीतून? आणि तुमचं काही सामान आहे का?"

दोघांनी मिळून माझं सामान वाहून आणलं. दोघी मुलींना नरिंदरच्या मागच्या बेडरूममध्ये झोपवलं. तिथला बेड तिघींना पुरण्याइतका मोठा असलेला पाहून माझा जीव भांड्यात पडला. मी इतकी दमलेली होते की, जमिनीवर झोपण्याच्या नुसत्या विचाराने देखील माझं सगळं अंग ठणकू लागलं. नरिंदरने काय घडलं म्हणून मला विचारलं नाही. त्याने मला जास्त काही बोलायलासुद्धा लावलं नाही. फक्त आरामखुर्चीत बसवून एक कप गरमगरम चहा प्यायला दिला आणि 'तुला पाहिजे तितके दिवस इथे राहू शकतेस' असं स्पष्ट सांगितलं.

दुसऱ्या दिवशी सकाळी बाहेर जाण्यापूर्वीही, तो पुन्हा तसं सांगून गेला. मी त्याचे आभार मानले. त्याच्यावर भार होऊन राहण्याची माझी इच्छा नव्हती, पण सुसंगत विचार करू शकण्याइतकं माझं मन अजून ताळ्यावरच आलेलं नव्हतं. आपलं वैवाहिक जीवन संपलं. आपण पुन्हा एकदा त्यात अपयशी ठरलो. आता जगाला तोंड कसं दाखवायचं? या एकाच विचाराने माझं पूर्ण मन व्यापून टाकलं होतं. माझं सर्वांग जणू शरमेनं बरबटलं होतं. नरिंदरच्या घराचे सर्व पडदे ओढून घेऊन मी आतल्याआत मुलींचे आणि माझे आवश्यक व्यवहार उरकत होते. शेवटी एकदा संध्याकाळी लिसाने फारच आग्रह धरला म्हणून मी मुलींना घेऊन बागेत गेले.

त्याचवेळी, राजने आम्हाला नरिंदरच्या घरातून बाहेर पडताना पाहिलं असावं किंवा दोन दिवसांत इतर सर्व शक्यता पडताळून पाहणं झालं असेल म्हणून म्हणा, पण सोमवारी संध्याकाळी साडेसहा वाजता येऊन राजने, नरिंदरच्या घराच्या बाहेरचा दरवाजा ठोठावला. मुली तर घाबरल्याच, पण नरिंदरही एकदम सावध झाला. राज दरवाजा धडाधड ठोकत होता. लेटरबॉक्सवर जोरजोरात मारून एकीकडे ओरडत होता, "मला माहितीय जस, तू इथे आतच आहेस. आता तू मला फसवू शकत

नाहीस. तुला म्हणालो नव्हतो, तुम्ही दोघं भेटता का म्हणून? दार उघड आधी, लपता का घरात?''

नरिंदरने आणि मी एकमेकांकडे बघितलं. मी लिसाला सांगितलं की, तू मारियाला घेऊन वरच्या रुममध्ये जा आणि दोघी खेळत बसा. नरिंदरने दरवाजा उघडला. राज मोठ्याने ओरडत वावटळीसारखा घरात घुसला. नरिंदरचे आणि माझे चोरटे संबंध आहेत असा तो बेधडक आरोप करत होता.

''काहीतरी बोलू नकोस, राज. तुला माहितीय, त्यात काही अर्थ नाही.'' मी म्हणाले.

''अरे दोस्त, रात्रीच्या वेळी तू तिला घराबाहेर काढलंस. मुलींना घेऊन तिनं जायचं कुठं? म्हणून इकडे आली ती.'' नरिंदरने सांगितलं.

''अच्छा! म्हणून तू तिला ठेवून घेतलंस का? वर तिचीच बाजू घेतोयस. अरे वा! ग्रेटच! याला म्हणावं खरा मित्र. चांगली दोस्ती निभावलीस तू!''

''हे बघ राज, बाजू-बिजू काही घेत नाही मी. उगीच काहीच्याकाही बडबडत सुटू नकोस. मी जसला घरात घेतलं याचं कारण तिला रात्री मुलींना घेऊन झोपण्यापुरती जागा हवी होती. बस्स इतकंच! तुमच्या दोघांची काय भांडणं चाललीत याच्याशी मला काहीही देणं-घेणं नाही.''

''असं? देणं-घेणं नाही ना? मग काढ तिला कमरेत लाथ घालून घराबाहेर!''

''मी असलं काहीही करणार नाही राज. कुठलाही सभ्य माणूस असं करणार नाही.''

नरिंदरच्या शांतपणे आणि सौम्यपणे बोललेल्या ठाम शब्दांनी राजला भडकावलं. एक दीर्घ श्वास घेऊन, तो खुनशीपणे आणखी काही वाईटसाईट बोलणार तेवढ्यात मी बोलले, ''थँक्स नरिंदर! पण मी इथून जाते. आम्ही जाऊ इथून. तू आम्हाला उदारपणे आसरा दिलास त्यासाठी तुला हे सगळं सहन करायचं काही कारण नाही. माझ्यामुळे राजने तुझ्यावर घाणेरडे आरोप करावेत; हे मी बघू शकत नाही.''

''नाही. तू जायचं नाहीस जस.'' अशा दृढनिश्चयाने नरिंदरचे सौम्य शब्द आले की राज आणि मी काही न बोलता बघतच राहिलो. आमच्या दोघांच्या मधून चालत जाऊन त्याने पुढचा दरवाजा सताड उघडून टाकला आणि राजला म्हणाला, ''हे बघ दोस्त, तू घरी जाऊन जरा थंड हो, शांत कर स्वतःला! जसमध्ये आणि माझ्यामध्ये तू समजतोस तसलं काहीही नाही हे मी शपथेवर सांगतो. पण तू इतका भडकलेला असताना कोणतीच बोलणी होणं शक्य नाही. घरी जा! थोडा शांत झाल्यावर ये आणि बोल तिच्याशी. तोवर तुझी बायको आणि मुली इथे सुरक्षित आहेत याची खात्री असू दे.''

अतिशय शूरपणे नरिंदरने सांगितलं. राजच्या मूठी अजूनही रागाने वळलेल्याच

होत्या. तो बराच वेळ एकदा नरिंदरकडे आणि एकदा माझ्याकडे पाहत धुमसत होता. मला कळत होतं की, पुन्हा काहीतरी लागेलसं बोलून त्याला भांडणात शिरायचं होतं पण नरिंदरच्या शांत, समतोल बोलण्यामुळे त्याची हवाच काढून घेतल्यासारखं झालं. एकदा खांदे उडवून तो चालता झाला.

त्यानंतर पंधरा दिवस तो कुठेही नजरेस पडला नाही. त्यानंतर एक दिवस अचानक फुलांचा गुच्छ घेऊन आला आणि माझ्याशी बोलायची इच्छा व्यक्त केली. मग त्याने मला एका रेस्टॉरंटमध्ये नेलं. माझी माफी मागितली. त्याचं माझ्यावर खूप प्रेम आहे असं सांगून, 'मला बदलण्याची संधी दे' अशी विनंती केली. मला सांगत होता की, माझ्याविना त्याचं जीवन थंड, निरुत्साही, निरर्थक होऊन जाईल. त्याला माझ्याशिवाय जगणं शक्य नाही. एकंदरीत माझं मन वळवण्यासाठी जी काय लाडीगोडी लावणं आवश्यक होतं, ते सगळं त्यानं केलं आणि मी विरघळले. त्याच्या वरवरच्या स्तुतीवरसुद्धा मी भाळले आणि विश्वास ठेवला, याचं कारण तो खरोखर चांगला व्हावा; माझं मन जाणणारा, माझ्यावर प्रेम करणारा आदर्श नवरा व्हावा अशी माझी इच्छा होती. कित्येक वर्षे मी आईवडिलांच्या प्रेमाला पारखी झालेली होते. ती उणीव भरून काढण्याकरता मला नवऱ्याचं प्रेम मिळवायची गरज वाटत होती.

तरीपण मी एक अट घातली. मी सांगितलं, आपण वेगळे राहू या. तुझ्या आईवडिलांबरोबर राहणं मला शक्य नाही. आपल्या प्रत्येक लहान-सहान कृतीवरही त्यांचा पहारा असतो. अशा स्थितीत आपले दोघांचे बिघडेलेले संबंध सुधारणं शक्य नाही. राजने ते मान्य केलं आणि अशाप्रकारे आम्ही 'बालफोर रोड'च्या घरात राहायला गेलो.

ते घर घ्यायला आम्हाला त्याच्या वडिलांनी कर्ज दिलं. तेरा हजार पौंडांना आम्ही ते घर घेतलं. खरं तर त्या भागात थोडं बऱ्या स्थितीतलं घर घेण्यासाठी तेवीस हजार पौंड पडत होते. पण आम्हाला ते घर तेरा हजारात मिळालं, कारण आमच्या संबंधांसारखंच तेही खिळखिळं झालेलं आणि बळेच उभं राहिलेलं होतं. दोन खोल्या वर, दोन खाली, एक जुनाट लहानसं बाथरूम आणि मागच्या बाजूला छोटं स्वैपाकघर. सगळीकडची जमीन म्हणजे सिमेंटचा खडबडीत कोबा होता. फक्त लिव्हिंग रुममध्ये फ्लोअर बोर्ड बसवलेला होता. त्यावरून चालताना जपून चालावं लागे, कारण तो डगडग हलत होता. भिंतींना गिलावा केलेला नव्हता. प्रचंड ओल होती. इतकी की हिवाळ्यात त्यावर बुरशी वाढायची. खिडक्यांच्या चौकटी जगातल्या सर्वांत जुन्या असाव्यात. वारा आला की त्या हलू लागायच्या आणि त्यातून घुत्कार ऐकू यायचा. आम्ही त्यांच्यावर टॉवेल आणि पांघरुणे टाकून त्यांना स्थिर आणि उबदार ठेवायचो.

नरिंदरकडे राहात असताना आमचं पुनर्मीलन झालं, त्यानंतर लगेचच आम्ही ती जागा पाहिली. त्या वेळी आम्ही अजून आशा आणि प्रणय यांच्या ढगावरच स्वार होते. त्यामुळे मला तिथे विनाश दिसला नाही. संधी दिसली आणि एक प्रयोजन दिसलं, ज्याच्यामुळे आम्ही पुन्हा एकत्र येऊ शकत होतो. माझ्या मनात रम्य कल्पनाविलास सुरू झाला. त्या भिंती गिलावा करून सुंदर रंगवलेल्या, खिडक्यांना नवे पडदे लावलेले आणि मागच्या ओसाड अंगणाचं रूपांतर सुंदर पॅशिओमध्ये झालेलं. 'पॅशिओ' म्हणजे घरातला उघडा चौक. त्यात छोटीशी बागही केलेली असते. पण या घरात प्रवेश केल्यानंतर लगेचच, माझ्या सुखस्वप्नांना तडे जायला सुरुवात झाली.

आम्ही जेव्हा फर्निचरची जमवाजमव करत होतो, तेव्हा नरिंदरने आम्हाला एक जुना सोफा दिला. त्याचं सीट फाटलेलं होतं, आतला फोम बाहेर आलेला होता. तरी पण तो वापरण्याजोगा होता. 'बालफोर रोड'च्या घरात आम्ही राहायला गेलो आणि दोन-तीन आठवडे झाले असतील. मी रोज रात्री त्या सोफ्यावर बसून अभ्यास करत राजची वाट बघत असायची. तो दररोज रात्री उशिरा घरी येऊ लागला आणि मी विचार करत बसू लागले की, 'हा कुठे जात असेल?'

'मी क्लासेस घेतो उशिरापर्यंत. सध्या खूपच चांगले चाललेत माझे क्लासेस' किंवा 'अगं एवढा वेळ जिममध्येच होतो. भरपूर व्यायाम करावा लागतो हल्ली. व्यायामाचे क्लासेस घेणारा टीचरही तसाच पाहिजे ना, स्लिम आणि फिट?' आल्यानंतर तो अशा सबबी सांगायचा आणि मी त्याच्यावर विश्वास ठेवायची.

बऱ्याच वेळा, तो पहाटे तीन-साडेतीनला घरी यायचा. नंतर चार तासांनी मी उठून कामाला लागायची. मारियाला तयार करून नर्सरीमध्ये सोडायचं, मग 'कर्म निर्वाण'च्या ऑफिसमध्ये जाऊन तिथलं काम मार्गी लावायचं आणि मग युनिव्हर्सिटीत जायचं. सगळं आटोपून मी संध्याकाळी घरी यायची, तेव्हा तो गेलेला असायचा. पायऱ्यांवरून वर जायचं असेल तर खोलीतला गालिचा गुंडाळून ठेवावा लागायचा. ती गालिचाची अवजड गुंडाळी तशीच तिथे पडलेली असायची. तिच्या शेजारीच टूल-बॉक्स असायचा. पण तो उघडलेला नसायचा... आमचं घर सजवणं कधी घडलंच नाही....

२८

'बालफोर रोड' हा आशियाई वस्तीच्या मध्यभागी आहे. त्यामुळे तिथे गेल्यावर माझ्या बहिणींची गाठ कधी ना कधी पडणार हे ठरलेलंच होतं. मम वारल्यापासून, माझा कोणत्याही बहिणीशी कुठलाही संपर्क राहिला नव्हता. डॅड आणि सन्नीला भेटायला मात्र मी अजूनही जात होते. डॅड सन्नीशी बोलायला, त्याची समजूत घालायला म्हणून मला बोलावून घ्यायचे. कारण त्याला शाळेतही काही ना काही अडचणी यायच्या. तो तसा साधा मुलगा नव्हता. त्यामुळे त्याला सांभाळताना डॅडींना माझी मदत लागे. त्यांच्याकडे गेले की, मला बहिणींबद्दल काही ना काही बातमी समजे. डॅड सांगत होते की, गिंडा आणि यास्मिन आता ल्यूसीशी बोलतात. त्या माझ्याशी मात्र बोलत नव्हत्या. यास्मिन तर मी घरातून पळून गेले त्या दिवसापासून माझ्याशी बोलत नव्हती आणि गिंडा नवऱ्याकडे (शिंदाकडे) परत गेली, त्यानंतर पुन्हा तिने माझ्याशी बोलणं टाकलं.

तिथे राहायला गेल्यानंतर, मला पहिल्यांदा गिंडा भेटली. घर बदलून आम्हाला दोनच आठवडे झाले होते. अशीच मी शनिवारी सकाळी शॉपिंगला बाहेर पडले होते, तेव्हा समोरून ती येताना दिसली. फूटपाथवर पुष्कळ गर्दी होती पण आम्हा दोघींच्यामध्ये केवळ तीस-एक पावलांचंच अंतर होतं. तिने नक्की मला पाहिलं. मी लांबूनच हात केला. तिच्याही चेहऱ्यावर ओळखीचं हसू फुललं. पण क्षणभरच! दुसऱ्याच क्षणी तिने मान फिरवली, रस्ता ओलांडला आणि निघून गेली. आनंदाने सहज वर गेलेल्या हाताची बोटं गळल्यासारखी खाली आली. स्वत:चा मूर्खपणा लक्षात आला. मी उभ्या जागी खलास झाले! मला घर सोडून पंधरा वर्षे लोटली होती, पण अजूनही गिंडाने मला क्षमा केलेली नव्हती!

ते दु:ख मी कुपीत बंद करून मनाच्या खोल कप्प्यात ठेवून दिलं. युनिव्हर्सिटीच्या तिसऱ्या वर्षाच्या सुरुवातीचे दिवस होते. मला माझ्या वेळेचं नियोजन करायचं होतं. 'कर्म निर्वाण' आणि अभ्यास दोन्हीसाठी तेवढाच वेळ देणं आवश्यक होतं. त्यावर्षी आम्हाला एक छोटा 'शोधनिबंध' (डेझर्टेशन) सादर करायचा होता. त्याच्यावर माझा मुख्य भर होता. मी निवडलेला विषय होता – 'कुटुंबांनी टाकून दिलेल्या शीख स्त्रिया' त्याकरता वाचन करताना माझ्या असं लक्षात आलं की, 'गुरु ग्रंथ साहिब'मध्ये 'स्त्री-पुरुष समानतेचा' पुरस्कार केलेला असून जबरदस्तीने लग्न लावणं, तसंच जातीव्यवस्था यांचा निषेध केलेला आहे. ममने गुरू ग्रंथ साहिबच्या शिकवणीचा नेहमी शस्त्रासारखा वापर केला. पण आता मला कळलं की त्यांची तत्त्व मुळात

वेगळीच आणि चांगली होती.

मला पुन्हा एकदा दिवस गेले. सुखाच्या आशेवर जीवन जगणाऱ्या माझ्या मनाला परत पालवी फुटली. वाटलं, चला या निमित्ताने राज आणि मी पुन्हा एकत्र येऊ. खरं म्हणजे आम्ही दोघं क्वचितच एकत्र येत असू आणि तेवढ्यातच हे घडलं म्हणजे चमत्कारच होता. पण त्यामुळे मला वाईट वाटलं नाही उलट त्याचा उपयोगच होईल असं वाटलं; अशीच माझ्यासारखी चूक किती बायका करत असतील?

फेब्रुवारी महिन्यात एक दिवस पहाटे बरोबर तीन वाजता फोनची घंटी वाजली. तशी मी अर्धवट जागीच होते. राजने किल्ली कुलुपात घालून फिरवल्याचा आवाज कधी येतोय, त्याची वाट बघत होते. मारिया माझ्या शेजारी आणि लिसा खाली घातलेल्या गादीवर झोपलेली होती. त्या वेळी ती जास्तीतजास्त वेळ माझ्यासोबत घालवू लागली होती. फोनच्या आवाजाने मुली जाग्या होण्याआधी खाली जाऊन फोन उचलावा असं मला वाटत होतं. म्हणून एक हात अभावितपणे पुढे आलेल्या पोटावर धरून घाईघाईने जिना उतरत होते. थंडीमुळे अंगावर सरसरून काटा आला.

कसाबसा फोन उचलून मी म्हटलं, "हॅलो?" आणि पायांना थंडी वाजत होती म्हणून सोफ्यावर बसून घेतलं. पायातही काही घातलेलं नव्हतं. "हॅलोऽऽ! कोण बोलतंय?"

"मी बोलतेय. मुद्दाम तुला सांगण्यासाठी फोन केला. हेच की तुझ्या नवऱ्याचे दुसऱ्या मुलीशी संबंध आहेत."

स्त्रीचा आवाज होता; थंड, मुलायम, रेशमी आणि आनंदलेला. मला वाटलं, कुणीतरी माझ्या पोटात गुद्दा मारला आहे.

"काऽय?"

"होय. तुझ्या नवऱ्याची भानगड तुला माहिती असावी असं वाटलं, म्हणून मुद्दाम फोन केला."

"असं? पण तू आहेस कोण?"

"कळेल नंतर. पण तुला सावध करण्यासाठी फोन केला." आणि फोन बंद झाला.

रिसीव्हर खाली टाकून पोटाभोवती हात धरून मी बसून राहिले. माझ्या नकळतं भ्रमिष्टासारखी टक्क नजरेने शून्यात पाहात, पुढे-मागे झुलत बसून राहिले. माझं सुखाचं नाजूक स्वप्न भंगलं होतं. त्याचे तुकडे-तुकडे जणू माझ्यासमोर विखरून पडले होते. कित्येक महिने मनात साचलेल्या संशयाचा निचरा झाला आणि अखेर मी दुःखाच्या खाईत पडले.

या वेळेपर्यंत मी मुलींना पूर्ण विसरूनच गेले होते. पण जिन्यावर पावलं वाजली

आणि मी भानावर आले. वर पाहिलं; जिन्यावर लिसा उभी होती. थंडीने कुडकुडत, भयभीत चेहऱ्याने....

"एऽऽ! तू काय करतेयस तिथं? जा वर जाऊन झोप जा!" माझ्या गरीब बिचाऱ्या लाडक्या लेकीवर मी खेकसले. तशीच ती वर पळाली आणि मी पुन्हा कोचावर बसून पुढे-मागे झुलू लागले. माझ्या दुःखात आता अपराधीपणाची भर पडली होती.

सकाळी सहा वाजता राज घरी परत आला. त्या वेळेपर्यंत मी तशीच, उगवणाऱ्या उदास पहाटेच्या राखाडी रंगाकडे निर्विकारपणे पाहत कोचावर बसून होते.

त्याने तसं काही असल्याचा साफ इन्कार केला. मी खोदून-खोदून विचारत राहिले पण तो नकारावर ठाम राहिला. शेवटी मी विचारायचं सोडलं आणि जीवन जसं चाललं होतं, तसं चालू ठेवलं. कारण मी गोंधळून गेले होते. काय करावं तेच मला उगमत नव्हतं. पुन्हा एकदा नॉटिंगहॅमच्या घरातल्यासारखी मी हतबल, असहाय्य होऊन गेले. असेचं काही आठवडे गेले आणि त्या बाईने पुन्हा फोन केला. तिने स्वत:चं नाव 'जेन' असल्याचं सांगितलं आणि म्हणाली, "मी तुला ओळखते, तुझ्या क्लासला येत होते." तो तपशील मला फारच क्रूर वाटला.

चार महिन्यांची गरोदर असताना, माझं पोट चांगलंच पुढे दिसू लागलं. पाठ दुखायला सुरुवात झाली. एकीकडे राज आणि मी अजूनही एकमेकांसोबत आहोत असं नाटक चालू ठेवण्याकरता मी धडपडत होते. प्रत्यक्षात आम्हा दोघांचं मिळून एवढंच होतं – ते गारठलेलं, मोडकळीस आलेलं घर, मारिया आणि माझ्या पोटात वाढणारा जीव. त्याला मात्र प्रेमाच्या वातावरणात वाढवण्याचा मी निश्चय केलेला होता. पण कुठे होतं प्रेम? रोजचा दिवस दुःख आणि दैन्याने आंबट होत होता. प्रेमावाचून, मायेवाचून उपास घडत होते आणि निराशेचे उदास काळेकुट्ट क्षण मला वेढून टाकत होते. पण स्कॅनिंग करताना छोट्या पडद्यावर दिसणारी बाळाची छबी अंगठा तोंडात घातलेला, व्यवस्थित एकमेकांत गुंतवलेली पावलं आणि पंपासारखं नियमित धडकणारं त्यांच हृदय हे सगळं पाहताना मन पुन्हा उभारी घेत होतं.

माझ्या डोळ्यांत पाणी आलेलं पाहून त्या सोनोग्राफरला वाटलं की, 'तुझं बाळ झालेल्या आठवड्यांच्या मानाने बारीक दिसतंय' असं तिने मला सांगितल्यामुळेच मला वाईट वाटत असेल. मी तिचा गैरसमज तसाच राहू दिला. तिने सांगितलेले समजुतीचे चार शब्द ऐकून घेतले आणि माझं दुःख स्वत:जवळच ठेवलं. मी तिथे सोनोग्राफीसाठी पडलेली असताना, ती मला बाळाचे एकेक अवयव दाखवून सांगत होती, 'हे बघ बाळाचं हृदय, फुफ्फुसं, लिव्हर सगळं व्यवस्थित जागच्या जागी आहे. तुझं बाळ अगदी नॉर्मल, छान असणार बघ!' पोटाला लावलेली जेली पुसून कपडे घातले. पुढची अपॉइन्टमेंट घेऊन धावत-पळत कारकडे जाताना, सतत

माझ्या काळजात काहीतरी सलत होतं. मनात कढ येत होते. अखेर गाडी चालवत घराकडे येईतोवर मी माझं मन कसंबसं घट्ट केलं.

दुपारी राज घरी आल्यावर मी त्याला सांगितलं, ''सगळं संपलंय राज! तू घरातून निघून जा. आत्ताच्याआत्ता! का ते तुला ठाऊक आहे. चर्चा करण्यासारखं काही उरलेलं नाही. तू आजच घर सोडलंस तर बरं.'' लिसा शाळेतून आलेली नव्हती, मारिया नर्सरीत होती. मीच ही वेळ मुद्दाम बोलण्यासाठी निवडली होती. कारण मुलींसमोर कोणताही 'तमाशा' होऊ नये अशी माझी इच्छा होती.

''होऽ होऽ'' तो डोकं हालवत, हसत हसत म्हणाला. जणू काही ही सगळी वाक्यं त्याने अगोदर ऐकलेली होती. त्यावर मी कोणतीही प्रतिक्रिया दिली नाही की चर्चा केली नाही. माझ्या शब्दांचा पुनरुच्चारही केला नाही. तत्क्षणी फोन उचलला. तो बघतच होता. मी सरळ त्याच्या वडिलांना फोन लावला.

''पापाजी? हांऽ मी जसविंदर! मी तुम्हाला हे कळवण्यासाठी फोन केला की, आत्तापासून राजचं आणि माझं नात तुटलेलं आहे. याचं कारण त्याचे दुसऱ्या बाईबरोबर संबंध आहेत. अनेक दिवसांपासून त्याचं हे प्रकरण चालू आहे. आता मी सहजीवनाचं नाटक चालू ठेवू शकत नाही. मी त्याला घटस्फोट देणार आहे पापाजी! त्यामागचं खरं कारण तुम्हाला माहिती असावं, म्हणून फोन केला.''

त्यांचा माझ्या सांगण्यावर विश्वास बसला की नाही माहिती नाही! कदाचित राजच्या आईचा बसला असेल किंवा नसेलही. पण मी त्यांना खरं काय ते सांगून मोकळी झाले. ते माझ्या दृष्टीने महत्त्वाचं होतं; मला स्वत:वर ठपका ठेवून घ्यायचा नव्हता. मी फोन ठेवताना राजकडे पाहिलं, अजूनही तो शुंभासारखा तिथेच उभा होता; दिङ्मूढ होऊन!

''मी जातेय मुलींना आणायला. तेवढ्या वेळात निघून जा, प्लीज!''

या प्रसंगी खचले नाही. वाटलं होतं, राजच्या नजेरपासून दूर गेले की, कार चालवताना माझं ओढून-ताणून आणलेलं अवसान गळून पडेल, मी रडू लागेन. पण नाही; उलट इतक्या महिन्यांचा मनावरचा ताण गेल्यामुळे मला मोकळं, सुटल्यासारखं वाटत होतं. अनेक दिवसात मला इतकं 'सशक्त' वाटलं नव्हतं.

दुसऱ्याच दिवशी, मी दुकानात जाऊन गुलाबी रंगाचे डबे विकत आणले. बेडरूमच्या भिंती सुरेख गुलाबी रंगाने रंगवल्या. माझ्या अंगात जणू जादूई उत्साह भरला गेला होता. ती आमची महत्त्वाची खोली होती. तेवढी एकच खऱ्या अर्थाने बेडरूम होती, कारण एकुलता एक इलेक्ट्रिक हीटर आम्ही तिथे बसवलेला होता. मुली तिथेच खेळायच्या, मी काम करत बसायचे आणि आम्ही तिघी झोपायचो. राज घरातून गेल्यानंतर, आम्ही तिघी त्या डबलबेडवर छानपैकी एका पांघरुणात गुरफटून झोपू लागलो. त्यामुळे ती खोली जरा तजेलदार दिसावी, त्या रंगाकडे पाहून

आम्हाला चांगलं वाटावं आणि जेणेकरून आपलं भवितव्य उज्ज्वल असल्याची भावना व्हावी असं मला वाटत होतं. त्या दिवशी नव्या कोऱ्या गुलाबी रंगाची छटा पोरींच्या गालावर उमटलेली असताना, त्यांचं 'गुड नाईट किस' घेताना मला खरोखर तसं वाटलं!

पण माझा हा उत्साह आणि आत्मविश्वास, फक्त राजच्या अस्तित्वाचा गंध चादरींवरून धुवून टाकीपर्यंतच टिकला. त्यानंतर अपयशाच्या जाणीवेने मला घेरून टाकलं. राज गेल्यानंतर काही दिवसांनी ल्यूसी रस्त्यात दिसली. मला न पाहिल्यासारखं करून निघून गेली. ते मला बरंच वाटलं. नाहीतरी कुठल्या तोंडानं मी तिला सामोरी जाणार होते? राजमध्ये आणि माझ्यात काय घडलंय ते डॅडींना कळू नये अशी माझी इच्छा होती आणि लिहायला आनंद वाटतो की, शेवटपर्यंत त्यांना ते कळलं नाही.

रात्री मधे-मधे मला जाग यायची. छाती जड व्हायची. छातीची धडधड वाढायची. पाठीला थंडगार घाम यायचा. पुन्हा झोप लागायची नाही. मग उद्या काय, काय कामं करायची आहेत त्यावर मी लक्ष केंद्रित करायची – मुली, त्यांच्या शाळा, 'कर्म निर्वाण', माझा शोधनिबंध, पोटात वाढणारं बाळ... एवढ्या गोष्टींपुढे मला वाटायचं, आपण पर्वतापुढे उभा असलेला ठेंगू माणूस आहोत. एकटेपणाची जाणीव सर्वस्व व्यापून उरत असे. हळूहळू त्यावर मात करून, सर्व इच्छाशक्ती एकवटून मला स्वत:ला बेडच्या बाहेर काढावं लागायचं.

साधारण सात वाजता मी मुलींना उठवायची. ब्रश वगैरे करून झाला की, त्या तिथेच बेडवर कॉर्नफ्लेक्स खात बसायच्या. तेवढ्या वेळात मी स्वत:चं आवरायचे. कॉर्नफ्लेक्स स्वस्त होते आणि आमचे असे वाईट दिवस आलेले होते की, प्रत्येक जेवणाच्या वेळी त्यांना कॉर्नफ्लेक्सच खावे लागत. मी बऱ्याच वेळा, काही न खाताच बाहेर पडायची. कारण काही पदार्थ बनवायचा मग खायचा यात वेळही जायचा नि कष्टही पडायचे. लिसाने आता माझ्याकडेच राहायचं ठरवलं होतं. पण कधीकधी मी तिला तिच्या वडिलांकडे पाठवून द्यायची. 'मी अगदी ठणठणीत आहे, सगळं काही व्यवस्थित करू शकते' असं सोंग चालू ठेवण्याचा मला कंटाळा येऊ लागलेला होता. मला जाणवायचं की, ती सारखी माझं निरीक्षण करत राहते आणि तिच्या इवल्याशा चेहऱ्यावरची काळजी पाहून माझ्या पोटात तुटायचं. मारिया अजून हे सगळं कळण्याच्या वयात आलेली नव्हती. पण एखादा दिवस ती राजबरोबर जात असे आणि 'डॅड आणि जेन आंटी' बरोबर काय काय मजा केली, ते आल्यावर नाचत नाचत सांगायची. ऐकताना कुणीतरी पोटात सुरी खुपसतंय किंवा मनाला इंगळ्या डसतायेत अशा वेदना व्हायच्या.

राज घरातून गेला, त्याची कारही गेली. मग रोज सकाळी माझी पुस्तकांनी भरलेली बॅग उचलायची, मारियाला एका कडेवर घ्यायचं आणि बस पकडायला

धावायचं. ती ओरडायची, "मम, किती घट्ट पकडतेस गं! मला दुखतंय ना!" माझं काळीज इतकं जोरात धडधडत असायचं, असं वाटायचं आता फुटेल की काय? पहिल्यांदा लिसाला सोडायचं, मग दुसरी बस पकडून मारियाला नर्सरीत पोहचवायचं आणि मग 'कर्म निर्वाण'च्या ऑफिसमध्ये जायचं....

गाडी नसतानाचे ते दिवस... मी फक्त मोडायचीच बाकी राहिले होते. ते चेहऱ्यावर दिसत असलं पाहिजे, कारण पहिल्यांदाच माझा ट्यूटर म्हणाला, "तू मध्ये गॅप घेऊन पुढच्या वर्षी परीक्षा दिलीस तरी चालण्यासारखं आहे. स्वत:कडे जरा लक्ष दे जसविंदर! किती ओढल्यासारखी दिसतेस तू एवढ्यात. मुली, नोकरी, घरचं करायचं. नवरा काही मदत करतो की नाही?"

"आम्ही वेगळे झालोत." खालचा ओठ दातावर दाबून, मी येणारं रडू आवरत सांगितलं. तो प्रेमळप्रमाने विचारत होता म्हणून ठीक आहे.

"हो का? मग तर तू गॅप घेतलीच पाहिजेस. का स्वत:ला अशी शिणवून घेतेस? पुष्कळ लोक गॅप घेतात. त्यात काही कमीपणा नाही. इतकी सबळ कारणं असताना तर नाहीच."

मी बळेच हसून म्हटलं, "मला गॅप घेण्याची इच्छा नाही. तुम्ही एवढ्या काळजीने सुचवलंत. त्याबद्दल आभारी आहे. पण मी ठीक आहे. कोर्स पूर्ण करू शकेन."

मी त्याच्या सूचनेचा विचारसुद्धा केला नाही. मला त्रास पडत होता, मी थकत होते हे खरंच होतं. पण केवळ तेवढ्या एकाच गोष्टीमुळे, माझं मन ताळ्यावर राहात होतं. माझं मानसिक आरोग्य ठीक राहात होतं.

शोध निबंधासाठी मला खूप वाचन करावं लागायचं. त्यामुळे संध्याकाळी बऱ्याचवेळा मी युनिव्हर्सिटीत जायची. मारियाला नर्सरीतून आणलं की, तिला घेऊन लिसाच्या शाळेनंतरच्या छंदवर्गात जाऊन तिला घ्यायचं आणि संध्याकाळी सहा वाजता युनिव्हर्सिटीत पोहोचायचं. पहिल्यांदा रिफेक्टरीत जाऊन दोघींना भरपूर खाऊ घालायचं. चिप्स, बीन्स असे पदार्थ चांगले स्वस्त मिळायचे. मग मी लायब्ररीत जाऊन जर्नल्समधून मला हवी ती माहिती शोधून काढायची. त्याच्या फोटोकॉपीज काढायची आणि ट्यूटरनी माझ्यासाठी तिथे ठेवलेल्या नोट्स घेऊन यायची. आठ वाजता मुलींना घेऊन घरी येऊन आम्ही झोपायचो.

त्याकाळात मी रविवारीसुद्धा लायब्ररीत जाण्याची सवय लावून घेतलेली होती. लिसा आणि मारियाला सुद्धा बरोबर न्यायची. त्यांना लायब्ररीत आणण्यासाठी मी लायब्ररीयनची खास परवानगी काढलेली होती. मी प्रामाणिकपणे माझी खरी अडचण तिला सांगितली की, मला या वर्षी ही डिग्री मिळवलीच पाहिजे म्हणून मी या अवस्थेतही अभ्यास करीत आहे. पण माझ्या मुलींना सांभाळायला घरी कुणी

नाही. इतर सोय करणंसुद्धा मला परवडण्यासारखं नाही. तेव्हा तू प्लीज मला मदत कर, त्याप्रमाणे तिने मदत केली.

लायब्ररीचा एक कोपरा संपूर्णपणे मुलांसाठीच्या पुस्तकांनीच भरलेला होता. टीचर्स ट्रेनिंग कोर्सचे विद्यार्थी त्याचा वापर करत. तिने मला सांगितलं की, जोपर्यंत तुझ्या मुली आवाज न करता शांतपणे खेळतील तोपर्यंत त्यांना या भागात राहू देत जा. त्या तिथे शांतपणे खेळत राहात होत्या. देवाची दया! लिसा म्हणजे मारियाची जणू छोटी आईचं व्हायची. तिला पुस्तकं वाचून दाखवायची. तासन्तास तिच्याशी न बोलता खेळत राहायची. मला दोघींना कधी एका शब्दानेही रागवावं लागलं नाही. मधल्या सुट्टीत आम्ही बाहेर जाऊन जेवायचो. म्हणजे मी घरून करून आणलेली सँडविचेस बागेतल्या एका ठरावीक बाकावर बसून खायचो. फेब्रुवारीतली कडाक्याची थंडी असो, नाहीतर मे मधला उन्हाळा. खाल्ल्यानंतर काही वेळ मैदानावर भटकून, पुन्हा लायब्ररीत जायचो. असं प्रत्येक शनिवार-रविवारी मी जवळजवळ दोन वर्षं करत होते.

दिवसा माझे असे एकामागून एक भरगच्च कार्यक्रम असत. त्यामुळे विचार करायला वेळच नसायचा. पण संध्याकाळी मुली जेवून झोपल्या की, माझ्या विचारांना गती मिळायची, एकटेपणाची जाणीव तीव्रतेने व्हायची. मी प्रत्येक नातेसंबंधात अपयशी ठरले होते, कुठलंच नातं मला टिकवता आलं नाही याची खंत दाटून येई. स्वत:बद्दल तिरस्कार वाटू लागायचा. दिवसा 'कर्म निर्वाण' मधून मी आशियाई स्त्रियांच्या हक्कांसाठी झगडत होते आणि रात्री ज्या समाजाने मला झिडकारलं होतं, त्यांनी पुन्हा माझा स्वीकार करावा या इच्छेने व्याकूळ होत होते. अगंभर पांघरुण लपेटून, मी समाजशास्त्राचं पुस्तक उघडून बसलेली असायची. पुष्कळ वेळानंतर माझ्या लक्षात यायचं की, आपण उघडल्यापासून पुस्तकाचं पान उलटलेलंच नाही. त्यातली माहिती डोक्यात शिरणं तर दूरच राहिलं. माझं मन प्रियजनांच्या सहवासाविना उपाशी होतं.

मी स्वत:ला एका संस्थेची अग्रणी म्हणवून घेत होते, सुधारणेचा पायंडा पाडण्यासाठी सज्ज झाले होते. पण माझ्या मनाची मागणी वेगळीच होती, माझ्यातल्या सामान्य स्त्रीला तिचं घरकुल हवं होतं; कुटुंबाबरोबर राहायचं होतं.

राज आणि मी कायमचे एकमेकांपासून दूर झालो, तेव्हा वसंत ऋतूची सुरुवात होती. पण मागे वळून पाहताना मला ते सगळे दिवस उदास, काळवंडलेले नाहीतर विरक्त, बिनरंगाचे दिसतात. माझं स्वत:चं रूपही तसंच दिसतं – थंड, पोक काढलेलं, स्वत:ला आकसून घेतलेलं. जणू काही माझं शरीर एखाद्या अपघातात जायबंदी झालं होतं! त्या काळात मी मृत्यूविषयी खूप विचार करायची. कसल्या आठवणीच आल्या नाहीत तर किती चांगलं होईल! असं वाटायचं. मी अनेकदा

आत्महत्येचे बेत आखले. पोटातल्या बाळाने जर लाथा मारून स्वतःच्या अस्तित्वाचं भान करून दिलं नसतं, तर मी एखाद दिवशी आत्महत्या केली असती. बाळानेच मला रोखलं. बाळाने, लिसाने आणि मारियाने....

२१

ज्या वेळेला मला खूपच अवघडल्यासारखं, गळून गेल्यासारखं वाटू लागलं तेव्हा मी 'कर्म निर्वाण'ला फोन करून काही दिवसांसाठी रजा मागितली. चेअरवुमन म्हणाली, "तुला पाहिजे तितके दिवस रजा घे. नाहीतरी तुला बाळंतपणाच्या रजेची गरजच आहे जस!" असं ती म्हणाली तेव्हा मला कृतज्ञ वाटलं. मी ज्या अवस्थेत होते ती अवस्था इतरांना आधार द्यायला योग्य नव्हती. माझ्या मुलींची नीट काळजी घेण्याइतकं त्राणही माझ्या अंगात राहिलं नव्हतं. मग इतर स्त्रियांना मी काय आधार देणार?

मी त्या दिवशी कोसळायचीचं; पण ट्रिशने येऊन मला आधार दिला म्हणून मी वाचले. चेअरवुमनकडून तिला माझी हकिकत समजल्यावर न राहवून ती मला भेटायला घरीच आली. मी 'स्त्री आधार केंद्रात' व्याख्यान दिलं, त्यानंतर आमची चुकामूकच होत असावी. कसं कोण जाणे, पण आम्ही फार कमी वेळा भेटलो होतो. एके दिवशी रात्री नऊ नंतर ती माझ्या घरी येऊन धडकली. मुली तर झोपूनही गेलेल्या होत्या.

"हॅलो जसविंदर! तू मला कदाचित आगाऊ म्हणशील, पण मी तुला काही मदत हवी असेल तर करण्यासाठी आलेय. मला कळलं, तुझा नवरा तुला सोडून गेला म्हणून, मी आत येऊ का?"

ती घरात आली, घरात कसली? माझ्या जीवनातच आली आणि माझी काळजी घेण्याचं काम तिनं आपणहून अंगावर घेतलं. शेवटशेवटच्या उदास दिवसात ती माझी तारणहार झाली. तिने पौष्टिक अन्न आणून मला खाऊ घातलं. वेळच्यावेळी आग्रह करून खायला लावलं. माझी रडकथा ऐकून घेतली. मला हसवण्याचा प्रयत्न केला.

मला खूपच गळून गेल्यासारखं वाटू लागलं, तेव्हा तिने पंधरा दिवस मला स्वतःच्या घरी राहायला नेलं. डबलबेड मला आणि मारियाला देऊन स्वतः सोफ्यावर झोपली. ट्रिश माझी चांगली मैत्रिणीचं झाली, आयुष्यातली सर्वांत जवळची मैत्रीण.

माझी हॉस्पिटलमध्ये अपॉइंटमेंट असेल, तेव्हा ती मुलींना सांभाळायची. मला वाटे, आता या हॉस्पिटलवाऱ्या कधी संपणार आहेत का नाहीत? लिसा आणि मारियाच्या वेळेला माझी गरोदरपणं आणि बाळंतपणं अगदी सोपी, सरळ झाली होती. मारियाच्या वेळेला संपूर्ण नाळ बाहेर आली होती, तेवढंच! पण या वेळेला मात्र सगळं समस्या आणि संकटांचं साम्राज्य दिसत होतं. एकतर मूल आकाराने लहान होतं आणि मी इतकी अशक्त झाले होते की, मला सारखी चक्कर यायची, छातीतली धडधड वाढायची. त्यामुळे डॉक्टर माझ्या तब्येतीकडे बारीक लक्ष ठेवून होते.

मे महिन्यात बाळ खूपच लाथा मारू लागलं. त्याच्या टाचा, गुडघे, कोपरं चांगलीच टोचायची पोटात. जसजसं बाळाचं अस्तित्व अधिकाधिक स्पष्टपणे जाणवायला लागलं तसतशी त्याला त्या बालफोर रोडच्या घाणेरड्या, मोडकळीस आलेल्या घरात आणण्याची मला भीती वाटू लागली. कारण त्या घराच्या आतल्या वातावरणात कसलं तरी दुःखाचं सावट स्पष्टपणे जाणवू लागलेलं होतं.

मी चौकशी केली तेव्हा असं कळलं की, माझ्या 'कर्म निर्वाण'च्या पगारावर मला छोटंसं कर्ज काढून घर घेता येणार होतं. ट्रिशला सांगितल्यावर तिनेही ही कल्पना उचलून धरली. झालं! जागा बदलण्याच्या विचाराने माझ्या ताणतणावात आणखी भर पडली.

सहाव्या महिन्याच्या तपासणीसाठी गेले, तेव्हा माझं ब्लडप्रेशर इतकं वाढलं होतं की, डॉक्टरांच्या मते निरीक्षणासाठी हॉस्पिटलमध्ये ठेवावं लागेल.

"पण मी नाही ॲडमिट होऊ शकणार, मी एकटीच राहते. माझ्या दोन लहान मुली आहेत. दोन महिन्यांनी माझी कॉलेजची शेवटची परीक्षा आहे. त्याच्याआधी 'शोधनिबंध' पूर्ण करायचा आहे. खूप-खूप कामं आहेत हो मला! मी नाही ॲडमिट होऊ शकणार, प्रामाणिकपणे सांगते."

पण डॉक्टर म्हणाले, बाळासाठी तुला ॲडमिट होणंच भाग आहे. त्यांनी तिथल्या तिथे मला ॲडमिट करून घेतलं आणि बिचाऱ्या ट्रिशचं देव भलं करो! तिने बाकी सगळं सांभाळून घेतलं. मुलींना त्यांच्या त्यांच्या वडिलांकडे पोहोचवून दिलं आणि कामावरून येताना मला लागणाऱ्या वस्तू आणि पुस्तकांचा ढीग घेऊन आली. माझ्या दृष्टीनं पुस्तकं महत्त्वाची होती. मला फक्त तीच पाहिजे होती. कॉटवर पडल्या-पडल्या एकीकडे मला मॉनेटर लावलेला असताना मी माझ्या शोधनिबंधाच्या फायली वाचत होते. ट्रिशने माझ्या ट्यूटरला सांगितल्यानंतर तो इतका चांगला की, त्याने झालेल्या सगळ्या लेक्चर्सच्या नोट्स मला पाठवून दिल्या. पण हे सगळं करून मी विश्रांतीसुद्धा घेतली. अशीच एक दिवस पुस्तक वाचत पडलेली असताना अनपेक्षित आणि प्रचंड थकवा आला आणि कित्येक महिन्यानंतर मी

आख्खी रात्र आणि पुन्हा दिवसातून तीन वेळा झोपले. हातात पुस्तक तसंच होतं!

झोपेतून जाग आली, तेव्हा माझ्या कॉटजवळ जस्सी बसलेला होता. मला आश्चर्यच वाटलं. त्याला लिसाचे मालकी हक्क मिळाले आणि मी राजशी लग्न केलं, तेव्हापासून आमच्यात कसलीच देवाण-घेवाण झालेली नव्हती. फक्त एक कडवटपणा भरून राहिलेला होता. चार वर्षांपासून मी त्याला पाहिलेलंसुद्धा नव्हतं. जस्सी वयस्कर दिसू लागला होता. त्याचं वजनही वाढलेलं होतं.

''लिसा ठीक आहे ना?'' मी एकदम काळजीने विचारलं.

''होऽ होऽ ती अगदी मजेत आहे. मी तिच्यासंबंधी बोलायला नाही आलो.'' त्याला संकोच वाटला असावा, थोडं थांबून नंतर मात्र त्याने बोलायला सुरुवात केली.

''जस, मला कळलं राजचं आणि तुझं... नाही पटलं आणि तुम्ही वेगळे झालात म्हणून वाईट वाटलं. तुला फार त्रास झाला म्हणे! लिसाने थोडंफार सांगितलं, बाकीचं इतरांकडून कळलं. आपल्याकडे बातम्यांची कशी घुसळण चालू असते तुला तर माहितीच आहे.'' तो विषण्ण हसला. ''तर मला असं सांगायचं होतं की फार वाईट वाटलं मला सगळं ऐकून. तुला सांगतो जस, तू माझ्याकडे परत आलीस तर मला फार आनंद होईल. खरंच, मनापासून सांगतोय. तुझ्या मुलांना मी माझी समजून वाढवीन. मारिया आणि हा!'' माझ्या पोटाकडे निर्देश करून तो म्हणाला, ''मी पुन्हा तुझ्याशी लग्न करीन आणि आपण सगळे, कुटुंब म्हणून एकत्र राहू. मी तुम्हा सर्वांची काळजी घेईन.''

तो बोलायचा थांबला. त्याचे गाल लाल झाले होते. अत्यंत प्रांजळपणे, नितळ नजरेने तो माझ्याकडे टक लावून बघत होता. मला ती नजर स्पष्ट आठवते.

''मनापासून विचारतोय जस, काय वाटतं तुला?''

क्षणभर त्याच्या घराचं... आमच्या घराचं चित्र, मनाच्या पडद्यावर उमटून गेलं... गुलाबी रंगवलेला पुढचा हॉल, फुलांनी डवरलेली बाग, माझ्या ग्रीनहाऊसमध्ये उगवलेले टोमॅटो... मी विचार करून पाहिला. जबाबदाऱ्या वाटल्या जातील... दिवसाच्या प्रत्येक मिनिटाला पैशांची चिंता करायला नको... जस्सीच्या प्रेमळ, आशाळभूत डोळ्यात बघत मी एकमेकांचे मित्र (कंपॅनियनशिप) म्हणून एकत्र राहण्याची कल्पना करून पाहिली. किती सोपं झालं असतं सगळं!

''नाही, जस्सी नाही. तू असं म्हणालास, याचा मला खरंच खूप आनंद झाला. पण आपलं तसं जमणार नाही, हे तुलाही माहिती आहे. उगीच तुला पुन:पुन्हा दु:खी करण्याची माझी इच्छा नाही.''

३०

माझी वार्षिक परीक्षा सुरू झाली, त्या दिवशी फारच उकाडा होता. सकाळी दहा वाजताही माझे कपडे घामाने अंगाला चिकटून बसले होते. मला सातवा महिना चालू होता. बसून-बसून माकडहाड आणि कुल्ले दुखत होते. आम्ही सगळे विद्यार्थी परीक्षा हॉलच्या बाहेर हातातल्या रुमालांनी, कागदांनी वारा घेत उभे होते. मनावर प्रचंड ताण होता.

परीक्षा हॉलची दारे उघडली. रांगेने मांडलेले बाक आमचं स्वागत करत होते... जणू कडक शिस्तीत सलामी द्यायला सज्ज असलेली सैनिकांची तुकडीच! प्रत्येक बाकावर परीक्षेचे पेपरसुद्धा अत्यंत नीटनेटके, ठरावीक ठिकाणी, विशिष्ट पद्धतीने ठेवलेले होते. आम्हाला सर्वांना डेस्क नंबर्स दिलेले होते. मी माझा नंबर शोधून बसले तेव्हा हायसं वाटलं. कारण मला थोडंसं गरगरल्यासारखं होत होतं. भिंतींना वरच्या बाजूला असलेल्या खिडक्या उघड्या होत्या. पण हॉलचे दरवाजे बंद करण्यात आले होते.

पहिला तास कसा गेला, कळलंच नाही. हवा दमट आणि कोंदट होती. पेपर पाहून मी खूश झाले. मला सगळ्या प्रश्नांची उत्तरं आठवत होती. स्वत:ला 'नशिबवान' म्हणवून घेत, माझं पेन पेपरवर झरझर पळू लागलं. पण दुसरा प्रश्न सोडवत असताना मला गळून गेल्यासारखं वाटू लागलं. डोळ्यांपुढे काजवे चमकू लागले. डोकं हलकं झालं. थोडं खाऊन निघाले असते, तर बरं झालं असतं असं वाटायला लागलं. एक ग्लास पाणी मागवावं म्हणून हात वर केला तर डोळ्यांपुढे वीज चमकल्यासारखा प्रकाशाचा लखलखाट झाला आणि एकदम अंधार पसरला. माझा बाक कुणीतरी उचलून उलटा करतयं आणि जमीन वर चढतेय असं वाटलं....

....कुणीतरी मला उचललं माझी पावलं जमिनीवर ठरत नव्हती. मला एका थंड खोलीत नेण्यात आलं, वर पंखा फिरत होता. एक हडकुळा हात, पाण्याचा ग्लास घेऊन समोर आला. हे सगळं मला अस्पष्ट आठवतंय. कुणीतरी मला प्रेमळ आवाजात सांगत होतं, ''काही काळजी करू नकोस. शांत पडून राहा. तुला विश्रांतीचीच गरज आहे.''

''पण माझा पेपर लिहून झालेला नाही. मला परत गेलं पाहिजे. वेळ वाया चाललाय.'' असं म्हणून मी उठून बसण्याचा प्रयत्न करू लागले. पण नर्सने मला पुन्हा झोपवलं.

"तुझा पेपर झालाय; एकदा हॉल सोडून बाहेर आलीस ना, आता नाही तुला पुन्हा आत जाता येणार."

"पण मला पेपर लिहायचाय, पूर्ण करायचाय." एकदम नर्सशेजारी उभ्या असलेल्या बाईला मी ओळखलं. त्याच आम्हाला सुपरवायझर होत्या – प्रोफेसर शर्मा. मी त्यांना ओळखत होते. त्या माझ्या आवडत्या प्रोफेसर होत्या. "मला तुम्ही इकडे आणलंत?" त्यांनी मान हलवली. "म्हणजे काय घडलं, ते सगळं तुम्ही पाहिलं आहे. तुम्हाला माहितीय की, मी लबाडी केलेली नाही. मला खरोखर त्रास झाला. पण आता तुम्ही मला परत हॉलमध्ये जाऊ दिलं पाहिजे. प्लीज, माझ्यासाठी ही परीक्षा फार महत्त्वाची आहे हो! आणि आता मला बरं वाटतंय. खरंच बरं वाटतंय."

नर्सने आणि सुपरवायझरने एकमेकींकडे पाहिलं. 'मी खरंच पेपर लिहिण्याइतकी बरी झालीय का? मी मुद्दाम नियम तोडलेला नाही. मग माणुसकी म्हणून, मला आत जाऊ द्यावं का?' पण त्यांचा विचार पूर्ण होण्याची वाट न पाहता मी झटकन उठून उभी राहिले. मी ठीक आहे असं त्यांना पटवण्यासाठी....

"ठीक आहे तर होऊ दे तुझ्या मनासारखं. पण आता आपल्याला घाईनं गेलं पाहिजे." प्रो. शर्मा मला रस्ता दाखवत परीक्षा हॉलकडे घेऊन गेल्या. दरवाजाशी पोहोचल्यावर त्यांनी घड्याळात पाहिलं, "हे बघ, सव्वा बारा झालेत. बाराला पाच कमी असताना आम्ही तुला बाहेर नेलं, म्हणजे तुझी वीस मिनिटं गेली आहेत. मी तेवढी तुला शेवटी जास्त देईन म्हणजे इतरांची वेळ संपेल त्याच्यानंतर वीस मिनिटांनी तुझा पेपर मी घेईन. चल सुरू कर!"

अखेर माझी परीक्षा संपली. मी माझा शोधनिबंधही पूर्ण करून दिला. तीन वर्षांचं कठोर अभ्यासव्रत पूर्ण झालं. पण मला आनंद झाला नाही. शेवटचा पेपर संपला, तेव्हा मुलामुलींचा लोंढा जल्लोष करीत बाहेर पडला. त्यात सापडू नये म्हणून मी बाजूला भिंतीला टेकून उभी राहिले. मुलं-मुली हसत, मोठ्याने बोलत, एकमेकांना टाळ्या देत चालली होती. जिन्यातून नाचत-नाचत, एकीकडे नोट्सचे कागद चुरगाळून फेकत खाली मैदानात एकत्र जमले. नंतर ते पबमध्ये जाऊन आजचा 'सुटकेचा दिवस' साजरा करणार होते. तिथे उभी राहून त्यांच्याकडे बघत असताना मला आपण थकलो आहोत, आपलं वय झालं असं वाटायला लागलं. मला कुणी विचारलं असतं तरी त्यांच्याबरोबर मला पबमध्ये जायला आवडलं नसतं.

डिग्रीपर्यंत शिक्षण पूर्ण केल्याचं विशेष काही वाटत नव्हतं. ते पूर्ण करण्याइतकी इच्छाशक्ती आपल्यात आहे याची मला खात्रीच होती. पण रिझल्ट काय लागतो, इकडे माझे डोळे लागले होते. जेव्हा पास झाल्याचं अधिकृतपणे कळेल, तेव्हाच मी माझं यश साजरं करणार होते. त्याही दिवशी मी घाईघाईने कार पार्ककडे गेले.

मारिया आणि लिसाला आणायला जायचं होतं; उशीर होऊन चालणार नव्हतं.

मला ऑगस्टमधली तारीख दिलेली होती. त्यामुळे जसजसा ऑगस्ट जवळ येऊ लागला, तसतसं त्या बालफोर रोडच्या घरातून बाहेर पडण्याचा माझा निश्चय दृढ होत चालला होता. कारण त्या घरातल्या एकाच राहण्याजोग्या खोलीत आम्ही चौघांनी कोंबून राहण्याची कल्पनासुद्धा भयंकर होती. पण नेसत्या वस्त्रानिशी घरातून बाहेर पडण्यासारखी माझी आत्ताची परिस्थिती नव्हती. जस्सीला मी तशाप्रकारे सोडलं होतं. पण आत्ताची गोष्ट वेगळी होती. व्यावहारिक विचार केला तर या सगळ्याला कारणीभूत राज होता. त्यामुळे त्याला मला घरातून बाहेर काढायचं असेल, तर दुसऱ्या घराची व्यवस्था त्यानेच करून द्यायला पाहिजे होती.

कसंही करून मला आशियाई वस्तीच्या बाहेर पडायचं होतं. माझा जीव तिथे गुदमरत होता. 'व्हाईट्स व्ह्यू' मध्येही तसंच व्हायचं. मी बहिणींकडून तुच्छ लेखून घेत घेतच वाढले होते, पण साऱ्या समाजातच आपल्याबद्दल नापसंतीची हवा तयार होणं मला अगदी सहन व्हायचं नाही. माझ्याकडे कुतूहलाने पाहणाऱ्या नजरा, मला पाहून चेहऱ्यावर दाखवलेली किळस, दुकानात भेटल्यावर मुद्दाम स्वत:ला आणि मुलांना माझ्यापासून दूर करणं, हे सगळं बालफोर रोडला व्हायचं आणि त्याकडे दुर्लक्ष करण्याचा मी प्रयत्न करायची. मी म्हणजे जणू त्यांच्या गावगप्पांचा विषय होते आणि या गोष्टीचा मला तिटकारा यायचा.

मी चार मैल दूर असलेल्या 'ओकवूड'मध्ये एक घर शोधून काढलं. घर तसं लहान होतं, पण स्वतंत्र होतं आणि त्याला तीन बेडरूम्स होत्या. जुलै महिन्यातल्या एका दुपारी मी ट्रिशला आणि मुलींना घेऊन ते घर बघायला गेले. सर्व खोल्यात भरपूर सूर्यप्रकाश होता. मला अजून आठवतं असा उन्हाचा कवडसा आत आलेला होता, त्यात गालिचावर झोपून छोटी मारिया म्हणाली होती, ''मम्मी बघ मी घरातच सनबाथ (सूर्यस्नान) घेते.'' सर्व खोल्यात छान कारपेट घातलेला होता. आम्ही गेल्याबरोबर आमचे बूट काढून मोकळ्या पायांनी हिंडत राहिलो केवळ त्या स्वच्छ, मऊमऊ गालिचाचा स्पर्श अनुभवण्यासाठी. बालफोर रोडच्या घरापेक्षा इथली प्रत्येक गोष्ट सरस होती. बाथरूम पाहिल्यावर लिसा एकदम खूश झाली, कारण बाथटबमध्ये 'जाकुझी'ची सोय केलेली होती. बाहेर छोटीशी बाग केलेली होती. बाग म्हणजे काय, एक खडबडीत गवताची छोटी हिरवळ आणि दोन-तीन दुर्लक्षित फुलांचे वाफे. पण तेवढ्यात मी कल्पनाचित्र पाहून घेतलं. कोवळ्या उन्हाच्या किरणात माझं बाळ बाबागाडीत शांत झोपलं आहे....

मी सरळ घर घेण्यासाठी ऑफर नोंदवून टाकली. त्या रात्री उशिरापर्यंत आकडेमोड करत बसले होते. आपल्याला या पैशाची जमवाजमव कशी करता येईल? तोपर्यंत पैशांचे हिशोब आणि व्यवहार यात मी पक्की होऊन गेले होते. तीन वर्षे युनिव्हर्सिटीचं

शिक्षण घेत असताना मला कर्ज, शिष्यवृत्त्या, मदतनिधी यांचा शोध घेण्याची सवयच लागलेली होती. माझं शिक्षण पूर्ण करण्यासाठी, जिथून मिळू शकली तिथून तिथून मी मदत घेतलेली होती. त्यातून मला हे पक्कं माहिती झालेलं होतं की, मदत उपलब्ध असते पण त्याचा शोध घेऊन पाठपुरावा मात्र करावा लागतो.

१२ ऑगस्ट ९७ ला माझ्या पोटात दुखायला लागलं. सकाळी जाग आली तीच जीवघेण्या कळेनं. मी इतकी हादरले की वाटलं आपण एवढ्या दमलेल्या आहोत, आता कशा या कळा सोसणार? आपल्याला झेपेल का हे बाळंतपण? तशीच जाऊन हॉस्पिटलमध्ये दाखल झाले. ट्रिश परस्पर तिकडेच आली. राजने तिला पाठवलं, कारण तो कामात होता. ट्रिशने खूप प्रेमाने माझी सेवा केली. मला कळा येत असताना, पूर्ण वेळ माझ्याजवळ बसून होती. पाठीवरून हात फिरवत, डोळे पुसत, केस सारखे करत आणि पाणी पाजत होती. मिडवाईफ तपासत असताना तिने माझा हात धरला होता. प्रत्येक कळेबरोबर अंगातली शक्ती संपत चालल्याचं मला जाणवत होतं.

शेवटी सिझेरियनचा निर्णय घेतला. ती तयारी चालली असतानाच राज आला. तो एक काळजी घेणारा आणि काळजी करणारा 'पिता' आहे, हे दाखवून देण्यासाठी. मला नॉर्मल बाळंतपण व्हावं असं वाटत होतं पण मिडवाईफनी मला पटवून सांगितलं की, नॉर्मल बाळंतपण होणं शक्य नाही, सिझेरियनच करावं लागेल. मी खूपच घाबरून गेले. ट्रिशला घट्ट धरून ठेवलं. मला ती पूर्ण वेळ माझ्या शेजारीच हवी होती. पण राज आल्यावर सगळे म्हणायला लागले, "अरे वा! आता बाळाचे वडीलच आलेत." मग त्यालाच आत बोलावलं आणि ट्रिशला बाहेर बसवलं. माझं म्हणणं मागेच पडलं. त्या वेळी मी काही करूही शकत नव्हते.

काही वेळातच मिडवाईफ म्हणू लागल्या, "मुलगा झालाय मुलगा! जसविंदर, तुला मुलगा झाला!" त्यांनी छोट्या निळ्या ब्लँकेटमध्ये गुंडाळून बाळाला माझ्याजवळ दिलं. ट्रिशची आनंदाची आरोळी सगळ्यात मोठी होती. तिचे ते आनंदाचे चीत्कार मी कधी विसरू शकणार नाही, मी बाळाकडे पाहिलं... त्याच्या बाळमुठी उलगडून पाहिल्या, बोटं, नखं, पावलं, कान सगळं नीट असल्याची खात्री केली. त्यांनी मला टाके वगैरे घालण्याचं काम पूर्ण केलं आणि मग मला वाटलं, 'झालं सगळं. आता कुणीतरी या बाळाला नेलं तर बरं. मला थोडी झोप घेता येईल.'

मुलाचं नाव – 'जोशुआ.' तो दोन आठवड्यांचा झाला, तेव्हा मुलींना घेऊन मी ओकवुडमधील 'काव्हर क्लोज' जागेत राहायला गेले. तसं फारसं सामान हलवायचं नव्हतंच. सगळ्यांचे कपडे, वह्या-पुस्तकं एक मोठी जुनी गादी. मला त्या जागेतलं काहीच न्यायचं नव्हतं. पण राजने आग्रहच केला आणि आम्हाला झोपायला काहीच नव्हतं त्यामुळे व्यावहारिक विचार करून आणि स्वाभिमान गिळून मी गादी

तेवढी उचलली.

त्या घरातली आमची पहिली रात्र मला आठवते. आम्ही सर्वजण एकत्र झोपलो होतो. मी, लिसा आणि मारिया गादीवर आणि आमच्या शेजारी फरशीवर त्याच्या छोट्या मोझेस बास्केटमध्ये जोशुआ! खिडक्यांवर पडदे नव्हते. खिडकीतून चांदणं आत येऊन माझ्या बाळांचे चेहरे उजळत होतं. लिसाचे लांब सडक काळे केस उशीवर विखुरलेले, भिवया किंचित संकोचलेल्या आणि झोपेतही चेहऱ्यावर काळजी. मारिया अंगठा तोंडात घालून, मला घट्ट बिलगून झोपलेली. जोशुआ उताणा झोपलेला. दोन्ही हात डोक्याच्या वर पसरलेले. फिक्या निळ्या रंगाच्या स्लीपसूटमधून त्याची छाती वर खाली होताना दिसत होती. त्याच्या तोंडाच्या दूध चोखल्यासारख्या हालचाली होऊ लागल्या होत्या. मला माहिती होतं, तो लवकरच उठणार होता, कारण माझी छाती दुधाने तटतटून आली होती... गरम झाली होती....

मी कोपरं टेकवून थोडं उठून त्याला उचलून छातीशी धरलं. कारण खूप भूक लागून तो किंचाळायला लागला असता, तर त्या आवाजाने मारिया आणि लिसा उठल्या असत्या. मी खूप थकलेली असूनही मला त्या रात्री उल्हसित वाटत होतं. मी खोल श्वास घेतला. समाधानाने ट्रिशने आणलेल्या गुलाबांचा सुवास नाकात भरून घेतला. तिने भल्या मोठ्या फुलदाणीत गुलाबाची फुलं भरून खिडकीत ठेवलेली होती. ती फुलं म्हणजे, तिच्या माझ्या मैत्रीचं अभिवचनच होतं!

मला स्वत:विषयी अभिमान वाटत होता; यापूर्वी कधीही असं वाटलं नव्हतं. मी घर विकत घेतलं होतं, माझं स्वत:चं एकटीचं घर! आता या घराचं; माझ्या मुलांसाठी मी गोजिरवाण्या, प्रेमळ घरकुलात रूपांतर करणार होते. माझ्या माहेरच्या लोकांनी मला कुटुंबातून आणि घराण्याच्या इतिहासातून बाद केलं असलं तरी मला असा विश्वास वाटू लागला की, आपण स्वत:च कुटुंबाचा इतिहास घडवू शकतो.

दुसऱ्या दिवशी सकाळी लिसाने माझ्या पुस्तकांच्या जुन्या खोक्यातून एक कोरा कागद आणि पेन शोधून काढलं आणि आम्ही काय? काय करायचं आहे, त्याची यादी करायला बसलो. काय, काय वस्तू घेण्यासाठी पैसे साठवायचे आहेत ते लिहून काढू लागलो.

"मला एक गादी घ्यायची आहे." ती म्हणाली.

"मला पण एक गादी आणि आपल्यासाठी टीव्ही घ्यायचा आहे." मी सांगितलं.

"मला एक गादी, टीव्ही आणि कपडे ठेवायला कपाट."

"मला एक गादी, टी.व्ही. आणि सर्वांसाठी कार."

हा संवाद नऊ वर्षांपूर्वीचा. ती जणू एका खेळाची सुरुवात होती. जो अजूनही चालू आहे. त्या वेळी मी लिसाला सांगितलं, "आपल्या मनात जे असेल ना, ते बोलत राहावं लिसा. भले ते हजार मैल दूर असलं तरी चालेल. काय करायचं आहे

ते बोलून दाखवावं. एकदा ते बी पेरलं गेलं ना, की त्याची वाढ करण्याच्या दिशेने आपण प्रयत्न करतो.''

आम्ही जागा बदलल्यानंतर थोड्याच दिवसांनी युनिव्हर्सिटीकडून डर्बी परीक्षेचा रिझल्ट आला. मॅटवर पडलेलं ते पाकीट उचलून, मी त्याकडे थोडा वेळ पाहत उभीच राहिले. त्या पाकिटात एक चतकोर कागद होता. तीन वर्षे मी शर्थीचे प्रयत्न करून ज्या स्वप्नामागे धावले ते खरं झालंय की, बुडबुड्यासारखं विरून गेलंय ते; हे तो कागदच सांगणार होता. पाच मिनिटानंतर मी ते पाकीट उघडलं. हलकेच तो पातळ कागद बाहेर काढला आणि त्याची घडी उलगडली. माझे हात इतके थरथरत होते की, पहिल्यांदा मला त्याच्यावरची अक्षरं नीट दिसलीच नाहीत. मग वाचलं, 'फर्स्ट क्लास!'

''फर्स्ट क्लाऽस! लिसा, मारिया लवकर या आणि बघा. मला परीक्षेत फर्स्ट क्लास मिळालाय. फर्स्ट क्लास!'' पोरी धावतच आल्या. काहीतरी आनंदाची बातमी आहे, एवढंच त्यांना कळलं. आम्ही तिघी ओरडत होतो, नाचत होतो, मोठ्याने हसत होतो. शेवटी त्या आवाजाने घाबरून झोपी गेलेला जोशुआ जागा होऊन रडू लागला. मी पटकन त्याला बास्केटमधून काढून जवळ घेतलं. त्याच्या खूपखूप पाप्या घेतल्या. त्याला शांत केलं आणि गादीवर बसून त्याला पाजू लागले. मुलीपण माझ्याजवळ लोळत होत्या. मारियाने मला बिलगून विचारलं, ''मम्मी, फर्स्ट म्हणजे काय गं?''

आम्ही चौघं अतिशय आनंदात गादीवर बसलेलो आहोत, हे चित्र मी माझ्या मनाच्या पाटीवर जणू शिल्पित करून ठेवलं, जाणीवपूर्वक! आजही मी ते काढून मनश्चक्षूंनी पाहू शकते. पाच मिनिटांची व्हिडिओ फिल्म... अतिशय कष्टांनी साध्य झालेल्या नितळ आनंदाची पाच मिनिटे, माझ्या निरागस कुटुंबासमवेत.

त्यानंतर पंधरा दिवसांनी, माझे एक ट्यूटर 'ग्रॅहम फाउलर' यांचा फोन आला. मला वाटलं, माझं अभिनंदन करण्यासाठी केला असेल. ते तर त्यांनी केलंच पण नंतर म्हणाले, ''ग्रॅज्युएशन डे'च्या कार्यक्रमात तू विद्यार्थ्यांच्यावतीने आभाराचं प्रदर्शन करशील का?'' हे तर माझ्या कल्पनेतही नव्हतं. मी अक्षरशः भारावून विचारलं, ''सर, तीन हजार विद्यार्थ्यांतून मलाच का निवडलंत?'' ते म्हणाले, ''ग्रॅज्युएट होण्याकरता तू फार मेहनत घेतलीस. त्यामध्ये अनेक अडचणी आल्या, अडथळे आले. पण ते तू जिद्दीने पार करून ग्रॅज्युएशन पूर्ण केलंस. तेही फर्स्ट क्लासमध्ये. आम्ही पाहत होतो ना! म्हणून तुझी निवड झाली यंदा.''

मला त्यांच्या बोलण्याचं आश्चर्य वाटलं. कारण मी माझी परिस्थिती शक्यतोवर कुणाला कळू द्यायची नाही. कारण इतरांच्या सहानुभूतीच्या कुबड्या घेऊन मला माझं इप्सित साध्य करायचं नव्हतं.

'ग्रॅज्युएशन डे' आला. मी खूप उत्साहात तरी आतून नर्व्हस होते. गडद रंगाचा सूट आणि स्कारलेट रंगाचा शर्ट घालून, त्यावर भाड्याने आणलेला गाऊन घातला. आज मला 'स्मार्ट' दिसायचं होतं. मेन हॉल खुर्च्यांच्या रांगांनी गच्च झाला होता. आम्ही ग्रॅज्युएट झालेले विद्यार्थी पुढच्या रांगांमध्ये बसलो होतो आणि आमचे प्रियजन, कुटुंबीय मागच्या रांगांमध्ये होते. मी उभी राहिल्यावर प्रथम मागच्या प्रत्येक रांगेचा नीट शोध घेतला. एका खुर्चीवर राज बसला होता. त्या वेळेपर्यंत जेन त्याला सोडून निघून गेली होती. तो एकटा झाला होता. जोशुआला घेण्यासाठी मला कुणाची तरी गरज असल्यामुळे मी त्याला बोलावलं होतं. एका बाजूला लिसा, दुसऱ्या बाजूला मारिया आणि मध्ये जोशुआला मांडीवर घेऊन राज बसला होता. मी त्याच्याकडे 'कोरड्या'नजरेने बघितल्याचं मला चांगलं आठवतं. तो दरवाजा मला कायमचा बंद करायचा होता आणि आता माझ्या निर्णयात बदल होणार नव्हता. त्यादिवशी मी शोधत होते... माझ्या वडिलांना. मी त्यांना बोलावलं होतं पण त्यांनी 'येईन' किंवा 'नाही' असं काहीच निश्चित सांगितलेलं नव्हतं. आज मला ते तिथे पाहिजेच होते.

मी डॅडना शोधत राहिले. युनिव्हर्सिटीचे कुलगुरू बोलायला उभे राहिले. तरी डॅड सापडले नव्हते. कुलगुरूंनी प्रमुख पाहुण्यांची ओळख करून दिली. त्यादिवशी डेम हेलेना केनेडी या तिथे उपस्थित होत्या. त्यांना सन्माननीय पदवी बहाल करण्यात येणार होती. कुलगुरूंचं भाषण संपलं. त्यानंतर एखाद्या लांबलचक सुस्त मगरीने हालचाली कराव्यात त्या वेगानं, प्रत्येक उत्तीर्ण विद्यार्थ्याला पदवी प्रदान करण्यात आली. प्रत्येकाशी कुलगुरू हात मिळवून एखाद-दुसरा शब्द बोलत होते, असं वाटतं होतं हा समारंभ कधी संपणारच नाही.

आणि मग माझी बोलण्याची वेळ आली. डायससमोर उभी राहिले. डळमळत्या पायांनी... घामेजलेल्या तळव्यानिशी... कुलगुरू माझी ओळख करून देऊ लागले. तेव्हाही मी डॅडना शोधत होते. आज त्यांनी प्रेक्षकात बसून मला पदवी घेताना बघावं, भाषण करताना पाहून कौतुक करावं यासाठी मी काहीही द्यायला तयार होते. आपली एक तरी मुलगी ग्रॅज्युएट झाली म्हणून आनंदाने आणि अभिमानाने फुललेला त्यांच्या चेहरा मला पाहायचा होता. गाऊन आणि टोपी घालून सर्टिफिकेट घेताना मला पाहून आनंदाने त्यांच्या डोळ्यात आलेलं पाणी मला पाहायचं होतं.

कुलगुरुंचं बोलणं संपलं. थोड्या टाळ्या पडल्या आणि त्यानंतर एकदम शांतता पसरली. ती मला भरून काढायची होती.

ग्रॅहॅमनं सांगितलं होतं, तुला पंधरा मिनिटे बोलायचं आहे. मी कशीतरी दहा मिनिटे बोलण्याची मानसिक तयारी केली होती. बोलायला सुरुवात केली, तेव्हा हात-पाय थरथरत होते. मी भाषण लिहिलेलं नव्हतं, पण काय बोलायचं ते ठरवलं

होतं. त्यात विशेष प्रभावी असं काहीच नव्हतं.

मी सुमारे पाच वर्षांपूर्वी, चक्क 'ए'लेव्हल्सची परीक्षा देण्यासाठी कशी थेट युनिव्हर्सिटीत येऊन धडकले होते, त्या प्रसंगाने भाषणाची सुरुवात केली. मी कशी अपमानित झाले, हे सगळं आपल्या आवाक्याबाहेरचं आहे असं मला वाटलं आणि मी कशी पायात शेपूट घालून पळत सुटले, हे ऐकून प्रेक्षक हसले.

प्रेक्षकांच्या हसण्यामुळे माझी भीती जाऊन, मी अधिक आत्मविश्वासाने बोलू लागले. शाळा सोडल्यानंतर कधी पुस्तकसुद्धा न उघडलेल्या मला सत्ताविसाव्या वर्षी 'ए' लेव्हल्सची परीक्षा देताना कसं वाटलं, ते मी सांगितलं. मी हेही स्पष्ट केलं की त्या वेळेला 'ए'लेव्हल्सची परीक्षा देण्यामागे माझं कारण व्यावहारिक होतं. पण एकदा अभ्यास करायला लागल्यावर पुस्तकांनी मला इतका काही अनपेक्षित आनंद दिला की वाचनाने एक दुसरी अद्‌भुत दुनियाच माझ्यापुढे उलगडून ठेवली.

एक वयस्कर विद्यार्थीनी म्हणून काहीजणांनी मला कसं चिडवलं, ते मी सांगितलं. पुढे दोन मुलींना घेऊन एकटी राहणारी, स्वत: पुन्हा एकदा गरोदर असताना डिग्रीचा अभ्यास करणारी विद्यार्थीनी म्हणून मला किती कष्ट पडले, त्या काळात माझ्या ट्यूटर्सनी मला किती सहाय्य केलं, तू पुढच्या वर्षी परीक्षा दिलीस तरी चालेल असंसुद्धा सांगितलं, हे सगळं सांगून म्हटलं की मी तसं करणं शक्य नव्हतं. ही डिग्री मिळवणं हे जणू माझं 'मिशन' झालेलं होतं. म्हणूनच इतक्या अनंत अडचणी आल्या तरी, कुठून कोण जाणे वार्षिक परीक्षा पार पडेपर्यंत थांबायचं नाही असं एक निश्चयाचं बळ आतूनच मला पुढे रेटत राहिलं आणि शेवटी मी माझं मिशन पूर्ण केलं. त्यादिवशी निकालाच्या चतकोर कागदावरचे 'फर्स्ट क्लास' शब्द वाचताना आनंदाने, समाधानाने आणि स्वत:बद्दलच्या सार्थ विश्वासाने मी फक्त फुटायचीच बाकी राहिले होते. कारण अपेक्षेपेक्षाही जास्त यश माझ्या पदरात पडलं होतं. तो निकालाचा क्षण हा माझ्या आयुष्यातला सुवर्णक्षण होता. पण आता ही डिग्री मिळणं म्हणजे माझ्या जगण्याची खरी सुरुवात आहे, असं मी मानते.''

मी आवंढा गिळण्यासाठी किंचित थांबले, तेव्हा भाषण संपलं असं वाटल्याने प्रेक्षकातून तुरळक टाळ्यांचा आवाज आला. माझ्या एकदम लक्षात आलं की, आपल्याला जे सांगायचं आहे, ते सांगून झालेलं नाही. आपल्याला अजून बोलायचं आहे. म्हणून मी हात वर करून प्रेक्षकांना थांबण्याची खूण केली.

'इसवी सन १९५० च्या सुमारास काम मिळवण्यासाठी माझे आईवडील भारतातून इंग्लंडमध्ये आले.' आता काहीतरी वेगळं ऐकायला मिळणार म्हणून प्रेक्षकही लक्षपूर्वक ऐकू लागले, 'भारताच्या पंजाब प्रांतातल्या एका खेडेगावातून, समुद्रापारच्या एका दूरवरच्या अनोळखी देशात आले. इथलं जीवन त्यांना माहीत नव्हतं. इथली भाषा त्यांना येत नव्हती. तरी आले. का? मला, माझ्या बहिणींना

आणि भावांना आयुष्यात चांगल्या संधी मिळाव्यात म्हणून. हे कळायला, ह्या गोष्टीची जाणीव व्हायलाही खरं तर मला उशीरच झाला. पण आता मला समजतंय की, प्रगतीच्या ज्या संधी त्यांना मिळू शकल्या नाहीत, त्या आम्हाला मिळाव्यात यासाठी त्यांनी केवढा मोठा आणि कोणकोणत्या गोष्टींचा त्याग केला होता ते! आजही मी त्यांच्या नजरेला नजर देऊन बोलू शकत नाही. त्यांच्या तत्त्वानुसार वागणं मला जमलंही नसेल, पण त्यांचे माझ्यावर फारफार उपकार आहेत. मी त्यांची कृतज्ञ आहे.''

प्रेक्षकांनी टाळ्या वाजवल्या, पण मी थांबले नाही. भाषण पुढे सुरू ठेवलं, ''आज मला सांगायला आनंद वाटतो की, पूर्वायुष्यात माझ्या ज्या संधी हुकल्या होत्या, त्या सर्व मी पुन्हा मागे वळून पकडल्या आहेत आणि त्यांचा योग्य उपयोग करून घेतलाय. म्हणूनच आज 'ग्रॅज्युएट' म्हणून आपल्या समोर बोलायला उभी आहे. मी आपल्याला सांगू इच्छिते की, माझ्यासारखी एक मुलगी जिने शाळा अर्ध्यातूनच सोडली, दोन मुलांची आई झाल्यानंतर युनिव्हर्सिटीचं शिक्षण सुरू केलं, शिक्षण चालू असताना आणखी एका अपत्याला जन्म दिला अशी मुलगीसुद्धा डिग्री मिळवू शकते, तर इतर कुणीही ती मिळवू शकेल. माझ्या मुलांनीही माझ्या पावलावर पाऊल टाकून चालावं, अशी माझी आता इच्छा आहे. लिसा, तूही एक दिवस इथे येऊन डिग्री घ्यावीस असं मला वाटतं. मारिया तूसुद्धा आणि जोशुआ तूसुद्धा!''

माझं भाषण संपलं... आख्खं सभागृह टाळ्यांनी दणाणलं. सगळे प्रेक्षक उठून उभे राहिले. डेम हेलेना केनडी उठून माझ्याजवळ आल्या. त्यांनी माझ्या गालाचे चुंबन घेतले. त्यांच्या दोन्ही डोळ्यातून आसवांच्या धारा वाहत होत्या. आजचा प्रसंग फारच विशेष होता. टाळ्यांचा पाऊस लवकर थांबण्याची चिन्हे दिसत नव्हती. ते कौतुक अंगावर घेत स्तब्ध उभी असतानाही, माझी नजर वडिलांना शोधत होती. शेवटी स्टेजवरून खाली उतरताना माझी खात्री झाली की, ते आलेले नव्हते. पण मी त्यांना दोष दिला नाही. घरच्यांपैकी कुणीतरी त्यांना येऊ दिलं नसेल अशी मी स्वत:ची समजूत करून घेतली. पण त्यामुळे काळजात उठलेली कळ थोडीच शांत होणार होती?

काही दिवसांनी मी त्यांना भेटायला गेले. मी माझा पदवी घेताना काढलेला फोटो फ्रेम करून त्यांना दिला आणि माझं भाषण सगळ्यांना आवडल्याचं सांगितलं. ते जास्त काही बोलले नाहीत. पण त्यांना आनंद झाल्याचं डोळ्यात, चेहऱ्यावर दिसलं. माझ्यासाठी तेवढंही फार मोलाचं होतं!

३१

मला डिग्री मिळाली आणि जोशुआचा दिनक्रम थोडा नीट सुरळीत सुरू झाल्यावर मी नव्या स्फूर्तीने 'कर्म निर्वाण' मध्ये जाऊ लागले. पहिल्याच आठवड्यात स्थानिक हॉस्पिटलच्या एका वॉर्ड सिस्टरचा फोन आला. कुणीतरी एका आशियाई तरुणीला, रस्त्यावर बेशुद्ध पडलेली असताना हॉस्पिटलमध्ये आणून पोहोचवलं होतं. तिचं नाव होतं – झैनब. तिच्याशी बोलण्यासाठी कुणाला पाठवाल का म्हणून ती मला विचारत होती.

मी फोन ठेवला आणि मला फार काळजी वाटायला लागली. ती सिस्टर सांगत होती की, डॉक्टरांच्या मते त्या मुलीने काहीतरी जालीम विषारी पदार्थ खाल्ला किंवा प्यायला असावा. तिच्या कपड्यांना तसा वास येत होता आणि डागही पडलेले होते. ती बहुतेक ब्लीच प्यायलेली असावी. तिला ॲडमिट करून आठवडा झाला, तरी ना तिला भेटायला कुणी आलं ना कुणी तिची चौकशी केली. चौकशी करणारा एखादा फोनसुद्धा आलेला नव्हता. तिला उचलून आणून ॲडमिट करणाऱ्याला तिच्याबद्दल कुठलीही माहिती देता आलेली नव्हती. फक्त डर्बीच्या कोणत्या रस्त्यावर ती सापडली, तेवढंच तो सांगू शकला. तिच्या हातात एखादी पिशवी किंवा पर्स, बॅग, पुस्तक काहीच नव्हतं. नाहीतर त्यावरून तरी काहीतरी पत्ता लावता आला असता.

"तिच्याकडून आम्हाला फक्त तिचं नाव समजू शकलं. तिला इंग्लिश समजत नाही आणि बोलताही येत नाही. तुमच्या संस्थेतल्या कुणाला वेळ आहे का....?"

"आहे तर! आहे ना... मी स्वत:च येते. उद्या येईन मी." असं म्हणून मी दुसऱ्या दिवशीच्या अपॉइंटमेंट्सचा विचार करू लागले. धावपळच होणार होती. पण स्त्रियांना आधार देणं हे तर 'कर्म निर्वाण'चं मुख्य काम होतं आणि अगदी त्या दिवसापर्यंत मी त्याला प्राधान्य देत आले होते. दुसऱ्या दिवशी सकाळी प्रथम मी हॉस्पिटलमध्येच गेले. नर्सने मला त्या मुलीच्या कॉटजवळ नेलं. ती इतकी बारीक होती की, चादरीच्या आत नावालाच देहाचे उंचवटे दिसत होते. उशीवर पसरलेले दाट काळेभोर केस आणि सलाईनच्या नळ्या तेवढ्या दिसत होत्या. मी जवळ जाऊन कॉटशेजारी उभी राहिले.

तिने आपला फिकुटलेला, पिवळसर, निस्तेज चेहरा वळवून माझ्याकडे पाहिलं. क्षणभरच उत्सुकतेची चमक तिच्या काळ्याभोर विशाल डोळ्यात दिसली आणि मग एक नोठ्ठा सुस्कारा टाकून मोठ्या कष्टाने तिने मान फिरवली.

"मी तुला भेटायला आलेय. माझ्याकडून होईल ती मदत करेन तुला." एवढंच बोलून मी खुर्ची कॉटजवळ घेऊन बसले. जास्त काही बोलले नाही. पण तेवढ्यानेच घाबरून तिच्या नाडीचे ठोके वाढल्याचं स्पष्ट जाणवलं. माझं मन म्हणालं, "फार सावकाश, सबुरीनंच वागायला हवं हिच्याशी!" मी तिच्या मरगळलेल्या हातावर हात ठेवून शांतपणे तिच्याजवळ अर्धा तास बसून राहिले. मग उठले आणि म्हटलं, "आता मला गेलं पाहिजे. उद्या येईन हं परत!"

तिने पुन्हा मान वळवून पाहिलं आणि या वेळी माझ्या नजरेला नजर दिली.

पुढच्या काही दिवसात मी जास्तीतजास्त वेळेला हॉस्पिटलमध्ये जाऊन तिला भेटले. कर्म निर्वाणचं काम सुरू केल्यानंतर काही मोजक्या केसेस मला खूप जवळच्या वाटल्या. त्यांना आधार दिला हा माझ्या आयुष्याचा एक महत्त्वाचा भाग होऊन राहिला. झैनब त्यातलीच एक ठरली. तिला पहिल्यांदा पाहिलं, तेव्हा तिची ती उध्वस्त, उजाड अवस्था, मला थेट माझ्या न्यू कॅसलमधल्या काळ्याकुट्ट दिवसांकडे घेऊन गेली.

तिच्या शेजारी बसून, मी तिला माझ्या आयुष्यातल्या त्या दिवसांबद्दल सविस्तर सांगितलं. माझी सगळी कहाणीच तिला ऐकवली आणि हेही सांगितलं की, माझ्या माहेरच्यांनी अजूनही माझ्याशी संबंध तोडलेलेच आहेत. अशीच मी माझी कहाणी सांगितली त्याचा आयेशावर चांगला परिणाम झाला होता. मला वाटलं हिच्या बाबतीतही तसंच होईल. तिने शांतपणे डोळे विस्फारून माझी पूर्ण कहाणी ऐकून घेतली. ज्या वेळी मी सांगितलं की, माझ्या आईला माझ्यापेक्षा 'समाज काय म्हणेल' याचीच जास्त काळजी होती. तेव्हा तिच्या डोळ्यातून अश्रूधारा वाहू लागल्या. बोलायचं थांबवून मी तिला मुक्तपणे रडू दिलं. पाचेक मिनिटांनी ती डोळे पुसत पंजाबीत म्हणाली, "मला माहितीय अशा वेळी कसं वाटतं ते!"

तिच्या अंगात पुरेसं बळ येईपर्यंत, मी रोज तिच्या कॉटजवळ खुर्ची टाकून दीड-दोन तास बसत होते. तेव्हा कुठे तिच्या तोंडातून चार शब्द वदवण्यात मला यश आलं. सिस्टरने सांगितलं, ते खरं होतं. तिला इंग्लिश येत नव्हतं. कुणी तिच्याशी इंग्लिशमधून बोलायला लागलं की, बोलणाऱ्याच्या तोंडाकडे टक लावून पाहताना तिच्या डोळ्यात जी भीती आणि गोंधळ उमटत असे, तो पाहताना मला ममची खूप आठवण आली. तिने नेमकं काय गिळलं होतं, हे डॉक्टरांना पाहिजे होतं. पण तिची त्याबद्दल बोलायची इच्छा नव्हती. मला वाटतं तिने जे केलं होतं त्याची तिला लाज वाटत असावी. मात्र नंतर तिने घरगुती वापरातलं ब्लीच प्यायल्याचं कबूल केलं. ब्लीचची अर्धी बाटली तिने घशात रिकामी केली होती. डॉक्टर मला म्हणाले, "तिला सांग. जिवंत राहिलीस हे तुझं नशीब! तिला पुढे समजेल की, तिची पचनसंस्था कायमची बिघडून गेली आहे."

बरी होण्याच्या मार्गावर तिची खुरडत-खुरडत वाटचाल सुरू होती. ऑक्टोबर महिन्यातल्या एका सौम्य दुपारी, मी तिला हॉस्पिटलच्या मैदानावर फिरवून आणण्याकरता वॉर्ड सिस्टरची परवानगी घेतली. आम्ही अतिशय मंद गतीने चालत होतो. हॉस्पिटलचे ते लांबलचक गर्दीचे कॉरिडॉर्स पार करायलाच आम्हाला कितीतरी वेळ लागला. बाहेर पडून मैदानातल्या मोकळ्या हवेत श्वास घ्यायला सुरुवात करण्याआधीच ती पार दमून गेली होती. जवळच एक बाक होता. हळूहळू तिथपर्यंत चालत जाऊन, तिथे बसायचं आम्ही ठरवलं. तिथे बसल्यावर झैनबने डोळे मिटले आणि आकाशाकडे तोंड करून ती मोकळी हवा अधाशासारखी पिऊन घेऊ लागली. एखाद्या तहानेने व्याकूळ होऊन मरायला टेकलेल्या माणसाला पाणी मिळालं तर तो कसा त्यावर तुटून पडतो? अगदी तसंच करत होती ती.

वॉर्ड सिस्टरने मला सांगितलं की, अजूनही फक्त मी एकटीच झैनबला भेटायला येत होते. "तिला आता आम्ही एक सोशल वर्करही दिलेली आहे. बरी झाल्यावर हिची काय व्यवस्था करायची ते आता तीच ठरवेल. पण आम्हाला अद्याप तिची काहीही माहिती कळलेली नाही. तुला जर काही कळलं, तर आम्हाला सांगशील का?"

एव्हाना मी झैनबचा विश्वास संपादन केला होता, म्हणून मी हलकेच तिच्याकडे विषय काढला, "हॉस्पिटलमधून डिसचार्ज मिळाल्यावर तू कुठे, घरीच जाणार ना?" तिचे डोळे एकदम विस्फारले. ती सावध झाली. तिने जोरजोरात मान हलवून नकार दर्शविला.

"कुठे राहतात तुझ्या घरचे, झैनब? सिस्टर सांगतेय तू इकडे आल्यापासून त्यांनी एकदाही तुझी चौकशी केलेली नाही. तू इथे आहेस ते त्यांना माहितीय का?"

"कुणास ठाऊक?" अशा अर्थाने तिने खांदे उडवले आणि पहिल्या दिवशी पाहिलेली ती उदास छटा पुन्हा तिच्या चेहऱ्यावर परतून आली.

"माझे आईवडील पाकिस्तानात आहेत. मी इथे आहे हे त्यांना माहिती नसेल. माझा नवरा हा माझ्या वडिलांचा मावसभाऊ. तो इथे डर्बीमध्ये असतो. त्याने बहुतेक त्यांना कळवून टाकलं असेल की, मी घरातून पळून गेले म्हणून." तिची मान एका बाजूला कलली आणि मनातला कडवटपणा अश्रूंवाटे ओघळू लागला.

"वडील माझ्यावर फार संतापले असतील, मी त्यांच्या नावाला बट्टा लावला म्हणून. पण नवऱ्याच्या घरी मी यापुढे राहूच शकणार नाही. इतकं निर्दयपणे वागवलंय त्या लोकांनी मला...!" ती हमसून-हमसून रडू लागली.

मी तिचा हात हातात घेतला. ती इंग्लंडला आली, त्याच आठवड्यात तिच्या नवऱ्याने तिच्यावर किती क्रूरपणे वारंवार बलात्कार केला, ते ती सांगू लागली. "मी त्याला ओळखत नव्हते. लग्न होईपर्यंत आम्ही एकमेकांना भेटलेलोही नव्हतो. मी

फक्त सोळा वर्षांची होते. खूपच लाजरी. तीन दिवस त्याने धीर धरला, पण नंतर मात्र बळजबरी केली.'' शरमेने तिचे गाल, कानशिलं तापली. पण हकिकत सांगायला सुरुवात झालेली होती, त्याच ओघात सगळी सोसलेली अवहेलना, मानखंडना बाहेर पडली. ''मला इतकं दुखलं, सगळं अंग रक्ताळलं, जखमा झाल्या. मला पुन्हा तसं करावंसं वाटत नव्हतं. मी घाबरले होते. त्यामुळे तो रोजच्या रोज माझ्यावर बळजबरी करत राहिला. मला इतका त्रास व्हायचा, पण विश्रांती घ्यायला दिवसा वेळच मिळायचा नाही. सकाळी सहा वाजताच उठून घरकामाला लागावं लागायचं. स्वयंपाक करायचा, कपडे धुवायचे, झाडू-पोछा करायचा, भांडी घासायची. त्यांनी मला मोलकरणीसारखंच वागवलं. कधीकधी रात्रीचे दहा वाजले तरी मला खाली बसायलासुद्धा मिळायचं नाही आणि जर एखादं काम वेळेवर झालं नाही किंवा काही करायचं राहिलं, तर सासू मला मारायची. मी काम करायचं नाकारलं, तर ती मला खोलीत कोंडून ठेवायची. दोन वर्षे मी त्या घराच्या बाहेर पडून रस्त्यावर पाऊलदेखील ठेवलं नव्हतं जसविंदर!'' अजिबात चढउतार नसलेल्या तिच्या स्वरातून दुःख आरपार ओसंडत होतं.

''पण तू कुणाला सांगितलं का नाहीस? सरळ पोलिसांना सांगायचं अशा वेळी.'' मी म्हणाले. आता मी तिच्या खांद्याभोवती हात लपेटून तिला घट्ट धरलं होतं. जणू काही इतकी वर्षे ती ज्या मायेपासून आणि स्नेहापासून वंचित राहिली तो मी तिला देऊ पाहत होते. तिचा माझ्यावर आता चांगला विश्वास बसलेला होता. तरीसुद्धा मी मिठी घालताच तिचं शरीर एकदम ताठर होऊन गेलं.

''कसं सांगणार? मला तर....''

''इंग्लिश येत नाही.'' मी तिचं वाक्य पूर्ण करत म्हटलं, ''पाहा ना! माझ्या लक्षातच आलं नाही, किती मी मूर्ख!''

''फक्त तेवढंच कारण नाही. ते मला कधीही एकटं राहू द्यायचे नाहीत. अगदी डॉक्टरकडे जातानासुद्धा नवरा किंवा सासू थेट तपासायच्या खोलीत माझ्याबरोबर यायचे. जसविंदर एक विचारू? माझी सासू मला सांगायची की, जर पोलिसांना किंवा दुसऱ्या कुणा सरकारी माणसांना कळलं की तू इथे राहते आहेस, तर पकडून तुरुंगात डांबतील. कारण तू इथली कायदेशीर नागरिक नाहीस. हे खरं आहे का जसविंदर?''

ते खोटं असल्याची मी तिला खात्री दिली आणि हलकेहलके वॉडमध्ये आणून झोपवलं. ती खूपच थकली होती. मलाही दमल्यासारखं झालंच होतं. पण तिचा निरोप घेऊन 'कर्म निर्वाण'च्या ऑफिसमध्ये आल्याबरोबर, सिस्टरने दिलेला झैनबच्या सोशल वर्करचा नंबर मी फिरवला. मला समजलेली सर्व माहिती तिला सांगितली. त्यावर तिने झैनबची तब्येत सुधारल्यावर जेव्हा तिला हॉस्पिटलमधून सोडतील,

तेव्हा एखाद्या सुरक्षित ठिकाणी तिची राहण्याची सोय लावून देण्याचं कबूल केलं. मी म्हटलं, "तिथेही तिच्यावर लक्ष ठेवायला कुणाला तरी सांगावं लागेल." तिच्याबद्दल डॉक्टरांनी जे सांगितलं होतं की, ही वाचली हे नशिबच समजायला पाहिजे ते तिच्यापर्यंत पोहोचलं असेल की नाही, मला शंकाच होती.

फोन ठेवल्यावरही काही वेळ मी तशीच बसून होते. शेवटी झैनबने दुःखाने काळवंडलेल्या डोळ्यांनी जे सांगितलं, त्यामुळे मी झपाटल्यासारखी झाले होते. ती म्हणत होती, 'ती सोशल वर्कर मला सांगतेय, तुझ्या आईवडिलांना कळवू या. तिला काय कल्पना की मी काय केलंय हे कळल्यावर ते मला टाकून देतील. 'मुलगी मेली' म्हणून संबंध तोडून टाकतील. माझ्यापेक्षा त्यांना त्यांच्या प्रतिष्ठेची जास्त काळजी आहे.'

हे दुःख काय असतं, त्याची कल्पना आहे मला. मीही ते भोगलंय. त्यामुळे तिची ती अपार वेदना मला समजू शकली. कसं कुणी आपल्या ठरावीक संकल्पनांसाठी पोटच्या अपत्याकडे पाठ फिरवू शकतं? आणि त्या गोष्टीमुळे समाजात त्यांचा मानमरातब वाढतो? मला तर ही सगळ्यात शरमेची बाब वाटते.

हॉस्पिटलमधून सुटल्यानंतर झैनबची सोय 'डर्बी आश्रम केंद्रात' करण्यात आली. तिथे जागा मुबलक होती. थोडी अस्वच्छता असली तरी लोकांची काळजी घेतली जात होती. कर्मचारी मित्रत्वाने वागणारे आणि मदतनीस तत्पर होते. पण त्यातला एकही पंजाबी समजणारा किंवा बोलणारा नव्हता. त्यामुळे झैनबला दुभाषावर अवलंबून राहावं लागायचं. तो रोज यायचा नाही, अधूनमधून यायचा.

मी गेले तेव्हा ती कॉटवर बसलेली होती. तिथले कर्मचारी सांगत होते की ती चोवीस तास त्या कॉटवरच असते. ती पूर्णपणे विरक्त आणि जगण्यातला रस संपल्यासारखी वाटत होती. खोली फार लहान होती, फक्त तिची कॉट आणि एक कपाट मावण्याइतकी. कपडे ठेवायला एक कपाट होतं. त्या खोलीला जरा तरी उजळवण्यासाठी कुणीतरी तिथे प्रवासी कंपनीच्या जाहिरातीचं पोस्टर भिंतीवर चिकटवलेलं होतं – 'हॉलिडेज इ फ्रान्स.' पण ती खोली झैनबची आहे, असं सांगणारी एकही वस्तू तिथे नव्हती. कुठलीही चीजवस्तू न घेता तिनं सासरचं घर सोडलं होतं आणि आज तिच्याजवळ काहीही उरलं नव्हतं.

माझ्या अचानक लक्षात आलं की, ही मुलगी दोन वर्षं ब्रिटनमध्ये राहात असली, तरी जर सासरच्या घरी कैदेतच राहात असेल तर हा प्रदेश, इथले लोक, त्यांची भाषा याविषयी तिला काही माहिती होण्याची शक्यताच नव्हती. तिने केलेल्या आत्महत्येच्या प्रयत्नामुळे, तिला उचलून पाश्चात्य पद्धतीच्या जीवनात ढकलण्यात आलं. पूर्णपणे रिकाम्या हातांनी... आणि मुळीच कसली कल्पना

नसताना... तिला जगण्यासाठी उद्युक्त करणारी एकही ओळखीची व्यक्ती किंवा वस्तू तिच्या आजूबाजूला नव्हती. ती आधार घेणार तरी कसला आणि कुणाचा?

"तू इथल्या लोकांशी कसं बोलतेस? काय हवं, नको ते कसं सांगतेस त्यांना?" मी विचारलं.

तिने खांदे उडवले. "ते फक्त इंग्लिश बोलतात. माझी भाषा येत नाही त्यांना. ते माझ्याकडे दुर्लक्ष करतात. त्यामुळे आपण आपल्या कॉटवर बसून राहिलेलं बरं."

ती जेव्हा भारतीय चहा बनवायची, तेव्हा येणारा वास त्यांना आवडत नसे. त्यांची ती नापसंतीही तिने नाक मुरडून अन् माशा हाकलल्यासारखे हातवारे करून मला सांगितली. आमच्याकडे सल्ला घ्यायला येणाऱ्या इतर स्त्रियांकडूनही मी अशाच तक्रारी ऐकलेल्या होत्या, पण आज पहिल्यांदाच मी ते प्रत्यक्ष पाहत होते.

"शेवटी मला तिथलं एकाकीपण असह्य झालं, म्हणून मी घरी परत गेले. ते सारखे माझ्या मागेच लागायचे की, आईला फोन करून मी कोठे होते ते तिला सांगावे. तिथल्या इतर बायका, त्यांच्या मुलांना माझ्यापासून दूर ठेवायच्या."

माझ्या डोक्यात लख्ख प्रकाश पडला की, या ठिकाणी आशियाई स्त्रियांसाठी काहीतरी वेगळी व्यवस्था करायला हवी. झैनबच्या कॉटवर बसल्या बसल्या त्यादिवशी दुपारी मी दोन उपाय शोधले. पहिला म्हणजे इंग्रजी शिकून घेण्यासाठी झैनबला तयार करायचं, दुसरं म्हणजे मी स्वत: रोज वेगवेगळ्या 'आश्रय घरांना' भेटी द्यायच्या. तिथे जाऊन काम करायचं. म्हणजे मला याप्रश्नांची अधिक सखोल माहिती मिळू शकेल.

३२

१९९९ सालच्या ऑगस्ट महिन्यात, अचानक मला मोहिंदर नावाच्या माणसाचा फोन आला. मी खूप लहानपणी त्याला पाहिलेलं होतं. तो बऱ्याच वेळा प्रकाशच्या घरी यायचा. त्याच्या कुटुंबाला ब्रिटनमध्ये स्थायिक होण्यासाठी प्रकाशने मदत केली होती. मी त्याला 'पाजी' म्हणायचे. पाजी म्हणजे मोठा भाऊ. पुढे त्याचं लग्न झालं. दोन मुलं झाली आणि तो डर्बीला गेला. पण अनेक वर्षांमध्ये मी त्याला पाहिलेलं नव्हतं.

"मला तुझ्याशी काही बोलायचंय, जस. तू माझ्या घरी येशील का?" मला शंका आली.

"काय बोलायचंय? आपण फोनवर नाही का बोलू शकणार?"

"नाही, नाही. समक्ष भेटूनच बोलावं लागेल. पण तुला त्याचा पश्चात्ताप करावा लागणार नाही एवढं नक्की. विश्वास ठेव माझ्यावर. मग उद्याच का येत नाहीस, साधारण पाच वाजता?"

मी येते म्हटलं. अजून मनात धाकधुक होतीच. पण मला उत्सुकताही वाटत होती. दुसऱ्या दिवशी संध्याकाळी बरोबर पाच वाजता मी त्याच्या घराचा दरवाजा ठोठावला. आशियाई वस्तीच्या मध्यावर त्याचं टोलेजंग घर होतं. याचा अर्थ त्याने पुष्कळ कमावलं असावं.

"ओऽऽहो! जस. आलीस? ये, ये. आत ये. काय चहा घेणार?" मला स्वयंपाकघराकडे नेत तो म्हणाला. माझं आदरातिथ्य करत असल्याचं तो दाखवत होता खरं, पण प्रत्यक्षात तो नर्व्हस असल्याचं दिसत होतं. त्याचा चेहरा घामाने थबथबलेला होता.

"नाही. चहा नको आत्ता. आपण कामाचं बोलू या. सांगा पाजी, काय बोलणार होतात तुम्ही?"

"होऽहो. सांगतो ना, सांगतो. त्याचं काय आहे जसविंदर, मी तुझ्यासाठी एक चांगला मुलगा शोधला आहे."

"काय शोधलयं तुम्ही?"

"मी एक नवरा शोधला आहे तुझ्याकरता. जरा वस्तुस्थितीचा विचार कर जस. आता कोण लग्न करणार आहे तुझ्याशी? तीन मुलं आणि दोन घटस्फोट आहेत तुझ्या नावावर. कोण बघणारे तुझ्याकडे? पण तुझ्या घरच्यांनी पूर्वी मला खूप मदत केलेली आहे, त्यामुळे आता तुला मदत करणं हे मी माझं कामच समजतो. माझ्यावर विश्वास ठेव, हा मुलगा खूप चांगला आहे. अकौटंट आहे, चांगली नोकरी आहे. सध्या लीड्समध्ये असतो. मी सगळी व्यवस्था करतो. तू काही काळजी करू नकोस. तू फक्त हो म्हण. मी लगेच सगळे पेपर्स तयार करून घेतो म्हणजे तुला त्याला स्पॉन्सर करून कायमचं इकडं, या देशात आणता येईल."

त्याचं बोलणं ऐकून मी इतकी चकित झाले, मला इतका संताप आला की तोंडातून शब्दच फुटेना. त्याच्याकडे बघत स्तब्ध उभी होते. त्याचं चऱ्हाट पुढेही चालूच राहिलं असतं, पण तेवढ्याता माझा मोबाईल वाजला.

सन्नी बोलत होता. त्या वेळी पंधरा वर्षांचा असेल. नुकताच फुटलेला घोगरा आवाज... अडखळत काहीतरी बोलला आणि एकदम खणखणीत आवाजात बोलला, "मास्सीजी? तुम्हाला लगेच इकडे यावं लागेल. आपले डॅडीजी... मला वाटतं, ते वारलेत मास्सीजी."

त्याच्यापुढे काही विचारायची गरज नव्हती. सन्नीने ज्या पद्धतीने सांगितलं,

त्यावरून माझ्या सगळ्या भावना खाडकन गुंडाळून मी ताबडतोब तिथून बाहेर पडून घराकडे निघाले. लवकर पोहोचले नसते तर कदाचित फार उशीर झाला असता. पुढच्या गेटकडे घाईघाईने जाताना मी ओरडून सांगितलं, ''मी माझ्या वडिलांकडे चाललेय. सन्नीचा फोन होता. डॅडी वारलेत. जरा फोन करून तिकडे ॲम्ब्युलन्स पाठवा.''

दहाव्या मिनिटाला मी डेल रोडला पोहोचले. पुढचं दार फक्त ओढून घेतलेलं होतं. मी धावतच आत शिरले. डॅडींना हॉलच्या जमिनीवर झोपवलं होतं. तोंड उघडं. कातडी काळपट पडलेली. सन्नी गुडघ्यात डोकं घालून, त्यांच्याजवळ बसला होता. त्याच्या डोळ्यातून अश्रू वाहात होते.

मी त्यांच्याजवळ जाऊन गुडघ्यांवर बसले. अनेक वर्षांपूर्वी आमच्या 'लिटिल ओव्हर स्कूल'मध्ये सेंट जॉन्स ॲम्ब्युलन्स आली होती. मरणोन्मुख व्यक्तीच्या अंगात तोंडाला तोंड लावून चेतना कशी फुंकायची त्याचा श्वासोच्छ्वास परत कसा सुरू करायचा याचं प्रात्यक्षिक करून दाखवलं होतं. त्याची मी आठवण करून पाहिली. डॅडींचं नाक एका हाताने दाबून धरलं आणि माझ्या तोंडाने त्यांचं उघडं तोंड झाकून श्वास फुंकायचा प्रयत्न केला. एकदा, दोनदा, तीनदा... त्यांचं शरीर गरम नव्हतं पण बर्फासारखं थंडही पडलेलं नव्हतं. मला आशा वाटली. मी चौथ्या वेळेला श्वास फुंकला आणि पुन्हा फुफ्फुसं भरून घेण्यासाठी तोंड बाजूला करून श्वास घेतला. त्यांची फुफ्फुसं भरली असावीत, पण उच्छ्वासाची क्रिया होऊ न शकल्याने नुसताच आवाज आला. शरीर किंचित हलल्यासारखं झालं. मला वाटतं ते खोकताहेत.

''अरे सन्नी, बघबघ! ते परत येताहेत.'' असं म्हणून मी माझे प्रयत्न दुप्पट केले. आता मी त्यांच्या छातीवरही दाब देऊ लागले. एकदा श्वास फुंकायचा, एकदा छातीवर दाब द्यायचा. पुन्हा श्वास फुंकायचा, पुन्हा छातीवर दाब द्यायचा. त्यांचे प्राण परत यावेत या आशेने निकराचा प्रयत्न करत होते. इतक्यात ॲम्ब्युलन्स घेऊन आलेले लोक माझ्याजवळ आले आणि अत्यंत मृदू स्वरात त्यांनी मला सांगितलं की, आता कसलाच काही उपयोग होणार नाही. त्यांचे प्राण केव्हाच गेले आहेत.

त्यांनी डॅडींचा मृतदेह हॉस्पिटलमध्ये नेला. मी माझ्या कारमध्ये सन्नी आणि मोहिंदरला घेऊन ॲम्ब्युलन्सच्या मागेमागे गेले. तिथे माझ्या बहिणी मोठमोठ्याने रडत ओरडत बसलेल्या होत्या.

त्या संध्याकाळी सन्नी फारच विसकटलेल्या मन:स्थितीत होता. आम्ही सर्वजण हॉस्पिटलकडून डॅडींचा देह ताब्यात मिळण्याची वाट पाहत होतो. सन्नी सांगत होता, ''मी मित्रांबरोबर फुटबॉल खेळत होतो, तेव्हा डॅडीजींना हार्ट ॲटॅक आला. मी घरी असतो, तर ते कदाचित वाचले असते.'' तो पुन्हापुन्हा हीच वाक्ये बोलत

होता. मी त्याचं सांत्वन करण्याचा प्रयत्न केला. इतरांनीही त्याला शांत करण्याचा प्रयत्न केला. त्याच्याविषयी वाटणारी कळकळ हाच फक्त आम्हाला जोडणारा धागा होता. अन्यथा त्याच्या आणि माझ्यामध्ये कटुतेच्या विचित्र पोकळीशिवाय काहीच नव्हतं.

डॉक्टरांनी जेव्हा आम्हा सर्वांना जायला सांगितलं, तेव्हा डॅडींच्या घराला कुलूप लावायला म्हणून मी तिकडे गेले. वाटलं होतं, तिकडे जाऊन थोडा वेळ शांत बसेन. पण नाही बसावसं वाटलं. पायऱ्या चढून वरसुद्धा गेले नाही. त्या घरात अगोदरच पुष्कळ भुतं होती. काही तासांपूर्वी मी जिथे डॅडच्या शरीरात प्राण फुंकायचा प्रयत्न केला होता, त्या जागेकडे पाहिलं. आयुष्यभर डॅडींनी नेहमीच मला चार हात दूर ठेवलं आणि शेवटी त्यांच्या मृत्यूच्या समयी मी इतकी त्यांच्या निकट होते. हे काहीतरी विचित्रच घडलं होतं.

ओकवूडच्या माझ्या घरी परत आल्यावर, मी माझ्या मुलांना रोजच्यापेक्षा जास्तच घट्ट मिठीत घेतलं आणि नेहमीपेक्षा जास्त वेळ त्यांना तसंच धरून ठेवलं. जोशुआ दोनच वर्षांचा होता. मांडीवर बसून माझ्या डोळ्यातून वाहणारं पाणी आपल्या इवल्याशा चिकट हातांनी पुसत म्हणाला, "आय लव्ह युवर डॅड, ममी!" लिसाला मात्र खरंच पोरकं झाल्यासारखं वाटत होतं. तिला डॅडींचा बराच सहवास मिळाला होता.

डॅडना हॉस्पिटलच्या शवागारातून 'चॅपेल ऑफ रेस्ट'मध्ये हलवण्यात आलं. मी त्यांना पाहायला तिथे गेले. 'तुम्हाला पाहिजे तितका वेळ त्यांच्यासोबत राहू शकता' असं मला सांगण्यात आलं होतं. मी बराच वेळ थांबले तिथे. त्यांनी तिथे एकटं पडणं मला आवडलं नसतं. कुणाची तरी सोबत हवीच होती. मरताना देखील ते एकटे होते, ही गोष्ट मला फार लागून राहिली होती.

मी त्यांना हॉलच्या जमिनीवर पडलेलं पाहिलं होतं... त्यांचे विसकटलेले कुरळे केस असं ते रूप पाहून मला कसंसंच झालं होतं. पण आता कुणी तरी त्यांचे केसबिस विंचरून नीट आवरून त्यांना तिथे ठेवलं होतं. आता ते शांत, माझे नेहमीचे डॅडी असल्यासारखे वाटत होते. मी सहजच त्यांच्याशी बोलले. तसं पाहिलं, तर मला शेवटच्या दिवसात त्यांच्याशी भरपूर बोलता आलं. कारण मी तिथे जाऊन त्यांची काळजी घेते, हे कळल्यापासून बाकीची भावंडे फारशी तिकडे फिरकत नव्हती आणि त्यांनी त्याची फारशी दखलही घेतली नाही.

ते चिरनिद्रा घेत पहुडलेले असताना, मी लहानपणी त्यांच्यांबरोबर त्यांच्या छोट्या मळ्यात जायची, तेव्हा ते गावच्या आठवणी सांगायचे, त्यांचं मोल मला किती वाटतं, ते त्यांना सांगितलं. त्यांच्या जुन्या कारमधून ते कसे आम्हाला शाळेत नेऊन सोडायचे, गाडीचे वायपर चालत नसायचे, मग खिडकीतून अर्ध अंग बाहेर

काढून, मी पुढच्या काचेवर जमा झालेलं हिम कसं हातांनी साफ करायची ती आठवण सांगितली. मी त्यांच्यावर किती प्रेम करते आणि माझ्या मनात त्यांचं कसं एक वेगळंच स्थान आहे ते सांगितलं. त्यांनी इथे इंग्लंडमध्ये किती कष्टाचे दिवस पाहिले मम आणि ते भारत सोडून, त्यांचा मायदेश सोडून इकडे आले हा त्यांचा कसा शूरपणा होता आणि त्यांनी आमच्याकरता जो त्याग केला तो किती अनमोल होता, हेही मी त्यांना मोकळेपणाने सांगितलं. पंजाबमधल्या त्यांच्या खेड्यातल्या शेतावरच ते राहिले असते तर माझं आयुष्य कसं झालं असतं, हा विचार आजही मला अस्वस्थ करत असतो. सर्वांत शेवटी मी डॅडना सांगितलं की, मी नेहमीच सन्नीकडे लक्ष देईन. तुमच्या माघारी, मी त्याला आधार देईन.'

डॅड गेल्यानंतर, त्यांच्या देहाजवळ बसून मला एवढं सगळं बोलायला मिळालं, मी धन्य झाले! वर्षानुवर्षे मनाच्या तळाशी घट्ट झाकून ठेवलेल्या सगळ्या गोष्टी त्यादिवशी आपसूक बाहेर पडल्या. आई गेली तेव्हा असं काही घडू शकलं नव्हतं. माझ्या बाहिणींनी मला तिच्या जवळ जाऊ दिलं नाही. शेवटची अंघोळ घालून, नवे कपडे, सौभाग्यलेणं, सगळं त्यांनीच केलं. मी मदत करायला गेले तर 'ती आयुष्यभर तुझ्यापासून दूर राहिली, आता मेल्यावर तू तिला स्पर्श करून विटाळलंस तर तिच्या आत्म्याला शांती मिळणार नाही. खालच्या जातीत गेलीस, आता लांबच राहा.' असं म्हणून मला दूर केलं, माझ्या बहिणींनी!

मी 'चॅपेल ऑफ रेस्ट'मध्ये डॅडींशी बोलून नुकतीच घरी आले होते, तेवढ्यात गिंडाचा फोन आला, "आपल्याला डॅडींच्या फ्युनरलचं ठरवायला हवं आता." जणू काही रोजच्या रोज आम्ही सगळी कामं मिळून-ठरवूनच करत होतो. "हे बघ, तू त्यांच्यासाठी सूट आण. त्यांच्या अंगावर नवे कपडे घालायचं काम तुझ्याकडे."

आयुष्यात प्रथमच मेल्यावर प्राण फुंकायचा प्रयत्न करताना मी डॅडींना इतक्या जवळून स्पर्श केला. आता हा दुसरा प्रसंग. त्यांच्या कपड्यांची मापं मला माहिती नव्हती. मग मी त्यांच्या घरी गेले. कपाटातून त्यांचा एकुलता एक सूट शोधून काढला आणि मापं मिळवली. त्या सुटाला डॅडचा वास येत होता. त्यांच्या तेलाचा आणि सिगारेटचा! मग शहरातली दुकानं धुंडाळत, त्यांना कायमच्या झोपेसाठी कोणता सूट घालायला आवडेल ते शोधू लागले. जिवंत असताना त्यांनी कायम माझ्याकडे पाठ फिरवली. मी मात्र ते मेल्यावरही त्यांच्या आवडी-निवडीचा विचार करत होते! मी मनातल्या मनात डॅडींना सांगत होते, "बघा! कसा विचित्र योग आलाय डॅड!"

सन्नीची इच्छा होती की, त्यांच्यासाठी काळ्या रंगाचे, त्यावर कार्टून काढलेले पायमोजे घ्यावेत. ते घेतले आणि मग त्यांच्या शवपेटीत ठेवण्यासाठी म्हणून घरातल्या एक दोन वस्तू घेतल्या. त्यात ममचा एक फोटोही होता. आम्ही त्यांना

नवा सूट आणि सॉक्स घातले. वर ब्राऊन रंगाचा टाय बांधला. इतके देखणे दिसत होते माझे डॅड! मम त्यांना पाहून खूश झाली असती.

प्रेतयात्रेनंतर मी डॅडच्या डेल रोडच्या घरी गेले आणि सामानाची बांधाबांध सुरू केली. खरं म्हणजे मला या घराने आणि या इथे राहणाऱ्या कुटुंबाने नेहमीच दूर लोटलं होतं. सतत मी इथून हाकलली गेले होते. माझं तोंडही पाहण्याची कुणाची इच्छा नसायची. आता मम आणि डॅड दोघंही कायमचे निघून गेल्यानंतर, कर्तव्यभावनेने एकटीच सगळी निरवानिरव करत होते! हाही घोट मी गिळला आणि कामाला लागले.

फ्रीझमध्ये मी त्यांच्यासाठी सर्वांत शेवटी आणलेली फळं होती. मम वारल्यानंतर त्यांचं जेवणाखाण्यातलं लक्ष उडालं होतं. मी व्हिटॅमिनच्या गोळ्या आणून द्यायची. पण त्या घ्यायचं त्यांच्या लक्षात राहात नसे. ते थकले होते. जगण्यातला रसच जणू संपत चालला होता. सन्नी त्यांच्याबरोबर राहात होता. तरी ते फारफार एकटे पडले होते.

वर जाऊन त्यांची बेडरूम आवरून ठेवताना, माझा डिग्री घेतानाचा फोटो भिंतीवर लावलेला दिसला. त्यांना मी तो दिला, त्या दिवसानंतर पुन्हा कुठे दिसलाच नव्हता. वाटलं, कुठे तरी ठेवला असेल आणि मग विसरून गेले असतील. पण नाही. तो फोटो होता आणि भिंतीवर लावलेला होता. मध्यभागी नसेल, कोपऱ्यात असला तरी भिंतीवर मुद्दाम लावला होता. त्यांना माझा किती अभिमान वाटत होता, हे त्यांनी मला कधी सांगितलं नव्हतं. ते त्यांच्या मृत्यूनंतर असं अवचित समोर आलं. काही न बोलता मी तो फोटो भिंतीवरून काढून घेतला.

आत्ता हे सगळं लिहिताना, मी तो समोर ठेवून त्याच्याचकडे बघते आहे.

आम्हाला डॅडचं मृत्युपत्र वाचण्यासाठी सॉलिसिटरकडे जावं लागणार होतं. त्यांनी मृत्युपत्र केलं, तेव्हा मीच त्यांना सॉलिसिटरच्या ऑफिसमध्ये नेऊन सोडलं होतं. पण मृत्युपत्रात काय लिहिलं होतं, ते मला माहीत नव्हतं. ते एकटेच आत गेले. मी बाहेर बसून राहिले होते. त्यांचं काम झाल्यावर पुन्हा त्यांना घरी आणून सोडलं. सॉलिसिटरने प्रथमच सांगितलं की, गिंडाला आणि मला त्यांनी मृत्युपत्राचं मुखत्यार म्हणून नेमलं होतं. त्यात लिहिल्यानुसार आम्ही इस्टेटीची व्यवस्था करायची होती. ते ऐकलं आणि मला सगळं काही भरून पावल्यासारखं वाटलं. त्यांनी त्यांच्या घराच्या चाव्या आणि जमिनीची कागदपत्रं मला द्यावीत असं मला कधीच वाटलं नव्हतं. माझी कल्पना होती की, ते सगळं बलबीरच्या नावावर करतील. तो त्यांचा एकुलता एक मुलगा होता. आशियाई कुटुंबात मुलांना अनन्यसाधारण महत्त्व असतं. शिवाय मी तर चुकीचं वागून घराण्याचं नाव मातीत घातलं होतं.

वर्षानुवर्षे ते सर्वजण असंच म्हणत राहिले. पण शेवटी वेगळं घडलं. मृत्यूनंतर त्यांच्या कृतीतून डॅड माझ्याशी बोलले. 'मी योग्य तेच करीन' हा माझ्यावरचा विश्वास त्यांच्या मृत्युपत्रातून व्यक्त झाला.

आजही मला डॅडची खूप आठवण येते. अजूनही मला वाटत राहतं की, मी त्यांना आणि ममला त्यांच्या हयातीत सांगायला पाहिजे होतं की, त्यांच्याविषयी मला काय नि किती वाटत होतं ते. पण मरणानंतर स्वत:च्या कृतीतून त्यांनी जे सांगितलं तेही मला आनंद देऊन गेलं आणि त्यांची इच्छा पूर्ण करण्याचा मी जास्तीत जास्त प्रयत्न केला. काही वेळेला त्यात अडचणीही आल्या. तरीपण त्यांच्या इच्छेप्रमाणे सगळं करू शकले.

डॅडनी सगळं काही सन्नीला दिलेलं होतं. गिंडा हे ऐकल्याबरोबर रागाने सॉलिसिटरच्या ऑफिसबाहेर पडली. पण मला मात्र डॅडींचं करणं योग्य वाटलं. सन्नीला उभ्या जगात दुसरं कुणीही मायेचं नव्हतं.

आणि डॅडींनी त्यांची इस्टेट कुणालाही दिली असेल! त्यांना विचारणारे आम्ही कोण?

३३

डॅड वारल्यानंतरच्या उन्हाळ्यात, एक दिवस अचानक ल्यूसी माझ्याकडे येऊन धडकली. आधी फोन नाही की पत्र नाही. मी म्हणजे तिचा अखेरचा पर्याय होते. तिला खरं म्हणजे गिंडाकडे राहायचं होतं. पण गिंडाच्या नवऱ्याने अजून ल्यूसीला क्षमा केलेली नव्हती. त्या दोघांच्यातला 'शांतता करार' सतत मोडला जात असे. त्याच्या पुतण्याशी ठरवलेलं लग्न ल्यूसीने मोडलं होतं. हा त्याच्या दृष्टीने तिचा मोठाच अपराध होता.

मी अर्थातच तिला राहा म्हटलं. अजूनही माझ्या मनात कुटुंबाने एकत्र राहण्याचं भाबडं स्वप्न होतंच. आली तेव्हा ल्यूसी खूप दु:खी दिसली. एका रात्री अशाच आम्ही बहिणी-बहिणी गप्पा मारत बसलो असताना, आपल्याला आपल्या आईवडिलांनी कसं वाढवलं, आपली आई कशी होती आणि ती तशी का झाली? असा विषय निघाला.

मी ल्यूसीला सांगत होते, "मम आणि डॅड दोघंही त्यांच्या दृष्टीने जे सर्वोत्तम होतं, ते आपल्यासाठी करायचा प्रयत्न करत होते." मी जे स्वत:ला नेहमी सांगत

आले होते आणि मोठ्या प्रयत्नाने ते खरं असल्याचं स्वत:ला पटवलं होतं, तेच मी तिला सांगितलं. आता मला माझं लहानपण त्यातला कडवटपणा, सगळंसगळं मागे टाकून पुढे जावंसं वाटत होतं.

"पण ममने तिचं आपल्यावरचं प्रेम कधीच दर्शवलं नाही. कधी प्रेमानं जवळ घेतलं नाही की एखादा मुकासुद्धा घेतला नाही." ल्यूसीचं तिच्या दृष्टीने बरोबर होतं. त्यावर मी काय बोलणार?

आमच्या आईचं प्रेम काही अटींवर अवलंबून होतं. तिच्या अपेक्षेप्रमाणे आणि इच्छेनुसार, तिने सांगितलेल्या पद्धतीने जर आम्ही कष्टाळू मुली, आज्ञाधारक बायका, कर्तव्यदक्ष सुना आणि आदर्श आशियाई स्त्रिया म्हणून सिद्ध झालो असतो, तरच आम्हाला ते मिळालं असतं. आता विचार करताना मला असं वाटतं की, तिच्या मताने आम्ही तशा वागलो असतो तरच सुखी झालो असतो, सुरक्षित राहिलो असतो.

तरुणपणी मला वाटायचं माझी आई फार गर्विष्ठ आहे. उर्मटपणे बोलते. तिचा उच्च जातीबद्दलचा अभिमान, घराण्याच्या प्रतिष्ठेबद्दलच्या अवास्तव कल्पना, आमच्या समाजातल्या मानसन्मानाबद्दलचे समज हे सगळे त्या गर्वातूनच आलेलं आहे. पण आता मला वाटतं, हे सगळं ती घाबरून तर सांभाळत नसेल? भीती हीच तिची असं वागण्यामागची प्रेरणा असेल का? मी जेव्हा घरातून पळून गेले तेव्हा माझी जी परिस्थिती होती, तशीच मम-डॅडची काही प्रमाणात असली पाहिजे. आपल्या मूळ स्थानापासून दूर गेलेले, मुळांपासून तुटलेले, कुटुंबाविना एकटे पडलेले. पंजाब आणि भारत सोडून थेट इंग्लंडला येऊन राहू लागल्यानंतर, त्यांच्या ओळखीची, जवळची वाटणारी, वेळकाळाला जिच्या आधारावर ते तरून जाऊ शकतील अशी एकच गोष्ट, एकच चौकट त्यांच्यापाशी होती. ती म्हणजे त्यांचा ज्ञातीसमाज. पंजाबमधून इंग्लंडला येऊन स्थायिक झालेले त्यांच्या जातीचे लोक.

नातेसंबंधांच्या बाबतीत आता मी लहानपणीसारखा विचार करू लागलेय. मला मम आणि डॅड जवळचे वाटतात. ते आता या जगात नाहीत तरीसुद्धा. भावंडांचं काय? ते कधीच माझ्याशी कोणत्याही अर्थाने कुटुंबीयांसारखं वागले नाहीत. आता तर आम्ही एकमेकांशी बोलतदेखील नाही.

कुटुंबात काही घटना घडल्या, तर त्या मला बातमी शिळी झाल्यावर किंवा इतरांकडून समजतात. मी स्थानिक वृत्तपत्रात वाचलं की, बलबीरने घरातल्या कारपेटला आग लावली. तो आत्महत्येचा प्रयत्न होता, पण शेजाऱ्यांनी तक्रार केली त्यामुळे त्याला अटक करून तुरुंगात टाकण्यात आलं. सन्नीने मला सांगितलं की, बलबरीला तिथल्या लोकांनी बदडून काढलं. का तर म्हणे, "पोरींना घरातून पळून जाण्यासाठी फूस लावणाऱ्या 'कुत्री'चा हा भाऊ आहे म्हणून."

सन्नी मला माझ्या कुटुंबाशी जोडणारा दुवा होता. पण गेल्या काही महिन्यात परिस्थिती बदलली आहे. मी त्याला माझ्याकडून जितकं होईल तितकं, माझ्या मुलासारखंच वागवते. डॅड वारले, त्यानंतर वर्षभराने मी ओकवुडमधलं घर विकलं आणि पुन्हा आशियाई वस्तीत राहायला गेले. 'वॉरविक ॲव्हेन्यू'वर मी एक जागा घेतली. अनेक वर्षांपूर्वी शाळेत जात असताना मी म्हटलं होतं ना, अगदी तिथेच. खरं तर मी हे सन्नीसाठी केलं. त्याला पूर्णपणे परिचित असलेल्या भागातच, पण माझ्यासोबत येऊन राहता यावं यासाठी.

२००२ साली सन्नी अठरा वर्षांचा झाला. मी रोबीनाला दिलेल्या वचनानुसार त्याला त्याच्या वडिलांकडे म्हणजे नवतेजकडे कॅनडाला घेऊन गेले. त्याने त्या पहिल्या भेटीत आमचं जंगी स्वागत करून एखाद्या राजासारखी बडदास्त ठेवली. नवतेजने पुन्हा लग्न केलेलं होतं पण त्याला मूल मात्र झालेलं नव्हतं.

तो म्हणाला सन्नीने खुशाल माझ्याकडे येऊन राहावं. आम्हाला आनंद होईल आणि एक वर्षानंतर सन्नी वडिलांकडे राहायला गेला.

'त्या वेळी मला दुःख झालं' असं मी म्हणणार नाही. कारण १५-१६ वर्षांचा झाल्यानंतर सन्नी मला आव्हान देणारे प्रश्न विचारू लागला होता. "तू का करतेस हे 'कर्म निर्वाण'चं काम?" "तू गिंडा मावशीसारखी का नाही वागत?" "तू लिसाला कशी काय बॉयफ्रेंड बरोबर हिंडू देतेस?"

सन्नी कॅनडाला राहायला गेला खरा, पण तो तिकडे सुखात नव्हता.

तो रात्री मागून रात्री, मला फोन करत राहिला. शेवटी मी विमानाने कॅनडला जाऊन काय झालंय ते मिटवायचं ठरवलं. या वेळी स्वागत-बिगत काही झालं नाही. सन्नीच्या भवितव्याबद्दल चर्चा करायला बसलो तर इतकी भयानक भडकाभडकी झाली की, माझा सगळा इतिहास, अपमान, चुका माझ्यावर वाग्बाण करून फेकण्यात आल्या.

"तू चांभाराशी लग्न केलंस."

"घराण्याला बट्टा लावलास."

"वेश्येत आणि तुझ्यात काय फरक राहिला?"

आम्ही मुकाट्याने बॅगा उचलून निघून आलो. त्यानंतर आजतागायत त्या लोकांशी आमचा संबंध आलेला नाही.

अशा रीतीने सन्नीच्या जीवाची चित्तरकथा माझ्यासारखीच झाली. त्याचे कुटुंबीय, व्यक्ती म्हणून त्यांचं स्वतंत्र अस्तित्व स्वीकारू शकले नाहीत. माझ्या आईवडिलांनी मला स्वीकारलं नाही, तसंच. आशियाई समाजामध्ये आजही कुटुंबाच्या इच्छेला प्राधान्य दिलं जातं.

मी सन्नीला त्याच्या आयुष्यात नेहमी मदत करण्याचा प्रयत्न केला. मी जे काय

करते, त्याबद्दल त्याला लाज वाटते हे मला माहिती होतं. पण जेव्हा माझ्या कानावर आलं की, 'माझं लग्न झालं ना की माझ्या बायकोला मी मावशीशी अजिबात बोलू देणार नाही' असं तो लोकांना सांगत फिरतो आहे, तेव्हा मी त्याला चांगलाच खडसावला.

त्या दिवसापासून आम्ही एकमेकांशी बोलत नाही. या गोष्टीचं मात्र मला फार वाईट वाटतं.

मी त्याच्यापासून दूर झाले. मी त्या सर्वांपासूनच दूर झाले. आशियाई वस्तीत राहण्याची मला सवय झाली, कारण लोकांना काय वाटेल याचा विचार सोडून देण्याइतकी मी आता कणखर झाले होते. पण ज्या दिवशी गिंडा आणि यास्मिन दोघींनी लिसा आणि मारियाला रस्त्यावर पाहून न पाहिल्यासारखं केलं, मुद्दाम दोघींना टाकून निघून गेल्या त्यादिवशी मी तिथून दुसरीकडे जायचा निर्णय घेतला. मी जे दुःख सहन करीत जगले, जी व्यथा सोसत राहिले, ती माझ्या मुलींना मी भोगू देणार नव्हते. नातलगांनी झिडकारणं हे मी त्यांना वारसाहक्काने मिळू देणार नव्हते.

तीन वर्षांपूर्वी मी डर्बी शहराच्या बाहेर छोटं घर घेतलं. गमतीने मी सांगत असते की, अख्ख्या गावात मी एकटीच आशियाई आहे. पण तसं असणं मला आवडतं. एक तर माझ्या कामापासून मी दूर असते. दुसरं म्हणजे ज्यामध्ये मी पूर्ण विसंगत आहे, अशा समाजापासूनही दूर असते. घरात येऊन एकदा दार लावलं की, कुणीही मला त्रास द्यायला येत नाही. मन शांत राहतं.

लिसा आता घरातून बाहेर पडली आहे. ती स्वतंत्र राहते. गेल्या वर्षी, ती एकवीस वर्षांची झाली. तिने लीड्स युनिव्हर्सिटीतून कायद्याची पदवी घेतली. तिला गाऊन आणि टोपी घालून कुलगुरूंच्या हातून पदवी घेताना, मी जस्सीशेजारी बसून पाहिलं तेव्हा काय वाटलं म्हणून सांगू? अभिमानानं आणि आनंदानं छाती फुटायचीच बाकी होती. इतक्या प्रतिकूल परिस्थितीतही तिने डिग्री मिळवलीच.

मारिया काही वर्षे वडिलांकडे राहून माझ्याकडे परत आली आहे. शनिवार-रविवारी ती, मी आणि जोशुआ निसर्गाच्या ठिकाणी भटकायला किंवा सायकलिंग करायला जातो. ते लहान असेपर्यंत त्यांच्यावर कसल्याही अटींविना, कुठलाही निर्बंध न घालता मी प्रेमाचा वर्षाव करणार आहे. असं प्रेम मला बालपणी कधीच मिळालं नाही. मी एक स्वतःचं छोटंसं सुरक्षित विश्व तयार केलंय. माझं छोटंसं अभयारण्य. जिथे मी जगापासून दूर शांतपणे मनाला रिझवू शकते. नव्या उर्जेनं तनमनाला तजेला आणते. बॅटऱ्या चार्ज करून पुढच्या कामासाठी सज्ज होते.

३४

झैनबला भेटल्यानंतर काही दिवसांनी, मी तिथल्याच काही आश्रमांमध्ये जाऊन ठरावीक तास काम केलं आणि आशियाई स्त्रियांसाठी विशेष वेगळ्या सोयी करणं किती गरजेचं आहे, ते माझ्या लक्षात आलं. तिथे येणाऱ्या स्त्रिया या त्यांच्या मुळांपासून अक्षरशः उपटून निघालेल्या असतात. त्या जर जिवंत राहायच्या असतील, तर कुठल्याही एका अनाथाश्रमात त्यांना ठेवून उपयोग नाही. त्यांनी जे गमावलंय, त्याच्याजवळ जाणारं असं परिचित वातावरण त्यांना मिळालं पाहिजे.

शझियासारख्या स्त्रियांबद्दलचे विचार नेहमी माझ्या मनात येतात. शझिया ही एक मुस्लिम तरुणी. ती बर्मिंगहॅममध्ये लहानाची मोठी झाली. पंधरा वर्षांची असताना सहज, देश बघायला सुटीसाठी म्हणून तिला पाकिस्तानला नेण्यात आलं. तिथे गेल्यावर एका मामे की चुलत भावाबरोबर तिचं लग्न लावण्यात आलं. तिने लग्नाच्या वेळीच त्याला पाहिलं. आधी पाहिलंसुद्धा नव्हतं. लग्न लावून दिल्याबरोबर तिचे कुटुंबीय बर्मिंगहॅमला परतले. तिने त्यांच्याबरोबर परत जाण्यासाठी खूप आग्रह धरला, रडली, दयेची भीक मागितली. पण तिला न घेताच, ते निघून गेले. त्यानंतर अनेक महिने ती तिथे राहिली. तिने नवऱ्याबरोबर शारीरिक संबंध ठेवलेच पाहिजेत अशी ताकीदही त्यांनी दिलेली होती. तिचं म्हणणं काय होतं? ह्याचा विचारही कुणी केला नाही. तिच्या घरच्यांचं परतीचं विमान उडाल्याबरोबर तिच्या नवऱ्याने बळजबरी संभोग घेण्यास सुरुवातच केली.

ती दुःखात होती. तिची मनःस्थिती नाजूक होती. सगळं तोंडाने सांगूनसुद्धा नवऱ्याने पर्वा केली नाही. इतकंच नाही तर हेही सांगून टाकलं की, फक्त मला इंग्लंडला जाण्यासाठी पासपोर्ट मिळवायचा आहे, म्हणून मी तुझ्याशी संबंध ठेवतो आहे. जेव्हा तिने वचन दिलं की, नवऱ्याला इंग्लंडला आणण्यासाठी जी काय प्रक्रिया करायची असेल ती करायला मी तयार आहे, जे जे आवश्यक असेल, ते ते मी बिनतक्रार करीन. तेव्हा कुठे तिला इंग्लंडला परत पाठवण्यात आलं.

बर्मिंगहॅमला परत आल्यानंतर शझियाने ब्रिटिश एम्बसीला पत्र लिहिलं. आपल्याला पासपोर्टसाठी कशाप्रकारे वापरलं गेलं, कसे जुलूम सहन करावे लागले ते सविस्तर लिहून तिने त्यांची मदत मागितली. त्या पत्रात तिने खुलासेवार वर्णन केलं की, माझी इच्छा नसताना माझं लग्न लावण्यात

आलं. त्याचं इंग्लंडला येणं मी स्पॉन्सर (त्याचा खर्च मी देईन) करेन अशा फॉर्मवर माझी सक्तीने सही घेण्यात आली. आईवडिलांना कळू नये म्हणून तिने ते पत्र एका मित्राकरवी एम्बसीत पाठवलं. पण तिला त्याचं उत्तर आलं नाही.

तीन आठवड्यांनी, तिचा उतावीळ झालेला नवरा इंग्लंडला येऊन धडकला. शझियाने पोलिसांना फोन केला. माझ्या जिवाला आईवडिलांच्या घरी धोका असल्याने, पोलीस संरक्षणात मला सुरक्षित स्थळी पोहोचवून द्यावे अशी विनंती केली. बॅगा वगैरे भरून एकाठिकाणी लपवून ठेवलेल्या होत्या. झालं, पोलीस आले. त्याबरोबर तिच्या आईने जो आरडाओरडा सुरू केला रडायला लागली, किंचाळायला लागली. जाऊ नको गं, म्हणून पदर पसरायला लागली. तिला डावलून, लपवून ठेवलेल्या बॅगा आणण्याइतकी हिंमत शझियामध्ये नव्हती. ती रिकाम्या हातानेच घरातून बाहेर पडली.

या घटनेनंतर पंधरा दिवसांनी जेव्हा मी तिला प्रथम पाहिलं, ती तिच्या कॉटवर बसलेली होती. वृत्तपत्रातल्या बेघर झालेल्या माणसांच्या फोटोमध्ये आपण त्यांच्या चेहऱ्यावर जो एक रिक्त, पोरका भाव पाहतो ना, तसा भाव तिच्या नजरेत होता. खिन्न आणि हबकलेली होती ती. आतापर्यंत तिचं म्हणून जे काय होतं, त्या सगळ्याकडे पाठ फिरवून ती आलेली होती. घरापासून अनेक मैल दूर असलेल्या आश्रयघरात राहात होती. भोवतालची एकही वस्तू तिच्या परिचयाची किंवा माहितीची नव्हती. तिने पहिला प्रश्न मला केला, तो असा होता. "इथे नमाज पढण्यासाठी कुठे जागा मिळेल हो?" आपल्या हरवलेल्या ओळखीचे क्षीण धागे ती पकडून ठेवायचा प्रयत्न करत होती. आपण कोण आहोत, कोणत्या संस्कारातून आलोत हे तिला पुसू द्यायचं नव्हतं. पण त्याबाबतीत तिला सहाय्यभूत ठरू शकणारी एकही गोष्ट तिथे नव्हती. शझियाला पाहून, मी सोळा वर्षांची असतानाची आठवण मला झाली. माझ्यासारखंच तिला अतिशय पारंपरिक पद्धतीने वाढवण्यात आलेलं होतं. यामध्ये तुम्हाला जुळवून घ्यायला, जमवून घ्यायला शिकवलं जातं. त्याचा इतका अतिरेक होतो की पुढेपुढे तुम्ही कशाशीही जुळवून घ्यायला लागता. खऱ्या अर्थाने जीवनाला तोंड द्यायची, सामोरं जायची तुमची तयारी होत नाही. जुळवून घेतल्याशिवाय तुम्ही जगू शकत नाही.

आश्रयघरात तिला स्वत:चं जेवण बनवून घ्यावं लागायचं. पण ते कसं करायचं हे तिला माहिती नव्हतं. म्हणजे तिची खात्री नव्हती. तिने मला विचारलं, "मला ब्रेडचे किती तुकडे लागतील, जस?" घरातून पळून जाण्यापूर्वी माझं जसं होतं, तशीच तिचीही स्थिती होती. काय आणायचं, किती आणायचं हे

कुणीतरी सांगितल्यानंतरच ती दुकानात जाऊन तेवढी वस्तू घेऊन घरी परत यायची.

पण तिची संभ्रमावस्था याच्याहूनही खोल गेलेली होती. आम्ही बोलत बसलो असताना तिने एकदम विचारलं, "मी कोण आहे तेच मला समजत नाही गं जस!" ती सरळ माझ्या डोळ्यात बघून बोलत होती. तिच्या डोळ्यातला तो गोंधळ आणि भीती मला थेट, अनेक वर्षे मागे घेऊन गेली.

"ममला पाहिजे होती तशी मुलगी मी बनू शकले नाही, म्हणून मी घरातून पळून गेले. पण आता पुढे काय करायचं, कसं वागायचं हे मला कुठे माहीत होतं?"

शझियावरूनच आशियाई स्त्रियांसाठी वेगळी आश्रयघरं असली पाहिजेत हे कळून येत होतं. तिच्या आयुष्यात तिने पुन्हा उभं राहावं याकरता तिला पुष्कळ आधार द्यावा लागणार होता. मदत करावी लागणार होती. एक आशियाई स्त्री म्हणूनच तिचं जीवन पुन्हा नव्याने सुरू व्हावं अशी माझी इच्छा होती. घरातून पळून गेली याचा अर्थ तिची सगळी ओळखच पुसली जावी, असं होता कामा नये. पुन्हा खंबीरपणे, त्याच पद्धतीने जीवन सुरू करता आलं पाहिजे. त्या वेळेपर्यंत मी हे शिकले होते की, स्वत:च्या संस्कृतीमधल्या काही गोष्टींकडे पाठ फिरवली म्हणजे तुम्ही ती पूर्ण संस्कृतीच नाकारलीत असं होत नसतं. मला आता मी एक आशियाई स्त्री असल्याचा अभिमान वाटत होता. शझियालासुद्धा तिच्या संत्रस्त अवस्थेतून बाहेर आल्यानंतर असंच वाटावं अशी माझी इच्छा होती.

आश्रयघरातलं काम संपल्यावर लगेच 'कर्म निर्वाण'च्या ऑफिसमध्ये जाऊन मी कुणाकुणाशी बोलायचं त्याची यादी करायला घेतली – पोलीस ऑफिसर्स, आरोग्य आणि समाजसेवा विभागाचे अधिकारी. मला माहिती होतं, सगळे काही या प्रश्नाकडे सहानुभूतीने पाहू शकणार नाहीत. जे आश्रयघरं चालवत आहेत, त्यांना त्यांच्या पोटावर पाय आणल्यासारखं वाटेल. कारण शेवटी निधी मर्यादितच असतो. पण शझियामुळे मी माझे प्रयत्न चालूच ठेवले. तिथून निघण्यापूर्वी, दरवाजाकडे जाताना माझा दंड पकडून ती मला काय म्हणाली माहिती आहे? म्हणाली, "सुटका करून घेण्यासाठी मी घरातून पळाले. पण आता वाटतंय मी फक्त एका तुरुंगातून निघून दुसऱ्या तुरुंगात येऊन पडले."

मी 'नॅशनल चॅरिटी रेफ्युज' यांच्याशी संपर्क साधला. त्यांना विनंती केली की, कर्म निर्वाणच्या सहयोगाने ते आशियाई स्त्रियांसाठी वेगळं आश्रयघर स्थापू शकतील का? ते तयार झाले. मी तयारी सुरू केली. आठ स्त्रिया राहू शकतील एवढं घर पाहिजे होतं. आम्ही शोध घेऊ लागलो. २००१ सालाची सुरुवात

होती. एप्रिलच्या आत साहाय्यता निधीसाठी अर्ज भरून पाठवायचा होता. पण इतक्या अल्पावधीत, डर्बीमध्ये तसं घर मिळणं अशक्य होतं. हे लक्षात आल्यावर मी आमच्या 'पायलट प्रोजेक्ट'ची योजना बदलली. दोन-दोन बेडरूम असलेल्या चार फ्लॅटचा उपयोग करायचं ठरलं.

स्थानिक गृहसंस्था आम्हाला मदत करत होती. पण त्यांनी देऊ केलेल्या काही जागा फक्त नकार देण्यालाच योग्य होत्या. अनेक ठिकाणी मी पुढच्या दारातून आत शिरल्याबरोबर आतल्या घाण वासाने गुदमरल्यासारखं झालं. त्यामुळे जागा पाहायला जाताना नाकावर स्कार्फ किंवा हातरुमाल दाबूनच जायची मी सवय करून घेतली. तेलाने मेणचट झालेली स्वैपाकघरं, घाणीमुळे पिसवांनी भरलेले गालिचे, खिडक्यांच्या चौकटी सडून-मोडून पडलेल्या आणि ओलीमुळे पोपडे पडून कोसळायला आलेली छतं... ज्यांना दिलासा द्यायची गरज आहे अशा स्त्रियांना तिथे ठेवणं ही फार लांबची गोष्ट झाली. मेलेल्या कुत्र्यालासुद्धा मी तिथे ठेवलं नसतं. पण ठरलेल्या मुदतीपूर्वी निधीसाठी अर्ज करायचा तर, आम्हाला त्याचवेळी निर्णय घेणं भाग होतं. शेवटी देवावर भरवसा ठेवून, त्यातलेच चार फ्लॅट मी निवडले.

मदत निधीसाठीचा अर्ज वेळेवर भरला गेला, आम्हाला निधी मंजूर झाला आणि तो मिळाल्याबरोबर प्रथम दुरुस्तीचं काम हाती घेतलं. त्या घराचं पुनरुज्जीवनच झालं. सोळा महिन्यांच्या कालावधीत चारही फ्लॅटचं रुपडं नखशिखांत नवं दिसू लागलं. 'कर्म निर्वाण' कडे मदत मागायला येणाऱ्या बायका घाबरायच्या. त्यांना वाटायचं घरातून पळून गेलो तर आपल्याला कुठे तरी खोपटात लपून-छपून दिवस काढावे लागतील. (जस्सीने आणि मी काढले तसे) पण या घरांनी ती भीती साधार खोटी ठरवली. त्यांच्यापुढे बागा होत्या. खिडकीवर पट्ट्यांचे पडदे (ब्लाइंड्स) लावलेले होते. फर्निचर, वॉशिंगमशीन्स सगळं नवीन होतं. आम्ही काही चित्रेही पैदा करून भिंतीवर लावली होती. काही पुस्तकं, छोट्यांसाठी खेळणीसुद्धा ठेवली होती.

पण माझ्या दृष्टीने मोठी-मोठी स्वयंपाकाची भांडी, पोळ्यांसाठी मोठाले तवे, भारतीय मसाल्यांसाठी रॅक्स आणि पुढच्या हॉलमध्ये प्रार्थना करण्यासाठी मोकळी जागा असणं. हे सगळं फार महत्त्वाचं होतं. आजकाल त्या आश्रयघरातल्या कोणत्याही स्वैपाकघरात मी गेले की, भारतीय मसाल्यांचा ओळखीचा वास येतो. आईच्या भारतीय स्वैपाकाची आठवण होते आणि त्या उबदार वासात जणू माझं मन एखाद्या दुलईसारखं गुरफटून जातं. आशियाई महिलांसाठी वेगळी व्यवस्था करण्याचा ध्यास घेतला, तेव्हाच हे सगळं असंच होईल असा माझा अंदाज होता.

२००२ साली आम्ही ती चारही आश्रयघरं खुली केली. प्रत्येक ठिकाणी दोन स्त्रिया आणि त्यांच्या मुलांच्या राहण्याची सोय होती. त्या पहिल्या वर्षात आम्ही बावन्न महिलांना आणि त्यांच्या मुलांना तत्काळ निवारा देऊ शकलो. आमच्याकडे आलेल्या इतर १२५ महिलांना आम्हाला दुसरीकडे पाठवावं लागलं. विशेष वेगळ्या आश्रयघरांची किती गरज होती याचा हा प्रत्यक्ष पुरावाच मिळाला. त्यामुळे मी ताबडतोब राष्ट्रीय पातळीवर अशी संस्था सुरू व्हावी यासाठी प्रचार आणि प्रयत्न सुरू केले. हे खूपच सावकाश होणारं काम असतं. पण सध्या 'स्टोक ऑन ट्रेन्ट' इथे आशियाई महिलांसाठी आश्रयघर सुरू झालेलं आहे आणि बर्टन इथे तसंच एक सुरू करण्यासाठी बोलणी चालू आहेत.

अशा तऱ्हेने, माझ्या कामाचा विस्तार डर्बी शहराच्या पलीकडेही व्हायला सुरुवात झाली. सध्या मी पूर्ण देशात या कामाचा प्रचार करतेय. सगळीकडेच पोलीस अधिकारी, समाजकार्यकर्ते आणि शिक्षक यांच्याशी मी 'ब्रिटनमधल्या आशियाई महिलांना भेडसावणारे प्रश्न' या विषयावर सतत बोलत असते. जिथेजिथे मी जाते त्या बहुतेक सर्व ठिकाणी, लोकांना या विषयाबद्दल जाणून घेण्याची उत्सुकता असते. ती त्यांची गरज असते. मी शाळाशाळातून व्याख्याने देण्यासाठी जाते. त्यानंतर मुलं मला प्रश्न विचारायला येतात. त्यात नक्की एखाद-दुसरी आशियाई मुलगी सांगते, "तुम्ही सांगत होता ना आत्ता... माझ्याही बाबतीत तसंच घडतंय हो!"

'कर्म निर्वाण'मध्ये मदतीसाठी आलेल्या स्त्रियांच्याच हकिकतींचे जणू प्रतिध्वनी जिथेजिथे मी जाते, तिथेतिथे ऐकू येतात. याचा अर्थ अनेक आशियाई महिलांचा त्यांच्या कुटुंबीयांकडून अशाप्रकारे छळ होत असतो, की कुणी परका माणूसही तसं करू शकणार नाही. त्यांना होणाऱ्या यातना बाहेर दिसत नाहीत, कारण घराण्याच्या प्रतिष्ठेपायी होणारा छळ हा बंद दरवाजाआड केला जातो. पण तो आहे आणि छुप्या कॅन्सरप्रमाणे आपल्या समाजाला पोखरत चालला आहे.

अर्थात ह्या सत्याचा स्वीकार करण्याची सर्वांची इच्छा असते असं नाही. फार पूर्वी नाही, नुकतीच घडलेली घटना सांगते. डर्बीमध्येच न्यायाधीशांच्या वार्षिक संमेलनात मी भाषण द्यायला गेले होते. विषय होता, 'प्रतिष्ठेच्या नावाखाली केल्या जाणाऱ्या हत्या' माझं भाषण झाल्यानंतर तीन जण उभे राहिले. तिघांनाही बोलायचं होतं. दोघांनी माझ्या म्हणण्याला पाठिंबा व्यक्त केला. नंतर तिसरे गृहस्थ बोलायला उभे राहिले. पाकिस्तानी मुस्लीम त्यांच्या समाजाचे सन्माननीय पुढारी. म्हणाले, "आयुष्यभर मी ह्या डर्बीतच राहिलो. पण तुम्ही ज्या प्रकारच्या घटना इथे सांगितल्यात, तशी एकही कधी माझ्या ऐकण्यात किंवा पाहण्यात आलेली नाही. पण हे असं बोलणाऱ्या आपण आहात तरी कोण? काय

अधिकार आहे आपल्याला असं बोलण्याचा? मी तर यापूर्वी तुम्हाला कधीच पाहिलं नाही. मला वाटतं आपली चळवळ चालवण्यासाठी आपण बाहेरून आलेल्या आहात आणि इथे येऊन आपले पाखंडी विचार सांगत आहात.''

त्या काळात 'रुख्साना नाझ' खटला इतका गाजलेला असतानाही त्या गृहस्थांनी 'प्रतिष्ठेसाठी खून' होत असल्याचं सरळ नाकारलं.

'रुख्साना नाझ' ही त्यांच्यासारखीच डर्बीची कायम रहिवासी. मी ज्या शाळेत (लिटल ओव्हर स्कूल) शिकले, तिथेच तीही शिकली. ती एकोणीस वर्षांची असताना गरोदर राहिली. पंधराव्या वर्षीच तिचं लग्न जबरदस्तीने एका पुरुषाशी लावण्यात आलेलं होतं. तिला राहिलेला गर्भ हा तिच्या नवऱ्यापासून राहिलेला नाही असा संशय येताच तिच्या घरचे लोक 'पोट पाडून टाक' म्हणून तिच्या मागे लागले. तिने पोटातल्या बाळाला मारून टाकायला नकार दिला. म्हणून सहा महिन्यांची गर्भवती असलेल्या त्या १९ वर्षीय युवतीची सख्खी आई तिच्या पायांवर बसली आणि मग मोठ्या भावाने गळा दाबून तिचा खून केला.

जगामध्ये दरवर्षी ५००० व्यक्तींचे खून असे प्रतिष्ठेपायी केले जातात. त्यातली ही फक्त एक कहाणी.

पूर्वीचं ब्रिटिश सरकार, सांस्कृतिक आणि धार्मिक संवेदनशीलतेचा अभाव असल्यामुळे इथे येऊन स्थायिक झालेल्या आशियाई महिलांच्या प्रश्नांकडे तितकंसं लक्ष देत नव्हतं. आता मात्र ब्रिटिश अधिकारी यात लक्ष घालू लागले आहेत, हा एक चांगला भाग. आता निदान असे 'प्रतिष्ठेपायी खून होतात' या गोष्टीला तरी दुजोरा मिळालेला आहे.

मी हे पुस्तक लिहीत असताना अशाच दोन घटना घडल्याच्या बातम्या समजल्या. 'समायरा नाझीर' नावाच्या २५ वर्षांच्या तरुणीला तिच्या सख्ख्या आणि चुलत भावांनी गळा चिरून ठार केलं. तत्पूर्वी त्यांनी तिला अठरा ठिकाणी भोसकलेलं होतं. का? तर तिने निवडलेल्या प्रियकराबरोबर ती लग्न करणार होती. तिच्या दोन धाकट्या बहिणींना त्यांनी हे कृत्य पाहायला भाग पाडलं. इतकंच नाही, तर क्रूरपणे मारून टाकलेल्या आपल्या थोरल्या बहिणीच्या रक्ताच्या चिळकांड्याही त्यांना अंगावर घ्याव्या लागल्या.

एकोणीस वर्षे वयाच्या 'अराश घोरबानी झरीन' नावाच्या तरुणाला, त्याच्या प्रेयसीच्या भावांनी ४६ ठिकाणी भोसकून खलास केलं. कारण त्याच्यापासून तिला दिवस गेले होते आणि ती दोघं लग्न करणार होती, हे घरच्यांना पसंत नव्हतं.

या दोन्ही प्रकरणात गुन्हेगार व्यक्ती वीस वर्षे वयाच्या आतल्या होत्या. प्रौढ वयातले पुरुष, बऱ्याच वेळा आपल्या तरुण नातलगांकडून असली वाईट

कृत्ये करवून घेतात. पण आपण स्त्रियांना मुठीत ठेवलं पाहिजे असं तरुणांनाच जास्त प्रमाणात वाटायला लागलं आहे ही मला अधिक भयंकर गोष्ट वाटते. मी असं ऐकलं आहे की, स्त्रियांना मारून टाकण्याची असली घाणेरडी परंपरा चालू असताना, आमच्या कुटुंबातले एकजण उघडपणे असं सांगायचे की, 'जर माझी एखादी मुलगी अशी मुसलमानाबरोबर गेली असती ना तर त्याची बारीकबारीक खांडोळी करून त्याचा आनंद साजरा केला असता.'

आशियाई स्त्रियांना त्यांच्या कुटुंबीयांकडूनच असे धोके आहेत याची जाणीव मी करून देऊ शकते, ती कर्म निर्वाणची संचालिका झाले म्हणून. हा माझा खारीचा वाटा मी उचलला, याचा मला सार्थ अभिमान आणि आनंद वाटतो. 'मेट्रोपॉलिटन पोलीस बॉडी' यांनी नुकतीच अशी १२० खूनाची प्रकरणे पुनर्तपासणीसाठी घेतली होती. त्यातल्या समस्यांवर सल्ला घेण्यासाठी, त्यांनी अनेकवेळा मला संपर्क केला होता. त्यातले १२ खटले पुन्हा तपासावेत असा निर्णय आतापर्यंत झालेला आहे.

मध्यवर्ती गृहखाते (होम ऑफिस) आणि 'फॉरिन अँड कॉमनवेल्थ ऑफिस' यांनी 'फोर्स मॅरेज युनिट' स्थापन केल्यानंतर त्यांच्याशी मी जवळचे संबंध प्रस्थापित केले. सध्या त्यांच्याकडे वर्षाला २५० जबरदस्तीने लावलेल्या लग्नांची प्रकरणे येत असतात. त्यातल्या काही मुली तर अवघ्या १०-११ वर्षांच्या असतात. कोर्टाकडे 'घराण्याच्या प्रतिष्ठेपायी हिंसाचार केल्याची' प्रकरणे येतात, त्याबद्दलही आता मला वारंवार सल्ला विचारण्यात येतो.

इतक्या सगळ्या बायका विश्वासाने आपली दु:खं मला सांगतात आणि ती कमी करण्यामध्ये मी त्यांना मदत करू शकते, हे मला माझं भाग्य आहे असं वाटतं. काम सुरू करताना मी एवढं सगळं गृहित धरलेलं नव्हतं.

बहुतेक ब्रिटिश-एशियन्स (आशिया खंडातून येऊन ब्रिटनमध्ये स्थायिक झालेले लोक) अशा प्रतिष्ठेपायी केल्या जाणाऱ्या हिंसाचाराचा निषेधच करतात. अशा प्रकरणांना चव्हाट्यावर आणून, समाजाला जागं केलं जात आहे याचा त्यांना आनंद वाटतो. पण त्यातल्या सर्वांचाच दृष्टिकोन असा नाही. मी जे काम करतेय, त्याबद्दल ते माझा तिरस्कार करतात. गेल्या वर्षीची गोष्ट. शनिवार होता. रात्रीच्या वेळी, मी मारिया आणि जोशुआला घेऊन सोफ्यावर टी.व्ही. बघत लोळत होते. तेवढ्यात फोन खणखणला. "कुठाय नादिया? आम्हाला माहिती आहे. ती तुझ्याकडेच आहे. तिच्या बेडरूममध्ये तुझा नंबर सापडलाय."

बोलणारी स्त्री कोण होती, हे मला नेमकं समजलं आणि तिच्या थंडगार आवाजातल्या धमकीने माझ्या पोटात गोळाच आला. दहा तासांपूर्वी तिची मुलगी नादिया हिने मला फोन केला होता. स्वत:च्या घरातूनच. लंडनच्या दक्षिणेकडल्या

एका उच्चभ्रू वस्तीत त्यांचं घर होतं. बोलताना त्या मुलीचा आवाज भीतीने थरथर कापत होता.

गेली दोन वर्षे, तिला स्वत:च्या घरात बंदिवान करून ठेवण्यात आलं होतं आणि त्या अवधीत घरच्यांनी तिचं लग्न सख्ख्या चुलत भावाशी ठरवलं होतं. तिची शाळा बंद केली होती. मैत्रिणींना भेटायला परवानगी नव्हती. तिचं वय होतं सोळा वर्षांचं. इतक्या वर्षांत ती कधीही कुठे एकटी गेलेली नव्हती. तिच्या सावत्र वडिलांनी बंगल्याच्या कुंपणावर चहूबाजूंनी टोकदार खिळे ठोकून घेतलेले होते आणि सभोवार वायर लावून त्यात वीज खेळवण्याची सोय केलेली होती. तिने यदाकदाचित कुंपणावरून उडी मारून पळून जाण्याचा प्रयत्न केलाच, तर तो यशस्वी होऊ नये म्हणून.

अर्थात हे सगळं तिने मला नंतर सांगितलं. त्या वेळेला फक्त एवढंच बोलली की, एका मासिकातल्या लेखात तिला माझा फोन नंबर मिळाला होता आणि मी तिला मदत करावी अशी तिची इच्छा होती. इतक्या शेकडो मैलांवरून, मी फक्त तिला वेगवेगळे पर्याय सुचवू शकले. पण तेवढ्यानेही तिला धीर आला असावा. कारण दोन तासानंतर तिचा पुन्हा फोन आला. "तुम्ही सांगितल्याप्रमाणे मी केलंय. मी घरातून बाहेर पडेलय. निसटलेय तिथून. आता मी हायस्ट्रीटवर आहे. प्लीज पुढे काय करायचं सांगा. मला मदत करा." मला त्या वेळी जे करणं शक्य होतं ते मी केलं. तिला तिथल्या पोलीस स्टेशनला कळवायला सांगितलं आणि इकडून मी 'मेट्रोपॉलिटन पोलीस' विभागामध्ये असलेल्या माझ्या एका स्नेह्याला फोन केला. तो हातातलं काम टाकून गाडी काढून तिला शोधायला गेला. तो तिकडे पोहोचला तेव्हा ती तिथल्या स्थानिक पोलीस स्टेशनमध्ये होती आणि जास्तजास्त वैतागत चालली होती, कारण तिथला पोलीस ऑफिसर तिला घरी पोहोचवून देतो, तेच सर्वांत चांगलं होईल म्हणून तिचं मन वळवण्याचा प्रयत्न करत होता.

मल माझ्या आयुष्यातला तसाच प्रसंग आठवला. आमचा माग काढत असलेल्या पोलीस ऑफिसरला आम्ही समोरासमोर भेटलो तो प्रसंग. इतका चांगला माणूस पोलीस ऑफिसर म्हणून आम्हाला भेटला हे आमचं भाग्यच!

नादियाने माझ्या पोलीस मित्राला नीट समजावून सांगितलं की, आता परत घरी गेली तर मात्र तिच्या जिवालाच धोका आहे. हे त्याला पटल्यावर तो तिला लंडनला घेऊन आला आणि मग आश्रयघरात तिची तात्पुरती सोय करण्यात आली.

त्या रात्री नादियाच्या आईचा फोन आला तेव्हा, 'मी तुमच्या मुलीला ओळखत नाही. मला तिच्याबद्दल कसलीही माहिती नाही,' म्हणून मी फोन

ठेवून दिला. पण तिच्यापासून सुटका करून घेणं इतकं सोपं नव्हतं याची मला कल्पना होती. एका तासानंतर पुन्हा माझा मोबाईल वाजला. एक पुरुष बोलत होता. अतिशय रांगड्या भाषेत त्याने धमकी दिली, "तू डर्बीत राहतेस, माहितीय आम्हाला. तुझं घर शोधून काढणारी माणसं पण हायेत आमच्यापाशी. नादियाला कुठं ठिवलंस ते सांग. नाहीतर कापून टाकू तुला काकडीसारखी."

मी अतिशय घाबरले. आशियाई लोकांचं लागेबांध्याचं जाळं किती विस्तृत आणि पक्कं आहे ते ठाऊक होतं मला.

त्यानंतर आणखी दोन फोन आले. माझ्या मुलांची नावं, त्यांच्या शाळा आणि इयत्ता सांगणारे. तत्क्षणी मी पोलिसांना फोन करून कळवलं. त्या आठवड्यातच माझ्या घरात एक पॅनिक बटण बसवण्यात आलं. ते दाबलं की, काही दगाफटका असल्याची सूचना थेट पोलिसांनाच मिळणार होती. एक पोलीस ऑफिसर माझ्याकडे येऊन 'सावधगिरीच्या सूचने'चा कागद देऊन गेला. माझ्या आणि मुलांच्या सुरक्षिततेसाठी मी त्यांचं पालन करायचं होतं. मी घरी रोज वेगवेगळ्या रस्त्यानं यावं, नीट आजूबाजूला पाहिल्याखेरीज कारमधून उतरू नये... वगैरे, वगैरे...

त्या काळज्या घ्यायच्या म्हणजे... मी थांबून विचार करू लागले, पण ते तेवढ्यापुरतंच! कारण करण्यासारखं इतकं आहे की, हे काम मला मरेपर्यंत करावं लागेल. 'प्रतिष्ठेपायी केला जाणारा हिंसाचार' या विषयावर मी पीएच.डी.साठी संशोधन करत होते. शिवाय 'नॅशनल फ्रेंडशिप नेटवर्क' स्थापन करण्याचे प्रयत्नही चालू होते.

ज्या स्त्रियांचा घरात छळ होतो, दडपलं जातं, कोंडून ठेवलं जातं आणि त्यातून स्वत:ची सुटका करून घेण्यासाठी त्या पळून जाण्याचं धाडस दाखवतात, त्यांच्या वाट्याला उपेक्षा येते, त्यांना दु:ख आणि नुकसान यांचा सामना करावा लागतो. कुटुंबाला सोडल्यामुळे, ज्या समाजात त्या वाढल्या, त्यालाही त्यांना मुकावं लागतं. लहानपणापासून जे चेहरे आणि जागा त्यांच्या ओळखीच्या असतात, त्यांना 'आपल्या' वाटत असतात, त्यांचाही त्यांना सक्तीने त्याग करावा लागतो.

अशा स्त्रियांना समजावून घेणारे, आधार देणारे मित्र-मैत्रिणी असले पाहिजेत. घरातून निघून आल्यानंतर आपली आयुष्ये नव्याने बांधून काढताना, ते त्यांना आधारभूत ठरू शकतात. 'नॅशनल फ्रेंडशिप नेटवर्क' चा प्रकल्प तयार करण्याचं काम चालू आहे. त्याकरता ज्यांनी या अगोदर 'कर्म निर्वाण'शी संपर्क केला आहे त्यांची निवेदनं घेतली जातात. अशा एकोणीस जणांना 'ऐकून घेऊन धीर देण्याचं' प्रशिक्षण दिलं जाणार आहे. त्यांच्या प्रशिक्षणाचा खर्च 'फोर्स मॅरेज

युनिट' ही संस्था देणार आहे. तसं मी त्यांच्याकडून कबूल करून घेतलंय. हे एकोणीस जण 'नॅशनल फ्रेंडशिप नेटवर्क'चे पहिले फ्रेंड्स आणि सल्लागार असणार आहेत आणि मी पुन्हा एकदा माझ्या सवयीच्या प्रांतात काम करणार आहे. माझं स्वप्न सत्यात उतरवण्यासाठी निधी जमवण्याच्या मागे लागले आहे.

गेल्या आठवड्यात, उषा नावाची एक स्त्री 'कर्म निर्वाण'मध्ये आली. ती सतरा वर्षांची मुलगी होती. पंधरा वर्षांची असताना मायदेशात नेऊन तिचं लग्न करून आणलेलं होतं आणि नंतर स्वत:च्या घरात अक्षरश: कैदी बनवून तिला ठेवलं होतं. नवऱ्याला ब्रिटनमध्ये आणण्यासाठी तिने त्या काळात पैसे साठवायचे होते. शाळेची वेल्फेअर ऑफिसर तिला शोधत घरी आली की, तिची आई तिला तळघरात ढकलून बाहेर कुलूप लावून घ्यायची आणि त्या वेल्फेअर ऑफिसर बाईशी एकदम नम्रपणे, लाडीगोडी लावून बोलायची. ती एवढी काळजीने घरी येते, त्याबद्दल कृतज्ञता व्यक्त करून तिला चहा वगैरे पाजायची. 'उषाला किनई आज थोडं बरं वाटत नाहीये. म्हणून आत्ताच झोपली पाहा ती.' किंवा 'काय सांगू, माझ्या दिरांना काल एकदम बरं वाटेनासं झालं. मग त्यांना हॉस्पिटलमध्ये न्यायचं तर घरी छोट्या मुलांना कोण पाहणार? म्हणून तिला काकूच्या मदतीला तिकडे जावं लागलं. पाहिजे तर पुन्हा या आपण तिला भेटायला.' असं काहीतरी सांगून तिला वाटेला लावायची.

उषाची आई अशा बाबतीत हुशार असावी. तिने त्या ऑफिसर बाईला असं काही विश्वासात घेतलं की, हिच्यावर पूर्ण विसंबून ती घरी चौकशीला येईनाशी झाली.

सुरुवातीला एक-दोनदा ९९९ या नंबरला फोन करून पोलिसांची मदत मागितली. पण दरवाजाशी पोलीस आले की, अत्यंत मोहकपणे गोड आवाजात तिची आई सांगायची, ''सॉरी! या नावाची कुणी मुलगी इथे राहात नाही. आपल्याला चुकीचा पत्ता मिळालेला दिसतो.'' आणि मग पोलीस गेल्यावर ती उषाला बदडून काढायची.

पण एक दिवस, आमच्यातल्या अनेकजणींप्रमाणे उषालाही संधी मिळाली, ती अचूक साधून ती घरातून पळून गेली. जवळजवळ वर्षभर ती लपत-छपत फिरत राहून, रोज वेगवेगळ्या ठिकाणी रात्र काढत कशीबशी राहायची. मला भेटली, तोपर्यंत तिच्या तब्येतची आणि मन:स्थितीची पुरती वाट लागलेली होती. तिला घरी जायचं होतं, पण तिथे गेल्यावर घरचे लोक आपलं काय करून टाकतील याची तिला अतिशय धास्ती वाटायची. त्या मन:स्थितीत तिने स्वत:ला इजा करून घ्यायला सुरुवात केली. अंगावर जखमा करून घेऊ लागली. तिने मला तिचा हात दाखवला. त्या हडकुळ्या हाताच्या आतल्या

भागावर मनगटापासून कोपरापर्यंत अनेक जखमांचे व्रण होते. काही बरे झालेले, तर काही ताजे, अजून रक्ताळलेलेच. तिच्या हातावर तशा व्रणांचं जाळंच झालेलं होतं.

"मला असं काही करायचं नाहीये. मला नंतर खूप वाईट वाटतं त्याचं." माझ्या नजरेला नजर देण्यासाठी तिला फार प्रयत्न करावे लागले. "पण... पण काय करू? तसं केल्याशिवाय बरंही नाही वाटत."

ती घरातून गेल्यापासून तिने जिथे जिथे आश्रय घेतला, त्या प्रत्येक ठिकाणी, तिला आणि इतरांना ते फोन करकरून त्रस्त करून सोडीत. ती घरी परत यावी म्हणून त्यांनी अक्षरशः जंगजंग पछाडलं. जी जी सुचेल, ती ती युक्ती करत राहिले.

"तुझ्या आईला कॅन्सर झालाय...."

"तुझे काका वारलेत...."

"आजी सिरियस आहे. डॉक्टर म्हणतात केव्हाही जाईल; ती सारखी तुझीच आठवण काढतीय...."

खोट्या-नाट्या बातम्या सांगून, कंड्या पिकवून, धमक्या देऊन तिला भावनात्मकदृष्ट्या थकवून टाकण्याचा त्यांनी शेवटच्या अणू-रेणूपर्यंत प्रयत्न केला आणि शेवटी ते सगळं सहन केल्यानंतरही, तिला परत त्यांनाच शरण जायचं होतं. त्यांना शरण जाणं तिला भागही पडलं.

"माझा नाईलाज आहे मला सारखी आईची आठवण येते." ती म्हणाली.

उषासारख्या स्त्रियांसाठीच प्रामुख्याने मला 'फ्रेंडशिप नेटवर्क' असण्याची गरज वाटते. 'मैत्री' ही कुटुंबाची जागा घेऊ शकत नाही; पण मैत्रीची खूप मदत होते, खूप उपयोग होतो. मला याचा चांगलाच अनुभव आला आहे. कारण आज उषा आहे त्या परिस्थितीत मीही एकेकाळी होते.

३५

२००५ साल होतं. थंडीतल्या भल्या पहाटे, मी ट्रेनने 'डंडी युनिव्हर्सिटीकडे' निघाले होते. तिथल्या लॉ कॉलेजमध्ये माझं व्याख्यान होतं. विषय तोच 'बळजबरी विवाह आणि प्रतिष्ठेसाठी केला जाणारा हिंसाचार' – जिम हस्मल नावाचे प्राध्यापक होते. ते तिथल्या 'स्कूल ऑफ अकौंटंसी बिझिनेस अँड फायनान्स'मध्ये

शिकवत होते. त्यांनी मला आमंत्रण दिलेलं होतं. वृत्तपत्रात 'कर्म निर्वाण'बद्दल वाचून ते प्रभावित झाले होते आणि त्या संस्थेबद्दल आणखी प्रचार होण्यासाठी त्यांनी हे व्याख्यान ठेवलेलं होतं.

इतक्या सकाळीसुद्धा सभागृह प्रेक्षकांनी पूर्ण भरलेलं होतं. कॉलेजमध्ये नुकतेच आलेले नवे चेहरे तर तिथे होतेच आपापल्या वह्या घेऊन सज्ज असलेले, पण प्रा. जिम यांनी बाहेरच्याही काही लोकांना बोलावलेलं होतं. त्यामुळे तिथे बरीच प्रौढ माणसं, सामाजिक कार्यकर्ते, आरोग्य क्षेत्रात काम करणारे कार्यकर्ते आणि पोलीस विभागात नोकरी करणारे दोन-चार जणही आले होते.

हा विषय माझ्यामध्ये इतका मुरलेला होता की, मी झोपेतसुद्धा यावर बोलू शकले असते. तरीपण दरवेळी नव्याने हा विषय मला हलवून सोडतो. कारण वस्तुस्थिती आहेच तितकी भयानक. तुम्हाला माहीत आहे? अख्ख्या ब्रिटन देशात आत्महत्येचं जे सरासरी प्रमाण आहे, त्याच्या तिप्पट प्रमाणात ब्रिटनमधल्या आशियाई तरुणींच्या आत्महत्या दरवर्षी नोंदवल्या जातात? माझी अशी खात्री आहे की, रोबीनाप्रमाणेच त्यातल्या अनेकींना आत्महत्या करण्यासाठी प्रवृत्त केलं जातं. खुनाचाच एक जास्त स्वच्छ आणि सोईस्कर प्रकार. त्यातल्या अनेकींना जो शारीरिक आणि मानसिक छळ सहन करावा लागतो, त्याचं कधीही कुठल्याही अर्थाने मी समर्थन करणार नाही.

मी माझ्या भाषणात, शझियासारख्या अनेक जणींच्या घडलेल्या कहाण्या सांगत असते. शझिया आता आश्रयघरातून बाहेर पडलेली आहे. तिला नोकरी मिळाली आहे आणि एक मित्रही भेटलेला आहे. ती आमची एक यशस्वी केस म्हणून मी सांगत असते. परंतु आजही शझिया, कुटुंबाच्या आठवणीने दुःखी राहते. कारण ज्या दिवशी ती घरातून पळाली, त्या दिवसापासून घरच्या माणसांशी तिचा कोणताही संबंध उरलेला नाही.

मी 'चांदी' नावाच्या अठरा वर्षांच्या मुलीचं नेहमी उदाहरण देत असते. 'फोर्स्ड मॅरेज युनिट'च्या लोकांनी तिची सुटका करून ब्रिटनमध्ये परत आणलं, तेव्हा तिला मी प्रथम भेटले. चांदीच्या कुटुंबीयांनी जेव्हा तिला आणि तिच्या सोळा वर्षांच्या बहिणीला सुटीसाठी म्हणून पाकिस्तानला पाठवण्याचं ठरवलं, तेव्हा खबरदारी म्हणून चांदीने तिच्या मैत्रिणीला सांगून ठेवलं होतं. मी अशा अशा ठिकाणी चालले आहे. जर एक महिन्याने परत आले नाही, तर तू सरळ पोलिसांना कळव.

आणि त्या तेवढ्या छोट्याशा संभाषणामुळेच चांदी स्वतःचा जीव वाचवू शकली. तिला पाकिस्तानात जाऊन १० आठवडे झाले तेव्हा इस्लामाबाद

(पाकिस्तानची राजधानी) इथल्या ब्रिटिश एम्बसीचे प्रतिनिधी ती राहात होती त्या खेडेगावात पोहोचले आणि अत्यंत कुचंबलेल्या अवस्थेत तिच्या नव्या सासरी ती जीवन कंठत असताना त्यांनी तिची सुटका केली. या सगळ्या गोंधळात तिच्या लहान बहिणीने मात्र पुन्हा ब्रिटनला यायला नकार दिला. एकतर उत्तर लंडनमधल्या उपनगरातून तिला पाकिस्तानातल्या आडबाजूच्या खेड्यात अचानक नेऊन टाकल्यामुळे, तिला मोठा मानसिक धक्का बसला होता. जबरदस्तीने लग्न लावून अनोळखी माणसांच्या, नको असलेल्या पुरुषाच्या ताब्यात दिल्यामुळे तिचा जगावरचा विश्वासच उडाला. तिने पुन्हा कुणा अनोळखी लोकांबरोबर जाण्यास नकार दिला. याचंही चांदीला फार वाईट वाटलं. ती सांगत होती, "मीराला परीक्षेत 'ए' ग्रेड मिळाली आहे. पण ते तिला माहितीसुद्धा नाही, जस! ती आपली सासूच्या खेड्यातल्या घराचं लिंपण-सारवण करण्यात गुंतलेली आहे."

त्या दिवशी डंडी युनिव्हर्सिटीतलं माझं भाषण संपलं, तेव्हा तिथे पसरलेली शांतता पाहायला हवी होती. 'पिन ड्रॉप सायलेन्स' म्हणजे काय ते समजलं असतं. मी प्रेक्षकांमधून नजर फिरवली. खालच्या, वरच्या सर्वत्र धक्का बसलेल्या चेहऱ्यांच्या रांगाच रांगा मला दिसल्या. क्षणभराने भान आल्यानंतर, प्रश्न विचारण्याकरता अनेक हात वर झाले. एकेक प्रश्न येऊ लागले, "जबरदस्तीने लग्न लावणे हा फौजदारी गुन्हा आहे का नाही?"

"सासरच्या छळातून सोडवून आणल्यानंतर पुढे त्या महिलांचं काय होतं?"

"आम्ही त्यांच्या मदतीकरता काय करू शकतो?"

मला असं वाटलं, प्रेक्षकांमधील जाणते नागरिक, विशेषतः मुद्दाम बाहेरून आलेले आमंत्रित या गोष्टीने अक्षरशः हादरून गेले होते की, आपल्या इथे ब्रिटनमध्ये या घटना घडत होत्या आणि आपल्याला त्याची साधी माहितीसुद्धा नव्हती!

प्रश्नोत्तरांसाठी प्रा. जिम यांनी अर्धा तास बाजूला काढलेला होता, पण मंडळी या विषयातली माहिती घेण्यासाठी इतकी उत्सुक होती की, मी दुपारपर्यंत बोलत राहिले असते तरी प्रश्न उरलेच असते.

मी डर्बीला परत जायला निघाले, तेव्हा ट्रेनला बरीच गर्दी होती. फक्त उभं राहण्यापुरती जागा मिळाली. पॅसेजमध्ये शेजारी-शेजारी उभं राहून प्रवास करताना, सहप्रवाशांशी संवाद साधणं सोपं आणि आवश्यक म्हणून मी माझ्या शेजारी उभ्या असलेल्या तरुणाला, मी डर्बीला कशासाठी गेले होते ते सांगू लागले. त्याने 'बळजबरी विवाह' किंवा 'प्रतिष्ठेपायी हिंसाचार' हे शब्दसुद्धा कधी ऐकलेले नव्हते. मी त्याबद्दल सविस्तर माहिती सांगत असताना, त्या

तरुणाशेजारी उभ्या असलेल्या वयस्कर माणसाच्या चेहऱ्यावरचा जणू रंगच उतरला. तो पांढरा फटक पडला होता.

मी दिलगिरी व्यक्त केली, ''मी तुम्हाला नकळत दुखावलं असेल तर सॉरी हं! हे सगळं धक्का बसण्यासारखंच आहे. पण माझ्यावर विश्वास ठेवा, अशा गोष्टी घडतात.''

''मला माहिती आहे.'' तो माझ्याकडे इतकं रोखून बघत होता की, मी जवळजवळ घाबरलेच.

''माझी एक केमिस्ट्रीची विद्यार्थीनी होती. अत्यंत हुशार, आशियाई मुलगी... ब्रॅडफोर्डची होती. पण शिकायला 'ग्लासगो युनिव्हर्सिटी'त होती. बऱ्याच वर्षांपूर्वीची गोष्ट आहे. त्या वेळी मी ग्लासगोला प्रोफेसर होतो. ती पीएच.डी. करत होती. त्यासाठी मी बरीच मदत केली होती तिला; त्यामुळे पुढेपुढे तिला माझ्याबद्दल विश्वास वाटू लागला.''

तो माझ्या बाजूला झुकून सांगू लागला. आजूबाजूच्या सगळ्यांचा जणू त्याला विसर पडला होता. ''तिने एक दिवस मला सांगितलं की, आईवडिलांनी तिचं लग्न ठरवलं होतं पण तिला ते पसंत नव्हतं. त्यावरून तिचे आईवडिलांशी पुष्कळ वाद-विवाद झाल्याचंही तिनं सांगितलं. पण मला वाटलं, त्यात काय विशेष? बऱ्याच मुलांचे आईवडिलांशी मतभेद होतच असतात. पुढे तिने मला असंही सांगितलं की, त्यांनी ठरवलेल्या मुलाबरोबर लग्न केलं नाही, तर तिचे आईवडील तिला मारून टाकतील. तेही मी गंभीरपणे घेतलं नाही. कारण असं घडू शकतं, यावर माझा तेव्हा विश्वासच नव्हता. प्रत्यक्ष आईवडील आपल्या मुलीला कसे काय मारू शकतील? त्यामुळे मी तिला सांगितलं की, तुला जर खरंच असं वाटत असेल तर तू पोलिसांना सांग की, तुझ्या जिवाला धोका आहे म्हणून!''

अपराधी भावनेने त्याचा चेहरा झाकोळून गेला पण सरळ माझ्या डोळ्यात बघत त्याने सांगितलं, ''तिला मदत करण्यासाठी मी काहीच केलं नाही आणि आठ दिवसांनीच तिच्या मृत्यूची बातमी आली.''

त्याने वृत्तपत्रात ती बातमी वाचली होती. अगदी आशियाई नजरेतून पाहिलं, तरी ती बनवलेली कहाणी होती हे लक्षात येत होतं. एकदा पहाटे तीन वाजता ती मुलगी म्हणे स्वत:च्या गाडीचं टायर बदलण्यासाठी घरातल्या गॅरेजमध्ये गेली. तिने बहुतेक जॅक नीट न लावल्यामुळे गाडी कलून तिच्या अंगावर पडली असावी. त्यात तिचं डोकं ठेचलं गेलं आणि... ती ठार झाली.

तो एक अपघात असून, त्या मुलीचा 'अपघाती मृत्यू' झाला अशी अधिकृत नोंद झाली....

मदत मागण्यासाठी, आधार आणि सल्ल्यासाठी किंवा देणगी देण्यासाठी 'कर्म निर्वाण'चा पत्ता आहे –

युनिट ६, रोझहिल बिझनेस सेंटर,
नॉरमॅन्टन रोड, डर्बी.
DE 23, 6 RH
Tel : 01332 604098

■

"मी अनीता राकेश सांगतेय..."

मूळ हिंदी लेखिका
अनीता राकेश

अनुवाद
रजनी भागवत

तुम्ही ज्यांच्यावर बेहद्द प्रेम करता
ते तुमच्यावर रुसून निघून जातात... असं का होतं?
तुम्ही आपल्या जवळपास असलेल्या लोकांकडून
प्रेमाची मागणी करता आणि ते सरळ सळसळणाऱ्या
हवेबरोबर तुमच्या जवळून निघून जातात... असं का होतं?
प्रेमावाचून तुम्ही एक शुष्क, वठलेलं झाड होऊन जाता...
असं का होतं?
तुम्हाला एकटेपणी वेड लागायची पाळी येते... असं का होतं?
प्रेमावाचून तुम्हाला जगणं अशक्य का होतं?
प्रेमावाचून तुम्हाला मरून जावंसं का वाटतं?
लोक तुम्हाला समजून घेऊ शकत नाहीत...
असं का होतं?
असं का होतं...?

इन द नेम ऑफ ऑनर

मुख्तार माई । अनुवाद : **उल्का राऊत**

जून २००२ मध्ये भावाने केलेल्या तथाकथित गुन्ह्याची शिक्षा म्हणून मुख्तार माईवर सामूहिक बलात्कार करण्यात आला. प्रतिष्ठेपायी घडलेल्या ह्या कृत्याची खबर पाकिस्तानातील पत्रकारांना मिळाल्यानंतर मुख्तार माईची कहाणी उजेडात आली.
त्या भयानक बलात्कारानंतर रिवाजाप्रमाणे तिने आत्महत्या करावी अशी अपेक्षा होती. परंतु मुख्तार माईने ती परंपरा मोडली. अभूतपूर्व धैर्य दाखवून तिने बलात्काऱ्यांना कोर्टात खेचलं. पुराण्या रीतिरिवाजांनी जखडलेल्या समाजव्यवस्थेशी मुख्तार माईने असामान्य धैर्याने आणि सर्वस्व पणाला लावून अथक झुंज दिली.

खटल्यातील काही आरोपींची सुटका झाल्याने मुख्तार माईच्या जिवाला अजूनही धोका आहेच. असं असलं तरी मुख्तार माईने घाबरून पळ काढलेला नाही. पाकिस्तान सरकारकडून नुकसानभरपाईदाखल जे पैसे मिळाले, त्यातून तिने मुलींसाठी शाळा चालू केली. विशेष म्हणजे ह्या शाळेत ती स्वत:ही मोठ्या उत्साहाने शिकत आहे.

ह्या हृदयद्रावक आणि प्रेरणादायक कहाणीमधून मुख्तार माईने आपली कैफियत जगासमोर मांडली आहे.